मराठ्यांची
लष्करी व्यवस्था

विख्यात इतिहासकार डॉ. एस. एन. सेन यांच्या प्रसिद्ध ग्रंथाचा मराठी अनुवाद

मराठ्यांची लष्करी व्यवस्था

लेखक
डॉ. एस. एन. सेन
अनुवाद
डॉ. सदाशिव शिवदे

डायमंड पब्लिकेशन्स

मराठ्यांची लष्करी व्यवस्था

डॉ. एस. एन. सेन, अनु. डॉ. सदाशिव शिवदे

The Military System of Marathas
by Dr. S. N. Sen, Trans. Dr. Sadashiv Shivde

©डायमंड प्रथम आवृत्ती : २०११

ISBN 978-81-8483-382-9

अक्षरजुळणी
अक्षरवेल, पुणे

मुखपृष्ठ
शाम भालेकर

मुद्रक
Repro India Ltd, Mumbai.

प्रकाशक
डायमंड पब्लिकेशन्स
१२५५ सदाशिव पेठ
लेले संकुल, पहिला मजला
निंबाळकर तालमीसमोर
पुणे – ४११ ०३० ☎ ०२० –२४४५२३८७
diamondpublications@vsnl.net
www.diamondbookspune.com

प्रमुख वितरक
डायमंड बुक डेपो
६६१ नारायण पेठ, अप्पा बळवंत चौक
पुणे ४११ ०३०. ☎ ०२० – २४४८०६७७

मूल्य : ₹ २९५

पानिपतावर धारातीर्थी पडलेल्या बांधवांना...

मनोगत

मराठ्याच्या लष्करी प्रशासनावर आजवर अनेकांनी काम केले आहे. त्यासाठी इंग्रजी, पोर्तुगीज, मराठी साधनांचा वापरही करण्यात आला आहे. डॉ. सुरेंद्रनाथ सेन या बंगाली इतिहाससंशोधकाने मराठी, इंग्रजी व पोर्तुगीज साधनांचा वापर करून 'Military System of Maratha's' हा ग्रंथ १९२८ साली लिहिला. आणि मराठ्यांच्या लष्करी व्यवस्थेसंबंधी एक चांगले ऐतिहासिक साधन उपलब्ध करून दिले. आजपर्यंत अनेक अभ्यासकांनी संदर्भ म्हणून या ग्रंथाचा वापर केला. परंतु आजवर त्याचा मराठी अनुवाद कोणीही केला नाही याची खंत माझ्या मनास वाटत होती. त्यामुळे विचारांती हे काम आपण करावे असे मी ठरविले. डॉ. सेन यांचे इंग्रजी भाषेवरील प्रभुत्व लक्षात घेता हे काम अतिशय जिकिरीचे होते. त्यांची भाषा आणि पुस्तकाचा टाइप पाहिल्यावर हे क्लिष्ट आणि किचकट काम करणे म्हणजे एक आव्हानच होते.

हे आव्हान मी स्वीकारले व कामास लागलो. काम करताना मला मनस्वी आनंद होऊ लागला. सतत सहा महिने बैठक मारून बसल्यामुळे हे काम पूर्ण झाले. काही त्रुटी राहिल्या असल्यास वाचकांनी मोठ्या मनाने क्षमा करावी, ही विनंती. या कामी मला माझे मित्र श्री. रमण चितळे, श्री. नंदू लांडगे यांनी जे सहकार्य केले त्याबद्दल त्यांना धन्यवाद. माझी लेखनिक हिच्या बहुमोल सहकार्याशिवाय हे काम करणे अवघड होते.

आपला नम्र
- डॉ. सदाशिव शिवदे

प्रास्ताविक

या देशाचे मराठे हेच मूळचे राज्यनिर्माते होत. १७ व्या शतकातल्या तिसऱ्या दशकात मराठ्यांचे नाव जगात माहीत नव्हते. नंतरच्या तिसऱ्या दशकात ते जबरदस्त राज्यकर्ते झाले. नंतरच्या शतकातील दुसऱ्या दशकात दिल्लीच्या बादशहाला त्यांच्या वर्चस्वास मान्यता द्यावी लागली आणि त्यांना चौथ आणि सरदेशमुखी व दक्षिणेतील सहा सुभे बहाल करावे लागले. आपल्या अगदी जवळच्या शेजाऱ्याकडून त्यांच्या कृतींची दखल घेतली गेली नाही. बाळाजी विश्वनाथ याने सय्यद हुसेन अली प्रकरणाच्यावेळी दिल्लीत प्रवेश केला. त्याचा मुलगा बाजीराव याने विजयश्रीचे नेतृत्व केले, आणि त्याच्या नातवांनी मुघल सत्तेचे भवितव्य सिंधू नदीच्या काठी, तसेच लाहोर ते मुर्शिदाबाद, दिल्ली ते श्रीरंगपट्टणपर्यंत आपले सैन्य नेऊन घडविले. झपाट्याने झालेला त्यांचा राज्यविस्तार पानिपतच्या पराभवामुळे थंडावला. परंतु त्या धक्क्यातून ते लगेचच सावरले आणि महादजी शिंद्यांनी उत्तरेत नवीन राज्य निर्माण केले. इ. स. १७९५ मधे त्यांनी खर्ड्याच्या लढाईत निजामाचा जबरदस्त पराभव केला आणि त्याला अर्धा प्रदेश देण्यास भाग पाडले. नंतर अवघ्या ९ वर्षांतच ब्रिटिशांनी - सेनापती लेक आणि वेलस्ली दौलतराव शिंदे आणि रघुजी भोसले यांच्या सुसज्ज सेनेचा पराभव करून वाताहत केली आणि पत्त्याच्या बंगल्याप्रमाणे मराठी राज्य कोसळले. पेशवे हे ब्रिटिश सरकारचे (भारताचे) सरंजामदार झाले. त्यांचा उत्कर्ष हा झपाट्याने झाला, तितकेच त्यांचे पतनही झपाट्याने झाले. ही गोष्ट नजरेत भरण्यासारखीच घडली. ते राज्य ज्यावेळी वैभवाच्या शिखरावर होते, त्यावेळी त्यांचे मनुष्यबळही अमर्याद होते. तरीसुद्धा परकीयांनी थोड्या सैन्यानिशी छोट्या मोहिमेने पंधरा आठवड्यांतच त्याचा पाडाव केला.

या अतिशय झपाट्याने झालेल्या पूर्ण विनाशाचे कारण काय? या अपघाताचा गांभीर्याने विचार करता येत नाही. इतिहासामधे अपघात हे महत्त्वाचे नसतात आणि क्वचित त्यांचा राष्ट्रीय भवितव्यावर परिणाम होतो. महादजी शिंदे ऐन उमेदीत वारले आणि

त्याच वर्षी हरिपंत फडके पण वारले. हीही गोष्ट खरी आहे की, थोरले माधवराव पेशवे यांचा मृत्यू अल्पवयात झाला आणि नारायणरावांचा खून झाला. त्यानंतर दुसऱ्या माधवराव पेशव्यांच्या म्हणजे सवाई माधवरावांच्या आत्महत्येचा दुर्दैवी प्रसंग घडला. अशा राष्ट्रीय आपत्तीने मराठ्यांच्या अध:पतनाच्या प्रक्रियेला वेग आला. नाना फडणिसांच्या नंतर मराठी मंडळात एकहीजण पांगलेली सेना एकत्र आणण्यास समर्थ नव्हता. परंतु मराठ्यांना मोठी माणसे का निर्माण करता आली नाहीत ? शिवाजीमहाराजांच्या निधनानंतर मराठे सावरले; मग नाना फडणिसानंतर ते का सावरले गेले नाहीत? १६९० मधे राष्ट्र वाचविण्यासाठी समर्थ नेतृत्व निर्माण झाले, मग १८०२ मधे त्यांची उणीव का भासावी ? काउंट काव्हूरच्या मृत्यूनंतर इटलीच्या संघटनेची शक्ती रोखली गेली नाही. मग महादजी शिंदे आणि नाना फडणीस यांच्या मृत्यूनंतर मराठी राज्याची अधोगती का व्हावी ? अपघात हे त्याचे समाधानकारक उत्तर नव्हे.

समाजसुधारकांनी जातीयवाद हे त्यांचे दुर्दैवच असे म्हटले आहे. जातीय व्यवस्थेच्या सावलीत असलेले मराठी राज्य - त्याची वृद्धी झाली आणि ते समृद्ध झाले. त्यावेळी जातिव्यवस्था ही प्रखर अवस्थेत होती. शिवाजीमहाराजांनी आपल्या प्रशासनात उच्च पदावर ब्राह्मण अधिकारी नेमले. ब्राह्मण पेशव्यांनी दक्षिणेकडे दोन मोठ्या सेनापतिपदावर मराठा नेमले. यमाजी शिवदेव या ब्राह्मणाने पेशव्यांच्या विरुद्ध कारस्थान केले. तर रत्नागिरीच्या चित्पावन जातीच्या सुभेदाराच्या गादीवर हक्क सांगणाऱ्या सदोबाने त्यांच्याशी जुळवून घेतले. यशवंतराव होळकर (धनगर जातीचा) याने दौलतराव शिंदे याच्याशी सामना दिला. गोविंदपंत बुंदेला या कऱ्हाडे ब्राह्मणाने पेशव्यांच्या दरबारात आपण एकटेच 'कऱ्हाडे' सेवा करीत आहोत अशी तक्रार केली. या देशातील अनेक दुर्घटनांच्या मागे जातिव्यवस्था हीच जबाबदार आहे; परंतु मराठी राज्याच्या अध:पतनाचे कारण मात्र आपण अन्यत्र शोधले पाहिजे.

असे म्हटले जाते की मराठ्यांनी आपल्या मुलकी प्रशासनाकडे दुर्लक्ष केले आणि ते लुटीवरच अवलंबून राहिले आणि त्यांनी व्यापार, उद्योग, शेती यांच्याकडे दुर्लक्ष केले, म्हणून त्यांना अपयश आले. त्यावेळच्या युरोप खंडातील सामाजिक संस्थांपेक्षा त्यांच्या संस्था फारशा वेगळ्या नव्हत्या. १८ व्या शतकाच्या अखेरच्या काही वर्षात त्यांचे शासन खिळखिळीत झाले. ती त्यांच्या अपकर्षाची सुरुवात होती. जोपर्यंत एखाद्या राजसत्तेचा साधारणपणे प्रभाव प्रस्थापित झाला असेल, तेव्हा त्या देशातील राजसत्ताही आक्रमकच राहायला हवी. त्यामुळे हिंदुस्थानातील राजसत्तेची आक्रमक वृत्ती ही त्यांच्या पतनाचे कारण ठरत नाही. अशी योजना करताना वारंवार या धोरणाचा त्यांनी पाठपुरावा केला. याबद्दल त्यांच्या टीकाकारांनी त्यांची निर्भर्त्सना केली आहे. भवितव्यात काही घडो, मागच्या नीतिमूल्यांचा विचार, पौर्वात्य किंवा पाश्चात्त्यांच्या धोरणात, थोडाफार

किंवा जवळजवळ नव्हताच. क्लाइव्ह, काव्हूर, बिस्मार्क, नेपोलियन (तिसरा) यांपैकी कोणीही शत्रूची दिशाभूल करण्यास किंवा त्यास चकवण्यास मागेपुढे पाहिले नाही.

१८ व्या शतकात मुत्सद्देगिरीतील नैतिकता युरोपमध्ये फार उच्च दर्जाची नव्हती, असे अल्बर्ट सॉरेल म्हणतो. हिंदुस्थानात काही गोष्टी बऱ्याही नव्हत्या आणि अगदीच वाईटही नव्हत्या. मराठ्यांनी एखाद्या शेजाऱ्याच्या भूमीची हाव धरली तरी त्यांच्या शेजाऱ्यांनासुद्धा भूमीची हाव होतीच. मराठ्यांमधील दुही आणि झगडा यांचा लाभ उठविण्यासाठी मुंबईकरांनी आपला वकील पुण्यास तशा सूचना देऊन धाडला. दोन्हीही शक्तींमध्ये शांतता नांदत असली तरी वांदिवॉशचा गंभीरपणे विचार करून मराठ्यांच्या राज्यावर चोहोंकडून हल्ला करावा, कारण त्यांच्यावर पानिपतचा अनर्थ ओढवला आहे असे लक्षात आले. हे खरे की, त्या लढाईचा विषय जरी वेगळा असला तरी मुर्शिदाबादकडील वांदिवॉशच्या प्रसंगामुळे लगेचच मराठ्यांच्या सैन्यशक्तीवर दबाव आला.

परंतु योग्य तयारीच्या अभावी चढाईचे धोरण हे निष्फळ ठरते. चढाईच्या योजनेसाठी लढाईचे हत्यार हे सक्षम असावे लागते. जोपर्यंत त्यांचे सैन्य सेवातत्पर असेल तोपर्यंत राज्य वैभवशाली होऊ शकते. जेव्हा त्याचे सैन्यबळ कमुकवत झाले तेव्हा स्वाभाविकच त्यांचा वरचढपणा आणि मोठेपणा जो त्यांनी मिळविला होता, तो त्यांना सुसज्ज अशा प्रतिस्पर्ध्यापुढे घालवावा लागला. मराठी राज्याचा उत्कर्ष आणि अपकर्ष, त्यांच्या लष्कराची स्थिती यांचे स्पष्टीकरण करण्यासाठी त्यांच्या खऱ्या कारणांचा शोध घ्यावयास हवा.

लष्कर हे राज्याचे बळ असते (हत्यार असते). राज्यातील विविध संस्थांचा आणि संघटनांच्या बदलांचा त्यांच्या लष्करव्यवस्थेवर परिणाम होतो. सैन्यामध्ये आदर्श आणि चैतन्य राहण्यासाठी शासनाने तशा तऱ्हेचेच नियम आणि कायदे करावे लागतात. मराठ्यांचे लष्कर या प्रमाणभूततत्त्वास अपवाद नसावे.

मराठा राज्याची बाल्यावस्था ही एकसंध साम्राज्यासारखी प्रकाशमान झाली. येथील लष्कराने आदर्श निर्माण करून निसर्गत:च राष्ट्रीय वृत्तीच्या नियम आणि कायदे यांतून एक प्रथा निर्माण केली. ती एक एकजिनसी अशी संस्था असून त्यांची एक विशिष्ट अधिकारश्रेणी होती. त्यांना मुख्य सेनापतीच्या आज्ञा पाळाव्या लागत. राजाच्या एकसूत्री अंमलात बदल होऊन सरंजामशाही निर्माण झाली आणि राष्ट्रीय सैन्य हे आपोआपच सरंजामदारांकडे वर्ग झाले. त्याची शिस्त कमी झाली आणि एकजिनसीपणा संपुष्टात आला. पेशव्यांच्या कालखंडात केंद्रस्थानी कोणतीही लष्करी व्यवस्था कोणत्याही सेनापतीच्या आधिपत्याखाली असल्याचे दिसत नाही. परंतु निरनिराळ्या ठिकाणांहून आलेले सैनिक निरनिराळ्या अधिकाऱ्यांच्या आधिपत्याखाली असतात. त्यांच्यापुढे

एक सामान्य लक्ष्य असते व सामान्य हेतू असतो. राज्याचे एकूण लष्करी सामर्थ्य, त्याची संख्या ही एखाद्या क्षणी उपलब्ध होऊ शकत नव्हती आणि त्यांच्यात एकमेकांत असूया होती, यामुळे सार्वभौम लष्करी व्यवस्था कमी होत असे आणि त्यांच्यात संघटना राखणे अशक्य ठरत असे.

नंतर पेशव्यांच्या काळात या दोषांचा त्यांना फारच त्रास झाला आणि त्यांच्या मुस्लिम शत्रूकडून त्यांचा पाडाव झाला.

दुर्दैवाने हेच काही सर्व नव्हे. नंतर त्यांच्या मूळतत्त्वात बदल झाल्यावर हळूहळू त्यांच्या लष्करात राष्ट्रीय बाणा कमी होऊन भाडोत्रीपणा निर्माण झाला. मराठा लष्करातील हा दोष महत्त्वाचाच आहे. त्यातून फसगत होते असे नाही. ज्या इंग्रजांशी ते लढले त्यांच्यातही तीच गोष्ट आहे व मराठ्यांच्या अधिकाऱ्यांसारखेच त्यांचाही असंघटित अधिकारी वर्गही होता. काहीजण युद्धभूमीवर इंग्रजांपेक्षा मोठी सेना आणू शकत. असा पराभव सैन्यातील गैरशिस्त, उपकरणे आणि आदेश व आधिपत्य यांच्या अभावामुळे होत असे. मराठ्यांनी त्यांच्या यवनशत्रूंशी सामना दिला, तो त्यांच्यातील अधिक चांगल्या प्रकारच्या शिस्तीमुळे; परंतु त्यांचा जसा राज्यविस्तार होऊ लागला तसा मराठा सैनिकांच्या घोड्यांच्या खोगिरांवर हिंदुस्थानची संपत्ती भरून वाहू लागली. तेव्हा त्यांनी मुघलांच्या एखाद्या बड्या अंमलदाराच्या लष्करातील चालीरीती आणि राहण्याच्या पद्धतीशी स्पर्धा करण्यास सुरुवात केली.

मराठ्यांची शस्त्रास्त्रे ही एकाच प्रकारची नव्हती. त्यांनी नवीन शस्त्रे घेतली पण जुनी मात्र टाकली नाहीत. मराठ्यांची शस्त्रे त्यांच्या संस्कृतीच्या सर्व अवस्थानिदर्शक अशी होती. त्यांतील काहीतर अश्मयुगीन शस्त्रांसारखीच होती. उद्‍गीरच्या लढाईत (इ. स. १७६०) धनुष्यबाण, तोड्याची बंदूक, जुन्या प्रकारची चापाची बंदूक, दगडधोंडे वापरण्यात आले होते अशी नोंद आहे.

शस्त्रांची निवड करण्याचे असे काही विशिष्ट नियम नव्हते. परंतु त्यात वाढ झाली. त्यांच्या युद्धकौशल्याबाबतही तसेच म्हणता येईल. त्यांनी एक नवीन युद्धचातुर्य अवलंबिण्यास सुरुवात केली आणि युरोपियन लोकांशी लढताना ते त्यांच्या अंगवळणी पडले. आपली परंपरागत लढण्याची पद्धत त्यांनी सोडली नाही. त्यांच्या दोन पद्धती अत्यंत विसंगत अशा होत्या. त्यांनी त्या एकमेकांत मिसळून वापरल्यामुळे अनर्थ ओढवला. मराठा सैन्यप्रमुख परंपरागत मार्गांनाच चिकटून राहिले; त्यांत त्यांनी काहीच सुधारणा केली नाही. परदेशी भाडोत्री सैनिकांच्या व अधिकाऱ्यांच्या अधिकाराखालील तुकड्या यांच्या वागण्यातील संशयास्पद गोष्टी आणि अत्यंत अल्प असे ज्ञान व राष्ट्रीयत्वाच्या वृत्तीचा अभाव इत्यादी गोष्टी दिसून आल्या आणि अशा सैन्यास इंग्रज शत्रूंच्यापुढे लढण्यास अर्थातच संधी नव्हती.

मराठा सैन्यातील अकार्यक्षमतेला त्यांची सरंजामशाही जबाबदार आहे. तसेच त्यांचा कमकुवतपणा त्यांचे मुलकी व लष्करी प्रशासन न सुधारण्यास कारणीभूत झाला.

सारांशाने असे म्हणता येईल की, मराठ्यांच्या लष्कराचा अपकर्ष आणि ऱ्हास हा संभाजीराजांच्या मृत्यूनंतर आलेला विस्कळीतपणा व फूट आणि त्यामुळे उदयास आलेली सरंजामशाही यामुळे झाला, जी गोष्ट शिवाजीराजांनी वाचविण्याचा प्रयत्न केला होता. दुसरे असे की, शिवाजीमहाराजांचा 'जाती-जातीतील स्नेहभाव धर्माच्या पायावर निर्माण करण्याचा आदर्श' ही गोष्ट संपून स्वत:ची भरभराट करणे या वृत्तीमुळे राष्ट्रीय वृत्ती नष्ट झाली. तिसरे आणि शेवटचे अपयशाचे कारण असे की, जगातील अनेक भागांतील शास्त्रीय प्रगतीचा त्यांनी विचार केला नाही किंवा त्यांच्याकडून काहीही शिकण्याचे आणि आत्मसात करण्याचे व त्यायोगे प्रगती करण्याचे त्यांना जमले नाही. युरोपमध्ये सरंजामशाहीकडून सार्वभौमत्वाकडे आणि सार्वभौमत्वाकडून लोकशाहीकडे हळूहळू प्रगती होत होती. महाराष्ट्रात मात्र पेशव्यांनी याउलट केले आणि त्याचा परिणाम अधोगती व मराठी राज्याचा अस्त होण्यात झाला.

अनुक्रम

प्रकरण १

छ. शिवाजीमहाराज आणि त्यांचे उत्तराधिकारी

उत्कृष्ट सैनिक हे एकेकट्याने उत्तम प्रकारचे लष्कर तयार करू शकत नाहीत. युद्धसंमुख राष्ट्र हे सामान्यत: लष्करी सत्तेच्या श्रेणीत गणले जात नाही. लष्करी प्रावीण्यास माणसामध्ये शिस्तीची गरज असते आणि त्यांच्या नेतृत्वास सामान्य ज्ञानाची व विशाल कल्पनाशक्तीची गरज असते. लष्करी शक्तीस वरील सर्व आदर्शांची गरज असते आणि युद्धासाठी एक आदर्श लागतो. सातव्या अर्धशतकापूर्वी मराठ्यांच्यात चांगले सैन्यबळ असल्याबद्दल ख्याती होती; परंतु सतराव्या शतकाच्या मध्यापूर्वी त्यांच्या लष्कराचा विकास होऊन त्यांना हिंदुस्थानातील उच्च लष्करी शक्तीत स्थान प्राप्त झाले. तोपर्यंत त्यांच्यात असंघटितपणा व अव्यवस्थितपणा होता आणि ते क्षुल्लक कलहग्रस्त होते.

मराठ्यांच्या लष्करी संघटनेस केव्हा आणि कशी सुरुवात झाली यासंबंधी आम्हास माहिती नाही. त्यांनी तालुक्यांचा कित्ताच गिरविला व त्याच झेंड्याखाली नंतर त्यांनी राष्ट्रकूटांच्या आधिपत्याखाली संग्राम दिला. ते उत्तम लढवय्ये होते यात शंका नाही. त्यांच्यातील लढाऊ बाण्याने ह्यूएनत्संग प्रभावित झाला होता. त्याने मराठ्यांच्या योद्ध्यांचे गुणगान केले आहे. परंतु त्यांची शस्त्रे कोणती, त्यांचा पोषाख, शांततेच्या काळात आणि युद्धकाळात त्यांना काय पगार मिळत असावा; त्यांची स्वतंत्र अशी पदश्रेणी होती का? किंवा त्यांची स्वतंत्र अशी युद्धपद्धती होती का? हे त्या चिनी प्रवाशास माहीत नाही किंवा त्यांची नोंद घेण्याचा त्याने विचार केला नाही?[१] चालुक्य आणि राष्ट्रकूट यांच्यानंतर यादव आणि शिलाहार राजे हे दोन्हीही निर्विवादपणे मराठाच होत.[२] नंतर कोकण आणि कऱ्हाड प्रदेशात लहान-लहान राज्ये होती. परंतु यादवांचे राज्य मोठे होते. यादवराजे आपल्याजवळ भरपूर हत्ती व दंडनायक असल्याचा गर्व करीत असल्याचे काही कागदपत्रांत नमूद केल्याचे आढळते. त्याकाळात सामान्यपणे भारतीय लष्करात अशी एक वास्तव गोष्ट होती की, बाहेरून झालेल्या एकाच हल्ल्याने राज्याचा पाडाव झाला तरीसुद्धा त्यांच्या लष्करी कुवतीबद्दल काहीही तक्रार केली जात नसे. तुर्कांनी दक्षिणेत जी क्लेशदायक

युद्धपद्धती वापरून विजय मिळविला, त्याच पद्धतीने १७ व्या शतकात मराठ्यांनी दिल्लीवर चाल करून घवघवीत यश मिळविले, याची नोंद कोणत्याही बखरीत आढळत नाही. शेवटचा रामचंद्रदेव यादवांचे स्वतंत्र यादव राज्य प्रचंड सेनादल असतानाही यवनांच्या लहान सेनेने जिंकले आणि दिल्लीच्या तुर्की राजाचे ते मांडलिक झाले. त्याच्या जावयाने मुसलमानी जोखड उलथून पाडण्याचा अयशस्वी प्रयत्न केला. या पराभवानंतर मराठ्यांना पुढील अनेक शतके स्वातंत्र्य पाहाता आले नाही. बहामनी राज्याच्या पतनापर्यंत त्यांना पुन्हा जागृती आली नाही. परंतु मध्यंतरीच्या काळात ते सुस्त नव्हते. त्यांचे राजकीय स्वातंत्र्य नाहीसे झाले होते. परंतु त्यांचा देश पूर्णपणे जिंकला गेला नाही. त्यांच्या भूमीला नैसर्गिक तटबंदी होती, तर काही खेडी विखुरलेली असली तरी प्रत्येक खेड्यास तटबंदीची भिंत होती. देशमुख आणि काही सरंजामदार आपल्या संरक्षणासाठी काही महिने दुर्धर अशा टेकडीवरील किल्ल्यात हल्ला करणारे चांगले सैन्य ठेवीत. [३] त्यांच्याजवळ कोणत्याही प्रकारची राष्ट्रीय वृत्ती नव्हती किंवा राष्ट्रीय वृत्तीची कल्पना अजून निर्माण झाली नव्हती. त्यांना राष्ट्राबद्दलचा उच्च असा अभिमान नव्हता. ते व्यवहारी लोक होते. त्यांच्या पारंपरिक भूमी आणि आनुवंशिक हक्क शांततेने मिळवून देणाऱ्या यवनराजपुत्राच्या अधिराज्याबद्दल ते नाखूष नव्हते. मुस्लिम विजेता आपल्या आधिपत्याच्या मर्यादा ओळखून असे. तो त्या फार ताणल्या जाऊ देत नसे. आपले डोंगराळ प्रदेशातील राज्य मराठे चालू ठेवीत होते, जोपर्यंत यादव आणि शिलाहार राजे दक्षिणेत मोठे लष्कर उभे करत नव्हते. शांतता ही काही येथील प्रचलित समाजाची मुख्य बाब नव्हती. येथील हवामान आणि भौगोलिक परिस्थिती हे त्यांचे धैर्य आणि सहनशक्ती वाढविण्यास कारणीभूत झाले. तसेच तो स्वार्थी आणि धूर्तही बनला. त्याच्या रोजच्या जीवनातील अलिप्तपणामुळे तो राजकारणात संकुचित वृत्तीचा झाला. सामान्य मराठ्यांची महत्त्वाकांक्षा त्याच्या गावापुरतीच मर्यादित होती आणि त्यांच्यातील नेत्याची महत्त्वाकांक्षा त्याच्या छोट्याशा संस्थानापुरतीच होती. परंतु लहान काय किंवा मोठा काय अशा मराठ्यांची मोठी गोष्ट अशी की, ते आपल्या वतनासाठी [४] जगत आणि वतनासाठी मरत. रजपूतांना बपोती [५] तर मराठ्यांना वतन. त्या ठिकाणी समर्पणाची कोणतीही भावना नव्हती. व त्यासाठी त्यांनी काही केलेही नाही. ते टिकविण्यासाठी धर्मत्याग करण्याइतपत उच्च प्रकारची किंमत देण्यासही ते तयार असत. प्रत्येक वतनास एकापेक्षा अधिक हक्कदार असत. त्यामुळे त्यांच्या प्रमुखात आणि कुटुंबात नेहमी झगडा होत असे. ताबडतोब झालेले नुकसान आणि इजा याचा त्यांना विसर पडत असे व त्याची परिणती रक्तपातात होत असे, आणि त्याचा शेवट एका कुटुंबाचे तळपट होण्याने होत असे. [६] अशा वैरभावामुळे त्यातच ते गुंतले जात आणि त्यांना बाहेरच्या जगातील हालचाली आणि प्रगतीकडे वळण्यास वेळ मिळत नसे. ही सवय त्यांची दृष्टी संकुचित करण्यास कारणीभूत झाली. परंतु ते चांगले सैनिक झाले, आणि नवीन

परिस्थितीचा फायदा घेऊन आपले भविष्य घडविण्यास तयार झाले.

बहामनी राज्याच्या बरखास्तीनंतर मराठे सरदार नव्या दरबारात मुलकी व लष्करी परिस्थितीचा आढावा घेऊ लागले. पूर्वीच्या राज्याशी स्वामिनिष्ठ असलेल्यांचे नव्या दरबारी स्वागत झाले. शत्रुपक्षाकडील धोरण हे बेभरवशाचे आणि अस्थिर होते व त्यांचे फार काळ एकत्र नांदणे शक्य नव्हते. आपल्या मुस्लिम राजापेक्षा त्याच्या विरुद्ध असलेल्या शेजारच्या विजयनगरच्या हिंदू राजाकडे जाण्यास ते मागेपुढे करत नव्हते तालीकोटच्या लढाईनंतर त्यांनी आपली सर्व शक्ती आणि साधने अत्यंत हतबल झालेल्या बिदरच्या बरीद अलीच्या विजयासाठी वापरली. आलेल्या संकटांना यशस्वीपणे सामोरे जाऊन जे वाचले त्यांना आपापसातील मतभेद मिटविता आले नाहीत आणि त्यातूनच त्यांना उत्तरेकडून आलेल्या नव्या संकटाला धैर्याने तोंड देण्यासाठी सिद्ध व्हावे लागले. वरचेवर होणाऱ्या लढायांमुळे मराठा सैनिकांना व मुत्सद्द्यांना आपली जुनी वतने वाचविण्याची सुसंधी प्राप्त झाली.

सतराव्या शतकाच्या सुरुवातीस अनेक मराठे अहमदनगर, विजापूर आणि गोवळकोंडा राज्यात लष्करी आणि प्रशासकीय सेवेत मोठ्या पदावर असताना दिसतात. १६१५ मध्ये मलिकंबरने काशी पंडित नावाचा एक मुत्सद्दी अहमदनगर आणि पोर्तुगीज यांच्यात बोलणी करण्यासाठी नियुक्त केला.[७] या तहाच्या चार प्रती तयार करण्यात आल्या. त्यातील दोन पोर्तुगीज तर दोन भारतीय भाषेत करण्यात आल्या, आणि अधिक स्पष्टपणे हिंदुस्थानी लिपीत (Alphabet) (Dous de letra endu. e dous em portuguez).

असे खात्रीने म्हणता येईल की, हिंदूंचा मुस्लिम दरबारी प्रभाव वाढत चालला. दोन वर्षानंतर परत तह करण्यात आला, आणि त्याच्या दोन प्रती त्यावर सही करणाऱ्या भारतीय व्यक्तीसाठी फारशी भाषेऐवजी[८] भारतीय भाषेत करण्यात आल्या. या मजेशीर कागदपत्रात हिंदूंच्या पंचांगाप्रमाणे येणारी स्थिती (O permeiro do mes asar dos gentios) देण्यात आली व बाजूला फारशी व पोर्तुगीज गणनेप्रमाणे येणारी तारीख देण्यात आली.

आणि मग मराठे लष्करामध्ये विशेष प्रकारे ओळखू जाऊ लागले. युद्धतंत्र अजून मात्र बाल्यावस्थेत होते. पारंपरिक शस्त्रे, त्यात तलवार, ढाल, धनुष्य-बाण, बरची भाला, खंजीर हीच होती. यासाठी लागणारे अल्प किंवा काहीच तांत्रिक ज्ञान त्यांना नव्हते. तरीसुद्धा ती सामान्यपणे वापरली जात आणि त्यामुळे सुसौष्ठव असलेला माणूस हा चांगला सैनिक होत असे. तो बारगीर[९] म्हणून भरती होत असे. त्याच्याजवळ घोडा घेण्याची ऐपत असेल आणि त्यासाठी त्यावेळी लागणाऱ्या सडपातळ बांध्याचा तो असेल तर तो शिलेदार म्हणून प्रवेश मिळवी[१०] आणि त्यायोगे त्यास पुढील प्रगतीसाठी

संधी लाभत असे. चांगल्या प्रकारचा शिलेदार हा मुख्य नायक असून तो त्याच्या हाताखालील लोकांची सेवा आपल्या मर्जीप्रमाणे करून घेई. मग त्याच्या मालाला अर्थातच चांगली किंमत येत असे. शुक्रनीतिसाराप्रमाणे ही तत्कालीन मान्यताप्राप्त अशी भारतीय पद्धत होती. परकीयांच्या ताबेदारीनंतरही ही पद्धत बदलली नाही. शिलेदाराचे यश हे त्याचा जगातला मान वाढविण्यास कारणीभूत होत असे आणि त्यास जहागीर व सरंजामादाराकडून जमीन बक्षीस म्हणून मिळत असे. अशा तऱ्हेने काही मराठी घराणी वरच्या पदावर गेली. त्यातील बऱ्याच जणांना उच्च श्रेणी व उच्चाधिकार प्राप्त झाले. जावळीच्या मोऱ्यांना राजा आणि चंद्रराव असे दोन किताब मिळाले, आणखी वाडीचे सावंत, मुधोळचे घोरपडे, फलटणचे निंबाळकर, सिंदखेडचे जाधव, यातील शिर्के जे आपल्या मूळ सत्तास्थानापासून निघाले आणि सुर्व्यांनी त्यांना आश्रय दिला. महाडिक, मोहिते, घाटगे हे जेधे, माने, डफळे त्यांया खालोखाल होते.

सर्वसामान्य सैनिकाशिवाय काही थोडे जे राजाचे अंगरक्षक होते. त्यांना राज्यासंबंधी काही घेणे-देणे नव्हते. पगार, बढती आणि जहागीरदारांकडील चाकरीमुळे आपल्या धन्याची वाढविण्यासाठी ते झटत. त्यांना अशावेळी, पुंडपाळेगार किंवा बेगुमान नेता म्हणून होता येत होते. निंबाळकर आणि जेध्यांनी[१२] एकदा असेच केले. परंतु राजांनी लष्करी जमीनदार वाढविण्याचे आणि नवीन शिलेदारातून जहागिरदार निर्माण करण्याचे धोरण चालूच ठेवले. सूज्ञ महंमद आदिलशहाने निष्ठाभ्रष्ट जमीनदारांची जहागिर हिरावून घेतली आणि स्वामिनिष्ठांना नाउमेद व विचलित केले.[१३] अपरिहार्यपणे या धोरणाचा असा परिणाम झाला की, प्रशासकीय यंत्रणा ही लष्करी गरजेपेक्षा कमी दर्जाची झाली आणि महाराष्ट्रातील बहुसंख्य भागातून अनेक लष्करी नेते तीन वेगवेगळ्या धन्यांची चाकरी करू लागले. शिवाजींच्या सत्तेचा जेव्हा उदय झाला, तेव्हा अहमदनगरचे राज्य दिल्लीच्या बादशहाने आपल्या साम्राज्यात विलीन केले होते आणि गोवळकोंडा व विजापूरचे भवितव्यही त्याचीच वाट पाहात होते.

प्रश्न असा उभा राहतो की, मराठा जहागीरदार सामुदायिकरीत्या आपल्या संरक्षणासाठी किंवा आपला हक्क शाबूत ठेवण्यासाठी मुस्लिम धन्याच्या विरुद्ध एकत्र का आले नाहीत ? प्रत्येकजण हा स्वत:चेच पाहात असे, आणि आपल्या शेजाऱ्याशी केवळ स्वार्थासाठीच सलोखा करत असे. मुघल सत्ता ही अजिंक्य आहे असे मानले जात होते. बहामनी राज्याच्या दोन्ही शाखांचा कमकुवतपणा अजून स्पष्ट झाला नव्हता. त्यांची कर्नाटकामध्ये नवीन मोहीम उघडण्याची अजून तयारी चालली होती. लोकांना काही गमवावे लागत नसेल तर त्यांना सहसा बदल नको असे. मराठ्यांचे कूळ एक, भाषा एक आणि त्यांची सर्वसाधारण गोष्टींवरील निष्ठा, विश्वास एक आणि त्यांच्यावरील होणारा धार्मिक अत्याचार, यामुळे ते एका झेंड्याखाली येऊ शकले. दक्षिणेकडील मुस्लिम

राज्यकर्त्यांचे धोरण हे धर्मसहिष्णू होते. काही प्रसंगी एखाद्या महत्त्वाच्या राजपुरुषाला आपल्या बापाचा विश्वास गमावण्याची वेळ आली तर तो त्या सदसद्विवेकबुद्धीच्या वेदना राजकन्येच्या प्राप्तीने विसरत असे.[१४] अहमदनगरचे मुघल साम्राज्यात विलीनीकरण ही बाब दक्षिणेतील राजकारणात एक नवीन अशी घटना झाली. अत्यंत सनातनी, असमंजस आणि शहाजहान व औरंगजेबाचा कडवा धर्मांधपणा, वरचेवर होणार हल्ले यांमुळे विजापूर आणि गोवळकोंडा राज्यांच्या बाबतीत त्रास झाला. तसेच औरंगजेबाने अत्यंत कोत्या मनोवृत्तीमुळे, विचारामुळे त्यामुळे अत्यंत अशांतता व हानिकारक वातावरण निर्माण झाले आणि अशाचवेळी हिंदुत्वाची चेतना निर्माण झाली. त्यास कारणीभूत पंढरपूर चळवळ ही होती. थोडक्यात म्हणजे अशा परिस्थितीत शिवाजी राजकारणाच्या आखाड्यात उतरले. शिवाजींच्या आगमनामुळे मराठ्यांच्या इतिहासातील लष्करी युगाचा प्रारंभ झाला. त्यांना लष्करी संघटनेविषयी पूर्ण माहिती होती. लष्करात सुधारणा करण्यासंबंधीची त्यांची दृष्टी मागच्या अनुभवावर आधारलेली होती. ते व्यक्तीची निवड करताना त्याची आनुवंशिक किंवा नातेसंबंधाची बाब लक्षात घेत नसत. लष्कराच्या शिस्तीला त्यांनी महत्त्व दिले; परंतु लष्कराची मुलकी प्रशासनात ढवळाढवळ त्यांनी सहन केली नाही. त्याला एक प्रबळ राजसत्ता निर्माण करायची होती व बेबनाव, कलह आणि अराजकता मोडून काढावयाची होती. म्हणून त्यांनी सरंजामशाहीला मान्यता दिली नाही. त्याला त्यामुळे शत्रूशी सामना करण्याचा फायदा झाला. त्यांचे हात बांधले गेलेले होते. अशावेळी नवीन राज्यनिर्माता म्हणून त्यांना पूर्वीची जमीनदारी पद्धत ही पूर्णपणे मोडून काढणे शक्य नव्हते.

त्यांना पहिल्यांदा अत्यंत जागरूक राहून परिस्थिती हाताळायची होती. त्यांनी आपल्या वडिलांच्या लहानशा जहागिरीत एक लहानसे सैन्य उभे करण्यास सुरुवात केली. त्यासाठी काही अधिकाऱ्यांचीही गरज होती. आणि ज्यावेळी संभाजी मोहिते यांच्या घोडदळाची त्यात भर पडली.[१५] तेव्हा त्याने सेनापतीची नेमणूक केली. माणकोजी दहातोंडे या सरनौबताच्या हाताखाली १६५९ मध्ये ३००० ची फौज होती. कृष्णाजी अनंत सभासद याच्यावर विश्वास ठेवायचा म्हटल्यास शिवाजीराजांकडे १०,००० घोडेस्वार व १०,००० मावळ्यांचे पायदळ सिद्ध होते. त्याच्या सैन्यात शिलेदारांची संख्या कमी होती. तरी पण अशा मुक्त सैनिकावर त्याला सुरुवातीस विसंबून राहावे लागत असे. माणकोजी दहातोंडे याच्या सेनेत २००० शिलेदार होते; परंतु १६५९ साली पागेची संख्या ७००० पर्यंत वाढली, पण त्यात ३००० च शिलेदार होते.[१६] दुसऱ्या शब्दात सांगायचे झाले तर एकूण संख्येच्या ६६% ते ३३% हे एकूण घोडदळाइतके प्रमाण येते. मुस्लिम इतिहासकारांच्या नजरेतून ही गोष्ट सुटलेली नाही. खाफीखान म्हणतो, "शिवाजींकडे १० ते १२,००० कच्छी आणि अरबी घोडे आहेत. म्हणून तो जेव्हा

आपले सैन्य बाहेर पाठवतो त्यात बहुसंख्य घोडेस्वार बारगीर असतात. म्हणजे ते स्वार झालेले घोडे त्यांच्या मालकीचे असतात."[१७] दलपतराय बुंदेलाकडे चाकरीस असणारा भीमसेन म्हणतो, 'शिवाजीराजांनी शिलेदार नेमले; परंतु मराठ्यांच्या बारगीराला जास्त वेतन मिळत असे!'[१८] कृष्णाजी अनंत सभासद यास दुजोरा देतो. "पागेच्या घोडेस्वारांची संख्या शिलेदारांपेक्षा जास्त असे"[१९] शिलेदार हा पागेच्या अधिपत्याखाली असे. अनिश्चित अशा शिलेदारापेक्षा नेहमीच्या निश्चित अशा घोडेस्वारांमध्येच शिस्त अधिक असे. हे त्यांचे संख्याबळ किती आहे हे सांगण्यापेक्षा अधिक महत्त्वाचे वाटते. जन्मत:च तो लष्करी नेता असल्यामुळे त्याने युद्धासाठी एक शिस्तबद्ध अधिकाऱ्यांची पायदळ आणि घोडदळात विशिष्ट श्रेणी निर्माण केली. घोडदळाची हवालदार ही अत्यंत खालची श्रेणी होती. तो २५ घोड्यांचा अधिकारी असे. त्यांच्याबरोबर एक पखाली व नालबंद असे. या पाच पथकांवर एक जुमलेदार हा अधिकारी असे. १० जुमल्यावर एक 'हजारी' असे. पाच हजारी पथकावर 'पंचहजारी' असे आणि या सर्व घोडेस्वारांच्या पथकावर सरनौबत असे. तो फक्त राजाच्या खालोखालचा अधिकारी असे. राजा हा प्रशासनाचा आणि लष्कराचा मुख्य असे.

अनेक प्रशासकीय अधिकारी लष्करास जोडले होते. जुमलेदार किंवा वित्त अधिकारी याच्या हाताखाली मुजुमदार हा अधिकारी असे. त्याला १०० ते १२५ होन पगार मिळे. हजारीकडे मजूमदार कारभारी आणि जमेनीस हे प्रशासकीय अधिकारी असत. त्यासारखेच आणि अधिक पगाराचे प्रशासकीय अधिकारी पंचहजारीकडे असत. याशिवाय छावणीमध्ये वार्ताहर असत. ते स्वतंत्र असत. आणि ते राजाला किंवा वाकनविसाला बातम्या पुरवीत असत. [२०]

पायदळात सगळ्यात १० सैनिकांचे सर्वात लहान पथक असे त्यावर 'नायक' असे. अशा पाच पथकांवर जुमलेदार आणि दोन अथवा तीन जुमल्यांचे एक हजारी पथक होई. जेव्हा पायदळाची निर्मिती झाली, तेव्हा ७ मावळ्यांच्या पथकांच्या तुकडीवर सरनोबत म्हणून येसाजी कंक हे प्रमुख होते. घोडदळाच्या सरनोबतापेक्षा पायदळाच्या सरनौबताचा दर्जा खालचा असे आणि म्हणून नंतर अष्टप्रधानांमध्ये त्यांचा समावेश झाला नाही. त्यांच्या प्रशासनासाठी जुमलेदार व हजारी यांच्या प्रत्येकाकडे हिशोबाचे आणि हजेरीचे काम पाहण्यासाठी सबनीस असे. जुमलेदाराचा सबनीस यास ४० होन पगार असे.[२१] हजारीच्या कडील त्या अधिकाऱ्यास १०० ते १२५ होन पगार असे.

प्रशासकीय मदतनिसांपेक्षा लष्करी अधिकाऱ्यांना वेतन जास्त असे. घोडदळाच्या जुमलेदाराला वार्षिक ५०० होन आणि पालखीचा मान असे. त्यावरील हजारी या अधिकाऱ्यास १००० होन तर पंचहजारीस त्याचे दुप्पट वेतन मिळे. कृष्णाजी अनंत सभासद याने ही सर्व आकडेवारी दिली आहे. पण सरनोबताच्या वेतनासंबंधी काहीच

दिले नाही. परंतु शिवराज्याभिषेकाच्या नवीन युगाच्या प्रसंगी राजपुत्राला व पेशव्याला दिलेल्या मानाच्या[२२] वस्त्रासारखीच मानाची वस्त्रे सेनापतीलाही देण्यात आली. परंतु त्याच्या वेतनासंबंधी कागदपत्रांत काही पुरावा मिळत नाही.

पायदळातील अधिकाऱ्यांना घोडदळातील त्यांच्या सहकाऱ्यांइतकेही वेतन नव्हते. जुमलेदारास १०० रु. म्हणजे साधारण ३० रुपये महिना व हजारीचा पगार ५०० होन म्हणजे १८०० रुपये महिना असा होता. रुपयाची किंमत त्यावेळी मोठी होती. पगाराची श्रेणी त्यामानाने फार उच्च नव्हती. चौलच्या पोर्तुगीज कॅप्टनला चार लाख Reis किंवा एक हजार रुपये वार्षिक वेतन होते,[२३] तर इंग्रजांचा कॅप्टन केज्विन (मुंबई बेटावरील) हा ईस्ट इंडिया कंपनीबरोबर बंड केल्यावर सर जॉन चाइल्ड हा हजर होणार होता. त्यावेळी नवीन पद्धतीने कॅप्टन केज्विन यास अव्यवहार्य, अपुरे असे वेतन होते.[२४]

विजापूरच्या अधिकाऱ्यांना पगारापोटी जहागीर असे मोगलांकडे मनसब ही वंशपरंपरागत नसे पण मनसबदाराला जहागीर दिली जात असे.[२५] प्रशासकीय अधिकाऱ्यांनासुद्धा मनसब दिली जात असे, त्यांचे वेतन किंवा जहागीर ही त्यांच्या लष्करातील श्रेणीवर अवलंबून असे. खाजगींना कमी वेतन आणि ते सुद्धा अनियमित असे. औरंगजेबाच्या कारकिर्दीतसुद्धा अधिकाऱ्यांची अचानक बदली झाल्यावर त्यांना आपल्या सैनिकांच्या पगाराची बाकी भागविणे अशक्य होई. याची मनोरंजक हकीकत इरादतखानाच्या आठवणीतून समजते.[२६] या अनियमितपणामुळे सैन्यात बेशिस्त निर्माण होई, आणि जहागिरीची पद्धत व बळकट साम्राज्यसत्ता यात विसंगती होत असे. शिवाजीमहाराजांनी जहागिरी पद्धत स्वीकारली नाही आणि वंशपरंपरागत नेमणुकाही मान्य केल्या नाहीत. त्यांच्या बहुतेक मंत्र्यांना सेनापतीचे काम करावे लागे. मोरोपंत पिंगळे - पेशवा व अण्णाजी दत्तो - सचिव यांना अशासाठी नेहमी योजले जाई. अशावेळी ते स्वतंत्रपणे सेनापतीचे काम करीत. सरनौबतास प्रशासकीय कामकाजात हस्तक्षेप करण्यास परवानगी नसे. शिवाजीमहाराजांचे सैनिकांना व अधिकाऱ्यांना पैशाच्या रूपाने किंवा वस्तूच्या रूपाने नियमितपणे पगार देण्याकडे लक्ष असे. एकेकाळी वस्तुविनिमयाची पद्धत होती. त्यावेळी वस्तुरूपाने पैसे देत नसत. अशीच वेळ आली तर ते त्रासदायक ठरत असे.[२७] शिवाजीमहाराजांच्या नोकरांना व अधिकाऱ्यांना रोख रकमेद्वारा पगार दिला जाई किंवा हुंडी किंवा वरात दिली जाई. ती पुढील करपट्टीद्वारे वठविली जाई. पुढे सुभेदाराकडे पगार देण्याचे काम दिले गेले. परंतु त्यास वसुलीचा मात्र कोणताही अधिकार नसे. त्याच्याकडे असलेल्या सरकारी जमिनीचे भाडे पगारातून वसूल करून रोख दिले जाई किंवा वरात (हुंडी) दिली जाई. शिवाजीमहाराजांनी जनतेची सरंजामशाहीतील जुने देशमुख आणि देशपांडे यांना दिलेल्या विशेष हक्कांमुळे त्यांच्या लुबाडणुकीसारख्या किळसवाण्या प्रकारापासून सोडवणूक करण्याचा अधिकाधिक प्रयत्न केला. त्यांनी हेन्री दुसरा

याच्याप्रमाणे या स्थानिक जुलमी सरंजामदार यांच्या तटबंदीयुक्त गढ्या पाडून टाकल्या[२८] आणि हे त्यांनी पक्के ठरवले होते की, नवीन जमीनदार निर्माण करावयाचे नाही आणि सैन्यातील जुलूमशाही आणि बेबंदशाही यांना आळा घालावयाचा. त्यांच्या सैन्यातील कोणीही वंशपरंपरागत पद्धतीने आलेला नसे मग तो खालच्या किंवा वरच्या श्रेणीतील असला तरीसुद्धा त्यास बडतर्फ करणे, त्याची बदली करणे, त्यास शिक्षा करणे हे ठरलेले असे.

शिवाजी महाराजांच्या सैन्यामध्ये घोडदळात पाचपेक्षा अधिक सरनौबत नव्हते. पहिला तुकोजी याला दूर करून माणकोजी दहातोंडे यास का नेमले हे आम्हांस समजत नाही. माणकोजीच्या मृत्यूनंतर अत्यंत असाधारण कार्यक्षमता असलेला नेताजी पालकर हा सेनापती झाला. तो पन्हाळ्याच्या मोहिमेच्या वेळेस मदतीस योग्यवेळी आला नाही म्हणून त्यास दूर करून त्याच्या जागी तडफदार अशा कडतोजी गुजर यास नेमले. त्याच्या मृत्यूनंतर हंसाजी मोहिते[२९] या त्याच्याच हाताखाली उत्कृष्ठ काम करणाऱ्यास पदोन्नती देऊन सरनौबत म्हणून नेमले. हे लक्षात येते की, शिवाजीमहाराजांनी हे करताना आनुवंशिकता किंवा नातेसंबंध याचा विचार केला नाही. मावळ्यांचा शूर नेता सिंहगडाच्या संग्रामात धारातीर्थी पडला, त्यावेळी त्याच्या जागी सूर्याजी मालुसरे या त्याच्या भावाची तो केवळ नात्याने त्याचा भाऊ नव्हे, तर त्याने नाउमेद झालेल्या सैनिकांना उत्तेजित करून त्या दिवसाचे नशिबच बदलले, विजय प्राप्त करून म्हणून त्याला तानाजीच्या जागी नेमणूक केली. पूर्वीच्या सरंजामी पद्धतीप्रमाणे हे पद तानाजीचा मुलगा रायबा यास द्यायलाच हवे होते असे एक शाहीर लिहितो.[३०]

शिवाजीमहाराजांनी जहागिरीची पद्धत नाकारली तरी त्यांच्या स्वामिनिष्ठेसाठी त्यांनी त्यांना त्याचा मोबदला आणि बक्षिसे दिली. महाराजांनी त्यांची प्रशंसा करण्यासाठी प्रशंसनीय प्रसंगी त्यांना किताब बहाल केले. कडतोजी गुजर आणि हंसाजी मोहिते यांना उच्च किताब आणि अबदागिरीचा[३१] व पालखीचा मान दिला. लक्षणीय असे शौर्य गाजविणाऱ्या अधिकाऱ्यांना व सैनिकांना सोन्या-चांदीचे दागिने बहाल करीत, जखमी झालेल्यांना त्यांच्या जखमांच्या स्वरूपाप्रमाणे मदत मिळे, मेलेल्या सैनिकांच्या विधवांना निवृत्तिवेतन दिले जाई. अशाच प्रकारे कामी आलेल्या सैनिकांच्या मुलांना वेतन दिले जाई व ती मुले वयात आल्यावर त्यांना नोकरीत सामाविले जाई.[३२]

जहागीर पद्धत मोडून काढणे ही एकच सुधारणा करणे हे शिवाजीराजांचे उद्दिष्ट नव्हते. आपल्या लष्करात कडक शिस्त आणावयाची होती. पूर्वीच्या प्रचलित पद्धतीशी आणि वातावरणाशी झगडून यात यश मिळविणे, ही अतिशय अवघड गोष्ट होती. त्यात त्यांना कमी यश आले नाही. आठ महिने मुलुखगिरी किंवा मोहीम करण्यासाठी लष्करास जावे लागे. त्यांना परत मान्सून सुरू झाल्यावर छावणीत यावे लागे. चार महिने पडून

राहावे त्यांच्यासाठी व त्यांच्या घोड्यांसाठी खाण्या-पिण्याची व औषधांची व्यवस्था अत्यंत काळजीपूर्वक सांभाळलेल्या कोठारात करून ठेवली आई. युद्धप्रसंगी मराठी सैन्याचा उदरनिर्वाह युद्धात मिळालेल्या लुटीवर होत असे आणि ती लूट ही लष्कराच्या मालकीची नसून राजाच्या मालकीची असे. स्त्रिया, ब्राह्मण आणि गाई यांना कोणत्याही परिस्थितीत उपद्रव केला जात नसे. छावणीमध्ये दासी किंवा नर्तिका आणणे हा मोठा गुन्हा समजला जात असे. ती लष्करी शिस्त होती. त्यात समाजसुधारणा हा भाग नव्हता.[३३] कृष्णाजी अनंत सभासद म्हणतो, ''शिवाजीमहाराजांनी कर्नाटक मोहिमेच्यावेळी आपल्या काही सैनिकांना जरब बसविण्यासाठी कडक शिक्षा दिली. परंतु नेहमीच नैतिकतेच्या बाबतीत अशी काही क्रांती अशक्य होती. पोर्तुगिजांच्या बरोबर झालेल्या एका करारात असे दिसते की, शिवाजीमहाराजांच्या माणसांनी माणसे, स्त्रिया, बालके आणि गुरे-ढोरे नेली.[३४] सन १६७२ मध्ये काही सैनिकांनी चाफळ[३५] येथे गैरवर्तवणूक केल्याचे दिसून येते. सन १६७६ मध्ये शिवाजी महाराजांनी चिपळूण येथील छावणीच्या अधिकाऱ्यांना एक ताकिदीचे पत्र लिहिले.[३६] त्या पत्रातील मजकुरावरून असे लक्षात येते की, सैनिकांनी ज्या गोष्टी शांततेच्या मार्गाने सहज खरेदी करता येणे शक्य होते, त्या गोष्टी रयतेकडून जबरदस्तीने ओरबाडून घेतल्या. पण लक्षात ठेवा की, मोगल उभी पिके लुटतात, गवत कापतात, गंजीतील कडबा पळवतात आणि कुणब्यांना ओझी वाहायला लावतात, आणि मग तुम्ही असे केले तर मोगल मुलखात आले त्याहून तुम्ही अधिक असे होईल.[३७] युद्ध हे माणसाच्या सुस्वभावाचे निदर्शक नव्हे. शिवाजीमहाराजांच्या लष्करी सुधारणेविषयी असे म्हणता येईल की, लष्करी छावणीत कोणत्याही स्त्रीला प्रवेश नसे. यासंबंधी दोन युरोपियन प्रवासी म्हणतात, ईस्ट इंडिया कंपनीचा जॉन फ्रायर नावाचा डॉक्टर म्हणतो, शिवाजीमहाराजांच्या छावणीत वेश्या आणि तरुण नर्तिकांना प्रवेश नसे.[३८] बिशप नवरेते (Bishop Navarette) हा सुरतेस १६७१ मध्ये काही दिवस राहिला होता. तो म्हणतो, सुरतेत मला असे सांगितले गेले की, शिवाजी मुघलाच्या छावणीत कोणत्याही स्त्रीस जाऊ न देण्याबद्दल अत्यंत काळजी घेतली जाई. आणि कदाचित एखादी स्त्री आढळली. तर तिचे केस आणि कान कापून बाहेर हाकलले जाई. आपल्या सैनिकांनी कामासक्तीविषयी परावृत्त व्हावे व अत्यंत जागरूक रहावे यासाठी असा निर्बंध घातला होता.[३९] तारताराप्रमाणे बिशप यास शिवाजी हा मुघल नसल्याचे माहीत नसावे. परंतु त्याने दिलेला पुरावा हा लष्करी शिस्तीतील कडकपणा दर्शवितो[४०] शिवाजीमहाराजांचे सैनिक स्त्रियांवर क्वचित अत्याचार करताना दिसतात. एकदा एक मुघल सुभेदाराने स्त्री वेश धारण करून मराठ्यांच्या पहाऱ्यातून सुटका करून घेतली[४१] एका मुघल सरदाराने आपल्या चैनखोरीसाठी काबूल आणि लाहोर वरून ४०० नर्तिका आपल्या छावणीत ठेवल्या होत्या.[४२]

आघाडीच्या वेळेला मराठी सैन्यास आपले ओझे किंवा उपकरणे त्यांच्या

हालचालीस त्रासदायक ठरत नसे. त्यांची हत्यारे ही अतिशय साधी आणि जुन्या काळची होती. त्यांच्याकडे मैदानी तोफा नव्हत्या, लवाजमा व उपकरणे यांची मुघल छावणीत रेलचेल असे त्या उलट मराठ्यांच्या छावणीत सोयीस्कर असेच साहित्य असे. पागोटे, साधे जाकिट आणि तुमान हा सैनिकाचा पोषाख असे. अधिकारी चिलखत आणि शिरस्त्राण व अतिशय भारी कापडाचा जाड अंगरखा वापरत. एक दिवस भागविण्यापुरतेच असे त्यांचे व त्यांच्या घोड्याचे खाद्य त्यांच्या खोगिरावर असते. शिवाजीमहाराजांच्या दुसऱ्या सुरत लुटीच्यावेळी त्यांना स्वत:चा तंबू नसल्याचे व ते जमिनीवर बसल्याचे डचांच्या पाहणीत आढळते.[४३] कर्नाटकच्या अत्यंत नियोजनबद्ध व लांबच्या मोहिमेच्या वेळी त्यांच्याकडे फक्त दोन तंबू होते. एक स्वत:साठी व दुसरा मंत्र्यांसाठी, हे आपणास पाँडेचरीच्या मार्टिन या फ्रेंच गव्हर्नर[४४] कडून समजते. अत्यंत अल्प सामानामुळे मराठ्यांचे सैन्य एका दमात दिवसाला ४५ ते ५० मैलांची मजल मारत असे त्याचे आश्चर्य करण्याचे कारण नाही[४५] आणि म्हणून खच्चून भरलेली हत्यारे व जड चिलखत घातलेल्या मुस्लिम सैनिकांच्या विरुद्ध ते लढत त्याचा त्यांना फायदा मिळत असे. लढाईमध्ये विजय मिळण्याची खात्री नसेल त्यावेळी ते आमने-सामने लढण्याची जोखीम पत्करत नसत. चांगली शिस्त, कष्टाळूपणा, चपळता, सडपातळ बांधा आणि कमी वजन याचा मराठी सैनिकांना फायदा मिळे.

दोन युरोपियन समकालीनांच्या परस्परविरोधी मतांचा परामर्श घेऊ. त्यांपैकी एक इंग्रजी रोगचिकित्सक डॉक्टर व दुसरा इटालियन कायदातज्ज्ञ डॉक्टर हे प्रतिस्पर्ध्यांच्या लष्कराच्या गुणावगुणांचे मूल्यमापन करताना म्हणतात. 'शिवाजीचे सैनिक हे युद्धातील धाडस करण्यास मागेपुढे न पाहणारे आणि अत्यंत कष्टप्रद अशी दौड करणारे आणि कमी आळशी असे होते. परंतु दुसरे एकवेळ लूट सोडून देतील पण जेवण सोडणार नाहीत. त्यांची शस्त्रे ही पुढे वाहून नेली जात. त्यांच्या बायका फार मागे राहात नसत. त्या त्यांच्या मालकांच्या मौजमजेसाठी बरोबरच असत. शत्रूंचा पाठलाग करणे ही बाब विशेष जरुरीची वाटत नसे. शिवाजीमहाराजांचे सैन्य हे एका ठिकाणी तळ ठोकण्यास पर्वा करीत नसत. अचानकपणे लूट करणे यातसुद्धा ते प्रवीण होते. अशाप्रकारे त्यांना दोन्ही गोष्टी अवगत होत्या.''[४६] फ्रान्सिस जेमिलीकॅरीरी याने सन १६९५ मध्ये भारतास भेट दिली. तो म्हणतो, ''शिवाजीमहाराजांना रामराजा किंवा रामराव म्हणजे हा शिवाजी असे म्हणतो. तो म्हणतो, हा राजा इतका जबरदस्त आहे की, तो एकाचवेळी मोघल आणि पोर्तुगीज यांच्याशी लढा देतो. तो मोघलांपेक्षा अधिक चांगले असे ५०,००० घोडेस्वार आणि भरपूर पायदळ आणतो. त्याचे सैनिक एका भाकरीच्या तुकड्यावरसुद्धा दिवस काढतात. तर मोगलांच्या लवाजम्यात भरपूर सुविधा, तंबू आणि बरोबर स्त्रिया असतात. जणूकाही एखादे फिरते शहरच.''[४७]

शिवाजीमहाराजांच्या लष्कराच्या यशाचे गमक सर्वांना माहीत आहेच. त्यांनी

चार मोठ्या शत्रूंशी यशस्वी सामना केल्याचे मराठी बखरींतून ज्ञात होते. त्यांच्या लष्करी ताकदीसंबंधी विविध नोंदी आढळतात. कृष्णाजी अनंत सभासद १००,००० चा आकडा देतो. त्यांच्या लष्करी यशाची कारणे शोधण्याचे कारण नाही. उच्च दर्जाची शिस्त, खंबीर नेतृत्व आणि दृढविश्वास यांमुळे त्यांनी मोगल, पोर्तुगीज, विजापूरकर, गोवळकोंडेकर यांच्यावर अधिराज्य गाजविले. मग पाळेगारांचा विचार करावयास नकोच. परंतु मुख्य प्रश्नाचे उत्तर द्यावयाचे राहिलेच. वतनलोभी आणि स्वार्थी लोकांनी त्यांच्याशी मिळते–जुळते का घेतले. त्यांचा त्याग स्वत:च्या स्वार्थासाठी होतो हे निश्चितच पण स्वत:च्या उत्कर्षासाठी अनेक वर्षांपासून चालत आलेला. त्यांची रक्तपात करण्याची धारणा मात्र ते विसरले. त्यावेळी राष्ट्रवादाची कल्पना अजून जन्मास यावयाची होती. परंतु जात आणि धर्म यांची भावना रांगड्या मराठा सैनिकाच्या मनात खोलवर रुजलेली होती, हे शिवाजीराजे जाणत होते आणि त्यांच्यापुढे हिंदवी स्वराज्य, महाराष्ट्र पदशाही हे ध्येय होते.[४८] परंतु वरच्या सर्वांचा अर्थ असा की, धर्मराज्य किंवा सदाचरणाचे राज्य (रामराज्य) त्यांनी गोब्राह्मणप्रतिपालक म्हणजे गायींचे व ब्राह्मणांचे संरक्षण करणे हे प्रत्येक हिंदूचे श्रेष्ठ कर्तव्य आहे असे मानले.[४९] यामुळे ब्राह्मण अस्पृश्यांबरोबर खांद्याला खांदा देऊन लढू लागले. महाराला गावकुसाच्या आत राहण्यास परवानगी नसे. शिवाजीमहाराजांनी आपल्या आरमारात सर्वांचा समावेश केला त्यात महारसुद्धा होते. हिंदुस्थानात जाती–धर्माचा प्रभाव फार होता– तरीसुद्धा हिंदू राज्याची कल्पना ही धार्मिक छळावर आधारलेली नव्हती. विजापूरकरांकडून परत आलेले ७०० पठाण त्यांनी आपल्या लष्करात सामावून घेतले. त्यांच्या आरमारात तीन स्वामिनिष्ठ आरमार प्रमुख मुस्लिम होते. त्यांना मुस्लिम संत शेखमहंमद आणि हिंदू संत तुकाराम आणि रामदास यांच्याबद्दल नितांत आदर होता. त्यांनी रोषणाईकरिता, अन्नछत्रांकरिता आणि मुस्लिम संतांच्या कबरींसाठी इनाम जमिनी दिल्या. तसेच मशिदींच्या खर्चासाठी तरतूद केली.[५०] शरण आलेल्या काही मुस्लिम संतांची त्याने कदर केली नाही असा एकच प्रसंग घडला.[५१] परंतु मुस्लिमांच्या पवित्र ग्रंथांचा मान राखण्यात ते कधीही चुकले नाहीत. खाफीखानाने हे लिहिताना मात्र त्यांच्यावर शिव्यांची लाखोली वाहिली.[५२] मशिदी, धर्मग्रंथ आणि आपल्या ताब्यात आलेल्या स्त्रिया यांना कोणतीही इजा होऊ देऊ नये. ही गोष्ट लूट करताना विशेषत: नीतिनियमांचे पालन करण्यावर भर द्यावा, अशा सूचना दिल्या होत्या हे मात्र कबूल करावयास हवे. ज्यावेळी एखाद्यास पवित्र कुराण या ग्रंथाची प्रत हाती लागली तर ती सन्मानपूर्वक तो आपल्या मुस्लिम सैनिकास देत असे. एखादी मुस्लिम अथवा हिंदू स्त्री आपल्या लोकांनी पकडली. आणि तिला कोणताही आधार नसला तर तिचे संरक्षण करून तिच्या स्वातंत्र्याचे रक्षण करीत असे.[५३] बलशाली नरपुंगवाप्रमाणे आपल्या भूमीस पूर्ववत स्वतंत्र करणारा शिवाजीराजा हा मराठा राज्याचा आदर्श पुरुष होणार असल्याची

भविष्यवाणी होती. लखुजी जाधवाचा नातू म्हणून शिवाजी हा महाभारताचा नायक ठरू शकतो. तर आपल्या पित्याच्या वंशातील तो रामायणाचा नायक ठरू शकतो.[५४] शिवाजीला अत्यंत आदराने शंकराचा अवतार मानले गेले.[५५]

जुन्या, बड्या वतनदारांनी राजांच्या आवाहनाला साद दिली नाही. जावळीच्या मोऱ्यांचा त्यांनी पाडाव केला होता तरी ते या कालच्या माणसापुढे गुडघे टेकण्यास तयार नव्हते. मुधोळचे घोरपडे तसेच म्हसवडचे माने हे स्वत:च विजापूरकरांचे सरदार समजत होते. वाडीचे सावंत हे सैन्यबळाने मोठे होते आणि त्यामुळे या नवीन गोष्टीशी मिळते घेण्याची त्यांची तयारी नव्हती. त्यामुळे वतनदारांना, जमिनीमधे रस असलेल्यांना ते आपल्याकडे वळवू शकले नाहीत. परंतु समाजाची रीघ त्यांच्याकडे लागली आणि त्यांनी त्यांना आपला नायक किंवा राजा मानले. जमीन कसणारा, लाकडे फोडणारा आणि पाणी उपसणारा हा या नव्या चळवळीचा आधार होता.[५६]

एकेकाळी राजसत्तेवर जो धर्माचा प्रभाव होता, तो नाहीसा झाला आणि आज हे सहज लक्षात येते की शिवाजीचा धर्मसहिष्णुतेचा संदेश महाराष्ट्राच्या बाहेर कसा पोहचला. परंतु हे फार थोड्यांच्या हृदयात भिनले यात शंका नाही. कवी भूषण हिंदुत्वाच्या वैभवशाली, नव्या विजेत्याचे गुणगान गाण्यास इस्तवा ते रायगडपर्यंत नाही का आला?[५७] याप्रमाणेच लाल कवीने केले नाही काय?[५८] छत्रसाल बुंदेला एक थोर बुंदेल्यांचा राजा याने शिवाजीला गुरू मानले नाही का?[५९] फ्रेंचांसाठी तो दुसरा ज्युलियस सिझर आणि गुस्तावस ॲडॉल्फ होता.[६०] हिंदू लोकांना त्यांच्यात झालेल्या अवनतीची लाज वाटत होती. त्यांनी शिवाजीची पूजा करावी. शिवाजीमहाराजांच्या बरोबर त्यांचा आदर्शवाद नाहीसा झाला. त्यांच्या नंतर त्यांच्या पूर्वीची तत्त्वे नाहीशी झाली आणि नवीन निर्माण झाली. वंशपरंपरागत चालत आलेली सरंजामशाही नव्या पद्धतीने आणि नव्या शक्तीने झपाट्याने पुनर्जीवित झाली. याचा परिणाम संकट ओढवून घेणारा होता. संघटनेचे महत्त्व सांगणारी दृष्टी आणि आदर्श नाहीसा झाला. पूर्वीचे ध्येय कमकुवत झाले आणि लष्करातील शिस्तही मोडकळीस आली. शेवटी लष्कराच्या मोहिमांचे उद्दिष्ट हे नष्ट होऊन बाळाजी बाजीरावपासून चौथाईची वसुली हेच उद्दिष्ट निर्माण झाले.

टिपा :

(१) महाराष्ट्रातील लोकांबद्दल चिनी प्रवासी म्हणतो - येथील लोक अभिमानी, चैतन्यशील, युद्धसंमुख, योग्य गोष्टीस मानणारे तर अयोग्य गोष्टींबद्दल सूडबुद्धी असणारे असे होते. याचकांना आपत्तीच्या काळी मदत करताना स्वत:चे बलिदान करण्यास कमी करणार नाहीत आणि अपमान झाल्यास रक्तपात करून मृत्यूसुद्धा पत्करतील. त्यांचे योद्धे विषयुक्त अशा लढाईत शिरतील, तर त्यांच्या हत्तीनांही असे विषारी पाणी पाजले जाईल- थॉमस वॉटर्स ऑन ह्युएनत्संग खंड -२, पृ. २३९

(२) शिलाहार हे राष्ट्रकूट आणि यादव यांचे मांडलिक होते. त्यांना त्या दोघांसारखे अधिकार नव्हते. राष्ट्रकूटांना काही अधिकार होते, ते थोर रट्ठ जातीचे असल्याने अलीकडचे मराठे हे त्यांचे वंशज असल्याचे म्हणतात.

(३) देशमुख ही संज्ञा संस्कृतमधील देश, राज्य, इलाखा प्रमुख यापासून आली आहे. देशमुख हे आपल्या छोट्याशा प्रदेशात किंवा जिल्ह्यात राजासारखे अधिकार गाजवत असत. देशमुखांचे हक्क व इतर उत्पन्नाचे अधिकार पेशवे काळातील See Sen- Administrative system of the marathas. p.p.243 to 251

(४) वतन हा अरबी शब्द असून त्याचा मूळ अर्थ घर असा आहे. मराठीमध्ये त्याला एक विशिष्ट अर्थ प्राप्त झाला असून वतन म्हणजे वडिलोर्जित संपत्ती व अधिकार असा आहे.

(५) बापोती म्हणजे वडिलोर्जित मालमत्ता असा अर्थ असून वतनाप्रमाणेच त्याचा अर्थ मानला जातो.

(६) अशा तऱ्हेचे रक्तपात झाल्यासंबंधीची कागदपत्रे वि. का. राजवाडे यांनी मराठ्यांच्या इतिहासाची साधने खंड १५ मध्ये दिली आहेत. तर सेन यांनी त्यांच्या

Administrative system of the Marathas page 30-4 मध्ये याची दोन उदाहरणे दिली आहेत.

(७) Biker, Tratados da India vol. I page 192

महाराष्ट्रातील हिंदू मुत्सद्दी म्हणून मुस्लिम राज्यात नोकरी करत असल्याचा अगोदरचा पुरावा मिळतो. सन १५४७ मध्ये निजामशहाने दोन राजदूत (वकील) पाठविले. एक शरीफ खान नावाचा आणि दुसरा तिमाजी नावाचा हिंदू वकील होता- Biker Vol I. p.p.120-2

(८) कित्ता.

(९) फारशीमध्ये बारगीर म्हणजे ओझे वाहणारा असा शब्दश: अर्थ आहे. मोगल आणि मराठा लष्करात आपल्या मालकाकडून घेतलेला घोडा असलेला सैनिक म्हणजे बारगीर असा अर्थ आहे.

(१०) शिलेदार, शिलेदारचा शब्दश: अर्थ जवळ उपकरणे बाळगणारा, स्वत:चा घोडा आणि हत्यारे असलेला सैनिक.

(११) शुक्रनीतिसार ही शुक्राचार्यांनी राज्यसंस्थेच्या कार्यावरील लिहिलेली पोथी. कौटिल्याने आपल्या अर्थशास्त्रात शुक्राचार्यांच्या पाठशाळेचा उल्लेख केला आहे. पण माझ्या मते १५ व्या शतकाच्या पूर्वीचे ते असेल असे वाटत नाही.

(१२) मुधोजीराव निंबाळकर बंडखोरीतूनच सरदार म्हणून उदयास आला. पाहा - इतिहाससंग्रह प्राचीन मराठे सरदार पृ. २८ कान्होजी जेधे हा विजापूरचा सरदार होता, सेन. Administrative system of Marathas Page-33

(१३) इतिहाससंग्रह, ऐतिहासिक स्फुटलेख - पृ. २५

(१४) बजाजी निंबाळकर हे विजापूरच्या आदिलशाहीत मुसलमान झाल्यावर त्यांनी विजापूरच्या राजकन्येशी विवाह केला होता. असे म्हटले जाते. इतिहाससंग्रह, प्राचीन मराठे सरदार, पृ. ३०

(१५) सभासद पृ. ८, Sen - Sivachhatrapati page - 4

(१६) सभासद पृ. ११, Sen, Sivachhatrapati P.8

(१७) Elliot and Dowson, History of India Vol. VII, P. 287

(१८) J. Scott, History of the Dekkan, vol II., P. 55

(१९) Sabhasad P 28, Sen, Sivachatrapati, P. 30

(२०) वाकनवीस किंवा मंत्री हे शिवाजी महाराजांच्या राज्याभिषेकानंतर हेरखात्याच्या अखत्यारीत होते. सेन, Aministrative System of the Marathas - P. 52

(२१) एका होनची किंमत चार ते पाच रुपये अशी होती.

(२२) शिवराज्याभिषेकापासून नवे शक सुरू झाले. त्यास राज्याभिषेक किंवा अभिषेक शक असे म्हणतात. संदर्भ - पाहा - साने, पत्रे यादी वगैरे पृ. ५७ - ३६१

(२३) J. Garson da cunha, तो आपल्या History and antiquities of Chaul and Bassein P. 69 यात म्हणतो पोर्तुगीज सैनिकांचा पगार अल्प असल्याचे दिसते. जेव्हा हॅमिल्टन भारताच्या पश्चिम किनाऱ्यावर १८ व्या शतकाच्या दुसऱ्या शतकात आला, तेव्हा तो म्हणतो, ''त्यांच्या सैनिकांचा पगार अतिशय कमी आहे. त्यांना 6 Xeraphens दर महिन्यास व दोन कॅलिको कापडाचे दोन रंगीबेरंगी सूट प्रतिवर्षी दिले जात. त्या दोन सुटांची किंमत ४० Xeraphens असे. म्हणजे१६ pens. त्या सहापैकी बराक मास्टर आणि बारमालक यांच्यासाठी पाच व उरलेल्या १ मध्ये चांभार, शिंपी, न्हावी, धोबी, पानपट्टीवाला यास भागवावा लागे. A new account of the East Indias Vo.1. I, P.P. 249-250

(२४) केज्विन याचा पगार सहा शिलिंग दिवसाला diet allowance सह होता. पाहा - Ray & Oliver Starchey, Keigwin's rebellion P. 67 भारतीय रुपयाप्रमाणे त्यावेळच्या विनिमयाप्रमाणे ६२ रुपये प्रत्येक दिवशी.

(२५) मनसबदार म्हणजे मनसब किंवा अधिकार असलेला. सर्वात खालची मनसब दहा घोडेस्वारांची असे.

(२६) Johnscott, memoirs of Eradut khan P.1 म्हणतो, ''माझ्या सहकाऱ्यांच्या आणि सैनिकांच्या एक दशांश (१/१०) भागी मी खर्चून मी त्यांची बाकी भागवू शकत नव्हतो. आणि यातून सुटका करून मी परत जाऊ शकत नव्हतो. मी माझ्या बायका-मुलांसह अब्रूनिशी सहिसलामत स्वत:ची सुटका करून घेतली.

(२७) वस्तुरूपाने पगार देणे हे त्यावेळी साधारणत: प्रचलित होते. ईस्ट इंडिया कंपनीच्या चाकरीतील भारतीय नोकरांना काही वस्तुरूपाने व काही रोख असा पगार दिला जात असे. Anderson, The English in Western India, IInd edition P.p. - 221-2

(२८) सभासद बखर पृ. ३३., Sivachhatrapati, P. 38

(२९) प्रो. जदुनाथ सरकार यांच्या मते आनंदरावांच्या नंतर प्रतापराव. ते म्हणतात, (Shivaji & His Times, I st edition P. 260) नारायण शेणवी यांनी रायगड येथे दिलेला एक महिन्यानंतरचा वृत्तान्त पाहिला. (ती माहिती शिवाजीच्या मंत्र्याकडून समजलेल्या) नारायण शेणवीचे पत्र मी पूर्ण वाचले.

(Factory Records, Surat, vol. 88 Fols, 78-83) तो म्हणतो, मला शिवाजीच्या सैन्यासंबंधीची हकीकत कोणा अधिकाऱ्याकडून किंवा मंत्र्याकडून समजली नाही. तो आपल्या अहवालाच्या सुरुवातीस लष्करासंबंधी असे म्हणतो की, ''महोदय, मला इतर कोणत्याही प्रकारे शिवाजीच्या सैन्याच्या हालचालींची माहिती मिळेल. ती मी आपणाकडे जर पाठविली नाही तर मला क्षमा करू नये.'' तो आपली माहिती कोणाकडून मिळाली याबाबत मौन

बाळगून आहे. एक गोष्ट विशेष नमूद करण्यासारखी तो लिहितो, शिवाजीकडून मराठे आणि सिद्दी यांच्या आरमारी हालचाली मला समजल्या. (ही बातमी) शिवाजीने मला स्वत: सांगितली नारायण शेणवी स्वत: म्हणतो की, सरनोबताची निवड रायगडी झाल्याचे दिसत नाही. सर्व मराठा साधनांतून यावर उलटसुलट सांगितले जाते. ते मी नाकारत नाही.

(३०) ॲकवर्थ व शाळीग्राम, ऐतिहासिक पोवाडे, पृ. ६०

(३१) सेन, शिवछत्रपती, पृ. ३५-३६

(३२) सभासद बखर, पृ. २५, सेन, शिवछत्रपती, पृ. २५

(३३) चिटणीस बखर, संपा. का. ना. साने, पृ. १८०

(३४) Biker, Tratados da India, Vol, IV, pp - 131-32 sen, Historical Records At Goa, P. 10

(३५) भाटे, सज्जनगड व समर्थ रामदास, पृ. १२२

(३६) वि. का. राजवाडे, मराष्ट्राच्या इतिहासाची साधने, खंड पृ. २३.५

(३७) मनुची, Storia do mogor, ed. Irvine, vol. II, P. 452
मनुची म्हणतो, मोगलाचे सैन्य मोहिमेमध्ये असताना जेवढे काही हाताने लुटता येईल ते लुटतात आणि अन्नपदार्थ, चारा, गुरे-ढोरे हे लोकांच्या डोक्यावर लादून जबरदस्तीने धाक-दपटशा दाखवून वाहून नेतात. जाळण्यासाठी लाकडे हवी असल्यास घरे जाळून त्याची लाकडे घेतात. मुंबईकरांच्या सैन्यातसुद्धा शिस्त ही अगदी कमी होती, हे ५ ऑक्टोंबर १६६९ च्या पत्रावरून लक्षात येईल. ''शिस्तीच्या बाबतीत कडकपणा दाखविण्याचे आम्ही धाडस करू शकत नाही. फॅक्टरी रेकॉर्ड सुरत, खंड ८८, fol - 147, श्री. स्ट्रेन्शम मास्टर याने आम्हाला सुचविले होते की, आरमारातील सैनिक काही अयोग्य गोष्टी करीत आहेत. त्यांना कंपनीच्या सुरत येथील वखारीचे संरक्षण करण्यासाठी पाठविले होते. त्यासाठी तेथील स्थानिक लोकांची हिंसा करावी. नंतर आम्ही त्यांची ही बेकायदेशीर कृत्ये थांबविली व त्यांनी सभ्यपणे व चांगलेपणाने वागावे असे आवाहन केले. फॅक्टरी रेकॉर्ड्स, सुरत, Vol. III, Pol. 96. विजापूरला तर परिस्थिती अत्यंत वाईट होती. तेथील नायकवडी गव्हर्नरला त्यांच्या अवास्तव मागण्या मान्य केल्याशिवाय किल्ल्यात प्रवेश देत नव्हते पाहा. पत्र कारवार दि. २० सप्टें. १६७१, Factory Records Surat vol. 106, fol-14

(३८) Fryer, A new account of East India & Persia, original edition P-174

(३९) Novarette quoted in Orme's Historical Fragments of the Moghul Empire

(४०) Cosme da Guarda, Vida e Accoanes do fgmoso felicissimo Sevaji da India Oriental, P. 69

(४१) Factory Records, Surat, Vol. 105, Fol - 93

(४२) Scott, History of the Deccan, Vol. II, P. 28, महाबतखान हाच काही एकटा कर्तव्यच्युत होता असे नाही. विल्यम मिन्चीन लिहितो, ''सिद्दीकडे त्याच्या आरमारी सैनिकास द्यावयास पैसे नव्हते. मात्र त्याला आपल्यापुढे सतत नर्तिकेचे नृत्य हवे होते.'' - Factory Records Surat, Vol. 90 Part I, Fol. 29 (25 July 1678)

(४३) Dutch Records. India Office transcripts, English translation, Vol 27, D.C.C. X IX, 18 Jan 1664

(४४) Monsieur Germain, who was sent by Francis Martin to shivaji's camp, found it 'Sans Faste, Sans Femmeni bagage, deux tentes Seulement, mais de simple toile grosse et forte limitees, 1' une pour lui, 1' aurre pour son premier ministre' (Martin, Memoire sur!' etablissement des colonies francaises dons I' Inde Orientale, Fol 286 R*) This remark was repearted by Martin in fol. 287 R* of his memoirs, where he says, "J'ay deia remarque queson comp nestoit point embrasse de bagages ny de femmes."

(४५) Sir, william Foster, The English Factories in India, 1661-1664, P. 236

(४६) J.Fryer, A New Account of East India & persia, P. I75.

(४७) Dr. John Francis Gemelli Caren, A Voyage Round the world in Churchill's Voyages, First edition, 1704, Vo1.IV, P.212

(४८) हिंदवी स्वराज्य हे शब्द शिवाजी महाराजांनी दादाजी नरसप्रभू यांना पाठवलेल्या पत्रात आढळतात. राजवाडे, मराठ्यांच्या इतिहासाची साधने, खंड १५, पृ. २७२ महाराष्ट्र राज्य हे शब्द जेधे यांचा करिणा शिवचरित्रप्रदीप पृ. ४३

(४९) बुंदेलांचा राजा छत्रसाल जेव्हा शिवाजीमहाराजांना भेटला, तेव्हा शिवाजीमहाराजांनी उत्तेजन देणारे असे शब्द त्यास ऐकविले. ते म्हणाले ''तू तुझ्या राज्यात परत जा आणि मोघलांशी सामना कर.'' लालकवी याने ही भेट व हे संभाषण छत्रसालाकडून ऐकले असावे. तो म्हणतो, शिवाजी बुंदेल्यास म्हणाले, ''तुमची छत्री गाईंचे, ब्राह्मणांचे, वेदांचे रक्षणकर्ती आहे. त्यासाठी तुम्ही युद्धात आपली ताकद, शौर्य दाखवाल. त्यासाठी तुम्ही आपले प्राण गमावलेत तर सर्व सौख्य तुम्ही उपभोगाल आणि मोक्ष प्राप्त कराल. W.R.Pogson, A History of The Boondelas, pp. 52-53

(५०) सभासद बखर, पृ. ३३, Sen, Sivachhatrapati - pp 38-9

(५१) तो संत म्हणजे जानमुहम्मद. See Scott, History of the Deccan, Vol. II, P.54

(५२) Elliot & Dowson, History of India, Vol - VII, pp. 254, 256, 262, 269.

(५३) कित्ता – p. 260.

(५४) भोसले हे उदयपूर वंशातील थोरल्या शाखेतील असल्याचे मानतात आणि रामायणाचा नायक राम याचा वंशज असल्याचे समजतात.

(५५) सभासद बखर

(५६) तारीख ए इब्राहीम खान या पुस्तकाचा १८ व्या शतकाच्या अखेरीचा मुस्लिम लेखक म्हणतो की, मराठी सैन्यातील जवळ–जवळ सर्व घटक हे समाजाच्या खालच्या थरातून आलेले म्हणजे शेतकरी, बलुतेदार, गावकामगार असेच होते. पाहा – Elliat & Dowson कृत History of India खंड ८, पृ. २६२.

(५७) भूषण कवीने 'शिवराज भूषण' हे काव्य लिहिले. हा एक दीर्घ स्तुतिपाठ असून त्यामध्ये भारताच्या पारंपरिक वीर पुरुषांच्या मालिकेत शिवाजीला स्थान देण्यात आले आणि त्यात प्रतिपादन केले आहे की शिवाजी नसता तर भारतातून हिंदुत्व लोपले असते.

(५८) लालकवी 'शिवाजी महाराजांबद्दल औरंगजेबाचे राज्यारोहण झाल्यापासून हिंदूंचा भयंकर छळवाद सुरू झाला. त्यांची देवळे पाडली गेली, धार्मिक स्थळांचा विध्वंस केला गेला, त्यांच्या मानबिंदूंचा नाश केला गेला आणि प्रत्येक घरटी त्यावर कर लावला गेला. आसमंतातील रजपुतांना पराभूत केले गेले. त्यांना साम्राज्याच्या अंकित व्हावे लागले व त्याच्या प्रभुत्वाला

आव्हान देणाऱ्यांना परास्त करण्यासाठी प्रभावी सेनादलांची योजना करण्यात आली. सर्वांना नमवण्यात यश आले. फक्त एकच राजा, शिवराजा ज्याने शौर्याचे आणि स्वातंत्र्यपिपासेचे एक उत्तुंग उदाहरण घालून दिले. ११ प्रदेशांवर चढाई केली. चौथाया, सरदेशमुख्या मिळवल्या. सुभेदारांना पछाडले आणि मुघल साम्राज्याची सेना नष्ट केली. या सेनेचे सर्व प्रयत्न त्याच्या सातत्याच्या प्रयत्नातून हाणून पाडण्यात आले. छत्रप्रकाश खंड ११. Pogson, History of Baondela's, pp. 51-52

(५९) Pogson, History of the Boondelas pp. 52

(६०) Carre See Orme, Historical fragmen+, p - 174 Carres Histoir ede Seva-gy has been translated into English by the present writer & published in the Caluctta Review, February 1928, pp. 222-44.

प्रकरण २

चौथाई व सरदेशमुखी

'चौथ' ही संज्ञा मराठ्यांच्या लुटीवर गुजराण करण्याच्या पद्धतीला जुळणारी अशी आहे. यासंबंधी अनेक मतमतांतरे आहेत. परंतु त्याचे मूळ हे शिवाजीमहाराजांच्या युक्तिवादाचेच गमक असल्याचे एकमताने समजले जाते. शिवाजीमहाराजांनी अवाजवी मार्गाने सारा वाढविला नाही किंवा इतर कोणत्याही मार्गाने सारा आकारणीची पद्धत मराठ्यांच्यावर लादली नाही. त्याचे स्वरूप सरड्याच्या रंगाप्रमाणे परिस्थितीनुरूप बदलत असे.

सध्याच्या धरमपूर राजाचे रजपूत वंशज दमणच्या पोर्तुगीजांकडून चौथ वसूल करत असत, हे शिवाजी आणि त्याचे मराठे यांनी पूर्वी ऐकले होते. शिवाजीमहाराजांनी त्यांच्या प्रदेशावर अचानक धाड घालून तो जिंकला आणि त्यामुळे अर्थातच जिंकलेल्या प्रदेशावरील विशेष हक्कही त्यांना प्राप्त झाले आणि त्यांनी चालत आलेली चौथ मागितली. ही मागणी वसईपर्यंतच्या दुसऱ्या पोर्तुगीज प्रदेशाकरिता केली. १६७७ च्या शेवटास शेवटच्या महिन्यात पीतांबर शेणवी[१] यास वकील म्हणून मराठा दरबाराकडून पोर्तुगीजांच्या राजधानीत या प्रश्नाचा शांततेने विचार करण्यासाठी पाठविले. दोन सत्तांमधे घट्ट मित्रत्वाचे संबंध नव्हते. मग शांततापूर्ण वाटाघाटी फिसकटल्या परंतु यासंबंधी काही पत्रांतून आम्हास असे लक्षात येते की, एकाच बाजूच्या दृष्टिकोनाचा विचार केला तर ही पत्रे म्हणजे मराठापूर्वकाळात चौथाईचे मूळ असल्याचा खात्रीपूर्वक पुरावा ठरतो.

यासंबंधीचे शिवाजीमहाराजांना पेड्रो द अल्मेडा, कोन्दे द ॲझ्युमर या भारतातील पोर्तुगीजांच्या विजरईने १० जानेवारी १६७८मध्ये लिहिलेले पहिले पत्र होते - "आपला वकील पीतांबर शेणवी याने दिलेल्या लेखी विज्ञापनातून या वाटाघाटीसंबंधीची काही पत्रे माझ्या पूर्वीच्या अधिकाऱ्याकडे दिली, त्यास त्याने वेळेअभावी व कामाच्या व्यापामुळे उत्तर दिले नाही. मी ताबडतोब माझ्या सचिवांना ती शोधण्यास सांगितले आणि निश्चितपणे त्यातील विशेष मजकूर पाहून मग मला आपल्याशी वाटाघाटी करणे शक्य होईल. आपल्या

वकिलाने आपले अत्यंत महत्त्वाचे पत्र दिले. माझ्या आगमनाने आपणास समाधान झाल्याचे व आपल्या खुशालीसंबंधी, तसेच आपल्या सैन्यासंबंधी जे सांगितले, ते मला अतिशय आनंददायी वाटले. या राज्याशी आपली सतत मैत्री राहावी आणि आमच्याशी अतिशय चांगले संबंध राहावेत असे आपण आम्हास आश्वासन दिले आणि याबाबतीत कोणतीही चूक करू नये, असे माझ्या राजाकडून मला सुचविण्यात आले आहे. वसई आणि दमण येथील किल्ल्यांच्या कप्तानांना तुम्हांस चौथ देण्यासंबंधी सूचना द्याव्यात, असे आम्हांस आपण कळविले आहे. आता तो प्रदेश तुमच्या ताब्यात असल्यामुळे तो चौथ आम्ही नेहमी चौथियाकडे भरत आलो आहोत. नुकत्याच येऊन गेलेल्या त्या कप्तानांना यासंबंधी मला माहिती द्यावी, अशी आज्ञा केली होती. आतापर्यंत याविषयी मला थोडीशी माहिती मिळाली आहे, आणखी काही समजल्यावर मी यासंबंधी काही करारनामे, अटींबाबत परीक्षण करीन आणि हे ठरविण्यासाठी आपण आपला माणूस त्यास जरूर ते अधिकार देऊन पाठविण्याविषयी सुचवीन. आपण याची खात्री बाळगावी की, वरील प्रदेशाचे आपण स्वामी आहात आणि चौथियाला आम्ही जे देतो ते नि:संशयपणे तुम्हास देणे प्राप्तच आहे आणि इतर काही गोष्टी तुम्ही लिहिल्यात यावरून मी असे म्हणतो की, शत्रूपेक्षा मित्र म्हणून पोर्तुगीज हे चांगले आहेत. आपण सूज्ञ आहात. या गोष्टींचा काळजीपूर्वक विचार करावा. आपला स्नेहभाव हा जतन करावा व वाढवावा. मी आपला सदैव विश्वासू मित्र राहीन. परमेश्वराची आपल्यावर सदैव कृपादृष्टी असावी.[२] त्याच तारखेस आण्णाजी दत्तो व मोरोपंत पिंगळे यांना दोन पत्रे लिहिली. आण्णाजी दत्तो यांना लिहिलेल्या पत्रातून काही गोष्टींचा उलगडा झाला नाही; परंतु पेशव्यांना लिहिलेल्या उपदेशपरपत्रात चौथच्या मागणीचा आणि त्यास दिलेल्या वरील पत्रातील त्याच उत्तराचा समावेश होतो.[३] विजरई नुकताच भारतात आल्यामुळे मराठ्यांच्या न्याय्य मागणीसंबंधी त्यास चौकशी करणे प्राप्त होते.

१५ जानेवारी रोजी विजरईने शिवाजीमहाराजांना दुसरे पत्र लिहिले. तो लिहितो, ''दुसऱ्या दोन पत्रांच्या संदर्भात मी आपणास यापूर्वीच पत्र लिहिले आणि ते आपले वकील पितांबर शेणवी यांच्यामार्फत आपणाकडे पाठविले. आपले पुन्हा आभार मानण्यासाठी मी हे पत्र लिहीत आहे. आपण माझ्या आगमनाचे स्वागत केलेत, त्यामुळे आपल्याशी कायमची मैत्री करावी, किंबहुना माझ्या शासनाची कारकीर्द असेपर्यंत ती राहावी या इच्छेने मी माझे प्रेम व्यक्त करीत आहे. आपल्या अंगच्या अनेक गुणवैशिष्ट्यांबद्दल पोर्तुगालमधे असतानाच मी ऐकले आहे आणि माझे स्वामी पोर्तुगालचे राजे यांनीही त्याच उत्सुकतेने आणि आस्थेवाईकपणे मला सांगितले आहे. तुमचा वकील वरील उपनिर्दिष्ट बाबीसंबंधी खुलासा करण्यास आला असता, मी अधिकाधिक तातडीने त्याचे उत्तर या पत्रातच देतो. माझ्यातील चांगुलपणाबद्दल आपला वरील वकीलच खुलासा

करील. चौथसंबंधी सत्य आणि खुलासेवार माहिती देण्यासंबंधी उत्तरेकडील आमच्या किल्ल्यांच्या कप्तानांना मी आज्ञा दिल्यासंबंधीची पत्रे मोरोपंत आणि आण्णाजी दत्तो यांना उत्तरादाखल दिली आहेत. त्यांची उत्तरे ते देतील तेव्हा मी आपणाकडे पाठवीन. त्या पत्रांतून आपल्या सुभेदारांशी सलोख्याचे व गोडीचे संबंध ठेवण्यासंबंधी मी बजावले आहे. मुख्य म्हणजे कोळी आणि चौथिया यांचा उपद्रव आमच्या प्रदेशास होऊ नये. तसेच त्यांनी तुमच्या प्रदेशात कोणतीही लूटमार किंवा उपद्रव देऊ नये. आपल्या सुभेदारानेसुद्धा आमच्या कप्तानांशी मैत्रीचे संबंध ठेवावेत. त्यांच्यात कोणतीही चीड, राग, असूया असू नये; अशी मी अपेक्षा करतो. परमेश्वराने त्यांना तशा प्रकारची नवी दृष्टी द्यावी.[४]

हे पत्र रवाना झाल्यानंतर १५ दिवसांतच अॅझुमार भारतातून मोझाम्बीस गेला आणि १४ महिन्यांनी तो वारला. विजरई गेल्यानंतर वरील चौकशीस विलंब झाला. विजरईच्या गैरहजेरीत अॅन्टिनो–पीझ–द–सॅण्डे याच्याकडे त्याचा पदभार असताना त्याने पीतांबर शेणवी यांना लिहिलेल्या पत्रावरून वरील गोष्ट लक्षात येते. १२ जुलै १६७८ रोजी लिहिलेले ते पत्र असे होते – ''पीतांबर शेणवी यांनी मला लिहिलेली पत्रे पोहोचली. व आर्चबिशप – प्रायमेट यांनी या विषयाबाबत बोलण्यासाठी या शहरात आले. चौथियाच्या राजास दमण प्रदेशाची चौथ तो भरत असल्याची पद्धत आहे. विजरई, डोम–पेड्रो–द–अल्मेडा हे उत्तरेकडील किल्ल्यांच्या कप्तानांकडून व दमणच्या किल्ल्याच्या कप्तानांकडून माहिती आल्यानंतर शिवाजीराजे यांनी आपला अधिकारी कप्तानांशी बोलणी करण्यास पाठवावा असे मला सुचवतील. त्याचबरोबर ही चौथ केव्हा व कशी सुरू झाली, याचाही तपास करून निर्णय घेतील असे सुचविले होते. पण त्यांच्याकडून तशा काही सूचना न आल्यामुळे कारवाईस उशीर झाला आहे. उशीर होण्यास कारण असे की, तो विजरई मोझाम्बिकला गेला आणि त्यामुळे कप्तानांनी माहिती पाठविण्यास उशीर केला. गोव्याचे राज्य हे कुणा शेजाऱ्याचे मांडलिक नाही. तरीसुद्धा आम्ही शिवाजीशी सलोखा आणि शांतता ठेवू इच्छितो. माझ्या अधिकाऱ्यांनी माहिती दिली नसल्याचे कळविण्याचे मी ढोंग करीत नाही. चौकशीअंती हे लक्षात आले की, चौथ देण्याचा जो करार झाला तो त्या त्या खेड्यातील ग्रामाधिकाऱ्यांनी[५] (पाटील) तेथे कोणती लुटालूट किंवा हानी होऊ नये, म्हणून केला. त्या करारानुसार तो चौथ शिवाजीराजांनाच मिळावा, असे माझ्या पत्रातून मी लिहिले आहे; कारण ते चौथियांचे राज्य शिवाजीमहाराजांच्या ताब्यात आहे. शिवाजीराजांनी या गोष्टीचा सिलसिला करण्यासाठी पीतांबर शेणवीने एखादा योग्य माणूस पाठवावा असे त्यांना कळवावे. दमण येथील कप्तानास संबंधित गावातील अधिकाऱ्यांच्याबरोबर चौथसंबंधीच्या काय अटी ठरल्या आहेत यासंबंधीची चौकशी करण्यासंबंधी लिहिले आहे. यासंबंधीचा विचार करण्यासाठी न्यायाधीश नेमला

जावा व त्याने त्या खेड्यातील चौथसंबंधीची पारंपरिक पद्धत व कायदा यांच्याशी असलेला संबंध तपासून पाहून निर्णय घ्यावा. शिवाजीराजे यांना कळवावे की, तुमच्या मागणीची कोणतीही त्रुटी राहणार नाही व आपली मैत्री अशीच वाढत राहील.[६]

शेवटच्या २० मार्च १६७९ च्या पत्रावर अॅन्टानिओ पीस–द–सॅण्डे याची सही होती. इतर विषयांप्रमाणेच मराठ्यांना द्यावयाची चौथ यासंबंधीचा उल्लेख केला आहे. तो म्हणतो, तुमचे गणू शेटी बरोबर पाठविलेले पत्र मिळाले. दमण प्रदेशातील तुमच्याकडे असलेल्या चौथ राजास चौथ दिला जात असे. हा प्रदेश तुमच्या ताब्यात आहे. तुमचे वकील पीतांबर शेणवी आमच्या शहरात आले व त्यांनी विजरई, पेड्रो–द–अल्मेडा यांच्याशी याविषयी चर्चा केली आणि त्यानंतर मी पदावर आलो व मित्रत्वाच्या नात्याने या प्रश्नाचा सिलसिला करण्यासाठी माणूस पाठवावा व पैसे देण्यासंबंधी काही विचार करावा असे कळविले. काही खेडेगावच्या लोकांनी (दमणकडील) या संबंधित अटींबाबत जे काही कळविले, ते तुमच्या वकिलांनी तुम्हास कळविले असेल; त्याची प्रत आपणास मी पाठवीत आहे. या बाबतीत मी कोणतीही दिरंगाई केली नाही व आपल्याशी शांतता व समेट राखण्याचा मी प्रयत्न करीत आहे.[७]

या पत्रावरून हे सिद्ध होते की, दमणचा चौथ हा कर चौथिया राजाला मित्रत्व म्हणून पोर्तुगीज देत होते. ही पद्धत १६७७ पूर्वी पासून असावी. परंतु त्यामुळे लुटालूट थांबविणे हे पोर्तुगीज सरकारकडे असावे किंवा नसावे. १६६४ साली सुरतच्या लोकांकडून चौथची मागणी केली होती. दमणकडील प्रजा व चौथिया राजा या दोघांच्याही संमतीने चौथची पद्धत निर्माण झाली असे अॅन्टानिओ पिस–द–सॅण्डे याच्या पत्रावरून समजते. इतर पोर्तुगीज साधनांतून हेच सांगितले आहे.

१२ मार्च १६३५ रोजी झालेल्या असरकेटाचा राजा व दमणचा कप्तान यांच्यात चौथसंबंधी करार झाला होता तो करार १६७० व १७१९ साली मंजूर झाला व त्यात १५७९[८] साली झालेल्या कराराचा उल्लेख केला गेला (पोर्तुगीज सरकार व रामनगरचा राजा सारकेत व असारकेत यांच्याशी झालेला करार). १६१७मध्ये सारकेताचा राजा जिदाराणा याने चौथसंबंधी योग्य प्रकारे व्यवहार व्हावा यासाठी आपले दोन वकील पाठविले होते.[९] १६०४मध्ये त्यासंबंधी राजपत्र झाले होते.[१०] हा चौथ १५७९मध्ये सुरू झाला आणि तो दमणकडील प्रजेकडून रामनगरचा राजा १७१९ सालापर्यंत वसूल करीत होता.[११] यावरून हे निश्चित करता येईल की राजा आणि त्यांचे पोर्तुगीज यांचे संबंध काय होते व हा चौथ कोण कोणाकडून कसे वसूल करीत होते.

११ सप्टेंबर १६३८ ला व्हाइसरॉय पेड्रो–दा–सिल्वा, पोर्तुगालच्या राजास चौथसंबंधी लिहिताना म्हणतो, "दमणमधील शेतकऱ्यांची जनावरे लुटणे, त्यांना पकडणे व लुटालूट करणे,[१२] या गोष्टी होऊ नयेत म्हणून दमणची प्रजा सारकेत राजास चौथ देत

असत. १६०४ च्या राजाच्या आज्ञापत्रानुसार दमणच्या कप्तानाला कळविण्यात आले की, त्याने चौथियाच्या राजाशी वागणूक व्यवस्थित ठेवून त्यास जादा किमतीचे म्हातारे घोडे आणि तशाच इतर वस्तूंच्या रूपात चौथ भरावा. उगाच अवास्तव पद्धत अवलंबू नये अशी राजाची आज्ञा आहे.''[१३] पैशाच्या रूपानेच चौथ भरावा.

१६१७ साली सारकेताच्या जिदाराणा याने आपल्या वकिलामार्फत पाठविलेल्या कागदात एक मनोरंजक उल्लेख आढळतो. पहिली गोष्ट अशी की, परकीय आक्रमणाच्यावेळी पोर्तुगिजांनी आम्हास मदत करावी. नंतर तो म्हणतो, बरबाला असलेल्या चौथच्या अधिकारानुसार त्याला तो देण्यात यावा. कारण तो त्याचा काका होता. राजाच्या वारसाने हा चौथ त्यास द्यावा आणि बरबाच्या मुलांनी, पत्नीने चौथचा मूळ हक्क हा दान करावा. याची प्रत राजाने विजरईस माहितीसाठी व तपासण्यासाठी पाठवावी. बारबाची मुले चौथ हा आमचा 'ग्रासो' म्हणजे आमचे चरितार्थसाधन आहे. 'ग्रासो' हा शब्द मूळ ग्रास (घास) या संस्कृत शब्दापासून आला आहे. त्यामुळे मराठ्यांच्या वतनाशीच साम्य असलेली ही गोष्ट आहे. राजा पुढे विनंती करतो की, चौथ हा महामुदी चलनाने भरावा. महामुदी छपरीजने भरू नये, की जे आजवर चालत आलेले आहे. पुढे तो सुचवितो की, दमणच्या उत्तराधिकाऱ्यांनी वसुलीसंबंधीची योग्य माहिती दिली नाही, त्यामुळे राजाच्या उत्पन्नासंबंधी गैरव्यवहार झाला म्हणून राजाने अत्यंत प्रामाणिक आणि जागरूक अशा पोर्तुगीजास पाठवून त्याची चौकशी करावी.[१४] पोर्तुगीज सरकारने पाठविलेले उत्तर आणि डॉ. गोन्सॅलो–पिन्टो–दा–फोन्सॅका यांचे निरीक्षण व पुरेसे पुरावे असे दर्शवितात की, यावर काढलेल्या उपायांची अंमलबजावणी झाली नाही. यानंतर चौथियाच्या राजाने पोर्तुगीजांविरुद्ध १६१४ मध्ये युद्ध पुकारले ही योग्यच गोष्ट होती. विजरई डोम–जेरोनायमो–द–अझेवेदो याने नेहमीप्रमाणे चौथ गोळा करण्यासाठी तिघांची समिती नेमून त्यांना ५० पायदळाचे सैन्य देऊन त्यांच्या खर्चाची त्यातूनच तरतूद करण्यासंबंधी सूचना दिली व चौथ देणाऱ्या प्रदेशातील लोकांच्या संरक्षणाची जबाबदारी सोपविली व इतर कुठल्याही गोष्टीत ढवळाढवळ न करण्यास सांगण्यात आले.[१५]

१६३५ मधील तह ही गोष्ट अतिशय उल्लेखनीय बाब आहे. चौथ या शब्दाचा अर्थ एक चतुर्थांश असा होतो परंतु या तहामधे चौथियाने एकूण साऱ्याच्या एक चतुर्थांश इतका सारा घ्यावा असे काही नाही असे पहिल्या कलमामधे नमूद केले आहे.[१६] काही परगण्यात तो १७% आहे. काहीत १२ १/२ % आहे. तेव्हा यासंबंधी कोणतीही गैरसमजूत न व्हावी म्हणून या परगण्यांची नावे तहात स्पष्ट लिहिण्यात यावीत. दोन क्रमांकाचे कलम वगळण्यात यावे व त्या परगण्यातील शेतकरी, जमीनदार यांच्याकडून यापुढे चौथची मागणी करू नये. वरील १७, १४, सारा वसुलीबाबत हा विचार व्हावा.[१७] तिसऱ्या कलमानुसार चौथ हा प्रतिवर्षी ऑक्टोबर महिन्यात दमण येथे आणि त्याच्या उपविभागातून वसूल करावा, खेडेगावांतून वसूल करू नये. चौथ्या कलमामध्ये चौथियाने आपला

प्रधान आणि वसुली अधिकारी ठरलेल्यावेळी चौथवसुलीस पाठवावा आणि दोन प्रतिष्ठित, प्रामाणिक, सुकुलोत्पन्न अशा दमणमधील व्यक्तींना चौथवसुलीचे निबंधक म्हणून निवडावे. चौथ मिळाल्यानंतर चौथ देणाऱ्या सुभ्यातील प्रजेस कोणतीही इजा, चोरीमारी, लुटालूट होण्यास पायबंद घातला जावा आणि असे करणाऱ्या गुन्हेगाराला योग्य ते शासन करण्यात यावे. हे न केल्यास त्याची भरपाई द्यावी लागेल. त्यांनी आपल्या प्रदेशात कोळी किंवा लुटारू जमातीस जाऊ–येऊ देऊ नये. सारकेताच्या राजाने पोर्तुगालच्या राजाकडे जेव्हा–जेव्हा सैन्य लागेल, तेव्हा–तेव्हा दमणच्या किल्लेदाराकडे ते पाठवावे व सेवा द्यावी. आपल्या वाडवडिलांच्या प्रमाणे त्यानेही दमण शहर आणि प्रदेश यांच्याशी निष्ठेने वागावे. १६७०मध्ये जरूर त्या सुधारणा करून हा तह करण्यात आला. परंतु चौथवसुलीसंबंधीची पाच कलमे ही तशीच राहिल्याचे विजरईच्या १७१९ च्या पत्रातून वार्षिक १८००० झेराफिन चौथवसुली झाल्याचे दिसून येते. (मागील अटींची कोणतीही पूर्तता झाली नाही.)[१८]

अॅन्टानिओपिस–द–सॅण्डे यांनी हरकत घेतली तरी चौथ ही दमणच्या रयतेची खाजगी व्यवस्था नव्हती. तो विषय १५७९ ते १७१९ मधील झालेल्या अनेक करारांचा होता. १६७८मध्ये या साऱ्यासंबंधी पोर्तुगीज सरकार अनभिज्ञ नव्हते. १६७०मध्ये या कराराचे पुनरुज्जीवन केले होते. पोर्तुगीज सरकार रामनगरच्या चौथियाच्या राजाकडून कर वसूल करून घेत असल्याचे मान्य करतात. परंतु ते त्यांच्याकडून वर्चस्वाची व सार्वभौमत्वाची अपेक्षा करीत नाहीत, ही गोष्ट खरी आहे. उलटपक्षी राजपत्रातील भाषा व तहनामे यांवरून असे दिसते की तो पोर्तुगीजांचा मांडलिक आहे. त्याला जो चौथ मिळत आहे तो तो करीत असलेल्या संरक्षणविषयक कामगिरीचा मोबदला होता.[१९] विजरईच्या १६३८ मधील पत्रातून चौथ हा एक जकातकर असल्याचे तर १७१९ च्या विजरईच्या पत्रातून ते पेन्शन असल्याचे ज्ञात होते. प्रो. पिसुर्लेकर, क्युरेटर ऑफ रेकॉर्डस अॅट गोवा हे मे १९२६ सालच्या आपल्या शोधनिबंधात म्हणतात, ''चौथ ही खंडणी म्हणून कधीच नव्हती.'' १६३४ साली अॅन्टानिओ बारकारो लिहितो की, ''पोर्तुगीजपूर्व काळात ही चौथियांना पेन्शन दिली जात असे.''[२०] हे अचूक असलेच असे नाही. परंतु पोर्तुगीजांच्यावेळी चौथवसुली ही गोष्ट वेगळी होती. मात्र पेशवेकाळात कोळी आणि भिल्लांच्या नायकांना त्यांनी राज्यात शांतता ठेवण्यासाठी त्यांना ही अवांतर रक्कम म्हणून जात असे.[२१]

शिवाजीमहाराज शत्रूकडून जी चौथ मागत असत, ती पद्धत वरिष्ठांनी त्यांची सेवा करणाऱ्यास दिल्या जाणाऱ्या पेन्शनहून भिन्न होती. उत्तर फिरंगणातून प्रचलित असलेली पद्धत हे सूचित करते की, मराठ्यांच्या नेत्याने आपल्या युद्धासाठी आर्थिकदृष्ट्या प्रबळ असलेल्या शत्रूकडून नियमित वसुली केली. सुरतेच्या मार्गावरील जव्हार आणि रामनगर

या प्रदेशातून अत्यंत समृद्ध अशा पूर्वेकडील व्यापाराच्या ठिकाणी जाताना त्यांच्या सेवेत अतिशय बुद्धिमान अशी माणसे होती. त्यावेळी त्यांच्या लक्षात आले की, रामनगरचा राजा निश्चित आणि कायमस्वरूपाची मिळकत जमा करीत आहे. तेव्हा आपणही आपल्या फायद्यासाठी तो मार्ग स्वीकारावा. परंतु रामनगरचे राज्य जिंकल्याशिवाय हे ग्रासो किंवा वतन त्यास घेता येत नव्हते आणि हा विजय शेजारच्या मुस्लिम राजांच्या डोळ्यांत थोडासा भरण्यासारखा होईल. पण त्यांच्या हे लक्षात आले की, हे करताना त्यास उपायही तसेच करावयास हवेत. चौथियामुळे लुटालूट झाल्यास पोर्तुगीजांना त्यांच्या राज्यास सवलत द्यावी लागेल आणि मोगलांकडून शहर व खेड्यातील रयतेचीसुद्धा छळवणूक होईल. सुरतला चौथची मागणी करताना त्याने दिल्लीपतीचे वर्चस्व मान्य केले नाही किंवा सौंदे आणि बेदनूरच्या राजांचीही पर्वा केली नाही. तलवारीच्या जोरावर चौथ देण्यास भाग पाडले. त्यास लूट किंवा त्यांचा प्रदेश उद्ध्वस्त केला, असे म्हटले तरी चालेल.

छ. शिवाजीमहाराजांना पैशाची तातडीने गरज होती. युद्धआघाड्यांसाठी पैसा हवा होता. त्या मध्ययुगीन कालात ते दोन प्रबळ शत्रूंशी एकाचवेळी सामना देत होते. आपल्या प्रदेशातील नैसर्गिक परिस्थितीचा त्यांस उपयोग होत होता; परंतु त्यांचे उत्पन्न फारसे नसल्याने शत्रूस अखंड सामना देऊन नवीन राज्य व नवीन राष्ट्र निर्माण करणे अवघड होते. त्यामुळे लढाईसाठी पैसा व पैशासाठी लढाई असा अवलंब करावा लागत होता. मुस्लिम राज्यकर्ते ज्याप्रकारे प्रस्थापित झाले, तेच उदाहरण त्यांनी स्वीकारले. त्यांनी आपले सैन्य मुलूखगिरीसाठी पाठविले व १२ महिन्यांपैकी ८ महिन्यांचा त्यांचा खर्च त्यातून भागविता आला. खडे सैन्य सांभाळण्याचा हा एक बोजड मार्ग होता आणि तो एक राज्यावर तसा बोजाच होता. शिवाजीमहाराजांनी हे जाणले होते की, शत्रूकडून त्यांच्या राज्यात कोणतीही लुटालूट होऊ नये व शांतता नांदावी, यासाठी त्यांच्याकडून कायमची खंडणी म्हणून चौथची मागणी करणे योग्य आहे. शिवाजीमहाराजांनी आपले हे धोरण कसे स्पष्ट केले आहे, हे सुरतकरांनी आणि मिर्झा मोहम्मद यांनी लिहिलेल्या पत्रातून लक्षात येते. सुरत ते मुंबई २५ जून १६७२ (Fol. 47, F.R. Surat. Vol. 87). त्याच दिवशी शिवाजीराजांनी चौथाईच्या मागणीबद्दलचे पत्र लिहिले, ''तुमच्या बादशहानेच माझा देश आणि माझी प्रजा यांच्या रक्षणाकरिता मला सैन्य ठेवण्यास भाग पाडले. त्या सैन्याचा पगार दिला पाहिजे. जर तुम्ही त्वरेने पैसा पाठवणार नसाल तर माझ्याकरिता एक घर तयार ठेवा. मी तेथेच बसून जातीने कर व जकाती वसूल करीन, कारण त्याला आडविणारा कोणीच नव्हता. जे शिवाजीला व्यापार आणि धंदा यांचा शत्रू समजतात. ते हे विसरतात की, ते शत्रूच्या प्रदेशात व्यापार करण्यास बौद्धिकदृष्ट्या कार्यक्षम आहेत का? किंवा मोगली प्रदेशात शांतता राखण्याचे दायित्व स्वीकारू शकतील

का? मोगलांचे आपल्या प्रदेशातील लोकांचे जीवित व मालमत्ता यांचे संरक्षण करणे हे कर्तव्य होते. ते त्यांच्या या मुख्य कर्तव्यास कसे विसरले?'' याचा पुरावाच द्यावयाचा झाल्यास २६ मे १६७७ च्या मुंबईकरांनी सुरतकरांना पाठविलेल्या पत्रातून लक्षात येईल (F.R. Surat. Vol. 89, Fol. 40,41). ''गेली चार वर्षे सुरतेला शिवाजीचे सारखे भय वाटत आहे. कारण त्याचे सैन्य नवसारी व गणदेवी येथे सुरक्षितपणे राहिले असून, मुख्य अधिकाऱ्यांनी तेथील देसायांच्या घरात वस्ती केली आहे. तेथील देसाई, आपली कुटुंबे घेऊन सुरतेला पळून आले. काझी व इतर अंमलदारही तसेच पळाले. शिवाजीचे लोक बाहेरच्या प्रांतात खंडणी वसूल करतात; एवढेच नव्हे तर, त्याचे ४०/५० घोडेस्वार येऊन ते सुरतेचे सुभेदार व बादशाही अमलदार यांच्याकडेही राजरोसपणे रसद आणि खंडणीची मागणी करतात. शिवाजीचे सैन्य दररोज थोडे–थोडे वाढत असून, खुद्द सुरत शहरात त्याचे काही सैनिक गुप्तपणे राहिलेले आहेत, असे खात्रीलायक समजते. यामुळे किल्लेदाराने पहाऱ्यावर ५०० सैनिक वाढवून रात्रंदिवस कडक पहारा ठेविला आहे. फ्रेंच, डच व आम्ही कंपनीची मालमत्ता व स्वतःचे स्वातंत्र्य कसे राखता येईल, या फिकिरीत आहोत. शिवाजी शहरावर अकस्मात चालून आला तर त्याला आमच्याकडून विरोध होणे अशक्य आहे. यामुळे त्याच्याशी जितके सामोपचाराने राहता येईल, तेवढे राहण्याशिवाय गत्यंतर नाही.२२

एकूण वसूल झालेल्या साऱ्यापैकी १/४ साऱ्याची शिवाजीने मागणी केली, तरी वस्तुत: त्यापेक्षा कमी सारा मिळाला तरी त्यात त्याला समाधान होते. राजापूरकरांचे ६ फेब्रु. १६७४ (१६७५?) (FR. Surat, Vol. 88, Fol. 15-20), च्या पत्रातून ते लिहितात, त्यांचे काही सैन्य कोल्हापूर येथे आहे. त्या सैन्याच्या होणाऱ्या माऱ्यातून सोडविण्यासाठी त्यांना १५०० पॅगोड देण्यात आले आणि मग ते सैन्य सोनगावला गेले. तेथे ५०० पॅगोड्स घेऊन ते पुढे गेले. कोल्हापूरचा एकूण सारा ६००० पॅगोडपेक्षा अधिक होता. ज्या शहरातून आणि खेड्यातून चौथ दिला गेला, त्यांचा कोणत्याही प्रकारे छळ केला गेला नाही. तुलनात्मक दृष्टीने सुरतच्या व्यापाऱ्यांच्या किंचित त्रासाचा विचार करता जेव्हा–जेव्हा त्याने एखादे शहर किंवा सुभा घेतला, तेव्हा–तेव्हा त्याने तेथील प्रजेची आपल्या सैन्याकडून काळजी घेतली व संरक्षण केले.२३

मराठा सैन्याकडून असुरक्षित अशा शत्रूच्या प्रदेशातील लोकांचे जीवित व मालमत्ता यांचे संरक्षण केले जावे, यासाठी शिवाजींच्यावेळी चौथ ही लष्करी खंडणीच होती आणि ती सर्वस्वी त्यांच्या मर्जीवर अवलंबून असे. ही पारंपरिक पेन्शन नव्हती किंवा त्यासाठी कोणतीही राजाज्ञा दिली गेली नव्हती. त्याची आकारणी मर्जीनुरूप केली जात असे किंवा कधी–कधी ती सक्तीने वसूल केली जात असे. त्यासाठी कोणतेही राजपत्र चौथियाप्रमाणे दिले गेले नाही. संभाजी आणि राजाराम यांनी तोच मार्ग आचरला आणि

चौथ पद्धत ही तशीच राहिली. २० वर्षांच्या त्यांच्या कारकिर्दीत रामनगरचा शिरस्ता म्हणून ही करवसुली पुढील शाहूकारकिर्दीपर्यंत वडिलार्जित म्हणून तशीच चालत राहिली.

शाहू ही पेन्शन–मिळकत समजत होते, तर शिवाजीमहाराजांनी ही नजराणा किंवा सन्माननीय देणगी म्हणून त्याची मागणी केली होती. ती मेहरबानी शिवाजीराजे मानत होते तर शाहू ती उपकृत गोष्ट समजत होते. मुघल राजकर्त्यांनी चौथ पद्धत तशीच ठेवली. शांततेचे आणि सुरक्षेचे पारितोषिक असे त्यांनी मानले. औरंगजेबाच्या वेळी चौथची मागणी राजाज्ञेचा भंग करणे असे मानले गेले; तर बहादूरशहाच्या वेळेस ती सम्राटाच्या श्रेष्ठत्वाची पावतीच समजली गेली. शिवाजींच्या वेळी दक्षिणेत त्यांनी चौथची मागणी केली नाही. एखाद्या प्रसंगी त्यांनी तशी चौथ गोळा केली. खाफीखान म्हणतो, 'दक्षिणेकडील सुभ्यावर आणि आमदाबाद व माळवा यांच्यावर चौथवसुलीच्या उद्देशाने त्यांनी हल्ले केले. शहरे आणि मोठी गावे यांच्याकडे निरोप आणि पत्रे देऊन तेथील जमीनदारांकडून चौथची मागणी केली. तसेच शहर आणि खेड्यांतील मुकादम आणि जमीनदार यांना मराठा सैन्यास भेट देऊन चौथ देण्यासंबंधी व संरक्षण मागण्यासाठी प्रवृत्त केले. परत फिरताना त्यांचा निरोप्या आणि घोडेस्वार त्यांना त्यांच्या शेतीस संरक्षण देऊन २००० ऐवजी चार–पाच हजारांची आकारणी करीत, परंतु जी आकारणी ठरली जाई, तीचे शपथपूर्वक देण्याचे ठरले जाई आणि मग त्यांचं हिंसाचारापासून, लुटीपासून संरक्षण होई.[२४] शाहूंनी आपले बालपण मोगलांच्या छावणीत व्यतीत केले होते आणि त्यांस हिंदुस्थानचा सर्वसत्ताधीश म्हणून मोगल सम्राटाबद्दल आदर होता आणि त्याने त्यांच्या पद्धतीच स्वीकारल्या. याशिवाय ते आणि त्यांचा कोल्हापूरचा पुतण्या हे दोघेही मोगलांच्या आधाराची अपेक्षा करीत होते आणि त्यांनी सहा सुभ्यांची चौथ व सरदेशमुखीच्या फर्मानाची मागणी केली आणि या मराठा राजांनी तेच आपले 'वतन' समजले. मराठ्यांतील अंतर्गत दुहीचा फायदा घेऊन फर्माने देण्यासंबंधी दिरंगाई करण्यासाठी दिल्लीचे मंत्री उत्सुक होते; परंतु या गोष्टीमुळे ज्या शेतकऱ्यांकडून किंवा कष्टकऱ्यांकडून जो सारा मिळणार होता, त्यांना शांतता आणि सुरक्षा मिळणे गरजेचे होते. दाऊदखान याचे चौथचा अधिकार मराठ्यांना देण्याबद्दल सल्ला दिला; पण तो चौथ मुसलमान अधिकारी वसूल करतील असे सांगितले. या व्यवस्थेमुळे मराठे छोट्या शेतकरी वर्गाकडे किंवा मोगलांच्या अंतर्गत प्रशासनामध्ये शिरू शकत नव्हते. हा प्रस्ताव या परिस्थितीत योग्य असला तरी त्यास सम्राटाची व मंत्रिमंडळाची मंजुरी मिळाली नाही. नंतरचा सुभेदार चिनकिलीचखान याने आपल्या पूर्वीच्या पदाधिकाऱ्याचे हे धोरण स्वीकारले नाही. चिनकिलीचखानानंतर आलेल्या सय्यद हुसेनअली याने प्रथम विचार केला, परंतु मराठ्यांची लूटमार तो थांबवू शकला नाही आणि लगेचच दिल्ली येथील राजकीय घडामोडींमुळे त्याला मराठ्यांत समेट घडवून आणणे हे करावेच लागले. खाफीखान म्हणतो, हुसेनअली याने बाळाजी

विश्वनाथ आणि चिमाजी यांच्याशी एकेकाळी छत्रपती राजाराम यांच्या पदरी असलेल्या शंकराजी मल्हार या महाराष्ट्रीय ब्राह्मणामार्फत विचारविनिमय केला. खाफीखान म्हणतो, शाहूंच्या अधिकाऱ्यांना चौथ देणे गरजेचे आहे जसे अमीन शिक्केदार जहागीरदाराकडून सारा वसूल करतात आणि त्यातील चतुर्थांश जहागिरदारास मिळतो. रयतेकडून एक दशांश सरदेशमुखी म्हणून घेतली जाते. एकंदरीत एकूण उत्पन्नाच्या ३५% उत्पन्न त्यांना मिळते त्यात फौजदारी, शिकदारी, मिरासदारी इत्यादी गोष्टी असत. एकंदर साऱ्याचा विचार केला तर शाहूला जवळ–जवळ निम्मे उत्पन्न मिळत असे. रयतेकडून शासकीय अधिकारी व जहागीरदार कर वसूल करीत. त्यासाठी जिल्ह्यात (प्रांतात) दोन अधिकारी असत. पहिल्यास कमाविसदार, तर दुसऱ्यास सरदेशमुखीचा गुमास्ता असे म्हणत. वसुलीनंतर सरदेशमुखीच्या शिरस्तेदाराची सही होई आणि काय नियम पाळावेत यासंबंधी वेगळे हिशोब लिहिले जात.[२५] मराठ्यांनी चौथ वसुलीचा आपला हक्क मिळविला आणि ती वसुली करण्यासाठी आपले प्रतिनिधी नियुक्त केले; पण काहीवेळा त्यांची मागणी अति होत असे. खाफीखान म्हणतो, त्याची भरपाई करण्याची पद्धत निश्चितपणाची होती. काही ठिकाणी मात्र उदा. बिदर आणि खानदेश येथे मराठ्यांनी १/३ रयतेकडून, १/३ जहागीरदाराकडून चौथ वसूल केला. त्यामुळे उजाड झालेली गावे परत लागवडीस येऊ लागली.[२६] मराठ्यांकडून मिळणाऱ्या या संरक्षणाचा फायदा शेतकऱ्यांना मिळाला. मोगली प्रदेशात कर वसूल करणारा मराठा अधिकारी ही गोष्ट विसंगत होती. म्हणजे हे स्वतंत्र अधिकाराचे प्रतीकच म्हणावे लागेल. परिणामत: मराठी राज्य विस्तार व चौथ वसुली अस्तंगत झाल्यासारखे होते. निजामउल्मुल्क यास आपल्या शेजारचे हक्क विकत घेण्याची गरज भासली व त्याने हैद्राबाद सुभ्यातील चौथ भरण्याऐवजी रयतेकडून सरदेशमुखी १०% ने वसूल केली आणि कमाविसदार यांच्या चौथवसुलीतून आपली सुटका करून घेतली. त्याचा परिणाम येथील व्यापार व दळणवळणावर झाला.[२७]

चौथ यास सवलत देण्यासंबंधी कोणत्याही अटी नव्हत्या. बाळाजी विश्वनाथ याच्या नेतृत्वाखाली दिल्लीला सय्यद हुसेनअलीकडे मराठी सैन्य गेले आणि चौथ व सरदेशमुखी यांच्या सनदांची निश्चिती वजिराचे बाहुले असलेल्या सम्राटाकडून झाली. त्यातील एका फर्मानातील अटी निश्चित व असंदिग्ध अशा होत्या. स्वामिनिष्ठ आणि मांडलिक अशा शाहूंनी दक्षिणेच्या सुभेदाराकडे १५००० ची तैनात ठेवून सेवा करावी व बादशहाचे ईप्सित चिंतावे आणि त्याने उजाड झालेल्या गावांचे तीन वर्षांत पुनर्वसन करावे. एका चांगल्या जहागीरदाराप्रमाणे बादशहाच्या दक्षिणेकडील प्रदेशात सुव्यवस्था आणि शांतता प्रस्थापित करावी. बादशहाच्या प्रदेशात एखादी चोरी झाली तर त्या चोरास शोधावे व त्यास शिक्षा द्यावी. चोरीचा माल त्यास मिळाला नाही तर त्याची भरपाई त्याने स्वत:च्या खजिन्यातून करावी.[२८] चौथ आणि सरदेशमुखी या गोष्टी केवळ

व्यवहार्य अशा या मान्यतेमुळे ठरल्या. शिवाजीमहाराजांनी दिल्लीच्या सम्राटाच्या चाकरीस कधीही संमती दिली नाही. ही चौथ वसूल करण्याची पेन्शन पद्धत रामनगरचा चौथिया राजा आणि पोर्तुगीज यांच्या संबंधाप्रमाणे शाहूंच्या कारकिर्दीत सुरू झाली. शाहू किंवा त्यांचे पुढील वारसदार हे यापासून मागे हटले नाहीत. सम्राटाने फर्मानातील अटींविषयी जोर दाखविला नाही किंवा त्याच्या अधिकाऱ्यांनाही त्याने तसे करून दिले नाही. याचा परिणाम असा झाला की, आपापसात आरोप–प्रत्यारोप होऊ लागले. मराठ्यांना नियमितपणे चौथ भरावा असे कधीच वाटले नाही किंवा एकूण उत्पन्नाचा १/४ भाग द्यावा असे वाटले नाही. त्यांनी नेहमी कमीत–कमी रकमेचा भरणा केला. हैदर यांनी तसेच केले. लुटालूट करण्यासाठी केलेल्या मोहिमेतून त्यांना नेहमीच त्यांच्या अपेक्षेप्रमाणे मिळत होतेच असे नाही. ही गोष्ट दोन वेगळ्या काळच्या आणि वेगळ्या देशांच्या लेखकांनी निदर्शनास आणली आहे. खाफीखान म्हणतो, 'मराठ्यांचे नेते हे चौथची रक्कम ठरविण्यास उत्सुक असत. परंतु लुटालूट करण्यास ते फारसे तयार नसत. त्यांची माणसे चौथवसुलीस मना करण्यासाठी झगडत होती. त्यामुळे ते लुटालूट करण्यास मुक्त होत होते.'[२९] या ठिकाणी डच ॲडमिरल, जॉन स्प्लिन्टर, स्टॅओरिनर्सच्या शब्दांचा प्रतिध्वनी उमटतो, "असे वास्तविक विचारले जाते की श्रीमंत राष्ट्राने मांडलिकत्व कशासाठी स्वीकारायचे? या लुटारूंनी संरक्षणाचा असा काय करार केला आहे? ते वरचेवर येऊन अशी जबरदस्तीने मागणी कशावरून करणार नाहीत? कारण स्पष्टच आहे, ही गोष्ट कमी खर्चाची आहे. व्यापारावर कमी कर आहे. लष्करावर होणाऱ्या खर्चासाठी तरतूद आहे. अनियमित अशा शत्रूपासून सुटका करणे आणि त्यासाठी भरमसाठ वसुली करणे; प्रमुखाने एकदा चौथ ठरविला तर तो त्यासाठी फारसा झगडा करणार नाही. कारण ठरविलेली रक्कम ही त्याच्या खिशात जात असते व अधिक सक्ती करावयास गेल्यास किंवा हिंसाचारी पद्धत वापरल्यास सर्व मालमत्ता त्याच्या सैन्यपथकाच्या मालकीची होते आणि मग त्यातून त्याला मिळणारा हिस्सा अतिशय थोडा असतो म्हणून सुज्ञपणे तो विचार करतो की, सैन्याने लुटालूट करू नये."[३०]

फक्त एका प्रश्नाचे उत्तर राहते ते असे की, चौथ मिळण्यासाठी परकीय प्रदेशावर हल्ला करणे की, आपल्या प्रदेशातून चौथ वसूल करणे, पेक्षा परक्यांच्या प्रदेशातून चौथ वसूल करणेच योग्य आहे का? रानडे म्हणतात, तेच योग्य आहे. ते म्हणतात, "१६६८ मध्ये विजापूरच्या आदिलशहाने ३ लाख रुपये चौथ आणि सरदेशमुखी म्हणून देण्याचे कबूल केले आणि त्याचवेळी गोवळकोंड्याच्या राजाने ५ लाख रुपये देण्याचे मान्य केले. १६७१मध्ये मोगलांच्या खानदेशच्या सुभ्यातून चौथ वसूल केल्याची नोंद आढळते. १६७४मध्ये पोर्तुगीजांच्या ताब्यातील कोकण प्रदेशातून चौथ आणि सरदेशमुखीच्या रूपाने खंडणी देण्यास भाग पाडले होते. शिवाजीमहाराजांनी विजापूर आणि

गोवळकोंड्याच्या सत्ताधीशांना त्यावेळी झालेल्या युद्धात मोगलांपासून संरक्षण दिले होते. १६८०मध्ये मुसलमानांशी काही करार करून आणि दक्षिणेतील हिंदू राजांशी करार करून त्यांना मांडलिक बनवले व त्यांच्या संरक्षणाची जबाबदारी स्वीकारली. तसेच मोगली प्रदेशातही अशी मागणी केली. चौथच्या मागणीमुळे चौथ देणाऱ्यास परकीय आक्रमणापासून संरक्षण मिळाले आणि लष्कराच्या संगोपनासाठी त्याची मदत झाली. शिवाजीमहाराजांची अशी ही मूलभूत कल्पना होती आणि अशीच मार्क्विज ऑफ वेलस्ली याचीही कल्पना होती; त्याचे सव्वाशे वर्षांनी फळ मिळाले.[३१]

या कल्पनारम्य स्पष्टीकरणाने पूर्ण निर्णयाप्रत जाता येत नाही. रानडे हे पहिल्यांदा विसरतात की, विजापूर आणि गोवळकोंडा येथील शहांशी १६६८मध्ये झालेले तह आपणास पहावयास मिळालेले नाही. शिवाजींनी गेल्या १२ वर्षांत विजापूर आणि गोवळकोंडा यांच्या प्रदेशात धुमाकूळ घालणे थांबविले नाही. पोर्तुगीजांच्या बाबतीत विचार करावयाचा झाल्यास त्यांना चौथ आणि सरदेशमुखी मिळत होती की नाही, हे समजत नाही.[३२] दमणच्या पोर्तुगीज प्रदेशातून शिवाजींना कोणत्या अटीनुसार ते चौथ देण्यास तयार होते, हे आपण पाहिलेच आहे. मोगलांच्या प्रदेशातून शिवाजी त्यांच्याशी कोणताही विचारविनिमय न करता चौथ वसूल करीत होतो. मार्क्विज ऑफ वेलस्लीने १२५ वर्षांनंतर ही पद्धत चालू ठेवल्याचे आणि ही पद्धत शिवाजीने सुरू केली, हे निदर्शनास आणण्याची गरज नाही. वेलस्ली याने संस्थानांना दुय्यम दर्जाचे स्वातंत्र्य देऊन त्यांचे मित्रत्व संपादन केले, ही त्याच्या धोरणाची पहिली बाजू होती; तर ईस्ट इंडिया कंपनीचे परकीयांपासून संरक्षण करणे ही दुसरी बाजू होती. त्यांना आतून मित्रत्वाची गरज नव्हती. शाहूंना दक्षिणेकडील बादशहाच्या सहा सुभ्यांमध्ये शांतता आणि सुव्यवस्था राखण्याची जबाबदारी स्वीकारावी लागली होती आणि त्याला व्हाइसरायकडे १५००० चे सैन्य सेवेस ठेवावे लागले. त्यांनी तशी मोगलांकडून अपेक्षा केली नाही. त्यांनी आपले स्वातंत्र्य बहाल केले नाही किंवा आपले परराष्ट्रीय धोरण हे सातारा किंवा पुणेकडील मार्गदर्शनाप्रमाणे राबविले नाही. बाळाजी बाजीराव व पहिले माधवराव पेशवे यांच्या काळात 'खंडणी आणि मामलत' या गोष्टी असल्याचे लक्षात येते. मामलत ही संज्ञा उदयपूर, जोधपूर आणि जयपूर या कमी दर्जाच्या राज्यांसाठी वापरतात. त्यांनी आपली खंडणी नियमितपणे व कोणतीही खळखळ न करता भरावयाची असते. निजाम, म्हैसूर (हैदरअलीच्या आधिपत्याखालील), टिपू आणि मराठा यांच्यासारख्या मातब्बर राज्यांशी कोणतेही करार झाले नव्हते. त्यामुळे त्यांना वरील संज्ञा वापरली जात नव्हती. काही छोट्या राज्यांना आपल्या संरक्षणासाठी परकीय आक्रमणापासून बचाव करणे गरजेचे होते. उदा. बाळाजी बाजीराव याने संस्थानिकास दिलेल्या १७४६-४७ मधील हिंदी सनदेत नोंद आढळते. काहींनी आपल्या प्रदेशाचे अर्धे हक्क पेशव्यांना दिले आणि त्या मोबदल्यात त्यांनी

आपल्या संरक्षणाची जबाबदारी सोपविली.[३३] चौथ किंवा खंडणी देऊन संरक्षण विकत घेता येत नव्हते. ते प्रादेशिक सवलती व आपापसातील मित्रत्वावर अवलंबून असे. रावराजा उमेदसिंग (बुंदी संस्थान) याच्याबरोबर १७६९–७०मध्ये झालेल्या करारानुसार त्याने पेशव्यांच्या प्रतिनिधीला नियमितपणे खंडणी द्यावी व मराठ्यांकडील कोणत्याही शत्रूने त्यास त्रास देऊ नये. वरील कराराप्रमाणे रावराजाच्या संरक्षणाची जबाबदारी पेशव्यांनी स्वीकारली आणि कराराप्रमाणे त्याने पेशव्यांशी स्वामिनिष्ठ राहावे असे ठरले. परंतु हे संरक्षण किती आणि कसे द्यावे याचा मात्र खुलासा वरील करारात केला गेला नाही.[३४]

चौथ वसूल करताना तो जबर प्रमाणात वसूल केला जाई. त्यास कोणतेही बंधन पाळले जात नसे. 'छत्रप्रकाश'कार लालकवीच्या म्हणण्यानुसार चंपतराय याने आपल्या शेजारच्या आमीर आणि सुभेदारांना आकारलेली खंडणी त्याने अपरिहार्य अशा परिस्थितीतसुद्धा त्यांच्या छावणीत त्वरेने भरली. शेजारच्या राज्याकडून, प्रदेशाकडून व शहराकडून खंडणी प्राप्त झाल्यावर त्याने हल्ले थांबविले व त्यांना सुरक्षा, शांतता दिली.[३५] छत्रसालाने बादशहाबरोबर चौथप्राप्तीसाठी युद्ध पुकारले होते, असे लालकवी म्हणतो. ''प्रबळ सैन्याचा प्रमुख म्हणून मी शत्रूकडून खंडणी आणि चौथ वसुलीसाठी युद्ध पुकारत आहे आणि त्यास शत्रू कबूल होईपर्यंत ते मी थांबविणार नाही व छळ करीन.'' अशा तऱ्हेची योजना केल्याचे छत्रसालाने आपला भाऊ रतनशहा यास सांगितले.[३६] सतलज प्रांतातील शीख हे शेजारच्या लढाई करणाऱ्यास पैसे देऊन स्वत:चा बचाव करीत असत. दिल्लीतील मराठ्यांचा वकील महादजी शिंदे हे बादशहाचा प्रदेश हा शत्रूकडून कसा वाचवीत असत हे कळवितो. ते एकूण साऱ्याच्या प्रमाणात खंडणी आकारीत, त्याला 'राखी' असे म्हणत. पहिल्यांदा ती दोन आणे किंवा एकूण साऱ्याच्या १२½ % अशी होती. जेव्हा त्यांची सत्ता प्रबळ झाली तेव्हा त्यांनी आठ आणे किंवा ५०% अशी आकारणी चालू केली. एका पत्रातून हेही समजते, की शीखसुद्धा कमकुवत शक्तीकडून चौथ घेत असत.[३७]

अशा तऱ्हेची खंडणी म्हणजे बुंदेला किंवा शीख यांची एक प्रकारची लूटच म्हणावी लागेल. इंग्रजांनीसुद्धा सामान्यपणे हे केले नसल्याचे वाटते, परंतु त्यांनी मुंबई प्रांतातील दोन मुख्य व्यक्तींकडून चौथ वसूल केला होता. हा चौथ त्यांनी लष्करी मोहिमेसाठी किंवा लुटीसाठी घेतला नव्हता. मराठ्यांनी इंग्रजांशी १८०२मध्ये शांततेचा करार केला. दुसऱ्या बाजीरावाने पुण्याहून मोहिमेस जाताना इंग्रजांची मदत घेतली आणि वसईच्या तहावर सही केली आणि तीच मराठी राज्याच्या अस्ताची निशाणी ठरली. प्रादेशिक आणि इतर हक्क असे ठरले की, वांदिवाश चौथ – ७००० रुपये, धरमपुरी चौथ – ९००० आणि सुरत चौथ – ४,२१,००० रुपये.[३८] सूरत जोपर्यंत ब्रिटिशांच्या ताब्यात आले नव्हते तोपर्यंत चौथ आकारला जात नव्हता; परंतु धर्मपूरचा राजा भारतास

स्वातंत्र्य मिळेपर्यंत चौथ देत होता. पेशव्यांकडून मिळालेल्या सर्व प्रदेशात चौथ आकारला जात होता.[३९] कारण इंग्रजांना माहीत होते की, मराठ्यांना हा चौथ जोपर्यंत आकारण्यास मज्जाव केला जात नाही, तोपर्यंत आपल्यात ते कोणतीही ढवळाढवळ करणार नाहीत. परंतु धरमपूरच्या चौथमुळे त्यांची कोणतीही गैरसोय झाली नाही, तर सुरतचा चौथ त्यांना दुप्पट मिळाला आणि दक्षिण गुजरातवर त्यांना पूर्ण आणि निर्वेधपणे सत्ता प्राप्त झाली.

शेवटी हे नमूद करतो की, मराठ्यांनी एकदा त्यांच्या जंजिऱ्याच्या दुष्ट शत्रूला असा कर दिला. १७५५ मध्ये झालेल्या तहातून हे पहावयास मिळते. (पेशवा बाळाजी बाजीराव आणि इंग्लिश ईस्ट इंडिया कंपनी यांच्यात झालेला तह) त्या करारातील चौथे कलम असे आहे की, ''आंग्रे आणि मराठा यांच्यावेळेस बाणकोट येथून सिद्दींना चौथ किंवा जकातीचा चौथा हिस्सा मराठ्यांकडून मिळत होता व त्यात सिद्दी समाधानी होते. कंपनीस याची काहीच अडचण नव्हती किंवा त्या खाडीवरील मानधनाचा पण संबंध नव्हता. ते त्यांना कायमचे देऊन टाकण्यात आले.[४०]

सरदेशमुखी ही चौथपेक्षा मूलत:च विस्तृत असून तिचे स्वरूप भिन्न आहे. दुसरी ही (चौथ) देशातील कोणत्याही भागातून वसूल केली जाई. तर पहिली (सरदेशमुखी) ही कायदेशीर आणि प्रमाणबद्ध आकारात दक्षिणेत वसूल केली जाई. सरदेशमुख हे जन्मत:च सरदेशमुख आहेत आणि सरदेशमुखी हे त्यांचे वतन आहे असे शिवाजीमहाराजांनी मानले. नियमाप्रमाणे त्यांचा प्रचलित सत्तेशी कोणताही झगडा नव्हता. फक्त त्यांना त्याची एक शान आणि प्रतिष्ठा राखावयाची होती. रानडेंच्या म्हणण्यानुसार शिवाजीमहाराजांनी १६५०मध्ये जुन्नर आणि अहमदनगरच्या सरदेशमुखीवर हक्क सांगितला. १ जुलै १६७५ ला मुंबई फॅक्टरी त्यांचे सूरतकर मित्रांना लिहितात, (F.R. Surat, Vol. 107, Fol. 109) शिवाजी व मोगल यांचा तह झाल्याची बातमी बरीच विश्वसनीय मानली जाते. शिवाजीने मोगलांपासून घेतलेला मुलूख व किल्ले मोगलांना द्यावे; फक्त सातारा आणि मावळ आपल्याकडे ठेवावी. दख्खनमधील सर्व मुलखाचा देसाईपणाचा अधिकार शिवाजींना मिळावा आणि जुन्नरचा मोगलांचा सुभेदार कल्याण भिवंडीला यावा, अशी कलमे आहेत. परंतु याबद्दल पक्केपणा नाही. खाफीखान[४१] व भीमसेन[४२] म्हणतात, ''ताराबाईंनी सरदेशमुखीच्या बदल्यात औरंगजेबाशी शांततेचा करार करण्याची मागणी केली, दुसऱ्या शब्दात सांगावयाचे झाल्यास दक्षिणेत देशमुख म्हणून औरंगजेबाची चाकरी मान्य केली. परंतु, औरंगजेबाने या मुद्द्यावर शांततेचा तह करण्यास नकार दिला. ही त्याच्या प्रतिष्ठेची बाब होती. शेवटी दाऊदखान याने धूर्तपणाने सरदेशमुखी आणि चौथ मंजूर करून दोन खंडण्या मोगल अधिकाऱ्यांच्या हातात दिल्या. या गोष्टीस बादशहाची मंजुरी घेतली नव्हती आणि बादशहाकडून तशा अंमलबजावणीची गरज

भासली नाही. जेव्हा बाळाजी विश्वनाथ पेशवे यांनी शाहूराजांसाठी चौथाई आणि सरदेशमुखीच्या सनदा मिळविल्या, तेव्हाच ती कायदेशीर बाब ठरली. चौथसाठी पूर्वीचीच पद्धत आणि अट ठरली गेली. परंतु सरदेशमुखीसाठी एक कोटी, सतरा लाख, एकोणीस हजार, तीनशे नव्वद रुपये, बारा आणे यापैकी १/४ ताबडतोब पेशकश म्हणून भरावयाचे व उरलेले तीनचतुर्थांश ते हप्त्याने भरावयाचे असे शाहूंना आश्वासन द्यावे लागले.[४३] याच्या परिणामासंबंधी भीमसेन म्हणतो, युद्धजन्य परिस्थिती आणि दुष्काळ यांत अनेक वर्षे दक्षिणेतील प्रजा गांजली होती आणि खचली होती. त्यानंतर शांतता प्रस्थापित झाली; परंतु शेतकरी आणि सुभ्याचे अधिकारी यांचीसुद्धा दुर्दशा झाली होती. आता तीन वसुली अंमलदार तयार होते. एक समोर उभी असलेल्या परिस्थितीतून मार्ग काढणे, दुसरा चौथ, तर तिसरा देशमुखी.[४४]

चौथ आणि सरदेशमुखीशिवाय मराठ्यांनी 'घासदाणा' म्हणजे वैरणीसाठीही ५% लष्करी खंडणी सुरू केली. नागपूरच्या भोसल्यांनी विशेषत: ही पद्धत अंमलात आणली आणि कधी–कधी पेशव्यांनीसुद्धा ती आपल्या प्रदेशात वापरली.[४५]

आपण चौथ आणि सरदेशमुखीचा उगम, स्वरूप आणि मर्यादा यांसंबंधी चर्चा केली. पहिली पद्धत (चौथ) ही उत्तर फिरंगाणामधे वाढली, तर दुसरी पद्धत (सरदेशमुखी) ही कायदेशीर स्वरूपात देशामधे पसरली. शिवाजीला प्रबळ लष्कराची गरज होती आणि त्यासाठी खजिना हा तसाच भरलेला असणे गरजेचे होते. त्याचे ध्येय दुहेरी होते. आपल्या वंश आणि धर्मासाठी तो लढत होता; तसेच त्यास सरंजामशाहीच्या शक्तीचे विघटन करावयाचे होते. त्यासाठी त्याने जमीन किंवा जहागीर देण्याची आपल्या शेजाऱ्याची पद्धत अवलंबिली नाही. त्याकरिता इतर मार्गांनी पैशाची त्याने तरतूद केली. दुर्दैवाने भविष्यकाळात मध्यवर्ती राजसत्ता बळकट व्हावी, म्हणून सरंजामशाहीस आळा बसविण्याची शिवाजीमहाराजांची पद्धत पुन्हा वाढीस लागली आणि परिणामत: मराठी राज्याच्या विनाशास ती कारणीभूत ठरली.

टिपा :

(१) Sen, Historical Records At Goa, pp 12-13

(२) Livros dos Reis Visinhos (Goa Archives), Vol. I, Fol. 2; Sen, Historical Records at Goa, pp 14-15

(३) Reis Visinhos, Vol. I, Fol. 2

(४) कित्ता Fol. 3

(५) Varadores are frequently mentioned in the Bombay Public Consulatations as asse ssors of rent.

(६) Reis Visinhos, Vol. I, Fol. 12, Sen, Historical Records at Goa, pp 17-18

(७) कित्ता Vol. I, Fol. 29; Sen, Historical Records at Goa p-21, ॲबेकॅरे म्हणतो, दमणच्या पोर्तुगिजांनी खवळून उठू नये आणि पोर्तुगीज प्रदेशात कोणताही त्रास देऊ नये यासाठी दरवर्षी काही रक्कम देण्याचे ठरविले. १६७३ मध्ये शिवाजीमहाराजांनी अशा रकमेची मागणी केली तेव्हा पोर्तुगीज ती नाकारू शकले नाहीत. कॅरे जेव्हा दमण येथे होता, त्यावेळी शिवाजींचा वकील तेथेच होता; पण या मागणीला चौथ असे म्हणतात हे त्याला ठाऊक नव्हते (Carre, Voyage des Indes Orientels, Vol. 2, pp 25-32). प्रो. पिसुर्लेकर म्हणतात, १६८४मध्ये दमणची चौथ पोर्तुगिजांनी संभाजीराजांना देण्याचे मान्य केले होते आणि वसईवर हल्ला करण्याची संभाजीराजांनी ज्यावेळी मोहीम काढली त्यावेळी त्यांना पोर्तुगिजांनी गावखंडी दिली. संभाजीराजांनी केलेल्या कराराची तंतोतत माहिती सांगता येत नाही कारण तो मूळ कराराचा कागद हरवला असून तत्कालीन एका पत्रात त्याची सारांशाने माहिती उपलब्ध होते. (P. Pissurlekar, Prince Akbar & the Portuguese, pp 5-6)

(८) Biker, Tratados da India e Concertos de Pazes, Vol. II, pp 61-85)

(९) कित्ता pp 197-203

(१०) कित्ता pp 81-3

(११) तळटीप ८ पहा.

(१२) Biker, Tratodos da India, Vol. II, p 101

(१३) कित्ता – pp 82

(१४) Biker, Tratados da India, Vol. I, pp 197-200

(१५) कित्ता Vol. II, pp 83-85

(१६) कित्ता p 63

(१७) कित्ता p 63

(१८) कित्ता Vol. 6, pp 6-7

(१९) तळटीप १२ पाहा.

(२०) P. Pissurlencar, Portuguese Maratas, pp 40-1

(२१) भिल्लांनी शांतता राखावी म्हणून त्यांना जी अवांतर रक्कम दिली जात असे त्यास चौथ म्हणत असत. ही काही योगायोगाची गोष्ट नव्हे. पाहा – पेशवे दैनंदिनी, खंड – ३, पृ. १६२–३

(२२) पॉण्डेचरीचा भावी गव्हर्नर फ्रान्सिस मार्टिनने १६७० च्या मार्च महिन्यात सुरतला. फ्रेंच ईस्ट इंडिया कंपनीचे डायरेक्टर जनरल Monsieur Carron यांच्या समवेत भेट दिली. शहरावर शिवाजीमहाराजांचा हल्ला होणार असल्याची अफवा पसरली व गव्हर्नरने मि. कॅरॉन यांना शहराच्या तटबंदीच्या भिंतीची पाहाणी करावी व संरक्षणाची तरतूद करावी असे सांगितले. मि. कॅरॉन यांनी अनेक सूचना दिल्या. परंतु फ्रेंचांना तेथे काहीच केले नसल्याचे आश्चर्य वाटले आणि त्यांना संशय आला की, सुरतच्या गव्हर्नरबरोबर शिवाजींचा काहीतरी गुप्त करार झाला आहे.

(Martin, Memoire, fol. 92 R°)

(२३) २४ फेब्रु. १६८० च्या चोपड्याहून आलेल्या पत्रात असे म्हटले आहे की, शिवाजींचे सैन्य त्याला चौथाई देतील अशा गावांना मात्र त्रास देत नाही. बाकी ह्या भागात सरसहा त्याने जाळपोळ केली, ही त्याची नेहमीचीच पद्धत आहे. १९ डिसें. १६७० च्या पत्रातून समजते की, कारंजा सधन आहे, ते त्याने लुटले, तेथील सर्व लोकांना धरून नेले, जाताना नंदूरबारच्या

आसपासच्या सर्वांकडून वसुलाची चौथाई आपल्याला भरण्याबद्दल लिहून घेतले. ५ मे १६७८ च्या पत्रातून समजते, शिवाजीशी हुबळी विलायतेबद्दल चौथ देण्याचा त्याने तह केला आहे. तो देण्यासाठी नगररक्षणार्थ त्याला सैन्य द्यावे लागते (Factory Records, Vol. 107, fol. 91-92). याशिवाय कारवारचे २४ ऑगस्ट १६७८ चे Factory Records, Surat, Vol. 107, fol. 135, 136 मधील पत्र पाहा. शिवाजींच्या उत्तराधिकाऱ्यांनीसुद्धा १७०४मध्ये बेरच्या भागातून नियमित चौथ मिळत असलेल्या भागात शांतता आणि सुरक्षा राखली. पाहा – J. Scott, History of the Dekkan, Vol. II, p 105. परकीय व्यापाऱ्यांना देत असलेल्या वर्तवणुकीबद्दल सुरत येथील डच हे १४ नोव्हें. १६७० च्या पत्रात लिहितात, शिवाजीकडून असा निरोप आला की, तुम्ही शांत राहिल्यास तुम्हाला कोणतीही तकलीफ होणार नाही (India Office Transcripts of Dutch Records, English Transiution, Vol. 29, No. D.C.C. LX III). जिंकलेल्या शहरातील प्रजेच्या बाबतीत खालील पुरावा मिळतो. ६ ऑगस्ट १६७५ रोजी जॉन चाइल्ड आणि थॉमस मायकेल हे रायबागवरून लिहितात, ३० जुलैच्या सकाळी अशी बातमी आली की, शिवाजीच्या लोकांनी कोल्हापूर येथे गव्हर्नरला जबरदस्तीने पकडले आणि गावकरी पळून जात असता त्यांना संरक्षण देऊन शांत केले. Factory Records, Surat, Vol - 88, fol. 95

(२४) Elliot and Dowson, History of India. Vol. VII, P.P. 464

(२५) कित्ता Vol. VII, p 467

(२६) कित्ता p 468

(२७) कित्ता pp 530-1

(२८) मावजी आणि पारसनीस, तह, याद्या आणि सनदा पृ. १–४

(२९) Elliot and Dowson, History of India, Vol. VII p. 465

(३०) John Splinter Stavorinus, Voyages to the East Indies, Vol. III, pp - 140-1

(३१) Ranade, Rise of the Maratha Power, pp 223-5

(३२) खालील हस्तलिखित मजकूर – Rellacao da guerra que o Inimigo Marata fes no Estado da India, e dos progrecos della desde a dia seis de abril de 1737 the os primeiros de janerio de 1741 com algua's noticias das antecedencias e principios que teve origem a mesma guerra (Archtivo Ultramarino of Lisbon, fundo geral, No. 1605), the marathas began to demand sardeshmukhi (or as the portuguese writer calls it 'a decima parte de rendimento'). उत्तर फिरंगाणात १७१८ च्या सुरुवातीपासून मराठे सरदेशमुखीची मागणी करीत असत. पण ती १७३९ पर्यंत नव्हती. विजरई कोण्डे द सॅण्डोमिल याने ४०% देण्याचे कबूल केले होते. मराठ्यांचा सेनापती व्यंकटराव याने मुरगाव हे कोणत्याही किमतीस खरेदी करण्यासाठी तगादा लावला होता. साऱ्याच्या ४०% देण्यापेक्षा २० लाख रुपये देण्याचे विजरईने कबूल केले. ४०% म्हणजे २५% चौथ आणि १०% सरदेशमुखी, ५% गावदाला. फक्त १ हप्ताच देण्यात आला आणि जेव्हा मराठा सेनापती पोर्तुगीज प्रदेशामधे हल्ला करण्यास उतरला तेव्हा विजरई मार्क्विज दो लोरीकल यास त्या हल्ल्याला तोंड द्यावे लागले. पाहा – Relacam das victorias alcancadas na India contra o inimigo marata sendo viceroy daquelle Estado o Illustrissimo Excellentissimo D. Luiz Carlos Ignacic Xavier de Moneses conde da Ericeira eI. marquez do Lourical, pp 9-15

(३३) पेशवे दैनंदिनी खंड-२, पृ. २१

(३४) कित्ता खंड-९, पृ. २८०-८२

(३५) Pogson, History of the Bundelas - p. 23

(३६) कित्ता p.27

(३७) दिल्ली येथील मराठ्यांची राजकारणे यातील शिखांच्या 'राखी' या करवसुली संबंधीची अनेक पत्रे पाहा — Vol. I, p 181 and for their demand of fifty percent of the revenue, see vol. I, pp 206-7

(३८) Aitchison, Treaties, Engagements and Sanads 1909, edition, Vol. V, p 59

(३९) सालबाई आणि वसई येथील तह आणि १७५५ मधील तह यापेक्षा ही गोष्ट स्पष्टपणे लक्षात येणारी आहे.

(४०) Aitchison Treaties Vol. VI, p 15

(४१) Elliot and Dowson, History of India, Vol. VII, p. 409. According to khafikhan, Tara Bai Demanded 9 percent of the revenue.

(४२) Scott, History of the Dekkan, Vol. II, p 151

(४३) मावजी आणि पारसनीस तह, याद्या आणि सनदा, पृ. ३-४

(४४) Scott, History of the Dekkan, Vol. II, p 152

(४५) भोसलेच फक्त ही खंडणी वसूल करत होते असे नाही, तर बहुतेक मराठा सरदार ती वसूल करत होते.

प्रकरण ३

सरंजामशाहीचे पुनर्जीवन

परंपरा लवकर लुप्त होत नाहीत. प्रत्येक देशात आणि प्रत्येक युगात सुधारकांना आपला मार्ग अवघड असतो. ते नेहमी समकालीनांच्या पुढे असतात आणि त्यांचे आदर्श व त्यांचे यश ते केवळ त्यांच्यावरच अवलंबून नसते. ख्रिश्चनांच्या नव्या कराराने आपले तत्त्वज्ञान व्यक्त करण्यासाठी आकान्त केला व खलिफा हे परमेश्वराचे प्रेषित आहेत, असा मुस्लिमांनी आपल्या तत्त्वज्ञानाचा फैलाव केला. ही गोष्ट जगाने स्वीकारावी यासाठीच हा अट्टाहास केला गेला. राजाच्या ठायी अत्यंत जिव्हाळयाची स्वामिनिष्ठा शिवाजीमहाराजांनी प्रोत्साहित केली. आपल्या लष्करामधे कडक शिस्त निर्माण करून मुलकी प्रशासनापेक्षा लष्करी प्रशासनास दुय्यम दर्जा देऊन एक ऐतिहासिक बदल घडवला आणि नवीन नेतृत्वाच्या मनात या नूतन क्रांतिदर्शी कल्पनेची निर्मिती केली. त्यांच्या अशा अपूर्व कल्पनांचा समाज बिनतक्रार स्वीकार करू शकला नाही. त्यांच्या या धोरणावर काही शंका उपस्थित झाल्या. त्यांच्या उत्तराधिकाऱ्यांना दुर्दैवाने एक तर दूरदृष्टी नव्हती आणि त्यांचे अपुरे कार्य पूर्ण करण्याची त्यांच्यात कुवत नव्हती. तेव्हा त्याने दिलेली एक नैतिक प्रेरक शक्ती संपुष्टात आली आणि जुन्या कल्पनांचे प्राबल्य वाढले व सरंजामशाहीने नव्या जोमाने नव्या उत्साही जीवनात प्रवेश केला.

संभाजीराजांना आपल्या वडिलांचे कार्य पुढे न केल्याबद्दल दोष दिला जातो परंतु सरंजामशाहीचे पुनर्जीवन करण्यास ते जबाबदार नव्हते. ते शूर सेनानी होते; परंतु त्यांच्याजवळ वडिलांसारखी मुत्सद्देगिरी, दूरदृष्टी आणि ध्येयवाद नव्हता. ते सैन्यामध्ये अतिशय लोकप्रिय होते. त्यांच्या शिस्तप्रियतेबद्दल फारशी चर्चा नसली, तरी त्यांनी वंशपरंपरागत पद्धतीने लष्करात कोणत्याही नेमणुका करण्यास उत्तेजन दिले नाही. त्यांना आर्थिक अडचणी मोठ्या होत्या आणि वेळेवर पगार देणे कठीण होते. त्यामुळे आपल्या वडिलांच्या लष्करातील व्यवस्था ढिली पडली. सैन्याने केलेली लूट राज्याच्या मालकीची होण्यापेक्षा ती लष्कराकडे जाऊ लागली. यामुळे शिस्त ही कमकुवत झाली. पण

संभाजीराजांना त्याचे फारसे काही वाटले नाही. आपल्या सेनाधिकाऱ्यांसाठी सरंजामशहाकडून काही मदत घेऊन आपले आर्थिक प्रश्न सोडविण्याचा त्यांनी प्रयत्न केला नाही आणि तशा तऱ्हेचे प्रोत्साहनही ते देऊ शकले नाहीत, परंतु त्यांच्या मृत्यूने मात्र ते काम केले. ते हुतात्मा झाले. त्याचवेळी नैतिक धैर्य खचलेले त्यांचे लोक एका धार्मिक भावनेने पेटून उठले आणि त्यांचा मृत्यू ज्वलज्ज्वलनतेजस असा ठरला!

संभाजीमहाराजांच्या मृत्यूनंतरचा काळ हा नि:शंकपणे आणीबाणीचा होता. परंतु तो पूर्णपणे निराशाजनक नव्हता. हे खरे आहे की किल्ल्यामागून किल्ले जात होते आणि नवा राजा राजाराम याला इकडील संरक्षणव्यवस्था इतरांच्या हाती सोपवून जिंजीसारख्या दूरच्या ठिकाणी जावे लागणार होते. औरंगजेबाचे यासाठी आभारच मानावयास हवेत, की त्याने मराठ्यांमधे एक नवे चैतन्य निर्माण केले आणि आदिलशाही व कुतूबशाही स्वत:कडे घेतल्यामुळे तिकडे जाण्याचा तिहेरी मार्ग बंद केला. युद्ध करणाऱ्यास आपलासा करण्यासाठी जिझीया कर त्याच्या माथी मारणे योग्य नव्हते आणि ते फार काळापासून एक धार्मिक शोषणच होते. दुर्दैवाने राजारामांचे व्यक्तिमत्त्व त्यांच्या वडिलांप्रमाणे आकर्षक नव्हते, आपण सर्वश्रेष्ठ युद्धनेते बनून दोन ब्राह्मण अधिकाऱ्यांना त्याने आपले अधिकार अशा महत्त्वाच्या काळात वापरण्यास परवानगी दिली. प्रल्हाद निराजी आणि रामचंद्रपंत हुकूमतपन्हा यांच्यावर सोपविलेली कामगिरी ही सैन्यशक्ती कमी असल्याने अत्यंत अवघड अशी होती आणि मुघल साम्राज्याच्या पाठीवर असलेल्या प्रचंड सैन्यबळाला तोंड देणे कठीण होते. औरंगजेबाच्या धोरणातील चुकांचा फायदा मराठ्यांना जरूर मिळाला; परंतु शिवाजीमहाजांच्या काळातील स्वामिनिष्ठा ही, राजारामांजवळ नव्हती एकंदर परिस्थिती पाहून त्याला अनेक सवलती देऊन विकत घ्यावी लागली. परिणामत: मुघलांचा प्रदेशसुद्धा जहागीर म्हणून देण्यात आला आणि जहागीरदारांना खूश ठेवावे लागले. शिकार हाती लागण्याआधीच कातड्याचा सौदा केला. जुनी शिस्त ही त्वरेने कालबाह्य झाली. संताजी घोरपडे हा अधिकारी स्वामिनिष्ठ राहिला.[१] त्यासैनिकी सुधारणा मोडीत निघाल्या होत्या, तरीसुद्धा संताजी घोरपड्यांनी मराठी राज्य वाचविले. राजारामाच्या मृत्यूनंतर राजसत्ता ही हळूहळू ढासळू लागली. त्याच्या दोन अज्ञान मुलांनी सरंजामशहांना अधिकार आणि विशेष हक्क वाढवून देऊन सुसंधी प्राप्त करून दिली. शाहूंच्या आगमनाने तर त्यांना अधिकच संधी प्राप्त झाली. शाहूंचा राजगादीचा अधिकार ताराबाई आणि त्यांच्या पक्षाकडील लोकांनी नाकारला. त्यांच्यात यादवी युद्ध झाले आणि त्याचा मुघलांना फायदा झाला. सरंजामदारांनी राजाची गरज आणि कमकुवतपणा याचा उपयोग करून घेताला. दमाजी थोरात, उदाजी चव्हाण, कान्होजी आंग्रे यांनी शाहूंच्या प्रदेशात धुमाकूळ घालून चौथ वसूल केला. या मातब्बर लोकांना ग्रॅण्ड डफने 'दुष्ट आणि लुटारू' असे म्हटले आहे. ही माहिती त्याला सातारा दप्तरातून मिळाली. ते स्वत:स कोल्हापूरचे मांडलिक

समजत असत आणि आपण शाहूच्या सत्तेच्या पाठीमागे उभे आहोत असे समजत. परिणामत: शाहूंचा पक्ष विजयी म्हणून उदयास आला व कोल्हापूरच्या चुलत घराण्याची सत्ता ही छोटे राज्य ठरले. त्यांना दक्षिणेकडे राज्यविस्तार करण्यास व मालवण येथील बंदरावरून समुद्रात वावर करण्यास मोकळीक झाली. शाहूंचे यश आणि साताऱ्याची सत्ताप्राप्ती हे सरंजामशाहीच्या पूर्ण पुनर्जीवनाचे लक्षण झाले.

शाहूंच्या यशामध्ये इतरांपेक्षा बाळाजी विश्वनाथ यांचा मोठा वाटा होता आणि आपल्या मुत्सद्देगिरीवर कान्होजी आंग्रे याच्याशी युद्ध न करता त्यास नमविले. कान्होजी आंग्रे यांनी आपली निष्ठा शाहूंच्या चरणी वाहिली, परंतु आपला सरंजाम आणि आरमारी सत्ता तशीच राखली. कदाचित बाळाजी विश्वनाथाने लष्करप्रमुखांशी अशा तऱ्हेने समेट करून अंतर्गत शांतता राखण्याचा नवीन मार्ग सुचविला आणि आपले लक्ष परकीयांकडे वळविले. आपल्या स्वामींसाठी त्याने चौथ आणि सरदेशमुखीच्या सनदा मिळविल्या; हे काहीसे मोह उत्पन्न करणारे किंवा काहीसे खात्रीचे प्रलोभन अशा लोकांसाठी होते की जे शाहूंशी स्वामिनिष्ठ राहून त्याची सत्ता मान्य करतील. सरदेशमुखी हे राजाचे वतन होते, तो अधिकार नव्हता व चौथचा चौथा भाग हा राजासाठी राखून ठेवला जाई; त्यास 'राजबाबती' किंवा 'राजाची खाजगी बाब' असे म्हटले जाई. उरलेला चौथचा तीनचतुर्थांश भाग शाहूंच्या इतर लोकांस दिला जाई. सहा टक्के हिस्सा ज्याला मराठीत 'साहोत्रा' असे म्हणतात, तो सचिवासाठी असे तर दुसरा तीन टक्के भाग 'नाडगौंडी' तर उरलेल्या भागास 'मोकासा' असे म्हणत. तो जे लोक राजासाठी सैन्य बाळगत आणि ज्या ज्या वेळी गरज लागेल त्या त्या वेळी त्यांना सैन्याच्या खर्चासाठी म्हणून दिला जाई. बाळाजी विश्वनाथांचे नियोजन या ठिकाणीच थांबले नाही. निरनिराळ्या सेनाधिकाऱ्यांमध्ये झगडे होऊ नयेत यासाठी त्याने त्यांची कार्यक्षेत्रे ठरवून दिली. खानदेश आणि बालाघाट पेशव्यांसाठी राखून ठेवला. बागलाण आणि गुजरात हे सेनापतीसाठी बेरार म्हणजे वऱ्हाड आणि गोंडवन आणि गोंडवन व पूर्वेकडील सर्व प्रदेश सेनासाहेब सुभा यासाठी, तर सरलष्कर यांच्याकडे गंगधडी आणि औरंगाबाद सुभा. निरा आणि वारणा यामधील प्रदेश प्रतिनिधींच्याकडे सोपविला.[२] या प्रदेशातील चौथ वसूल करण्याचा त्यांना अधिकार देऊन तो प्रदेश आणखी पुढे वाढविण्यासही त्यांना मुभा देण्यात आली. राजाच्या खजिन्यात त्यांनी योग्य तो वाटा भरावा आणि काही कारखान्यांचा (खात्यांचा वा विभागांचा) खर्च चालवावा. याशिवाय त्यांनी आपल्या जहागिरीचा परकीयांशी संबंध ठेवण्यास त्यांना राजाचा कोणताही अडथळा होत नसे. त्यामुळे राज्यात आणि बाहेरही शांतता राखली जाई. हे सरंजामदार स्वायत्त सत्ताधीश होऊ नयेत म्हणून त्यांच्या प्रशासनात राजाकडून माणसे नेमली जात. राजाचा चिटणीस आपला माणूस त्यांच्याकडे पाठवी. तसेच फडणीस आणि पोतनीस हेही त्यांच्याकडे पाठविले जात. राजाला यापुढे लष्करी खर्चासाठी किंवा

सैनिकांच्या पगारासाठी कोणतीही काळजी करावी लागत नसे. 'सरदेशमुखी' व 'बाबती' यातून राजाचा खाजगी खर्च भागविला जाई. अशी लष्करी सरंजामशाही राज्यात तयार झाली.

स्पेनने अशा सारखीच योजना आखली होती. कोर्टेस आणि पिझारो यांना साहस दाखवण्यासाठी त्यांच्या स्वत:च्या खर्चाने सुसज्ज असे सैन्य ठेवून मोहिमा करण्यास परवानगी दिली होती. राजा गृहकलहांमुळे व्यापला होता; त्याच्याजवळ वेळही नव्हता आणि दूर पल्ल्याच्या मोहिमा आखण्यास त्याच्याजवळ साधनेही नव्हती. ज्या ठिकाणी पैसा आणि माणसे खर्ची पडणार आहेत, अशा शंकास्पद गोष्टीस खाजगी शक्तींना मोहिमा करण्यास उत्तेजन दिले जात होते. अशा मोहिमा करणारे नेते लष्करी अधिकार मागत असत आणि त्यांनी जिंकलेल्या प्रदेशातून भरगच्च बक्षीस द्यावे लागे. राज्याला कोणतीही जबाबदारी न स्वीकारता फायदाच होई. येथे स्पेनबरोबरची साम्याची बाब संपते. असे खास दिलेले अधिकार हे वंशपरंपरागत दिले जात नसत. स्पॅनिश सरकार नवीन जिंकलेल्या राज्यात खास मंडळ पाठवून त्यांच्या अधिकारांना लगाम लावण्याची काळजी घेत असे. येथे आणखी एक गोष्ट नमूद करतो की, भारतात पोर्तुगीजांनी हीच पद्धत अवलंबिली. वसई आणि मुंबई जवळील बराचसा प्रदेश त्यांनी लष्करी अधिकाऱ्यांना आणि इतरांना दिला. त्या मोबदल्यात पोर्तुगालच्या राजाच्या लष्करी प्रशासनात नोकरी करण्यास बांधून घेतले. अशा तऱ्हेची नोकरी म्हणजे उपकाराच्या ओझ्यातून एक प्रकारची मुक्तताच होती. मराठ्यांच्या लष्करी प्रशासनात एक गोष्ट उघडच होती ती अशी की, तेथे अधिकाराची सुसूत्रता राहिली नाही आणि वंशपरंपरागत हक्क प्राप्त झाल्याचे गृहीत धरले गेले. लष्करी अधिकाऱ्यांच्या हातात त्यांची योग्यता नसतानाही प्रशासकीय अधिकार दिल्यामुळे परिणामत: लष्कराची कार्यक्षमता कमी झाली.

सेनापती हा नियमाने सेनाप्रमुख म्हणून होता. परंतु त्याची जागा पेशव्यांनी घेतली. शिवाजीमहाराजांची अशी योजना होती की, जुन्या विजयनगर राज्यातील[३] दलवाहीप्रमाणे पेशव्याने मोहिमांचे नेतृत्व करावे. परंतु राजाराममहाराजांच्या कारकिर्दीत अत्यंत शूर अशा संताजी घोरपडे आणि धनाजी जाधव यांच्यासारख्या कार्यक्षम सेनापतींकडे नेतृत्व असल्याने आणि त्यांनी दाखविलेल्या शौर्यामुळे पेशव्याने याविषयीच्या अधिकारात ढवळाढवळ केली नाही. शाहूने चंद्रसेन जाधव याची त्याच्या वडिलांच्या मृत्यूनंतर सेनापती म्हणून नेमणूक केली. नंतर तो निजामाला मिळाला व त्याच्या जागी खंडेराव दाभाडे याची नेमणूक झाली.[४] अत्यंत शूर असा त्याचा मुलगा त्र्यंबकराव यास पहिल्या बाजीरावाने उभईच्या लढाईत ठार मारले. त्यानंतर मराठ्यांच्या इतिहासात सेनापतिपदावर कोणीही राहिले नाही. परंतु दाभाड्यांची जहागीर त्यांच्याकडे चालत राहिली. जेव्हा त्यांच्या घराण्यातील जहागिरीचा त्यांचा वारसा हक्क हिरावून घेण्यात आला, तेव्हा पेशव्यांनी

गायकवाडांना गुजरातमध्ये 'सेना खासखेल' हे पद देऊन त्यांचा औरस हक्क बहाल करून आपली जबाबदारी पूर्ण केली. वेगवेगळ्या प्रसंगी रामचंद्र जाधव आणि मुराररराव घोरपडे यांना सेनापतिपदावर नेमले. दोघांचाही तो वारसाहक्क होता. पण त्यानंतर हे पद नामधारीच राहिले.

श्रेणीने सरलष्कर, सेनासाहेब सुभा आणि सेना खासखेल हे सेनापतीपेक्षा कनिष्ठ दर्जाचे अधिकारी होते. परंतु हे सांगणे कठीण आहे की, यांपैकी कोणाचे कोणावर वर्चस्व होते. सरलष्कर हे पद इतर दोन पदापेक्षा जुने होते. खासखेल पद सेनापतीच्या कुटुंबातील कनिष्ठ व्यक्तीस दिले जाई. सेनाधुरंधर व सेनाबहादूर[५] ही पदे भोसले घराण्यातील कनिष्ठास दिली जात. तर सेनासाहेब सुभा हे उच्च पद ज्येष्ठास दिले जाई. या सर्वांना जहागीर दिली जाई व त्यातून त्यांनी काही सैन्य ठेवून त्याचा खर्च भागवावा असे. हे सन्मान राजाराम आणि शाहू यांच्याकडे प्रकर्षाने आलेल्या जुन्या घराण्यांतील लोकांनाच दिलेले दिसतात.

ही पद्धत व्यवस्थित चालू राहिली नाही. भांडण–तंटे होऊ लागले आणि मग ती टाळण्याची गरज भासू लागली. पेशवे सेनापतीला विसरले. दाभाडे हे गादीशी प्रामाणिक राहिले नाहीत. गायकवाड आणि भोसले यांची पेशव्यांवर फार निष्ठा नव्हती. पेशव्यांना मग त्यांनी राखून ठेवलेल्यावर अतिक्रमण करणे भाग पडले. पण या चुकीपासून पेशव्यांना धडा शिकावा लागला. ज्यांनी त्यांच्या राज्याचा विस्तार केला त्यांना नवीन जहागिऱ्या, त्यासुद्धा जुन्यापेक्षा अधिक प्रमाणात अशा होत्या.

नवीन योजनेत राजाचे इतर हक्क, सरदेशमुखी आणि बाबती याला काही स्थान राहिले नाही. जिंकलेल्या प्रदेशातील खंडणी किंवा सारा हा पेशवे आणि त्यांचे सरदार यांच्यात वाटला जाई. सरदारांना त्यांच्या विशिष्ट कामगिरीबद्दल सरंजाम किंवा जहागिरी दिली जात असे. पेशवे जुन्यांचा फारसा विचार करीत नसत. अनेक सरदारांना राजाच्या कृपादृष्टीमुळे थेट राजाकडून जहागीर मिळेल, असे अनेक सरंजाम निर्माण झाले होते. त्याचे अनेक प्रकार होते आणि त्याचे प्रमाणही वेगवेगळे होते. तसेच त्याचे महत्त्वही विशिष्ट होते. एक हजारापासून बावीस हजारांपर्यंतचे पायदळ किंवा घोडदळाचा मुख्य म्हणून त्याची श्रेणी ठरलेली असे. १८११–१२ मधील मध्य भारतातील पेशवे, शिंदे, होळकर, बुंदेले हे वरिष्ठ सरदार वगळता ६० सरंजामदारांची यादी पहावयास मिळते.[६] त्यांची पदनामे ही सर्वांसाठी एकच नव्हती. वरील कागदपत्रातील उल्लेखावरून असे दिसते की, नीळकंठ माधव पुरंदरे यांना दोन लाख रुपये व ५०० स्वार असा सरंजाम होता. तर सदाशिव माणकेश्वर यांना तितकेच घोडेस्वार, पण अडीच लाखाचा सरंजाम होता. छत्रसिंग टोके यास वीस हजार रुपये व तीस स्वारांचा सरंजाम होता, आनंदराव थोरात यास चौदा हजार रुपयेपेक्षा अधिक सरंजाम नव्हता. रघुजी आंग्रे याचा सरंजाम साठ हजार रुपये व एक घोडा असा होता. पानसे यांना चाळीस हजार रुपये व दोन घोडे

हा सरंजाम होता. आंग्रे हे वंशपरंपरगत सरखेल (वजारतमाव) होते, तर पानसे हे पायदळाचे प्रमुख होते आणि त्यांना घोडदळाचे प्रमुख म्हणून काम करण्याची गरज नव्हती. सरंजामाचे मूल्यमापन त्या–त्या व्यक्तीच्या स्वाभाविक गुणधर्मावर अवलंबून असे. प्रत्येकाच्या कार्याचे मूल्यमापन होऊन ते त्याला दिले जाई. हे तत्त्व मध्यभारतात आणि दक्षिणेकडेही पाळले जाई. मल्हारराव होळकर यांना बावीस हजार स्वारांसाठी ९५ लाखांचा सरंजाम दिला होता. तर आनंदराव पवार १५,००० घोडेस्वारांसाठी ४५ लाख रुपयांचा सरंजाम घेत होते.[७]

कागदावर ही गोष्ट साधी, पण बहुमानाची वाटते. प्रशासकीय कारभार आणि संरक्षणव्यवस्था ही राजाची जबाबदारी सरंजामदाराकडे सोपविली गेली होती. राजसत्तेत आपणास विशिष्ट स्थान असण्याची त्यांना अपेक्षा होती. त्यांना अशा चौकटीबद्दल योजनेनुसार काम करावे लागे आणि त्यांच्या मदतीसाठी नेमलेल्या प्रशासकीय अधिकाऱ्यांना ते दूर करू शकत नव्हते. तसेच पेशव्यांनी घालून दिलेल्या पद्धतीत ते कोणताही बिघाड आणू शकत नव्हते. या योजनेनुसार बाळाजी विश्वनाथ पेशव्यांच्या परवानगीने ज्या सरदाराने युद्धमोहिमा केल्या, त्यामुळे त्यांचे महत्त्व वाढले व राज्यविस्तारही झाला. संज्ञा या सामान्यपणे तंतोतंत आणि संदिग्ध असत. महिपतराव कवडे यांना १७६२–६३मध्ये दिलेल्या सनदेतून हे लक्षात येते. महिपतराव यास २५०० स्वारांचा सरंजाम दिला होता आणि नंतर त्याने आणखी १००० स्वार ठेवण्यासाठी सरंजामाची मागणी केली. प्रत्येक स्वाराला वार्षिक २५० रुपयांचा तनखा असे. त्यात सर्वप्रकारचे खर्च असत. महिपतरावाला आपल्या जहागिरीच्या उत्पन्नातून त्याच्या पदरी असलेल्या प्रशासकीय अधिकाऱ्यांना खालीलप्रमाणे वार्षिक तनखा द्यावा लागे.

दिवाण	५००० रुपये
खासनीस	५००० रुपये
फडणीस	९५० रुपये
सबनीस	४०० रुपये
दफ्तरदार	३५० रुपये
चिटणीस	४०० रुपये
पारसनीस	२५० रुपये
जामदार	३०० रुपये

वरील अधिकारी हे 'दरखदार' या पदनामाने ओळखले जात आणि सरंजामदारावर त्यांचे बंधन असे. त्यांनी आणखी तीन कारकून ३५०, ३०० आणि २५० असा वार्षिक

पगार देऊन ठेवावेत, अशी अपेक्षा असे. तो मुख्य असल्यामुळे त्यास एक विशेष महत्त्व असे. त्याचे स्वत:चेही काही सरंजामदार असत, असा तर्क करता येतो. त्याला त्याच्या प्रशासनासाठी काही कर्मचारी ठेवावे लागत. त्यासाठी त्याला २००० रुपयांची जादा तरतूद करावी लागे.[८]

सरंजामदाराला त्याच्या कुटुंबासाठी एक स्वतंत्र गाव असे. त्याला दिलेल्या विशिष्ट सरंजामाची हजेरी ठेवावी लागत असे. तसेच मिळालेल्याची पोहोच द्यावी लागे. नंतर त्याला सारा कापून देऊन मुलकी नोकर वर्ग व लष्कर यांचा खर्च तसेच स्वीय खर्च हा २५००० रुपये निश्चित केला जाई व उरलेली रक्कम सरकारी खजिन्यात भरावी लागे.

प्रत्यक्षात सरदार राज्याशी प्रामाणिक राहात नसत. ठरलेल्या संख्येप्रमाणे सैन्य ठेवले जात नसे. पेशव्यांनी ठरवून दिलेल्या वेतनश्रेणीप्रमाणे नेहमीच वेतन दिले जात नसे. घोड्यांची संख्या आणि घोड्यांची प्रतही दर्जेदार नसे.[९]

पेशव्यांची घोड्यांची प्रत ठरविण्याची एक विशिष्ट पद्धत होती– पहिल्या वर्गाचा, दुसऱ्या वर्गाचा, तिसऱ्या वर्गाचा आणि निरुपयोगी. बाळाजी बाजीरावच्या कारकिर्दीतील एका कागदपत्रातून समजते[१०] की, ४०० रु. किंमतीचा घोडा सर्वात चांगला, २०० रु. किंमतीचा मध्यम दर्जाचा तर १०० रु. किंमतीचा हा कनिष्ठ दर्जाचा असे. १०० रु. किंमतीपेक्षा कमी किंमतीच्या घोड्याची गणतीच केली जात नसे. घोडा चांगला आहे पण घोडेस्वार तयार नाही, त्याची गणना केली जात नसे. हा दर्जा मात्र दुसऱ्या बाजीरावाच्या कारकिर्दीत घसरला, हे बापूजी गणेश गोखले[११] यांना दिलेल्या सनदेतून समजते. १८१३–१४ साली ३०० रुपये किंमतीचा घोडा हा पहिल्या दर्जाचा, १५० रुपये किंमतीचा घोडा हा दुसऱ्या दर्जाचा असे. काही थोड्या कागदपत्रांतून सरंजामदारांच्या सैन्यात पहिल्या दर्जाचे घोडे फार थोड्या प्रमाणात असतात, असे आढळून येते. तिसऱ्या दर्जाचे आणि कनिष्ठ घोडे वापरू नयेत म्हणून तिसऱ्या दर्जाच्या घोडेस्वारांना स्पष्ट बजावले जाई; तरीसुद्धा ते संख्येने जास्त असत. १७६४–६५ मध्ये कर्नाटक मोहिमेच्यावेळी तुंगभद्रेच्या काठी गलंगनाथ येथे खंडेराव पवार यांच्या घोडदळातील ९६३ घोडे खालीलप्रमाणे होते.

२२१	पहिला दर्जा
३५०	दुसरा दर्जा
२३८	तिसरा दर्जा
१५४	कनिष्ठ

दुसऱ्या शब्दात सांगावयाचे झाल्यास २५% च जनावरे अपेक्षित दर्जाची होती.[१२]

हाच एक अपवाद नसून तीन वर्षांनंतर गोपाळ गोविंद पटवर्धन[१३] यांच्या घोडदळाचा विचार केला, तर बहुसंख्य घोडे हे अत्यंत कमी दर्जाचे होते. *त्यांचे एकूण घोडदळ हे ११,५२५ असे होते. त्यापैकी–*

२९५०	पहिला दर्जा
५६५३	दुसरा दर्जा
२५६६	तिसरा दर्जा
३५६	कनिष्ठ

१७८४–८५ मध्ये चिंतामण पांडुरंग पटवर्धन यांच्या १२८३ स्वारांपैकी[१४]

१३३	पहिला दर्जा
१०८८	दुसरा दर्जा
६२	तिसरा दर्जा

याठिकाणी विचार केला तर तिसऱ्या दर्जाची जनावरे नगण्य आढळतात. तर पहिल्या दर्जाच्या घोड्यांचे प्रमाणपण मोठे नाही.

घोडे जर चांगले नसतील तर घोडेस्वारसुद्धा चांगले असावेतच असे काही नसते. त्यांना क्वचितच नियमित वेतन दिले जाई. पेशव्यांच्या काळामधे घोडेस्वाराला साधारणपणे २५० ते ३०० असा वार्षिक पगार दिला जाई. १८०२–३ साली दुसऱ्या बाजीरावाने मुहम्मद जमालुद्दीन यास आपले सैन्य २००० पठाण नेमून वाढवावे आणि त्यांना प्रत्येकी ६०० रु. वार्षिक वेतन द्यावे असा अधिकार दिला.[१५] या रकमेतून मेलेल्या घोड्यांची भरपाई व जखमी घोड्यांसाठी काही रक्कम, तसेच दारूगोळ्याचा खर्च तोसुद्धा भरपूर केला जाई. पेशव्यांना पठाण अधिकाऱ्यांनी घातलेल्या अटी मान्य करून सैन्यसंख्या वाढवावी लागे. उदा. १८०४–५ साली ३८ रुपये प्रत्येक महिन्यास असा विशेष खर्च म्हणून मंजूर करावा लागला.[१६] सनदेमध्ये जरी पगार ठरवून दिलेला असला तरी सामान्य सैनिकास तो नियमित मिळत असेच असे नाही. हरिवंशाच्या बखरीतून असे समजते की, पटवर्धनांपैकी एका मुख्य व्यक्तीने प्रत्येक वर्षातील एक महिन्याचा पगार कापला होता, आणि ही गोष्ट फार मर्यादित स्वरूपाची असल्याचे समजले गेले.[१७] पेशव्यांचे महेश्वर दरबारचे दूत लिहितात, होळकरांनी आपल्या सैनिकांना सतत ५ वर्षे नियमितपणे पगार दिला नाही. शेवटी त्यांना यावर समाधान मानावे लागले की, त्यांची काही थकबाकी सोडून द्यावी लागली. काही रोख मिळाली, काही वस्तूरूपाने मिळाली आणि काही वरात किंवा हुंडीच्या स्वरूपात मिळाली.[१८] होळकरांना अशा तऱ्हेचा समझोता करण्यासाठी

तीव्र अशा 'धरण' आंदोलनास तोंड द्यावे लागले.[१९]

कारण स्पष्टच आहे. सरंजामदारांना दुहेरी काम करावे लागे. तो फक्त सेनापतीच नसे तर प्रशासकसुद्धा असे आणि याशिवाय आपल्या आधिपत्याखालील सैन्यासाठी अर्थपुरवठाही करावा लागे. ज्या–ज्या वेळी युद्धमोहिमेसाठी त्याला बोलाविले जाई, त्या–त्या वेळी त्याला नवीन सैन्य भरती करावे लागे व युद्धभूमीवर तातडीने जावे लागे. आपले मुख्यालय सोडताना शिलेदारांना 'नालबंदी' म्हणून आगाऊ रक्कम द्यावी लागे. त्याला शस्त्रास्त्रे, दारूगोळा तसेच वाहतुकीसाठी गुरे खरेदी करावी लागत. पेशवे सरकारकडून आगाऊ रकमेची तरतूद केली जात नसे. सरंजामदारांना वाटेल ते करून रक्कम उभारावी लागे. त्याने कर्जमागणी केली तर युद्धानंतर ते कर्ज फेडण्यास तो करारबद्ध असे. पण सर्वच मोहिमा या फायदेशीर नसत आणि युद्ध संपल्यानंतर त्याला युद्धखर्चाचा सर्व हिशोब पेशवे दरबारच्या हिशोबखात्यात द्यावा लागत असे. आर्थिक अडचणीतून सुटका होण्यासाठी तो इतर काही गोष्टींच्या अपेक्षा करीत नसे; परंतु आपल्या जहागिरीत वाढ होणे ही त्याची अपेक्षा असे. त्याला आपल्या कारभाराविषयीचा सर्व खर्चाचा अहवाल आणि आपल्या सैन्यासंबंधीची माहिती अधिकाधिक नियमितपणे द्यावी लागे. परंतु त्यात नेहमी दिरंगाई होत असे. यामुळे असे एक दुष्टचक्र सुरू झाले, लष्कराला मुलकी प्रशासनाची कार्यक्षमता कमकुवत करावी असे वाटे. परंतु यामुळे कमकुवत झालेल्या मुलकी प्रशासनाचा परिणाम लष्कराच्या कार्यक्षमतेवर होत असे. ही गोष्ट अनर्थकारक ठरे. शिंदे आणि होळकरांनी आपल्या प्रदेशातील भावी सारा आणि सुभेदारी त्यांना कर्ज देणाऱ्याकडे गहाण टाकून ते कधी–कधी पैसा उभा करीत असत.[२०] ही तात्पुरती तरतूद अरिष्ट पुढे ढकलण्याचे अखेरचे साधन नव्हते आणि एक दिवस उजाडे की त्यांना आपल्या सैनिकांचा पगार भागविणे कठीण जाई आणि आपल्या साऱ्याचा हिशोबही सरकारकडे देणे अवघड जाई. अशाच एकावेळी कागदपत्रांची व्यवस्थित पूर्तता न केल्यामुळे शिंद्यांना एकदम सात वर्षांचे हिशोब सरकारकडे सादर करावे लागले.[२१] आर्थिक अडचणींमुळे होळकरांना हळूहळू आपले सैन्य कमी करावे लागले. सप्टेंबर १७८५ च्या एका नोंदीतून समजते, की त्यांच्याकडे फक्त १५,००० पायदळ तर ४००० घोडेस्वार होते. काही लोकांनी शांततेच्या कालात थोडे सैन्य बाळगणे आणि पेशव्यांकडून मागणी झाल्यावर नवीन सैन्य भरती करावयाचे, हा उपाय आर्थिक अडचणीस तोंड देण्यासाठी वापरला. शासन या गोष्टीस नेहमी उत्तेजनच देत होते; त्यायोगे सरंजामदारांना खडे सैन्य न ठेवता सारा वाचविता यावा. शासनाची यावेळी अशी अपेक्षा असे की, सरंजामदारांमधे नेहमी आर्थिक बाजू समान व भक्कम असावी व ते आपल्या कर्तव्यापासून वंचित होऊ नयेत. एखादा आर्थिक दृष्ट्या दिवाळे निघालेला लष्करी सेवा देऊ शकत नसेल किंवा त्याची आर्थिक भरपाई करीत नसेल, त्यास कडक शिक्षा दिली जात नसे.[२२] १७६८मध्ये

मुधोळच्या मालोजी घोरपडे यांची जहागिर जप्त करण्याची आज्ञा दिली होती.[२३] त्यांनी लष्करी सेवा दिली नाही, त्याबद्दलची भरपाईसुद्धा दिली नाही. पण असे दिसून आले की त्या आज्ञेची अंमलबजावणी झाली नाही. एक वर्षानंतर त्या सरंजामदाराकडे १,७३,९०० रु. ही साऱ्याची रक्कम होती; तर १७९४ मध्ये तो ७७५ स्वारांनिशी निजामाविरुद्ध खर्ड्याच्या लढाईत लढल्याचे दिसते. एकदा सरंजामशाही पुनर्स्थापित झाली आणि वतन संस्कृतीचा उदय झाला व त्यामुळे उत्तम लष्करी नियोजनाच्या मार्गात एक अडचण निर्माण झाली. फेब्रु. १७८७ मध्ये मुराराव जाधव याची जहागिरदारी नष्ट झाली आणि तो राज्याच्या दृष्टीने कुचकामी ठरला.[२४] त्याच्या बहिणीच्या नवऱ्यास तिच्या घराण्यातील एका तरुण मुलास दत्तक घेण्यास परवानगी देण्यात आली आणि त्याला त्याच्या मामाचे अधिकार देण्यात आले. राज्याच्या सुधारणेच्या दृष्टीने अशा तऱ्हेची अधिकारपदे बदलणे हे फारसे फायद्याचे नव्हते. परंतु पेशव्यांनी सरंजामशाहीची परंपरा बंद केली नाही. कारण त्यांच्या योजनेला आणि इच्छेला बाधा येऊ नये.

अनेकवेळा अशा शक्तीला विरोध करण्याचा प्रयत्न करण्यात आला; पण या गोष्टी वळता येण्यासारख्या नव्हत्या, कारण ही चूक अतिशय घट्ट मूळ धरून बसली होती. पहिल्या बाजीरावाने त्र्यंबकराव दाभाडे याचा पराभव केला, या गोष्टीवरून हे लक्षात येते की, एकाच धन्याचे हे दोन चाकर आपापसात लढताना दिसतात. अशा एका पराभवामुळे सेनापतीची शक्ती खच्ची झाली असे म्हणता येणार नाही, कारण त्याला सक्षम उत्तराधिकारी नव्हता. डभईच्या लढाईत दाभाड्यांना पराभूत करून त्यांची जहागिरी संपविली, तरी त्याचा पूर्ण फायदा मिळाला असे नव्हे. त्याचप्रमाणे दमाजी गायकवाड हा ताराबाईंच्या पक्षाकडे मिळाला. त्यावेळी पेशव्यांनी त्याचा पराभव केला. पण दाभाड्यांना नेस्तनाबूत केले तरी गायकवाडांना चुरगाळणे सोपे नव्हते. या जुन्या सरदारांच्या आणि सैन्यप्रमुखांच्या झगड्यात पेशव्यांनी त्यांच्या निष्ठावंतांची काळजी घेतली. त्यांना मोठ्या जहागिऱ्या दिल्या आणि ती घराणी मोठी झाली. सुरुवातीस त्यांना त्यांच्या धन्याविषयी कृतज्ञता वाटत असे. परंतु मालकच पुढच्या पिढीबद्दल अतिशय मोहग्रस्त झाल्याचे उदाहरण देता येईल. पेशव्यांनी काहीही विचार न करता जहागीरदारांचा विस्तार केला आणि जहागीरदाराने आपल्या जवळच्या निष्ठावंतांना व अनुयायांना उपजहागिऱ्या मिळवून दिल्या.

त्यांची मुले व नातू हे आपली निष्ठा ढळू देत नसल्याबद्दलच्या खात्रीविषयी पेशवे जागृत होते. त्यांनी त्यांच्या आपापसातील द्वेषाला पायबंद घातला. शिंदे आणि होळकर हे मराठा राज्याचे उत्तरेकडील भक्कम खांब होते. परंतु त्यांचा एकमेकांशी सलोखा नव्हता आणि एक दिवशी उघडपणे त्यांनी एकमेकांविरुद्ध शस्त्रे उपसली. पेशव्यांचे धोरण हे दोन शेजारी सरदारांत तोडफोडीचे होते. इतकेच काय पण त्यांच्या भावाभावांतसुद्धा

तशीच तोडफोड असावी असे होते. त्यांनी मानाजी आणि संभाजी आंग्रे यांचा कलह, गोविंदराव आणि फत्तेसिंग गायकवाड यांच्यातील कलह याचा पूर्ण उपयोग करून घेतला. परंतु लष्करी सत्ता ही संशयावर आधारलेली असते आणि मत्सर फार दिवस राहात नाही. जेव्हा सरंजामदारांनी पेशव्यांच्या कुटुंबातील गृहकलहाचा आणि बेकीचा फायदा उठविला तेव्हा आपणच निर्माण केलेल्या या धोरणापासून मागे सरावे लागले. जेव्हा राज्य अंतर्गत कलहाने कमकुवत झाले, तेव्हा परकीय शक्तींनी त्यावर हल्ले सुरू केले. त्यावेळी शिंदे आणि होळकर यांनी आपली शक्ती दाखविण्यास कमी केले नाही. अशावेळी सर्व शक्तीनिशी प्रतिकार करणे व सामना देणे गरजेचे असताना भोसले (नागपूरकर) यांनी दुटप्पी धोरण स्वीकारले.

सरंजामशाही हे एकमेव मराठ्यांच्या त्रासाचे कारण नव्हते. राज्यविस्तार करताना तो हळूहळू किंवा पूर्णपणे सुरुवातीचा उत्साह टिकवून धरणे आणि एकसंघपणे राज्यासाठी उभे राहणे ही मूळ कल्पना ते विसरले. शिवाजीमहाराजांनी मराठ्यांना एक सार्वत्रिक हाक दिली होती (आवाहन केले होते). पहिल्या बाजीराव पेशव्यांशिवाय इतरांनी त्याचे बहुमूल्यत्व ओळखले नाही. शिवाजीमहाराजांची लष्करी सुधारणा तो पुढे नेऊ शकला नाही. पण हिंदुत्वाच्या मोहिमेसाठी मात्र तो पुढे उभा राहिला. शिवाजीमहाराजांच्या वेळच्या परिस्थितीत आणि वातावरणात फारच बदल झाला. मराठे हे फक्त त्यांच्या प्रदेशातच राहिले नाहीत, तर नर्मदा नदी ओलांडून साऱ्या हिंदुस्थानात त्यांचा संचार झाला. म्हणून बाजीराव पेशव्याने हिंदुपदपादशाही निर्माण करण्याचे आपले ध्येय जाहीर केले. शिवाजीमहाराजांना हिंदूचे राज्य स्थापन करावयाचे होते, परंतु त्यांनी मराठाराज्य निर्माण केले. त्यात फक्त हिंदूधर्म एवढेच नसून, मराठा हा वांशिक भागही होता. महाराष्ट्राबाहेरील हिंदूंची सहानुभूती मिळवण्यासाठी त्याने आपल्या कार्याचे वांशिक स्वरूप महत्त्वाचे असल्याचे सुचविले. औरंगजेबाने त्यांच्यावर लादलेला अन्याय, अमानवता ते विसरले नव्हते. त्यामुळे बाजीरावच्या मागे स्वेच्छेने बलिदान देण्यास ते सिद्ध झाले. मध्य आणि उत्तर हिंदुस्थानातील हिंदूंना त्याच्यात एक नवा प्रणेता दिसला. जयपूरच्या सवाई जयसिंहाने बाजीरावाच्या कार्यास गुप्तपणे पाठिंबा दिला आणि नंदलाल मंडलोईसारख्या[२५] जमीनदाराने उघडपणे त्याच्याशी सल्ला केला. बाजीराव पेशव्याची मोहीम आणि विजयाची घोडदौड जशी पुढे सरकू लागली तसे ते लक्षात आल्यावर मोगलांनी आपले दोन हिंदू सरदार गिरिधर बहादूर व दया बहादूर यांना माळव्यात पाठविले. या दोन सरदारांनी माळव्याच्या हिंदू राजांना मोगलांकडे वळवण्याचा प्रयत्न केला. सवाई जयसिंह याने नंदलाल मंडलोई यास २६ ऑक्टो. १७३१ रोजी उत्तेजनकारक व नवीन चैतन्य निर्माण करणारे पत्र लिहिले.[२६] "माळव्याकडील वृत्त आपणाकडून समजले आणि त्याची दखल मी घेतली आहे. बाजीराव बल्लाळ पेशवा दखखन याने २९ रबीलाखर यादिवशी कळविले की, आपल्या इच्छेप्रमाणे माळव्यात विजय मिळाला (२१/१०/

१७३१). दयाबहादूर हा त्यात पडला. त्यावेळी रावसाहेबजी, ठाकूर नरहरदासजी आणि मायारामजी वकील यांनी स्वत:हून आपली माणसे, पैसा, भाऊ, मुले आणि अधिकारी यांच्यासह मदत केली. परंतु बादशहाच्या सुभेदाराने मांडण्याच्या वाटेवर तीन सुरुंग पेरून ठेवले होते आणि २५००० सैन्य तयार ठेवले होते. त्यावेळी मराठ्यांचे काही लोक पुढे सरकत असता जखमी झाले. ते जर आणखी थोडे पुढे सरकले असते तर मांडवेकरांनी सुरुंग उडवून दिले असते व सर्व मराठा सैन्य खलास झाले असते. अशा अवघड परिस्थितीत रावसाहेब यांनी मांडव्याचा मार्ग बदलण्याची सूचना देऊन सैन्यास सुखरूपपणे दुसऱ्या मार्गाने म्हणजे भैरव घाटाने पोहोच केले. त्याची माणसे, मुलगा, भाऊ आणि अधिकारी सुरुंगाच्या स्फोटात त्याच्या डोळ्यांसमोर मेली. मी त्यास काय मदत केली त्याचे वर्णन कसे आणि किती करू? ते मला करताही येत नाही. वरील प्रकारे मला माहिती मिळाली आहे. परंतु याचे सविस्तर वृत्त तुम्ही मला दिले नाही. हजारो शब्दातून तुमचा गुणगौरव किती करावा. तुम्ही माळव्यातून यवनांना हुसकून लावले यामुळे धर्माची शान वाढविली जाईल आणि धर्म वाचला जाईल.''

असे म्हणावे लागते की बाजीरावची युद्धे ही धर्मयुद्धेच होती. हिंदूंची देवळे भ्रष्ट करणाऱ्या सिद्दी-पोर्तुगिजांविरुद्धचा त्याचा लढा हाही हिंदुत्वासाठीच होता. कारण पोर्तुगिजांनी हिंदूंचा अनन्वित छळ चालू ठेवला होता आणि त्यांना शांततेने जगून देत नव्हते. जेव्हा बुंदेल्याच्या राज्यास फरुकाबादच्या नबाब पठाणांकडून उपद्रव होऊ लागला. तेव्हा छत्रसाल बुंदेले यांनी हिंदूंचा नेता म्हणून बाजीरावकडे मदत मागितली. बाजीरावची प्रेयसी मस्तानी आपल्या धर्मबांधवांच्या धार्मिक भावना जाणत होती आणि बाजीरावसुद्धा अल्पसा सनातनी ब्राह्मण होता, हेही तिला माहीत होते.

बाळाजी बाजीराव हा त्याच्या बापापेक्षा बरा होता. मुत्सद्देगिरीत आणि शिपाईगिरीत तो पहिल्या बाजीरावपेक्षा कमी होता. मराठा राज्याच्या दुसरा निर्मात्याने जाणीवपूर्वक हिंदुत्वाचे धोरण बाजूला सारले. बाजीरावने माळवा आणि कोकण येथे युद्ध आणि समझोता किंवा सामिलीकरण असे धोरण राबविले. सामिलीकरणाचे धोरण हे सुरुवातीस खर्चिक असे होते व त्यामुळे लगेचच आर्थिक फायदा होत नसे. वेलस्ली याचे सामिलीकरणाचे धोरण हे आर्थिकदृष्ट्या फायद्याचे नव्हते आणि बाजीराव याने केलेल्या मोहिमा या त्या पद्धतीनेच फायदेशीर नसल्याचे दिसते, असे 'मिल' सांगून जातो. युद्धामुळे सारा मिळावा हे इंग्रजांचे धोरण होते. मराठ्यांनी ते स्वीकारले नाही, बाजीरावला त्यामुळे सतत पैशाच्या कमतरतेस तोंड द्यावे लागले. त्याला त्याच्या कर्जदाराकडून त्रास होत असे आणि त्यास शांतता मिळत नसे व नेहमीच ब्रह्मेंद्रस्वामींना पत्रे लिहून हे कळवावे लागे.[२७] बाळाजी बाजीराव याने आपल्या वडिलांचे धोरण बदलून युद्धामुळे फायदा कसा होईल हे पाहिले. एका पत्रातून तो आपण शिवाजीमहाराजांचे अनुयायी आहोत कारण शिवाजीमहाराज हे युद्धासाठी खर्च करीत व पैशासाठी युद्ध करीत असत.

शिवाजीमहाराजांना मुलूखगिरी करून आपल्या खजिन्यात भर घालण्याशिवाय पर्याय नव्हता, की ज्यायोगे नेहमीच्या खर्चास तोंड देता येईल. याशिवाय आपल्या वडिलोपार्जित सत्तेचा विस्तार करून त्यांनी आर्थिक बाजू सुधारली. बाजीरावाने उत्तरेत आणि दक्षिणेत सामिलीकरणाचे सहानुभूतिपूर्वक जे धोरण राबविले, ते त्याच्या मुलाने सोडून दिले. इतकेच काय पण मुस्लिमांविरुद्ध हिंदूंना एकत्र करण्याची एक चांगली आणि विशाल कल्पना निर्माण केली. त्याने सवाई जयसिंगाशी मैत्रीच्या नात्यातून पैसे मिळवण्यासाठी बोलणी केली. परंतु ती जबरीने मिळवण्यासाठी अनेक युद्धमोहिमा करून आपला खजिना परत भरण्याचा प्रयत्न केला. ही गोष्ट नाना पुरंदरेंच्या खालील शब्दातून स्पष्ट होते.[२८] ''माझ्या वडिलांनी भगीरथाप्रमाणे सोन्याचा पूर उत्तरेकडून दक्षिणेकडे गेली २४ वर्षे आणला. तो प्रवाह अजून वाहतो आहे. त्यामुळे राज्यकर्ते समाधानी आहेत. लष्करप्रमुख आणि माझे प्रिय मित्रही समाधानी आहेत. माझ्या वडिलांच्या आशीर्वादाबद्दल त्यांचे किती आभार मानावेत? या सुवर्णाच्या प्रवाहामुळे तहान वाढली. रघूजी आणि फत्तेसिंगबाबा यांनी पूर्वी दक्षिणेतून सुवर्णाचा प्रवाह आणला तो काही ठिकाणी खंडित झाला आणि काही काळ दक्षिणेतील हा प्रवाह थांबला. परमेश्वरकृपेने हा संपत्तीचा प्रवाह यावर्षी या लष्करात चांगला वाहतो आहे. परंतु पुण्याच्या मार्गावरील अनेक जमिनी उजाड झाल्या आहेत. त्यामुळे तो सर्व तेथेच खर्च होऊन जाईल. जर उत्तरेकडील आणि दक्षिणेकडील संपत्तीचे पूर एकत्र आणून तो महापूर पुण्यासमध्ये कोणताही खर्च न होता पोहोचेल, आणि मी कर्जमुक्त होईन व माझ्या श्रमाचे फळ मला या जगात आणि पुढील जन्मीही मिळेल. गंगेचा प्रवाह समुद्राला मिळतो आणि त्यामुळे जग वाचते. त्याचप्रमाणे हे पश्चिमेच्या आणि दक्षिणेच्या नद्यांचे प्रवाह या युगी लोकांचा फायदा करतील. सर्व नद्यांचे प्रवाह समुद्राला मिळतात, पण कावेरी ही फक्त लोकोपयोगी नदी आहे. संपत्तीच्या जरी या नद्या असल्या, तरी त्यांचा मुख्य कारणासाठी अल्पसाच उपयोग होतो. मात्र त्यांचा इतरांसाठीच मोठा उपयोग होतो. लोकांनी अंतर्मुख होऊन या गोष्टीतील बरेवाईटपणाचा विचार करून पुण्याचे नि:सत्त्वपण दूर करावे.'' पेशव्यांचे म्हणणे पारदर्शक आहे. पत्रातील अप्रत्यक्षपणे दर्शविलेले धोरण त्यातील तार्किक शेवटातून व्यक्त होते, आणि त्यातून एक निष्कर्ष निघतो तो असा, वडिलांचा हिंदू संघटनेचा विचार सोडणे व त्यायोगे मराठा सैन्याचे अराष्ट्रीयीकरण करणे असे होते.

बाळाजी बाजीराव आपल्या पूर्वजांप्रमाणे हिंदुत्वाच्या विचारांचा नेता होता. त्याने पवित्र अशा ब्राह्मणांना आदराची पत्रे लिहिली. त्यांना आर्थिक साहाय्य केले आणि काही पत्रांतून काशी आणि मथुरा या देवालयांचे मुसलमानांपासून झालेले नुकसान भरून काढावे, अशी अतिशय कळकळीची इच्छा व्यक्त केली. ब्राह्मण आणि संत हे केवळ हिंदूच नव्हते, ते पेशव्यांच्यावर व त्यांच्या कुटुंबीयांवर आशीर्वादांचा वर्षाव करीत असत.

हिंदू राजे हे मुस्लिमांविरुद्धच्या लढ्यात त्यांना मदत करीत असत. बाळाजी बाजीराव हा लष्करापेक्षा पैशाची जास्त काळजी करत असे. त्याच्या कारकिर्दीत त्याच्या रजपूत समाधर्मींकडून मराठ्यांच्या लष्कराचे फारच नुकसान झाले. सूड उगवावा यासाठी रजपुतांनी दक्षिणेकडील हिंदू सत्तेचे स्वागत केले. परंतु बाळाजी आणि त्याचे प्रमुख सरदार शिंदे आणि होळकर यांनी रजपूत राजांना दाखवून दिले की, मराठ्यांचे वर्चस्व हे तुमच्यासाठी एक नवीन धनी म्हणून मिळत आहे आणि ते तुमच्या भल्याचे ठरेल. ज्यावेळेला १७६० आणि १७६१ साली मराठ्यांना माणसांची आणि पैशाची तातडीची गरज लागली त्यावेळी रजपूत पूर्णपणे अलिप्त राहिले. त्यावेळी मुस्लिम राजे, विशेषत: उत्तरेकडील औधच्या नबाबासह ज्यांना मराठ्यांनी प्रयत्नपूर्वक संतुष्ट केले होते ते सुद्धा अफगाणाच्या निशाणाखाली एकत्र झाले. धाड घालणे आणि लूट करणे या स्वार्थी धोरणाचे अत्यंत वाईट परिणाम झाले. त्यामुळे मराठ्यांत तंटे–बखेडे व फाटाफूट झाली. पैशाकरिता पेशव्यांनी नागपूरच्या रघुजी भोसल्यांविरुद्ध बंगालच्या नबाबाला मदत करण्यास मागे–पुढे पाहिले नाही. रघुजीचे बाळाजीशी सुसंबंध नव्हते. परंतु नैतिकदृष्ट्या मुस्लिम प्रदेशात लढणाऱ्या मराठा सरदाराशी लढणे हे अनर्थकारक होते. बाजीरावाने सेनापतीच्या विरुद्ध लढण्यास परकीयांची मदत घेतली नाही, परंतु बाळाजी याने दिल्लीच्या बादशहापासून बंगालच्या सरदारांच्या संरक्षणासाठी मदत केली. आंग्र्यांचा नायनाट करण्यासाठी त्याने इंग्रजांची मदत घेतली. त्याच्या मुलाने त्याचप्रमाणे जानोजी भोसले याच्याविरुद्ध निझामअली याच्याशी हातमिळवणी केली. असंतुष्ट राघोबाने अपूर्व असा गुन्हा करून परकीय सेनेच्या मदतीने पुण्याची गादी मिळविली. बाळाजीला शिंदे आणि होळकर यांच्यातील मतभेदाबद्दल तीव्र दु:ख झाले आणि त्वरित राजपुतान्याबाबतीत त्यांनी समान धोरण ठेवावे, असे त्यांना बजावले. पण तो बंगालच्या बाबतीत ठेवलेले समान धोरण हे सोईस्करपणे विसरला, की ज्यायोगे स्वत:चीच भरभराट होणे शक्य होते.

मराठा सैन्यामध्ये सरंजामदारांची तैनाती सेना असली; तरी पेशव्यांचे आणखी सैन्यबळपण होते हे सांगण्याची गरज नाही. राजकीय ध्येयधोरणानुसार स्वाभाविकपणेच त्यांच्या व्यक्तिगत सैन्यरचनेत फेरफार झाले. शिवाजीमहाराजांना मराठा राज्य निर्माण करावयाचे होते. त्यांचे सैन्य मुख्यत: मराठी होते. त्याशिवाय दख्खनी मुस्लिमांची एक पठाण तुकडी त्यांच्या सैन्यात होती. ते सैनिक या धरतीचीच लेकरे असल्याने मुघलांपुढे वाकली नाही. एकेवेळी शिवाजीमहाराजांनी बुंदेल्यांची राजकीयदृष्ट्या सेवा नाकारली. हिंदुस्थानामधे हिंदूंचे वर्चस्व असावे अशी बाजीरावाने प्रतिज्ञा करून संपूर्ण देशातून आपल्या सैन्यासाठी नैतिक आणि प्रत्यक्ष असा पाठिंबा मिळविला. परंतु आपणास असा पुरावा मिळत नाही की, त्याच्या सैन्यात मराठेतर सैन्याचे मोठे प्रमाण होते. बाजीरावचे ध्येय असे होते की, उत्तर आणि दक्षिणेकडील दोन सोन्याच्या नद्या एकत्र करून पुण्याचा

खजिना भरावयाचा आणि एक मोठी सेना उभारून सतत लढत रहावयाचे. मराठ्यांना पूर्ण वर्षभर लढाईसाठी आपल्या घरापासून लांब राहणे पसंत नव्हते त्यामुळे बाजीरावने देशात आणि देशाच्या बाहेर भाडोत्री सैन्य निर्माण केले. शीख, रजपूत, सिंधी, कर्नाटकी एका बाजूस तर दुसऱ्या बाजूस रोहिले, अरब, ॲबेसिनियन्स, शुद्ध रक्ताचे व मिश्र रक्ताचे पोर्तुगीज की ज्यांना पोर्तुगीजच म्हणत.[२९] याशिवाय गोव्यातील धर्मांतरित लोकांनाही सैन्यात प्रवेश मिळे. ते तत्त्वहीन आणि निष्ठाशून्य असत. मराठ्यांच्यापेक्षा पेशवे आणि त्यांचे सरंजामदार यांच्याकडून त्यांना चांगला पगार आणि वागणूक मिळत असे. परिणामत: मराठ्यांचे लष्कर हे हळूहळू पूर्णपणे अराष्ट्रीय बनले. पेशव्यांच्या व्यक्तिगत सेनेत अरब आणि इतर परकीयांचाच भरणा अधिक झाला.[३०] होळकरांच्या सैन्यात भाडोत्री सैन्यापेक्षा पेंढाऱ्यांची संख्या अधिक झाली.[३१] आणि शिंद्यांच्या सेनेत मराठा सैनिकांपेक्षा औंधच्या पूर्वीच्या सैन्याची संख्या अधिक होती.[३२] त्यांना एक विशिष्ट ध्येय वगैरे काही नव्हते आणि ते निर्दयी वृत्तीचे होते. अशा या मराठेतर भाडोत्री सैन्याने देशाच्या कानाकोपऱ्यात मराठ्याचे नाव बदनाम केले. सारांशाने असे म्हणता येईल की, शिवाजींनी राष्ट्रीय सैन्य निर्माण केले. राजारामांच्यावेळी ते सरंजामी बनले आणि बाळाजी बाजीराव याने ते अराष्ट्रीयत्वाप्रत पोचविले. हा अराष्ट्रीय बाणा मराठ्यांच्या राज्यावरील शेवटचा दणका होता. सरंजामशाही ही वाईट होतीच, पण त्याहीपेक्षा परकीय भाडोत्री सैन्य उभारणे, हे अतिशय अनर्थकारक असे होते.

टिपा :

(१) खाफीखान म्हणतो, ''संताजी लहानशा अपराधालासुद्धा अतिशय कडक शिक्षा देत असे.'' पाहा Elliot and Dowson, History of India, Vol. VII, p. 359 राजारामांनी संताजी आणि धनाजी यांच्यातील मतभेद मिटविण्याच्या दृष्टीने काही केले नाही. अप्रिय अशा सेनापतींचा त्याच्या हाताखालच्या लोकांनी त्याग केला आणि एखाद्यावेळेस मृत्युदंड केला गेला तर राजा हा बघ्याची भूमिका घेत असे.

(२) मल्हार रामराव चिटणीस, थोरले शाहू महाराज यांचे चरित्र, संपा. का. ना. साने, तिसरी आवृत्ती, पृ. ४७

(३) दलवाही आणि पेशवा या संज्ञा एकाच अर्थाच्या आहेत. दोन्ही अधिकाऱ्यांची कामे सारखीच असत. वजीर आणि दलवाही यांच्यानंतर पेशवे पद निर्माण केले गेले असे मी मानतो.

(४) खंडेरावच्या अगोदर चंद्रसेनचा सावत्र भाऊ संताजी जाधव आणि मानसिंग मोरे हे होते. पाहा – इतिहाससंग्रह, पेशवे दप्तरातील सनदापत्रांतील माहिती पृ. ३४९.

(५) सेनाधुरंधर हे पद सेनासाहेबसुभा या पदापूर्वीचे आहे. राज्याभिषेकाच्या पहिल्या वर्षाच्या पत्रकात नमूद केल्याचे आढळते. पाहा – साने, पत्रे - यादी वगैरे. पृ. ३५८
पेशव्यांच्या काळात बिनीवाला या पदाधिकाऱ्याचे कामाचे स्वरूप तेच होते. खंडोजी भोसले

सेनाबहादूर याची सनद पाहावी. पाहा – इतिहाससंग्रह, पेशवे, दप्तरातील सनदा पत्रातील माहिती, पृ. ३८३–८४

(६) इतिहाससंग्रह, पेशवे दप्तरातील निवडक कागदपत्रे पृ. ४४–४६

(७) कित्ता

(८) साने, पत्रे यादी वगैरे पृ. ५४७–५४८

(९) पेशवे दैनंदिनी, खंड ९, पृ. ३१०–१४

(१०) पाहा – हरिवंशाची बखर, पृ. ८८

(११) पेशवे दैनंदिनी, खंड ३, पृ. १८३

(१२) इतिहाससंग्रह, पेशवे दप्तरातील निवडक कागदपत्रे, पृ. ८८

(१३) कित्ता पृ. ६१

(१८) इतिहाससंग्रह, महेश्वर दरबारची बातमीपत्रे, खंड – २, पृ. २२५

(१९) धरण म्हणजे तगादा लावण्याचा एक प्रकार होता. एखाद्याच्या दारात आपल्या मागणीसाठी बसून राहणे किंवा एखाद्याचा घोडा आडवून ठेवणे. यापैकी जे सोईस्कर असेल ते करणे. काहीवेळेला विष प्राशन करणे, काहीवेळेला हत्यार हातात घेऊन आत्महत्येचा प्रयत्न करणे. अशावेळी ब्राह्मण उपोषण करीत आणि काहीवेळा शिष्टाचाराचे उल्लंघनपण होई. कैद केल्यानंतरही उपोषण केले जाई आणि स्वत:चे समाधान होईपर्यंत धरणे धरले जाई. Lord Teignmouth, quotted by Forbes, Oriental Memoirs, Vol. II, pp 24-5. एका गोष्टीचा उल्लेख वरील बाबतीत करता येईल की, होळकरांना तीन दिवस त्यांच्या कर्जदारांनी अन्नपाणी घेण्यास अडथळा आणला. अशा तऱ्हेचे अनेक प्रसंग इतिहाससंग्रह, महेश्वर दरबारची बातमीपत्रे, खंड २, पृ. ११०–२४० वर पाहा.

(२०) या पद्धतीचे अनेक प्रसंग इतिहाससंग्रह, महेश्वर दरबारची बातमीपत्रे यांतून पाहावयास मिळतात. खंड २, पृ. ११० व पृ. २४०

(२१) साने, पत्रे-यादी वगैरे, पृ. ३१८

(२२) इतिहाससंग्रह, महेश्वर दरबारची बातमीपत्रे, खंड २, पृ. ८४

(२३) इतिहाससंग्रह, पेशवे दरबारातील निवडक कागदपत्रे, पृ. ६०

(२४) कित्ता पृ. ९२

(२५) गो. स. सरदेसाई, मराठी रियासत, मध्य विभाग, खंड १ ला, पृ. ३२५–३२७ दयाबहादूरने मंडलोईस लिहिलेली पत्रे पाहा. या पत्रांबद्दल नवीन संशोधनाद्वारे त्यांच्या खरे–खोटेपणाबद्दल शंका व्यक्त केली जाते. ती पत्रे अतिशय अव्यवस्थित असल्यामुळे, त्याबद्दलचे किरकोळ कारणावरून निष्कर्ष काढता येत नाही.

(२६) गो.स.सरदेसाई, मराठी रियासत, मध्य विभाग, खंड १, पृ. ३२८

(२७) राजवाडे, मराठ्यांच्या इतिहासाची साधने, खंड ३, पृ. २०–२१

(२८) सरदेसाई, मराठी रियासत, मध्य विभाग, खंड २, पृ. ५९,६०

(२९) रॉबर्ट ऑर्म याचे त्यांच्या शौर्याबद्दलचे मत अशिय चांगले नाही. पाहा – Military transactions in Indostan (1763 Edition), Vol. I, p.81

(३०) टोन म्हणतो (Tone Says), मराठ्यांच्या वेगवेगळ्या सेवेमधे अगदी थोडेच मराठा जातीचे लोक असत, आणि पायदळात तर फारच थोड्यांचाच समावेश असे. Iiiustrations of some Institutions of the Mahrattha People, 1818, P.44, सोलापूरजवळ कर्नल मन्रो याबरोबर लढाई झाली त्याची आकडेवारी खालीलप्रमाणे दिसून येते.

अरब	२,०००
मोहिला (रोहिला)	१,५००
सिंधी	१,०००
Gosaeans	७००
मेजर पिंटोचे पायदळ	१,०००
हिंदुस्थानी दक्षिणी पायदळ	४,०००
एकूण	१०,२००
घोडदळ	१,५००
एकूण	११,७००

G.R. Gleig, The Life of Sir Thomas Munro, Vol. I, footnote. P.

(३१) १७८३मध्ये चिमाजीराव बल्लाळ यास होळकर यांनी १००० ते १५०० गारदी, २००० ते २५०० घोडेस्वार व ६००० पेंढारी असे खास सैन्य दिले. पाहा – महेश्वर दरबारची बातमीपत्रे, खंड २, पृ. ४०

१७८७मध्ये शिंद्यांनी होळकरांकडे १००० स्वार व १०,००० पेंढाऱ्यांची मागणी केली होती (कित्ता पृ. १२१). यावरून हे लक्षात येते, होळकरांच्या सैन्यात पेंढाऱ्यांचे संख्याबळ मोठे होते.

(३२) महेश्वर दरबारची बातमीपत्रे, खंड १, पृ. १०–११ व खंड २, पृ. ११७.

प्रकरण ४

पायदळ व घोडदळ

कृष्णाजी अनंत सभासद म्हणतो की, शिवाजीमहाराजांच्या सैन्यामधे ४५,००० घोडेस्वार व १०,००० मावळ्यांचे पायदळ होते.[१] परंतु वेगवेगळ्या वेळी झालेल्या मोहिमांतील सैन्याच्या आकडेवारीवरून या आकडेवारीशी ताळमेळ बसत नाही. घोडदळ हे अतिशय खर्चिक असे. एक तर त्या घोडेस्वाराकडे चांगला घोडा, चांगली हत्यारे असावी लागत आणि त्यास पगारही जास्त द्यावा लागत असे. शिवाजीमहाराजांची युद्धे नेहमी डोंगरी प्रदेशात होत असत, त्यामुळे तेथे घोड्यांचा वापर कमी केला जात असे. ते नेहमी आपली माणसे दुर्गम अशा डोंगरी प्रदेशातून नेत असत, की ज्या ठिकाणी एकच मावळा त्या वाटेने जाऊ शकत असे. म्हणून कृष्णाजी अनंत यांची आकडेवारी ही अचूक असेल असे वाटत नाही. इंग्रजांच्या वखारींच्या तत्कालीन पत्रव्यवहारावरून काही आकडेवारी समजते. त्यातून शिवाजी महाराजांच्या घोडदळापेक्षा पायदळाची संख्या ही जास्त होती. १३ नोव्हें १६६८ च्या कारवार-सुरत यांच्या पत्रातून समजते की, ''शिवाजीराजांनी गोव्यावर मोहीम आखली असून त्यांच्या सैन्यात २००० घोडदळ व ८ ते १०,००० पायदळ आहे.''[२] हुबळीच्या जवळ १६७३मध्ये २००० घोडेस्वार व ४००० पायदळ असल्याचे कारवारच्या पत्रातून समजते.[३] १६७५मध्ये शिवाजीराजांनी फोंडा किल्ल्याला वेढा दिला, त्यावेळी त्यांचे घोडदळ हे ७००० व पायदळ २००० असे होते. ही घोडदळाची जास्त संख्या असल्याचे १४ एप्रिलच्या कारवारकरांच्या पत्रात त्यांनी लिहिले आहे.[४] १९ नोव्हेंबर १६७८ च्या पत्रातून राजापूरकर आपले मित्र मुंबईकरांना लिहितात की, विजापूरच्या सेनापतीने शिवाजीमहाराजांच्यावर हल्ला करण्याचे धाडस केले नाही, कारण शिवाजीराजांकडे पन्हाळा येथे १५,००० स्वार व २०,००० घोडदळ होते.[५] संभाजीराजांनी आपल्या वडिलांविरुद्ध बंडखोरी केली त्यावेळी त्यांच्याकडे थोडे सैन्य होते आणि ते वडिलांकडे पन्हाळा किल्ल्यावर जेव्हा परत आले तेव्हा त्यांच्याकडे ३०० घोडेस्वार व १००० पायदळ असल्याचे इंग्रजांच्या पत्रातून समजते.[६]

शिवाजीमहाराजांच्या नंतर मराठा सैन्यामधे घोडदळापेक्षा पायदळच जास्त असल्याचे दिसून येते. १७०७मध्ये धनाजी जाधवांच्या सैन्यामधे २५००० चे उत्कृष्ट असे पायदळ व ५००० चे घोडदळ असल्याचे बुंदेल्यांच्या बखरीतून समजते.[७]

पेशव्यांच्या कारकिर्दीत याच्या उलट परिस्थिती होती. मराठ्यांना आपले गृहसंरक्षण करण्यासाठी सिद्ध राहावेच अशी फारशी गरज नव्हती. आपला प्रदेश सुरक्षित राखण्यासाठी त्यांना परक्यांच्या राज्यात लढावे लागे आणि या दूरच्या मोहिमा या विशेषत: लूट करण्यासाठी असल्यामुळे त्यांना पायदळापेक्षा घोडदळ हे अधिक उपयुक्त असे. जून १७८७ च्या पोर्तुगीजांच्या एका कागदपत्रातून समजते की, ''पेशवे यांचे रणांगणावर ८० ते १ लाख घोडदळ, १०,००० पायदळ आणि ४० ते ५० तोफा आहेत.''[८] पेशव्यांच्या काही सरंजामदारांकडे पेशवाईनंतर काहीच पायदळ नसल्याचे दिसते. टोन म्हणतो, ''मराठ्यांच्या पायदळात त्याच्यावेळी भरती केली गेली नाही आणि बहुतेक पायदळातील सैन्यात बाहेरचेच लोक होते. मराठा पायदळाचा उपयोग विशेषत: भिल्ल, कोळी आणि इतर रानटी जमातींच्याकडून होणाऱ्या उपद्रवापासून संरक्षण करण्यासाठी केला जाई.[९]

शासनाकडून सैनिकांच्या नेमणुका केल्याचे पहिल्यांदा १७३४–३५ मधील एका छोट्या कागदातून आपणास समजते. ते असे की, त्र्यंबकराव सोमवंशी यांची सरलष्कर म्हणून नेमणूक झाल्याचे जाहीर करण्यात आले व जयसिंगाकडून आलेल्या अनेक लोकांच्या सैन्यात नेमणुका करण्यात आल्या.[१०] या लोकांना पायदळात कोणत्या अटीवर नेमण्यात आले हे मात्र समजत नाही. जयसिंगाने त्यांना पाठवावे म्हणून कळविण्यात आले काय किंवा तेच लोक स्वखुशीने इकडे नोकरीसाठी आले हे समजत नाही. सात वर्षांनंतर दोन अरबांना बाळाजी बाजीराव याने महिना ११ रु. पगारावर नेमले.[११] १७५०मध्ये राजे मुहम्मद या पायदळातील जमादारास खानदेशमधून ५० लोकांना भरती करून घेण्यासाठी पाठविण्यात आले होते. परंतु त्यांचा पगार मात्र प्रत्यक्ष पाहणी करून आणि कदाचित घासाघीस करून ७ ते ८ रुपये किंवा अर्धा रुपया असा देण्यासंबंधी सुचविण्यात आले.[१२] १७५३–५४ च्या एका अस्सल कागदपत्रात मुझफ्फरजंग,[१३] गारदी[१४] अधिकारी असा उल्लेख पहिल्यांदाच पाहण्यात येतो. त्यावेळी पेशव्यांना प्रशिक्षित सैन्याची गरज भासली असावी आणि म्हणून त्यांनी महाराष्ट्रेतर लोकांची भरती करण्याचा विचार केला असेल. त्यांच्या कामाबद्दल बाळाजी बाजीराव यांच्या पेशवेपदाच्या कारकिर्दीतील कोणत्याही कागदपत्रातून प्रकाश टाकला जात नाही.

पुढच्याच पेशव्यांच्या प्रशासनात नवीन पायदळाची भरती करण्याचा विशेष प्रयत्न केल्याचे दिसून येते. त्यात बहुसंख्येने शीख, अरब, ॲबेसेनियन, सिद्दी आणि इतर बिगर मराठा लोक आढळतात. १७७०–७१मध्ये सुमेरसिंग गारदी या अधिकाऱ्यास ४०० माणसे मासिक १२ ते १३ रुपये पगारावर नेमण्याचा अधिकार देण्यात आला. पण पगार

मात्र १० महिन्यांचा द्यायचा आणि काम मात्र वर्षभर करायचे अशी अपेक्षा करण्यात आली.[१५] अलीमर्दानखान या जमादारास ४०० माणसे त्यांच्या स्वत:च्या बंदुकांसह मासिक १६ रु. वेतनावर भरती करण्यास सांगण्यात आले. शेरसिंग या अधिकाऱ्याला त्याच्या अधिकारात दोन जमादार आणि १९८ शिपाई अनुक्रमे २५ रुपये व १२ रुपये या पगारावर नेमून घेण्याची आज्ञा देण्यात आली.[१६] आमदाबादच्या आप्पाजी गणेश यास ४०० सशक्त अरबांची मासिक १५ ते १६ रुपये पगारावर गरज होती. तसेच त्यास १५ रुपये पगारावर १०० ॲबेसिनियन्स व १५ ते १६ रुपये पगारावर १००० सिद्दी यांची गरज होती.[१७] देवीसिंग जमादार यास माणसांची परीक्षा घेण्यासाठी व आप्पाजी गणेश यास इतर जातींच्या हलक्या शस्त्रधाऱ्यांची नेमणूक न करण्याबद्दल ठेवले होते. हे एवढेच लोक परकीयांच्या चाकरीत नव्हते. तर आमदाबाद येथील शिबंदीत अनेक सिंधी लोकपण होते, असे गोदार्द (Goddard) म्हणतो.[१८] तर पोर्तुगीज लेखक लिहितात, गोव्यातून हाकललेल्या निग्रोंना सरहद्दीवरील मराठ्यांच्या सैन्यात भरती करण्यात आले[१९]; पण त्यांच्या पगाराच्या अटी वगैरे काय होत्या ते समजत नाही. १७८९–९०मध्ये पुण्याच्या पायदळात २५ रुपये पगारावर पोर्तुगीज सैनिकांची भरती करण्यात आली. त्यांच्या ख्रिश्चन साथीदारांना १५ रुपये पगारावर नेमण्यात आले. मात्र त्याच सैन्यदळामध्ये हिंदुस्थानी सैनिकाला ९ रुपये पगार मिळत असे.[२०]

या सर्व परकीय सैन्यामधे अरब हे शौर्य आणि धैर्य यांबद्दल प्रसिद्ध होते. ब्लॅकर म्हणतो, त्यांच्या जन्म ठिकाणावरून त्यांच्या सैन्यदलातील शक्तीचे प्रमाण मानले जात असे.[२१] प्रिन्सेफ हा या म्हणण्यासंबंधी लिहितो, ''अरब हे त्यांच्या देशात सैनिक म्हणून नोकरी करतात आणि त्यांना तेथे जो पगार मिळतो त्यापेक्षा पेशव्यांकडे इतर देशांपेक्षा अधिक पगार दिला जाई, अरेबियाच्या अरबाला १५ रुपये महिना, तर त्याच्या नंतरच्या इथे जन्मास आलेल्यास १० रुपये महिना, तर हिंदुस्थानी शिपायास ८ रुपये महिना आणि सगळ्यात कमी मराठा शिपायास व त्याच्या दख्खनी चेल्यास ६ रुपये असे वेतन दिले जाई.'' अशा प्रकारे अरबांच्या श्रेष्ठत्वाचे महत्त्व सिद्ध होते.[२२]

देशी सैन्यापेक्षा मराठ्यांच्या लष्करात परकीय सैन्य तितकेसे चांगले नसे. रॉबर्ट आर्म हा उपहासाने म्हणतो, ''गोव्याचे ख्रिश्चन सैनिक हे मराठ्यांच्या लष्करातच नव्हे तर इंग्रजाच्या ईस्ट इंडिया कंपनीच्या प्रशिक्षित सैन्य पथकातसुद्धा नोकरी करतात.'' तो म्हणतो, ''ते धैर्यात भारतीय सेनेतील कनिष्ठ जातीपेक्षा चांगले असत आणि वरिष्ठ जातीपेक्षा अतिशय खालच्या दर्जाचे असत.'' त्याचप्रमाणे उत्तरेतील मुस्लिम सैन्याच्या बाबतीतसुद्धा तसेच असे. परंतु ते शारीरिक परिश्रमामुळे होणाऱ्या व्यायामामुळे त्यांच्यात लगेच तयार राहण्याची वृत्ती होती आणि गणवेशवाल्या युरोपियन सैन्याइतकेच ते तत्पर असत.[२३]

पेशव्यांच्या सैन्यभरतीमध्ये अरब, ॲबेसिनियन, सिंधी, शीख व इतर मराठेतर

सैनिकांची नेमणूक त्यांचे स्वत:चे जमादार करीत असत. त्यांना शस्त्रे ही भरती करणाऱ्याने पुरवावी लागत किंवा त्यांना ती स्वत:ची बाळगावी लागत. त्यांचा पगार कोणत्या पद्धतीने ठरवायचा हे त्यांचा जमादार त्याच्या पद्धतीने निश्चित करीत असे. पण ते लोक पेशव्यांशी कितपत स्वामिनिष्ठ असत हे सांगता येत नाही.

पेशव्यांच्या घोडदळाचे चार विभाग होते. (१) खाजगी पागा (२) शिलेदार (३) एक्का किंवा एकंडा (४) पेंढारी. पेशव्यांची खाजगी पागा ही सर्वात चांगली असे. ती चांगली शस्त्रे आणि साहित्यांनी युक्त असून त्यांना थेट सरकारी तिजोरीतून पगार मिळे. पण त्यांची संख्या अल्प असे. काशिराज पंडिताच्या म्हणण्याप्रमाणे पानिपतला एकूण ३८,००० घोडदळापैकी ६००० पेक्षा अधिक 'खासेपागा' नव्हती.[२४]

१७४४–४५ मधील कागदपत्रातून पेशव्यांच्या घोडदळाचे स्वरूप आणि त्यांच्या सेवेसंबंधीच्या पद्धती कशा होत्या हे समजते.[२५] राणोजी भोसले या सेनापतीकडे सैन्यसंख्या ७०० अशी होती, त्यातील ९० बारगीर हे खासे पागेतील सरकारी हत्यारांसह होते. यातील ४४ बारगीर हे बंदूकधारी तर इतर सर्व भालेवाले होते. उरलेले ६१० हे सामान्य शिलेदार होते. यांना दरडोई दोन रुपये असा प्रत्येक आठवड्यास पगार दिला जाई; पण ज्यावेळेला लुटीच्या मोहिमा सुरू होत त्यावेळेला हे वेतन थांबविले जाई. यास अपवाद असा की, १२४ बंदूकधाऱ्यांना प्रत्येक आठवड्यास २ रुपये आणि ८ असा सहा आठवड्यांस पगार दिला जाई. यावरून एक अत्यंत महत्त्वाची गोष्ट लक्षात येते की, लढाईतील लुटीचा कसलाही हिस्सा सैनिकांना घेण्यास परवानगी नसे. ९० बारगीरांना सहा आठवड्यांत ४१३ रुपये देण्यात आले. परंतु त्यांचा रोजमुरा हा लुटीच्या मोहिमेत बंद केला नव्हता आणि त्यांच्या घोड्यांची खोगिरे लुटीने भरलेली असत. युद्ध न करणारे बरेचसे लोक त्यांच्या घोडदळात होते. राणोजी भोसल्यांच्या सैन्यात पाचपेक्षा कमी कारकून नव्हते आणि १८१ हुजरे होते. त्यांच्या सैन्यामधे ९ रिकिबदार, ५ नालबंद, ८ कारवान, ४ खिजमतदार, ३ वादक, २ टेहेळणीदार, ५ वस्तुसंग्राहक, २ कपडे सांभाळणारे, १३ पालखीवाले, २ खोगीरवाले, १ धोबी, १ चांभार, १ झाडूवाला, २ नगारावाले, ४ संदेशवाहक, १ बत्तीवाला, १ न्हावी, १ शिंपी, ७ पाणीवाले, २ अबदागीरवाले, २ तुतारीवाले, ४ माहूत, १ पोतद्दार, ९९ मोतदार होते. या लढाई न करणाऱ्या लोकांचा सरकारला कमी खर्च नसे त्यांतील बहुतेकांना ६ आठवड्याला तीन रुपये मिळत असत. ही रक्कम जर त्यांना वेळच्यावेळी मिळाली तर ते भाग्यवान ठरत.[२६]

मराठा सैनिकांना हा अतिशय कमी पगार मिळत होता. पण त्यांना जखमी झाल्यास बक्षिसाची किंवा नुकसानभरपाईची अपेक्षा असे. १७६३–६४मध्ये झालेल्या राक्षसभुवनच्या लढाईत जखमी झालेल्या वेगवेगळ्या जातींच्या २९ बारगीरांना व शिलेदारांना बक्षिसे देण्यात आली होती. ५ रुपये बाणांनी जखमी झालेल्यास, १०० रुपये तलवारीच्या वाराने जखमी झालेल्यास, लढाईत जखमी झालेल्या घोड्यांसाठी ५ रुपये

आणि त्यादिवशी कामी आलेल्या ३ सैनिकांच्या अंत्यविधीसाठी त्यांच्या नातलगांना खर्च देण्यात आला. धोका पत्करून मेलेल्या व्यक्तीचे प्रेत किंवा जखमी व्यक्तीस युद्धभूमीतून हालविण्याची जबाबदारी घेण्यास मराठे कचरत असत.[२७] शासन त्यांच्या मुलांना वाऱ्यावर सोडत नसे. त्यांची काळजी घेत असे. त्यांना 'बालपरवेशी' म्हणून वेतन दिले जाई. ज्यावेळी ही मुले वयात येत त्यावेळी त्यांना लष्करी सेवेत सामावून घेतले जाई.

जेव्हा घोडे जाग्यावर असत त्यावेळी त्यांना लागणारा चारा सरकारी कुरणातून मिळत असे आणि त्यांच्या सेवेसाठी विनामूल्य व्यवस्था केली जाई. १७७५मध्ये २२३ महार, ५४ मांग, ५२ चांभार आणि १० खोगीर दुरुस्त करणारे लोक, पारनेर, संगमनेर, पुणे, राहुरी, खेड, जुन्नर, नेवासे, करडे, गांडापूर, बेलापूर येथून या कामासाठी व खोगीर दुरुस्तीसाठी, दोरखंडे वळण्यासाठी व पेशव्यांच्या खाजगी घोडदळाचे खोगीर व लगाम दुरुस्तीसाठी मागवले होते.[२८]

शिलेदारांना आपल्या पगाराची नालबंदी म्हणून आगाऊ रक्कम मिळावी अशी अपेक्षा असे. पण मोहिमेमध्ये त्यांच्या उपस्थितीची खात्री नसल्यामुळे त्यांना तसे ते दिले जात नसे.

घोड्यातील तृतीय श्रेणीचा घोडेस्वार पेशवे नेमत. त्याला एक्का किंवा एकंडा म्हणत. टोन म्हणतो, "तिसऱ्या दर्जाचे अनेक घोडेस्वार आपला घोडा व लष्करी पोषाख यांसह सेनेत स्वेच्छेने येत. त्यांचा पगार बहुधा ४० ते ५० रुपये असा साधारणपणे त्यांच्या घोड्याच्या प्रतीवरून देण्यात येई.[२९]

त्यांच्या सैन्यात चापाच्या बंदुका, तोड्याच्या बंदुका, तलवारी, भाले, खंजीर, काठी आणि धनुष्यबाण अशी शस्त्रे असत. जॉन हेन्री ग्रोस म्हणतो, "चापाच्या बंदुका, तोड्याच्या बंदुकांचा उपयोग झुडपाआड दडून करीत असत. पण ते आपल्या तलवारीवर व निशाणावर मुख्यत: अवलंबून असत. त्यांच्या तलवारींचा खणखणाट आणि त्यांची तलवारबाजी अशी असे की, बंदुकांच्या फैरी झडत असताना ते यशस्वी होत.

त्यांच्या सैन्यामधे उत्तमप्रकारचे धनुर्धारी आणि गोफणदार होते. परंतु त्यांचा उपयोग दारूगोळ्याच्या वापरानंतर फारच थोडा केला जाई. यातील त्यांच्या अव्यवस्थेमुळे त्यांना या बदलाचा फायदा होत असे का? असा प्रश्न पडतो.[३०] विल्यम हेन्री टोन याने त्यानंतर ४० वर्षांनी लिहिलेल्या पत्रातून तो म्हणतो, मराठे किंवा त्यांनी नेमलेल्या परकीय सैन्याला बंदुकीसारखी शस्त्रे वापरण्याचे चांगले ज्ञान होते. परंतु घोडदळात मात्र त्यांचा आपल्या बंदुकांपेक्षा तलवारीवरच जास्त भर असे. टोन पुढे म्हणतो, बंदुकीत अनेक कप्पे असल्यामुळे ती उडविणे सोपे नसे, पण एकदा त्यात गोळा भरला आणि ती उडविली की अतिशय दूरच्या पल्ल्यापर्यंत गोळा जात असे आणि अधिक सरावानंतर साध्या

सैनिकालासुद्धा ती सहजपणे हाताळता यावी. याशिवाय त्यांच्यात समशेर बहाद्दर असत ते कोणत्याही गोंधळलेल्या परिस्थितीतसुद्धा लढत.[३१] आणखीन एक अतिशय विघातक असे शस्त्र मराठे आणि मुस्लिम बहुतेक करून वापरीत; त्यासंबंधीचा उल्लेख करावासा वाटतो. शिपायांच्या बंडामधे त्या शस्त्राचा वापर केल्याचा फील्ड मार्शल अर्ल रॉबर्ट्स म्हणतो. परंतु ती एक विज्ञानाची झपाट्याने झालेली प्रगतीच म्हणावी लागेल. अशाप्रकारचे अग्निबाण पेशव्यांसाठी एका खाजगी ठेकेदाराने बनविले होते त्याची किंमत प्रत्येकी ५ रुपये अशी हाती. ते उंटावरून वाहून नेत असत आणि ते चालविणारेसुद्धा बहुधा उंटावरूनच जात असत.

कर्नल विल्क्स भारतीय अग्निबाणाचे वर्णन खालीलप्रमाणे करतो, सामान्य दारूगोळ्यापेक्षा त्याच पद्धतीने बनविलेल्या या भारतीय शस्त्रांची प्रक्षेपणशक्ती चांगली आहे. त्याचे नळकांडे लोखंडाचे असून काहीवेळा त्यातील ठासलेली दारू ते जेव्हा त्याच्या लक्ष्याकडे पोहोचते तेव्हा त्याचा स्फोट होतो. त्याला नेहमीच तलवारीचे पाते जोडलेले असते असे नाही. त्याला बांबू किंवा वेळू जोडलेला असे. तो उडविणारा माणूस पूर्ण तयारीचा असून आपल्या लक्ष्याच्या बाजूने त्याचे नळकांडे तो फिरवितो. त्याच्या परिवलयातील अंतरावरून किंवा उंचीवरून एखादा अग्निबाण टाळता येऊ शकतो परंतु जेव्हा त्याचा वर्षाव केला जातो, त्यापासून वाचणे अशक्य असते. त्याची गती घोडा किंवा मनुष्य सहजपणे मारण्याइतपत असते. अशा तऱ्हेचे हे पुरातन भारतीय शस्त्र आधुनिक युरोपातील युद्धात वापरलेल्या कॉंग्रेव रॉकेटपेक्षा कमी प्रतीचे होते.[३२]

मुघल सैन्यामध्ये युद्धासाठी वापरल्या जाणाऱ्या हत्तींना घाबरवून सोडण्यासाठी या अग्निबाणाचा चांगला उपयोग होत असे. १६८७ मधील गोवळकोंड्याच्या मोहिमेत इरीजखानाचा हत्ती नुसत्या या अग्निबाणाच्या आवाजाने पळून गेला. माहुताने हरप्रकारे त्याला परत फिरविण्याचा प्रयत्न केला, परंतु त्यांचा उपयोग झाला नाही व खान कैद झाला.[३३] जेव्हा शत्रूच्या दारूच्या कोठारावर हा अग्निबाण जात असे तेव्हा फारच नुकसान होई. पण भारतीय सैन्य हे बंदुकीच्या गोळ्यापेक्षा अग्निबाणाला फार घाबरत असे, असे पानिपतला अबदालीच्या लोकांनी उडविलेल्या अग्निबाणावरून जाफर शामलू म्हणतो. तोड्याच्या बंदुकांच्या माऱ्याची कुणीही पर्वा करीत नसे. परंतु तोफेचा मारा किंवा अग्निबाणाचा वर्षाव यामुळे भयानक कत्तल आणि रक्तपात होत असे.[३४]

मराठ्यांचा घोडेस्वार किंवा त्याचा घोडदळातील साथीदार यांचे हलके आणि अतिशय कमी कपडे असत. १७५७मध्ये ग्रोस लिहितो, ''त्यांच्या डोक्याभोवती एखादा रुमाल किंवा पागोटे असे किंवा एखादे कापड गुंडाळलेले असे आणि एखादी लुंगी किंवा धोतर नग्नपणा झाकण्यासाठी आणि खांद्यावर एखादे घोंगडे टाकलेले असे, त्याचा जमिनीवर टाकण्यासाठी उपयोग केला जात असे. हाच त्यांचा पोषाख असे. हे सामान्य

सैनिकाचे झाले. अधिकारीसुद्धा फार मोठे उठावदार दिसत असे नाही. त्यामुळे असे काही घाणेरडेपण त्या पथकात वाटत नसे. घोडा हेच त्यांचे विश्रांतीचे ठिकाण असे.'[३५] १८ व्या शतकातही मराठ्यांच्या सैनिकांचा पोषाखही तसाच होता, असे तारीख ए इब्राहीमखानचा लेखक म्हणतो व लॉर्ड कॉर्नवॉलिसच्या गव्हर्नरपदाच्या कारकिर्दीतसुद्धा त्यांच्या पोषाखात मुंडासे, कुडता व विजार असा पोषाख होता.[३६] परशुरामभाऊ पटवर्धन यांच्या म्हैसूरच्या मोहिमेत मात्र गारद्यांचा पोषाख मात्र त्यापेक्षा चांगला होता. लेफ्टनंट मूर म्हणतो, ''त्यांचे डगले तांबड्या लोकरीच्या कापडाचे असून त्यांना निळी कॉलर आणि पूर्ण बाह्या असत व त्यांना 'बंद' (नाड्या) असत.[३७] परंतु ते वापरीत असलेली दारूगोळ्याची शस्त्रे ही नेहमीप्रमाणे दोषयुक्त असत. त्यांची बहुतेक शस्त्रे इंग्रजी असत. त्यांतील २० पैकी दोहोंना लॉक्स नसत, सहांना झाकणे नसत, उरलेल्या बारांना फ्लिंट (पेटविण्यासाठी लागणारे गारगोटीचे दगड) नसत.[३८]

मराठ्यांना त्यांच्या गरजेच्या वस्तूंची आवश्यकता फारशी नसे. त्यांना त्यांच्या सामानाचे ओझे फारसे नसे आणि मोठ्या मोहिमांच्या वेळी ते फार सहजतेने आपल्या शस्त्रांनिशी पळत असत. इंग्रज आणि पोर्तुगीज निरीक्षकांनी असे लिहून ठेवले आहे की, आम्ही त्यांची चपळता व वेग पाहून खूपच प्रभावित झालो आहोत. मात्र त्यांच्यात शिस्तीची कमतरता भासत असे. मार्क्विस ऑफ अलोर्ना आपले मत नोंदवितो की, 'त्यांच्यात बाजारबुणग्यांचीच गर्दी फार दिसते, ज्याठिकाणी ५००० सैनिकांची गरज पडते तेथे ५,००० ची सेना लढावयास जाते.'[३९] टोन आणि मूर हेसुद्धा मराठ्यांच्यात कमी शिस्त असल्याचा शेरा मारतात. पहिला म्हणतो की, मराठ्यांच्या सेनेतील प्रत्येक सैनिक स्वतंत्र असतो. तो त्याच्या घोड्याचा मालक असो. त्याला नोकरी मिळाल्याशिवाय तो जबाबदारी स्वीकारण्यास अनुकूल नसतो.[४०]

दुसरा मराठ्यांच्या सैन्यामध्ये असा दोष होता की, वर्षातल्या चार महिन्यांत काहीच तयारी केली जात नसे. लोक जेव्हा त्यांच्या घरी परत येत असत किंवा त्यांची वार्षिक कामे संपत असत, तेव्हा त्यांची परत जुळवाजुळव करण्यासाठी कमीत कमी सहा आठवडे जात असत.

पेंढाऱ्यांचा मराठ्यांच्या सेनापतींना उत्पन्नाची बाब म्हणून उपयोग होत असे. या लूटमार करणाऱ्या लोकांचा मराठ्यांच्या सैन्यामध्ये लढण्यासाठी समावेश केलेला नसे, तर मोहिमेच्या मार्गातील लूट करण्यासाठी त्यांचा वापर केला जाई. त्यांना पेशव्यांकडून किंवा त्यांच्या सरदारांकडून पगार दिला जात नसे. उलटपक्षी ज्या सेनापतीच्या हाताखाली त्यांना स्व-संरक्षणासाठी काम करत असल्याबद्दल 'पालपट्टी' द्यावी लागे. मराठ्यांच्या कालखंडात पेंढाऱ्यांची संख्या जरी भरपूर असली तरी ते म्हणजे उत्पन्नाचे साधन मानले जात नव्हते. शत्रुपक्षाला हैराण करण्यासाठी प्रशिक्षित लुटारू नेमण्याची प्राचीन काळी

एक प्रतिष्ठित चाल गणली जाई. कौटिल्याने म्हटले आहे की, 'शूर, चोर आणि रानटी जमाती हे शत्रू आणि मित्र यांतील फरक ओळखत नाहीत अशांना राजाने नेमावे.' बृहस्पती आणि शुक्लनीतीचा लेखक हे म्हणतात, फूट पाडण्यासाठी अधिकृत चोरांचा वापर करावा. लुटारूंनी शेजारच्या राज्यातून लुटलेला मालापैकी सहावा हिस्सा राजाला द्यावा आणि उरलेल्याची वाटणी त्याने आपला प्रमुख सांगेल त्याप्रमाणे करावी, असे बृहस्पती म्हणतो.[४१] हेच तत्त्व 'शुक्रनीतिसार' या ग्रंथात प्रतिपादित केले आहे.[४२] ''दुसऱ्याच्या राज्यातून राजाच्या हुकमाप्रमाणे काही चोरी केली तर त्याला १/६ भाग राजाला द्यावा लागेल आणि उरलेला भाग आपसात वाटून घेता येईल.'' यावरून हे नि:शंकपणे सिद्ध होते की, युद्धासाठी चोऱ्या करणाऱ्या भटक्या टोळ्यांचा पेंढाऱ्यांप्रमाणेच उपयोग करून घेण्यात येत होता. ते मिळविलेल्या लुटीचा हिस्सा राजाकडे देत असत आणि स्वत:चे संरक्षण करून घेत असत. पेशवाईत पेंढारी लोक असेच करीत असत.

लष्करातील ही रूढ पद्धत मुघल कालखंडातसुद्धा चालू होती. मनुची म्हणतो, ''सैन्य ज्यावेळी आघाडीवर जात असे; त्यांच्याबरोबर प्रसिद्ध असे ज्यांना बिदारी (बेरड) म्हणत असत, असे चोर असत. ते प्रथम शत्रूच्या प्रदेशात लूटालूट करून हवे नि असेल नसेल तेवढे हडप करीत. त्यातल्या अत्यंत सुंदर वस्तू सेनापतीसाठी राखून ठेवल्या जात. उरलेले त्यांच्याकडे विक्रीसाठी जमा होत असे. औरंगजेबाचा शहाजादा शहाआलम जेव्हा गोव्याजवळील शिवाजीमहाराजांच्या प्रदेशात शिरला, त्यावेळी त्याच्या सैन्यात अशाप्रकारचे ७००० लोक होते. त्यांना त्याने बारदेश लुटून फस्त करण्याची आज्ञा दिली होती.''[४३] आयर्विन हा बिदारींची पेंढाऱ्यांबरोबर बरोबरी करण्यास तयार नाही. मराठ्यांच्या बखरीमधे मात्र मोगलांच्या शिवाजीविरुद्ध लढणाऱ्या सैन्याबद्दल वरील प्रकारचा उल्लेख आढळतो. पेंढारी हे कोणत्याही विशिष्ट जातीचे किंवा पंथाचे नव्हते. ते आपल्यात भरती करताना देशाच्या कोणत्याही भागातल्या, कितीही अंतरावरील, कोणत्याही धर्माचे लोक असत किंबहुना हिंसाचारी, बेरड लोकांची मोठी संख्यासुद्धा त्यांच्यात वरच्या श्रेणीवर असे. समकालीन एका पोवाड्यात असा उल्लेख आढळतो की, मराठा सेनापतींनी खर्ड्याच्या लढाईच्यावेळी नेहमी ठरलेल्या पेंढाऱ्यांच्याप्रमाणेच अनेक बेरडसुद्धा उपयोगात आणले होते.[४४]

पहिल्यांदा मराठ्यांनी पेंढाऱ्यांचा वापर केव्हा केला हे मात्र माहीत नाही. उपलब्ध असलेल्या कागदपत्रातून असे दिसते की, शिवाजीमहाराजांनी आपल्या मोगल शत्रूप्रमाणे धाड घालणारे लोक आपल्या सैन्यात नेमले नाहीत. परंतु बाळाजी बाजीरावच्या वेळेपासून पेंढारी हे मराठ्यांच्या सैन्यातील कायमचीच बाब झाली. १७५३–५४ च्या दत्ताजी शिंदे यांस लिहिलेल्या पत्रात दोस्त मुहम्मद हे पेंढाऱ्यांच्या नेत्याचे नाव दिले आहे.[४५] पहिल्या माधवराव पेशव्यांच्या वेळच्या दोन पत्रांतून असे दिसते की, काही धाडसी माणसांनी ही

किफायतशीर पद्धत स्वीकारण्यासाठी त्यांच्याकडे परवानगी मागितली आणि प्रत्येक लष्करी अधिकाऱ्याकडे असलेल्या पेंढाऱ्यांची संख्या कमी झाली. पहिल्या पत्रात असे म्हटले आहे की, ''शिवचंद, प्रेमसिंग, मोहनसिंग, हिरामण आणि भूपत बेलदार यांनी विनंती केली की, आपण आम्हास परक्यांच्या प्रदेशातून लूट करण्यास परवानगी दिली आणि आपल्या छावणीत कोणताही उपद्रव न करता राहण्यास परवानगी दिली, तर आम्ही काही लुटारू आणि बेलदार कुटुंबे या कामासाठी गोळा करू. याकरिता आपणाकडून कौल मिळावा. या विनंतीचा विचार करून त्यांना नवीन ढाल देण्यात आली आणि छावणीमधे राहण्यासाठी प्रत्येक तंबूसाठी ५ रुपये भाडे द्यावे लागेल व तुमच्या छाप्यातून मिळालेला घोडा, पालखी, नगारा, निशाण हे सरकारात जमा करावे लागेल. या अटीवर परवानगी देण्यात आली.''[४६] त्र्यंबकराव ढमढेरे यांना लिहिलेल्या दुसऱ्या पत्रात असे म्हटले आहे की, ''त्यांना ५० पेंढारी कुटुंबे त्यांच्या छावणीत ठेवण्याचा अधिकार दिला होता पण त्यापेक्षा अधिक पेंढारी ठेवले तर प्रत्येक पेंढाऱ्याच्या तंबूस ३ रुपये दराने पालपट्टी द्यावी लागेल.''[४७]

पेंढाऱ्यांचा उपयोग लढण्यासाठी करावयाचा नसून केवळ लुटीसाठीच करावा असे सांगितले जाई. १८१९ मधील एका निनावी पत्रात या पद्धतीचे वर्णन केले आहे. या कष्टाळूपणाची सवय असणाऱ्या या लुटारूंना तंबू किंवा ओझे हे अडचणीचे वाटे. आपली व आपल्या घोड्याची थोड्या दिवसाची सोय करून दिवसाला ते ३० ते ४० मैलांच्या (सु. ५० ते ७० किमीच्या) वेगाने रस्त्याने घोडदौड करीत. सैन्यास त्यांना ओलांडणे अशक्य असे. त्यांच्या हालचालीची पद्धत कोसाक जातीच्या लोकांप्रमाणे सहजगतीची चालत आलेली होती. त्यांचे बाहुबळ आणि त्यांची शस्त्रे–भाला आणि तलवार ही असून ती वापरण्याची त्यांची जबरदस्त हातोटी होती, कोसाक यांच्याप्रमाणेच त्यांचे घोडे छोटे असले, तरी अतिशय चपळ गतीचे असत. लुटीच्या बाबतीत मित्र किंवा शत्रू याचा भेदभाव ते करीत नसत. ते एकटेदुकटे कधीही हालचाल करीत नसत. नेहमी २ ते ३००० लोकांनीशी ते आपल्या उद्दिष्टाप्रत जात. नंतर ते छोट्या–छोट्या टोळ्या तयार करून प्रदेशात लूट करीत व ती भरपूर प्रमाणात वाहून नेत आणि जे हलविता येत नसेल ते नष्ट करून टाकीत. हल्ला करणे हा त्यांचा हेतू नसे. एखाद्या छोट्या शत्रूला तोंड देण्यासाठी ते सिद्ध होत नसत. तशी वेळ आली तर ते खूप दूर पळून जात. तरीसुद्धा अशी वेळ आली तर ते ताबडतोब संकेतस्थळी एकत्र जमत आणि आपल्या प्रदेशात निघून जात व परत आपले घर गाठीत.[४८]

मराठ्यांचे सरदार होळकर यांच्याकडे पेंढाऱ्यांची संख्या मोठी होती. परंतु हे भटके त्यांना नेमणाऱ्यास मात्र काही देत नसत. ते त्यांच्या प्रमुखाचेच ऐकत. त्यांचा आमिरखान नावाचा एक प्रसिद्ध नेता होता. तो केवळ लुटारूच नव्हता, तर आपल्या

शेजाऱ्यापेक्षा त्याची क्षमता प्रचंड होती आणि सामान्य पेंढाऱ्यांच्या पुढाऱ्यापेक्षा तो उच्च प्रतीचा होता.

मार्क्विस ऑफ अलोर्ना म्हणतो, ''घोडदळ आणि पायदळाशिवाय मराठ्यांच्या लष्करात लढाऊ हत्तीपण होते. युद्धासाठी प्रशिक्षित हत्ती ही हिंदूंना अत्यंत मौल्यवान गोष्ट वाटते. ते निर्भय असतात, कोणत्याही आवाजास भीत नाहीत. राजपुत्र, सेनापती आणि विशेष महत्त्वाच्या व्यक्ती हत्तीवर बसत. धनुर्धारी लोकांची पथके शत्रूवर हल्ला करण्यासाठी हत्तीवर बसून जात. जेव्हा ते हत्ती चवताळत तेव्हा ते सोंडेने इजा करीत.[४९] प्राचीन काळी हिंदू राजांनी आणि त्यानंतर आलेल्या मुस्लिम राजकर्त्यांनी अनेक लढाऊ हत्ती बाळगले होते. पण मराठा सैन्यामध्ये याबाबतीत ही गोष्ट फारशी वैशिष्ट्यपूर्ण दिसून येत नाही. शिवाजीमहाराजांच्या सैन्यामध्ये हे प्रचंड पशू (हत्ती) नव्हते आणि संभाजी व राजाराम यांच्या कारकिर्दीतही ते असल्याचा पुरावा नाही. शाहू आणि त्यांचे मुख्य अधिकारी शाही थाटात मिरजला जाताना मंद गतीच्या हत्तीवरून प्रवास करीत होते. पानिपतच्या मोहिमेचे सूत्रधार सदाशिवराव व विश्वासराव झूल घातलेल्या हत्तीवरून चालले होते. मराठे सूज्ञपणे प्रतिकारासाठी या चतुष्पाद प्राण्याचा मोठ्या प्रमाणावर उपयोग करीत नसत, कारण हत्तींना दारूगोळ्यामुळे घाबरविणे सोपे असे आणि त्यामुळे आपल्याच सैन्यात गोंधळ उडे. या संदर्भात जेमिली कॅरेरीने म्हटले आहे की, ''दमण घेण्याचा अखेरचा प्रयत्न मोगल करीत होते; त्यावेळी त्यांनी २००० हत्तींच्या सोंडांमधे तीक्ष्ण तलवारी अडकवून ते पुढे ठेवले. पोर्तुगीजांच्या बंदुकांच्या आवाजाने ते इतस्तत: पळू लागले आणि मोगलांच्या लोकांचे तुकडे–तुकडे झाले, ज्या शस्त्रांनी ते ख्रिश्चनांना नष्ट करणार होते.[५०]

मराठ्यांच्या सरदारांची दोन वर्गांत विभागणी करण्यात आली होती. मल्हारराव होळकरांसारखे तळापासून वर चढलेले अनुभवी सरदार. त्यांना मोठा अनुभव होता; परंतु ते अशिक्षित किंवा अल्पशिक्षित असल्याचे त्याकाळी समजले जाई. जो दुसरा वर्ग होता, तो बाळाजी बाजीराव किंवा दौलतराव शिंदे यांसारख्या राजघराण्यातून जन्मास आलेला आणि सुसंस्कृत असा होता. मराठ्यांचे असुसंस्कृत आणि रानटी म्हणून त्यांच्या शत्रूंनी चित्र रंगविले आहे. विल्स म्हणतो, 'पारशी मुफ्तखोरसारखे हे लोक दुसऱ्यावर जगणारे आहेत. तो पुढे म्हणतो, आधुनिक मराठा म्हणजे 'औदार्य नसलेला आणि धाडसी लुटारू' असे त्यास आदराने म्हणता येईल. इंग्रजी शब्दांतून त्याचे वर्णन करावयाचे झाल्यास असे म्हणता येईल की, तो गोडबोल्या आहे व फसवून पैसे काढणारा, खिसे कापण्याची हातोटी असलेला एक फेरीवाला, दया आणि लज्जा नसलेला, भिकाऱ्याचे लुबाडलेले फाटके वस्त्र विकतानासुद्धा घासाघीस करणारा, एखाद्या प्रसंगी तो गरिबांचा काळ असल्यासारखा तोऱ्यात चालतो, तर ज्यावेळी लूट करण्याचे धाडस होत नसेल

त्यावेळी एखाद्या साधूसारखा तो भयभीत होतो.[५१] अशा तऱ्हेने सर्वसामान्य मत नोंदविणे हे योग्यही नव्हे आणि ते बरोबरही नाही. मूर हा मराठा अधिकाऱ्यांना आपण चांगले ओळखत असल्याचा दावा करतो. विल्क्सने त्यांना माणुसकीहीन ठरविले, असे तो म्हणतो.[५२] मराठ्यांच्या आधिपत्याखाली काम केलेल्या स्कीनर यास मराठ्यांच्या स्वभावात अतिशय प्रेमळपणा दिसतो. ती अतिशय उदार अंत:करणाची अशी माणसे असल्याचे मला त्यांच्यातील प्रमुखांमधे वावरताना दिसून आले.[५३]

ते असुसंस्कृत नव्हते. शिवाजीमहाराजांच्या रघुनाथ नारायण हणमंते नावाच्या एका बुद्धिमान अधिकाऱ्याने 'राजव्यवहार कोश' हा ग्रंथ लिहिला.[५४] प्रतिनिधी घराण्याचा मूळपुरुष संस्कृतचा व्यासंगी लेखक होता. महादजी शिंदे आपल्या फुरसतीच्या वेळात भक्तिपर अभंगरचना करत असत. दुसऱ्या बाजीरावकडून अक्षम्य चुका झाल्या, तरी तो अध्यात्माचा अभ्यासक होता. चांगल्या घराण्यातील मुलांना लहानपणीच लष्करी शिक्षण दिले जात असे. मराठ्यांना फक्त सामान्य शस्त्रे चालविणे किंवा अश्वारोहण करणे एवढेच शिकविले जात नसे. त्यात तर ते प्रावीण्य मिळवीतच; परंतु त्यांना त्यांच्या जवळच्या थोरल्यांबरोबर प्रत्यक्ष लढाईवर नेहमी पाठवीत असत.[५५] परंतु लढाईचे प्रत्यक्ष शिक्षण एवढ्यावरच त्यांच्या शिक्षणाची मर्यादा नव्हती तर त्यांना संस्कृत शिकावे लागे, विदूरनीतीसारखे ग्रंथ वाचावे लागत. काहीजण फारसी भाषा आणि हिशोबाचे शिक्षण घेत असत आणि त्याचा पुढे उपयोगही केला जात असे. आजचा विचार करता त्यांचे शिक्षण हे मर्यादित होते. अठराव्या शतकाच्या उत्तरार्धातील युरोपमधील लष्करी शिक्षणाच्या मानाने त्यांना तशी साधने उपलब्ध नव्हती. त्यावेळच्या भारतातील इतर प्रदेशांपेक्षा मराठ्यांचे लष्करी ज्ञान व सांस्कृतिक कौशल्य, जे त्यांना जन्मत:च प्राप्त झाले होते ते कमी दर्जाचे नव्हते. माणसे म्हणून ती बरी नसतील पण इतर राष्ट्रांतील सेनापतींपेक्षा निश्चितपणे वाईट नव्हती.

टिपा :

(१) Sen, Sivachbatrapati, p 136-9

(२) Factory Records, Surat, Vol. 105, Fol. 72

(३) Factory Records, Surat, Vol. 88, Fol. 32

(४) कित्ता Fol. 36-7

(५) कित्ता Vol. 107, Fol. 177

(६) Factory Records, Surat, Vol. 108, Fol. 36-5

(७) (स्कॉट) Scott, History of the Deccan, Vol. II, P.116

(८) बिकर (Biker), Tratados da India, Vol. VII, p 269 मुंबई पब्लिक कन्सल्टेशनमधे अशा तऱ्हेचीच आकडेवारी आढळते. पेशव्यांच्या कारकिर्दीत पायदळाची संख्या हळूहळू कमी होत

गेली. B.P.C. Range CCCXLI, No.9, 25, February 1737-38, p 51 असे समजते की, चिमाजी ७००० घोडेस्वार, ५००० पायदळ घेऊन ठाण्यावर आला, and in range CCCXLI, No.11 कॅप्टन इंचबर्ड याच्या कुलाब्यावरून लिहिलेल्या १० एप्रिल १७४० च्या पत्राच्या नकलेतून समजते की, संभाजी आंग्रेच्या विरुद्ध लढणाऱ्या त्याच्या भावास मानाजी आंग्रे यास मदत करण्यासाठी ३००० घोडेस्वार आणि १५०० पायदळ नानासाहेब पेशवे यांच्याबरोबर होते.

(९) मराठ्यांच्या काही संस्थांमधील चित्रे (illustrations of Some Institutions of the Mahratta People p 44)

(१०) पेशवे रोजनिशी, खंड १, पृ. १२४

(११) कित्ता खंड ३, पृ. १६५

(१२) कित्ता पृ. १७६

(१३) कित्ता पृ. १७८

(१४) 'गारदी' हा शब्द युरोपियन पद्धतीने प्रशिक्षित केलेले शिपाई असा वापरला जात असे. हा शब्द मूळ इंग्रजी, फ्रेंच आणि पोर्तुगीज भाषेतील Guard या शब्दापासून आला आहे. पहा – इलियट ॲण्ड डाऊसन, History of India, Vol. VIII, तळटीप पृ. १५५

(१५) पेशवे रोजनिशी, खंड ९, पृ. ३३६

(१६) कित्ता

(१७) कित्ता पृ. ३३७

(१८) जी, डब्ल्यू, फॉरेस्ट, Selectios from state papers, Maratha Series, p 397

(१९) जोसेफ रॉजर, Relacao dos successos prosperos e infelices do illust, e excellent, Senhor D Luiz Mascarenhas, Conde de Alva, p 16

(२०) पेशवे रोजनिशी, खंड ६, पृ. १९३

(२१) ब्लॅकर, Memoir of the operations of the British Army in India during the Mahratta war of 1817, 1818 and 1819, p 21

(२२) एच. टी. प्रिन्सेप, History of the Political and Military Transactions, Vol. II, P.160.

(२३) ऑर्म, Military Transactions in Indostan, 1763, edition, Vol. I, p 81

(२४) Asiatic Researches, Vol. III, P.106

(२५) पेशवे रोजनिशी, Vol. III, pp 166-7

(२६) कित्ता

(२७) कीटिंग (Keating) म्हणतो, मराठे मेलेल्या लोकांची प्रेते उचलून नेत असत. असे नेहमीच होत असे, या गोष्टीबद्दल काही व्यक्त करण्याची मला गरज वाटत नाही. फॉरेस्ट, Selection From State Papers, Martha Series, p 228. फॉर्बेस (Forbes) याचे निरीक्षण असे आहे की, पुष्कळशा मराठ्यांना मेलेल्या किंवा जखमी झालेल्या सैनिकांना हलवण्यास जमत नसे परंतु माणुसकीच्या दृष्टीने ते याबाबतीत खूपच जागरूक असत. ते क्वचित प्रेत युद्धभूमीवर सोडून देत असत. बहुतेक लोक तोफेच्या तोंडी जात. पृ. ६९
त्यांना माघार घेतल्यानंतर त्यांची फक्त ७ प्रेतेच सापडली, Oriental Memoirs, 2nd edition, Vol. I, p 385.

(२८) पेशवे रोजनिशी, खंड ६, पअ. १८५–६

(२९) टोन (Tone) Illustcations of some Institutions of the mahratta people (1818), p.37

(३०) जॉन हेन्री ग्रोस (John Henry Grose), Voyage to the East Indies, pp 124-5, मराठे वापरत असलेल्या शस्त्रास्त्रांसंबंधीचा पुरावा मार्क्विस अलोर्ना (Marg ais of Alorna) आणि पाद्रे फ्रान्सिस्को अल्वारेस (Padre Francisco Alvares), पाहा – Instruccao do Exmo vice-Rei Marguez de Alorna ao seu successor, ed F.N. xavier, 3d edicao, pp 49-50 and Relacao da guerra que fizerao os Maratas no reyno de Carnate e Madure desde o anno de 1740 athe ode 1745 (Archivo Ultramarino of Lisbon. Fundo geral 4179)

(३१) टोन (Tone), Illustrations of some Institutions of the mahratta people (181 8), pp 47-8

(३२) विल्क्स (Wilks), Historical sketches of the South of India, Vol. II, footnote. P.27 आणखी पाहा – विल्यम आयर्विन (Wiliam Irvine), The Army of the Indian Moghuls, pp - 147-50

(३३) स्कॉट (Scott), History of the Dekkan, Vol. II, p. 66

(३४) इलियट ॲण्ड डाउसन (Elliot and Dowson), History of India, Vol. VIII, p. 153

(३५) ग्रोस (Grose), Voyage to the East Indies, p. 126

(३६) इलियट ॲण्ड डाऊसन (Elliot and Dowson), History of India, Vol. VIII, p.263

(३७) मूर (Moor), A Narrative of the Operations of Captain Little's Detachment, p. 83

(३८) कित्ता

(३९) Instruccao do Exmo vice-Rei Marguez de Alorna ao seusuccessor, p.49

(४०) Illustrations of some Institutions of the Maharatta People, p.40. सर थॉमस मन्रो पुढे जाऊन असे म्हणतो की, मराठ्याच्या सैन्यामधे असलेले बहुतेक घोडे लढाई न करणाऱ्या व्यापारी वर्गाकडून जहागीरदारानी आणि राजकर्त्यांनी भाड्याने घेतलेले असत. पाहा – Gleig, Life of sir Thomas Munro, Vol. II, pp. 269-70.

(४१) Sacred Books of the East, Vol. XXXIII, P. 241

(४२) शुक्रनीती (हिंदूंचे पवित्र ग्रंथ) पृ. २११

(४३) मनुची Storia do Mogor, Vol. II, P.459

(४४) साने, पत्रे यादी वगैरे, पृ. ५५–५६, बेरडांशी हुकूम टाका रस्ते बंद करून.

(४५) पेशवे रोजनिशी, खंड ३, पृ. १७८, जोनाथन स्कॉट याने पहिल्यांदा पेंढाऱ्यांचा पुढारी असे म्हटले आहे. परंतु फारशी कागदपत्रे पाहिल्यावर त्याला आपली चूक लक्षात आली, पाहा – Hobson Jobson, ed-Crooke, p.713.

(४६) पेशवे रोजनिशी, खंड ९, पृ. ३२४–२५

(४७) कित्ता पृ. ३२५

(४८) Origin of the Pindarries preceded by Historical Notices on the Rise on the different Mahratta States, pp. 147-9

(४९) Ins ruccao do Exmo Vice-Rei Marquez de Alorna, p.50

(५०) Churchill's voyages, Vol. IV, P. 197

(५१) विल्क्स जे (Wilks, j.) Historical Sketches of the South of India, Vol. I, तळटीप – pp, 252-3

(५२) मूर (Moor), A Narrative of the Operations of Captain Little's Detachment, p.142

(५३) Baillie Fraser, Military Memoirs of Lt. Col. James skinner, C.B. Vol. I, pp. 141-2

(५४) अमरकोशासारखाच संस्कृतमधे लिहिलेला हा ग्रंथ आहे. फारशी शब्दांऐवजी संस्कृत शब्दांचा वापर व्हावा हा त्याचा हेतू होता.

(५५) वि.का. राजवाडे यांनी पेशवे कालामधे राजघराण्यात जन्मास आलेल्या मुलांना त्यांच्या शाळकरी वयापासूनच लष्करात जावे लागत असे, हे निदर्शनास आणले आहे.

प्रकरण ५

किल्ले

महाराष्ट्रातील सर्व जुन्या किल्ल्यांशी शिवाजीमहाराजांचे नाव जोडले जाते. काही किल्ले त्यांनी लाच देऊन घेतले, काही मुत्सद्देगिरीने प्राप्त केले आणि काही नियोजनपूर्वक लढे देऊन घेतले. नुसते जुने किल्लेच त्यांच्या ताब्यात नव्हते, तर महाराष्ट्राने आपल्या पर्वतराजीवर त्यांना नवे किल्ले बांधण्यास जागा दिली. कोणतेही ठिकाण किंवा कोणतेही शहर त्यांनी किल्ले बांधल्याशिवाय सोडले नाही. प्रत्येक तालुक्यात[१] एक किंवा अनेक किल्ले निर्माण केले आणि संपूर्ण महाराष्ट्रात किल्ल्यांचे जाळे तयार केले. पुणे–सातारा या महामार्गावरून कात्रज घाट ओलांडून प्रवास करताना शिवापूरची आमराई आणि पुढे प्राचीन शिरवळ गाव पहावयास मिळते. रस्त्याच्या उजव्या आणि डाव्या बाजूस नजर टाकली तर कमीत–कमी दहा किल्ले दिसतात. मराठ्यांच्या पोवाड्यातील तानाजी मालुसरेंच्या पराक्रमाने प्रसिद्ध झालेला 'सिंहगड' ज्यांचा पराक्रम मराठ्यांच्या पोवाड्यातून गायला जातो. तसेच मुरारबाजींच्या कर्तृत्वाचा साक्षीदार 'पुरंदर' आणि 'वज्रगड'. संत रामदासांची स्मृती जागविणारा 'सज्जनगड' आणि एकेकाळी मराठ्यांची राजधानी असलेला 'सातारा' हे किल्ले दृष्टिपथात येतात. शिवाजीमहाराज हे त्यांच्या किल्ल्यांमुळे प्रसिद्ध असल्याचे आणि त्यामुळे त्यांना लाभलेल्या साजेशा कीर्तीचे वर्णन मराठ्यांचे लोकप्रिय लेखक लिहितात. मराठ्यांच्या लष्कराला शिवाजीराजांच्या वेळेस आकार देण्यात आला नाही किंवा त्यात सुधारणा करण्याचेही काही प्रयत्न झाल्याचे दिसत नाही. त्यांच्या शत्रूजवळ तशी कमी दर्जाची शस्त्रास्त्रे होती. दूर पल्ल्यावर सुरुंग लावण्याचे ज्ञान त्यांना नव्हते. तसेच शूर सैनिकांची एखादी भक्कम फळी उभी करण्याचे ज्ञान त्यांना नव्हते आणि प्राचीन काळच्या फेकून मारण्याच्या शस्त्रांसारखी शस्त्रे घेऊन ते महिनोंमहिने वेढा घालून बसत असत. रसदेचा पुरवठा कमी होणे किंवा लाच देणे यामुळे किल्ला हस्तगत होई. याकरिता उत्तम जागा, भक्कम तटबंदी, भरपूर रसद आणि लष्करी साहित्याची भरपूर कोठारे या गोष्टींची गरज होती.

किल्ल्यांसाठी जागेची निवड योग्य केली जाई. रायगडवर जाणे म्हणजे अत्यंत अरुंद वाट, अतिशय कठीण नागमोडी वळणे आणि प्रत्येक पाऊल टाकताना अतिशय काळजी घेण्याइतपत दुरापास्त होते. लोहगड किल्ल्याचे ठिकाणही तसेच होते. लॉर्ड व्हॅलेंटियाचे मत असे आहे की, किल्ले बांधणीच्या अयोग्य तंत्रज्ञानामुळे त्याची नैसर्गिक ताकद कमी होते.[२] तो म्हणतो, आपण ज्या दरवाज्यातून आत आलो आणि माझ्या हे लक्षात आले की येथे केलेल्या सर्व कृत्रिम गोष्टींनी नैसर्गिक शक्ती कमी झाल्याचे दिसते. येथील अत्यंत उंच भाग (बालेकिल्ला) हा शत्रूपासून बचावाची जागा आहे. वर केलेल्या बंदुकांच्या आणि शस्त्रांच्या माऱ्याने वरून मोठमोठे धोंडे खाली गडगडून पडतात. प्रवेशद्वार आणि भिंतीवरसुद्धा तोच परिणाम होतो. निसर्गाने बनविलेले अत्युच्च ठिकाण कोणतीही जागतिक शक्ती नष्ट करू शकत नाही. लष्करातील अभियांत्रिकी ही मागणी व पुरवठा या तत्त्वांवर अवलंबून असते. त्यावेळचे तोफखान्याचे अधिकारी आणि सुरुंगाचे अधिकारी हे कार्यक्षम होते का? पारंपरिक किल्लेबांधणीच्या तंत्रात सुधारणा करण्याच्या दृष्टीने एक लष्करी वास्तुशास्त्र म्हणून आपली बुद्धी किंवा कौशल्य वापरणे त्यावेळी गरजेचे होते.

शिवाजीमहाराजांचे किल्ले हे अत्यंत भक्कम तटबंदीने युक्त होते. त्यांच्या राज्यातील डोंगरावर असलेल्या काटेरी निवडुंगातून किल्ल्यावर पोचणे अतिशय दुर्धर अशी गोष्ट होती. प्रत्येक किल्ल्यावर सैन्यास व अधिकाऱ्यांस राहण्यास घरे होती. तसेच दारूखाना, अंबारखाना, तेल–तूप साठविण्याचे साधन आणि रोजच्या भोजनासाठी लागणाऱ्या वस्तूंची भांडारे असत. पाण्याची सोय उत्तम असे. साताऱ्यासारख्या लहान किल्ल्यावर अनेक तलाव असून आणि अतिशय शुद्ध पाणी असलेली विहीरसुद्धा शतकांनंतरही पहावयास मिळते. रायगडवर तर पाण्याचे अनेक तलाव आहेत. ग्रोसला असे सांगण्यात आले की, जगात रायगड हा एक अजिंक्य किल्ला आहे. त्याला जवळून पाहिले तर तो भव्य असा दिसतो. तेथे स्वतंत्र अशी भरगच्च भांडारे आहेत. सैनिकांना लागणारे धान्य तेथेच पिकवले जाते. तेथील मूठभर माणसे तो घेण्यासाठी प्रचंड सेनेनिशी येणाऱ्या मोठ्या शत्रूचा सहजगत्या पराभव करतात.[३] पन्हाळ्यावरील अंबारखाना हा अशा काही विशिष्ट प्रकारच्या दगडांनी बांधला आहे, की त्या तीन कोठारांतून जणूकाही तीन जीवनदायिनी यांच्या पवित्रधारांप्रमाणे त्याची गंगा–यमुना आणि सरस्वती यांच्या पवित्र धारांप्रमाणे त्याची रचना केली असून त्यात २५००० खंडी धान्य साठविले जाते.[४] जेव्हा शिबंदीला काही साहित्य लागत असेल तेव्हा ते त्यांना तातडीने आणि प्रकर्षाने पुरविले जाई. सैनिक आणि सामान्य माणसे यांचा या गोष्टीवर त्याकाळी सारखाच विश्वास होता, ही बाब दुर्लक्षून चालणार नाही. मुख्य प्रवेशद्वारावर हनुमंताचे लहानसे चित्र कोरलेले दिसते. तटबंदीच्या आत एक देऊळ आणि एक मशीद आहे. मिस्टर सी.ए. किंकडे म्हणतात, लोहगडच्या भिंतींच्या पायामधे काही सांगाडे सापडले. कदाचित तो किल्ला अजिंक्य

राहावा म्हणून किल्ल्याच्या दुर्दैवी मालकाने स्वत:चे बलिदान केले असावे.[५] या किल्ल्यांना तोंड देणे किती अवघड होते हे औरंगजेबाच्या मोहिमेत सिद्ध झाले आहे. प्रत्येक किल्ला लढताना मोघल बादशहास अगणित संपत्ती, माणसे आणि वेळ खर्चावा लागला.

महाराष्ट्रातील किल्ले डोंगरात असले तरी त्यापासूनचे धोके पत्करूनही त्यांनी त्यांचा उपयोग करून घेतला. ते किल्ले घेणे शत्रूंना सोपे असते, तर विजापूरकरांसारख्या शत्रूंनी ते लगेचच घेऊन टाकले असते. थोडेफार प्रस्थापित झाल्यानंतर शिवाजीमहाराजांनी सर्व किरकोळ गढ्या पाडून टाकल्या आणि कोणत्याही खाजगी माणसास गढी किंवा किल्ला बांधण्यास परवानगी दिली नाही. किंबहुना तटबंदीयुक्त घरे बांधण्यास मनाई केली. एवढेच नाही तर सर्व संकटांपासून संरक्षण करणे गरजेचे होते. आपला किल्ला हा आपल्याकडेच राहिला पाहिजे किंवा त्याचा आपल्याविरुद्ध उपयोग केला जाऊ नये, याबद्दल त्यांना खात्री होती. त्यावेळी लोकांची नीति फार उच्च दर्जाची होती, असे नाही. त्याने नेहमी यशासाठी मधाचे बोट दाखविले. कारण त्यांना माहीत होते, एकदा घडले त्याची पुनरावृत्ती होऊ शकते.

''शिबंदीची निवड ही न्याय्य व्हावी याची त्यांने काळजी घेतली; प्रत्येक माणसाची निवड स्वत: केली. शिवाजीमहाराज माणसाची उत्तम पारख असलेले जरी होते; तरी त्यांचा स्वत:च्या मतावर पूर्ण भरवसा नसे. प्रत्येक माणसाला आपल्या इमानाबद्दल खात्री द्यावी लागत असे आणि मगच त्याची भरती केली जाई. त्याकरिता आपल्या व्यक्तिगत निष्ठावान माणसाकडून त्याची खात्री करून घ्यावी लागत असे,'' असे कृष्णाजी अनंत सभासद म्हणतो.[६] लष्करात एकाधिकार ठेवण्याचे त्यांचे तत्त्व होते. तथापि किल्ल्याच्या बाबतीत एकाच माणसावर भरवसा ठेवता येत नसे. कारण त्याच्याकडून विश्वासघात होण्याची सुद्धा शक्यता असे.

किल्ल्यावर समान दर्जाचे आणि समान अधिकार असलेले तीन अधिकारी असत. त्यांची स्वतंत्र खाती आणि स्वतंत्र जबाबदाऱ्या असत. किल्ल्याच्या बाबतीत किरकोळ बाबीचा विचार करावयाचा झाला, तरी एकमेकांशी विचारविनिमय करावा लागे. या तीन अधिकाऱ्यांपैकी हवालदार या हुद्द्याचा अधिकारी शिबंदीचा प्रमुख असे. सबनीस हा हिशोब विभागाचा प्रमुख असून त्याजकडे हजेरीचे काम असे. कारखानीस याजकडे रसद खाते (धान्य वगैरेंचा पुरवठा खाते) असे. त्यांची कामे अशी अतिशय कुशलपणे विभागली गेली होती की, एकमेकांच्या विचारांशिवाय काहीही करता येत नसे. हवालदाराकडे गडाच्या किल्ल्या असत. किल्ल्याचे दरवाजे रात्र होताच कुलूपबंद करणे आणि सकाळी ते स्वत: उघडणे ही त्याची स्वत:ची अशी कामगिरी असे. हे काम इतरांवर सोपवले जात नसे. कोणत्याही परिस्थितीत रात्री दरवाजे उघडावयाचे नाहीत, अशी शिवाजीमहाराजांची हवालदारास सक्त ताकीद असे. मल्हार रामराव चिटणीस

म्हणतात, हवालदाराची कसून परीक्षा घेतल्यानंतरच शिवाजीमहाराज त्याजवर विश्वास टाकीत असत. ते एकदा एका किल्ल्यावर रात्रीचे तपासणीसाठी गेले आणि किल्लेदाराला आत घेण्यासंबंधी विचारले, काही किल्लेदार याबाबत जागृत नसल्याचे दिसून आले. त्यांना वाटले की कायदा करणारा हा कायद्यापेक्षा मोठा असतो. त्यांनी त्यांची खरडपट्टी काढून त्यांची पदावनती केली. परंतु पन्हाळ्याचा हवालदार मात्र या कसोटीस पूर्ण उतरला. त्याची खुशामत केली आणि त्याला सांगण्यात आले की, तुझे मुसलमान शत्रू तुझ्या धन्याच्या पाठीशी भिडले आहेत आणि त्यांना मृत्यूचाही धोका आहे, असे सांगूनसुद्धा त्यांनी शिवाजीमहाराजांचा नेम मोडला नाही. तो राजाला स्वत: संरक्षण देऊ शकत होता, परंतु किल्ल्याचे दरवाजे तो ठरलेल्या वेळेशिवाय उघडू शकत नव्हता. दुसऱ्या दिवशी सकाळीच शिवाजीमहाराजांनी त्याच्या कर्तव्यदक्षतेचे त्याला जागीच पदोन्नती देऊन चीज केले.[७]

सबनीस आणि कारखानीस यांच्या कामाचे स्वरूप हे राज्याभिषेकाच्या वेळीच पत्रकातून जाहीर करण्यात आले. सबनीस हा आर्थिक हिशोबांचा प्रमुख असे. त्याला प्रत्येक कागदावर सही करावी लागत असे आणि त्यावर कारखानिसाची मोहोर दिली जाई. सर्व खर्चाबाबतची आज्ञापत्रे ही सबनीस देत असे. परंतु त्यावर हवालदाराची सही आणि कारखानिसाची मान्यता घ्यावी लागे. रोजचे दोन खात्यांचे हिशोब, दोन्ही अधिकाऱ्यांच्या एकमेकांच्या संमतीने केले जात. परंतु प्रत्यक्ष सबनिसाकडे नगद रकमेचा संबंध येई; त्यावेळी हवालदाराची मोहोर आणि कारखानिसाची सही घेऊन मान्यता दिली जाई. भांडारातील वस्तूंच्या वितरणाच्यावेळी कारखानिसाला सबनिसाच्या कारकुनासमोर ते काम करावे लागे. सबनिसाला आपले हिशोब त्याच्यावरील हिशोब तपासनीस या अधिकाऱ्याकडे सादर करावे लागत व त्यासाठी त्याला आपला सहकारी कारखानीस याची मदत घ्यावी लागे.[८] या व्यवस्थेसंबंधी आणखी खोलात जाण्याचे कारण नाही. ते एकमेकांशी कसे सहकार्य करीत आणि त्यांचा एकमेकांशी कसा संबंध असे हे लक्षात येते. हवालदाराला त्याचा कार्यालयीन पत्रव्यवहार करताना सबनिसाने केलेल्या पत्राचा मसुदा आणि लिहिलेले पत्र हे कारखानिसाच्या जावक बारनिशीत नोंद करूनच पुढे रवाना होई.

वरीलप्रमाणे तीन अधिकारी किल्ल्यावर नेमण्याची प्रथा ही दक्षिण हिंदुस्थानात नवीन नव्हती. मुहम्मद आदिलशहा यानेही या पद्धतीचा पुरस्कार केलेला होता; पण शिवाजी महाराजांनी त्याच्या पुढचे पाऊल टाकले. हवालदार हा मराठा जातीतील चांगल्या कुळातील असावा, सबनीस हा आपल्या स्वत:च्या चाकरीतील ब्राह्मण असावा आणि कारखानीस हा प्रभू जातीचा असावा, असा त्यांनी दंडक घातला.[९] मराठा जातीचे लोक हे उत्तम सैनिक असत, यात शंका नाही. तसेच ब्राह्मण आणि प्रभू हे उत्तम कारकुनी काम

करणारे लोक होते. पण शिवाजीमहाराजांनी या एकाच कारणावरून जातीचा विचार करून या लोकांची लष्करी प्रशासनात नेमणूक केली नाही. त्याकाळात ब्राह्मण सेनापतींचीसुद्धा कमतरता नव्हती आणि प्रभूसुद्धा सबनिसाचे काम करू शकत होते.[१०] हे तीन अधिकारी वेगवगेळ्या तीन जातींचे असावेत हे शिवाजीमहाराजांनी स्पष्टपणे दाखवून दिले. यामुळे या तीनही जातींच्या लोकांना एकत्र येऊन राजाविरुद्ध काही कारवाई करता येऊ नये म्हणून आणि महाराष्ट्रातील या तीन मुख्य जातींना एकाच दर्जाचे काम देऊन त्यांच्या पारंपरिक बाबींचे समाधान केले. ब्राह्मण आणि प्रभू हे एकमेकांस अनुकूल नव्हते. प्रभूंना ब्राह्मणांविषयी फारसे प्रेम नव्हते, कारण ब्राह्मण त्यांच्या वैदिक अधिकाराच्या विरुद्ध होते. आपल्यापेक्षा वरिष्ठ जातीच्या सहकाऱ्यांपेक्षा आपल्याच जातीच्या आपल्या राजाच्या ठिकाणी आपण प्रामाणिक राहतो अशी मराठ्यांची भावना राहावी, म्हणून महाराजांनी त्यांच्यातील मतभेद आणि तेढ यांचा विचार करून आपल्या फायद्यासाठी त्यांच्यातील उत्तम कार्यक्षमतेचा उपयोग करून घेतला.

आणखी एका गोष्टीचा धोका त्यांना पत्करावयाचा नव्हता. हवालदार किंवा सबनीस हे एकाच जागी बराच काळ राहिले तर एखादी संघटना उभी करतील. विजापूरकरांनी काही अधिकाऱ्यांना वंशपरंपरागत अधिकार दिले होते, त्यांना 'नायकवडी' असे म्हणत. ते नवीन येणाऱ्या किल्लेदाराला महिनोंमहिने हजर होऊन देत नसत, त्याचा परिणाम वाईट होत असे.[११] त्यामुळे शिवाजीमहाराजांनी किल्लेदार, सुभेदार यांच्या वरचेवर बदल्या केल्या तसेच आपल्या प्रधानमंडळातील अधिकाऱ्यांची व लष्करी अधिकाऱ्यांची खाती वरचेवर बदलली. नेमलेल्या प्रत्येक अधिकाऱ्याला महाराजांच्या मर्जीत राहावे लागे. त्या अधिकाऱ्याच्या मृत्यूनंतर त्याच्या मुलांना किंवा नातलगांना त्याच्या पदावर अधिकार सांगता येत नसे.

अशा प्रकारचा काटेकोरपणा दाखवूनसुद्धा शिवाजीमहाराज फितुरी आणि लाचखाऊपणा यांवर पूर्णपणे नियंत्रण ठेवू शकले नाहीत. मिर्झाराजे जयसिंग यांच्या भेटीच्यावेळी राजगडचा पूर्ण कार्यभार तेथे हवालदार नसल्यामुळे केसो नारायण सबनीस यांच्यावर सोपविला होता. त्यांनी या संधीचा फायदा घेऊन बऱ्याच मोठ्या रकमेची अफरातफर केली.[१२] सिंहगड किल्ल्यावर झालेल्या बंडाळीची बातमी ऐकून शिवाजीमहाराज अस्वस्थ झाले आणि त्यांनी आपली कोकण मोहीम (१६६३ मध्ये) पुढे ढकलली. २ एप्रिल १६६३ ला शिवाजीमहाराज मोरे त्र्यंबक पेशवा आणि आबाजी सोनदेव यांना लिहितात, "सिंहगड किल्ल्यावर काहीतरी बंडाळी झाली आहे. तेव्हा नामदारखानावर कोकणात चालून जाण्याची मोहीम तूर्तास सोडून द्यावी आणि या दोन्ही अधिकाऱ्यांना त्यांनी कळविले की, तुम्ही आपले सैन्य व नागरी सैन्य घेऊन सिंहगडावर जावे व त्याचा ताबा घ्यावा. तसेच तेथील बंडाळीची पूर्ण चौकशी करावी व राजाला बंडखोरांची नावे कळविण्यात यावी."[१३]

किल्ल्यावर असलेल्या या तीन अधिकाऱ्यांव्यतिरिक्त त्या किल्ल्याच्या आकारानुसार एक किंवा अधिक 'तट सरनौबत' नावाचे अधिकारी नेमले जात. सरनौबत हा तटबंदीची पाहाणी करणारा आणि संरक्षण करणारा अधिकारी असे. एका अधिकाऱ्यास हे मोठे काम जर जमत नसेल तर तेथे ९ सैनिकांच्या तुकडीनिशी 'नाईक' नावाचा अधिकारी नेमला जात असे.[१४] शिबंदीची संख्या ही किल्ल्याचा आकार आणि किल्ल्याचे महत्त्व व परिस्थिती यावर अवलंबून असे. एखाद्या धोक्याच्या परिस्थितीत किल्ल्यावर अधिक शिबंदी व रसद देऊन त्याचं संरक्षण मजबूत केले जाई. परंतु ५०० पेक्षा अधिक सैन्य किल्ल्यावर इतरवेळी नसे.[१५] तेथील सैन्याजवळ तलवारी, भाले, धनुष्यबाण, तोड्याच्या बंदुका, चापाच्या बंदुका असत. त्यांच्यावर हल्ला करणाऱ्यावर ते अग्निबाणांचासुद्धा वापर करीत. त्यावेळी क्वचित माणसांना इजा होई आणि कधीकधी त्यांना त्यांचे दारूखाने पेटवून देण्याची संधी मिळे, पण त्यामुळे हत्ती मात्र घाबरून जात. तोफांचा मारा हे सगळ्यात परिणामकारक असे अस्त्र होते. ते पुरंदरच्या वेढ्याच्यावेळी वापरले गेले. तोफांच्या बाबतीत शिवाजीमहाराजांचे लष्कर हे कमी पडत होते. त्यांना त्याबाबतीत युरोपीय व्यापाऱ्यांवर अवलंबून राहावे लागे. त्यांना बंदुका आणि दारूगोळे त्यांच्याकडून खरेदी करावे लागत. तसेच तोफा या फ्रेंच आणि पोर्तुगीज लोकांकडून खरेदी कराव्या लागत पण त्यासुद्धा चांगल्या प्रतीच्या नसत. ते अशा ज्वालाग्राही शस्त्रांच्या बाबतीत कमी पडत असले तरी त्यांच्या शत्रूंजवळही त्यांचा तुटवडाच होता. शिवाजीमहाराजांचे सैन्य शत्रूवर धोंड्यांचा मारा करून धोंडे ढकलून शत्रूंना दडून बसायला लावत. फ्रायरने असे पाहिले की, 'किल्ल्याच्या अत्युच्च ठिकाणी दगड हीच शस्त्रास्त्रे होती आणि ती निसर्गानेच त्यांना दिली होती. हे दगडधोंडे म्हणजे निसर्गाने दिलेले तोफेचे गोळेच होते.'[१६] दगडांचा संरक्षणासाठी उपयोग करणे हे दक्षिण हिंदुस्थानात किंवा शिवाजींच्यावेळी साधन म्हणून मानले जात नव्हते. सर हेक्टर मन्रो यांनी जुन्नर घेण्याचा प्रयत्न केला,[१७] त्यावेळी त्यांच्यावर दगडांचाच मारा झाला होता. लॉर्ड व्हॅलेंटिया म्हणतो, ''मागच्या शतकाच्या पहिल्या दशकात लोहगडसारख्या महत्त्वाच्या किल्ल्याजवळ अनेक तोफा निरुपयोगी व नष्टप्रद अवस्थेत आणि दुर्लक्षिल्यासारख्या पडल्या होत्या.[१८] फिडझ्क्लॅरन्सला दहा वर्षांनंतर दक्षिणेतील किल्ल्याजवळ तो पेंढाऱ्यांच्यावरील युद्धाच्यावेळी मुंबईस जाताना त्याला दगडांचे ढीग आढळले.

दोन मार्गांनी किल्ला घेता येत असे. एकतर तो सुरुंग लावून किंवा तोफांची सरबत्ती करून तटबंदी फोडणे किंवा दोरीच्या शिड्या करून त्यायोगे तटबंदीच्या भिंती चढून आत उतरणे. १६७५मध्ये शिवाजीमहाराजांच्या सैन्याने सुरुंग लावून फोंड्याच्या किल्ल्याची तटबंदी उडविली होती.[१९] तानाजीने जेव्हा सिंहगड घेतला त्यावेळी अंधारात सिंहगडाची खडी तटबंदी चढून आत प्रवेश केला होता. मराठे काहीवेळा अफलातून

कल्पना राबवीत. त्यांनी एका माणसाळलेल्या आणि शिकवून तयार केलेल्या मोठ्या घोरपडीला दोर बांधून तिला किल्ल्याच्या तटाच्या दगडावर टाकली. तिने आपली नखे दगडावर घट्ट धरली आणि तिला बांधलेल्या दोरीच्या सहाय्याने सैनिक तटावरून किल्ल्यात शिरले.[२०] ही सेना अचानक किल्ल्यात घुसली, याचे तेथील रखवालदारांना आश्चर्य वाटले.

किल्ल्याच्या संरक्षणासाठी जागता पहारा हा अत्यंत आवश्यक असे. शत्रूने सुरुंग पेरले तर शिबंदीलासुद्धा तसेच करावे लागे; पण अतिशय बळकट अशा किल्ल्यासाठी सुरुंगांचा उपयोग होत नसे. एखादा आश्चर्यकारक धोका घडेल की काय याबाबत सेनाधिकाऱ्याला सतर्क रहावे लागे. उघड हल्ला हा तोफा, अग्निबाण किंवा मोठ्या दगडांच्या वर्षावाने परतवून लावणे शक्य होई. दिलेरखानाने पुरंदरावर चढाई केली त्यावेळी मुरारबाजींनी असाच अचानक हल्ला केला, असेही काहीवेळा घडते.[२१] पण बहुदा शिबंदीची पुरी नाकेबंदी करून किल्ल्यावरील कुमक कमी करून शरणागती पत्करावी लागेल.

शिवाजीमहाराजांच्या किल्ल्यावर भरपूर दारूगोळा व रसद असे. परंतु पन्हाळ्यास मात्र सिद्दीजोहरच्या वेढ्यात या गोष्टी कमी पडल्या. १६७१–७२मध्ये सव्वा लाख होन म्हणजे ५ लाख रुपयांची तरतूद खास वेढ्याच्या कामासाठी करून ठेवली. सहजपणे केव्हाही पैसा उपलब्ध झाला तरी या खास तरतुदीतील पैशास हात लावायचा नाही. यासंबंधीचा एका कागदातील मजकूर पाहा – ‘‘राजश्री साहेबी तह केला की, जो आपला वतन मुलूक आहे त्यापैकी महालोमहालीहून खजाना करावयास पैके आणावे. त्याचा खजानाच करून ठेवावा. जे वख्ती मोगलांशी झगडा सुरू होईल आणि मोगल येथून गडास वेढा घालतील. त्यावेळी इतर कोठूनही पैका उपलब्ध झाला नाही, तर त्यांचे मदतीस जरूर जावे आणि ऐवज जुडेना, तरीच खजानाचे पैसे खर्च करावे. त्याचे मदतीस जरूर आणि की करून ऐवज जुडेना तरीच खजानाचे प्रशासनासाठी करावे. नाही तरा एऱ्हवी सर्व, खर्च न करावा. ऐसा साहेबी तह केला असे आणि खजाना करावयाची मोईन केली होन : १,२५,००० मा. एक लाख पंचवीस हजार होन रास.

कुडाळ	२०,०००	राजापूर	२०,०००
कोळे	२०,०००	दाभोळ	१५,०००
पुणे	१३,०००	नागोजी गोविंद	१०,०००
जाउली	५,०००	कल्याण	५,०००
भिवंडी	५,०००	इंदापूर	५,०००
सुपे	२,०००	कृष्णाजी भास्कर	५,०००
			१,२५,०००

येणेप्रमाणे एक लाख पंचवीस हजार होन खजाना करावयाचा तह केला असे.[२२] त्याचवर्षी शिवाजींनी आपल्या महत्त्वाच्या किल्ल्यांची डागडुजी करण्यासाठी एक लाख ७५ हजार होन जादा रक्कम नेमून दिली. त्यांच्या असे लक्षात आले की, वेळेवर वेतन न मिळाल्यामुळे कामगार असंतुष्ट होतात. म्हणून अशा बांधकाम व दुरुस्तीसाठी काही रक्कम बाजूला ठेवण्यात आली.[२३] फॅक्टरी रेकॉर्ड्सवरून हे लक्षात येते की, मुंबईकडच्या कारागीरांना चांगला पगार आणि चांगल्या सुविधा देऊन नेमावे.[२४] चांगला पगार आणि चांगली वागणूक दिल्याशिवाय चांगले काम करून घेता येत नाही हे शिवाजी-महाराजांसारख्या सूज्ञ माणसाने ओळखले होते. एका कागदावरून हे लक्षात येते की, मंजूर केलेल्या तरतुदीतून कामगारांना नियमितपणे मजुरी दिली जात नाही; त्यामुळे ते असंतुष्ट राहतात व त्यांच्याकडून काम व्यवस्थित केले जात नाही, हे महाराजांच्या लक्षात आले. त्यासाठी त्यांनी १ लाख ७५ हजार होनांची वेगळी तरतूद किल्लेदुरुस्तीसाठी केली ती खालीलप्रमाणे–

राजगड	५०,०००
सिंधुदुर्ग	१०,०००
सिंहगड	१०,०००
सुवर्णदुर्ग	१०,०००
प्रतापगड	१०,०००
पुरंदर	१०,०००
प्रचंडगड	५,०००
प्रसिद्धगड (प्रचीतगड)	५,०००
विशाळगड	५,०००
महिपतगड	५,०००
सुधागड	५,०००
लोहगड	५,०००
सबलगड	५,०००
श्रीवर्धन आणि मनरंजन	५,०००
कोरीगड	३,०००
सरसगड	२,०००
महींद्रगड	१,०००
किरकोळ	७,०००
एकूण	१,७५,००० होन

एका वर्षासाठीच एवढ्या मोठ्या रकमेची तरतूद केली होती असे दिसत नाही. त्यावेळी मजुरी अतिशय कमी होती. ही तरतूद केली तेव्हा म्हणजे १६७१ साली शिवाजीमहाराजांनी महत्त्वाच्या किल्ल्यांचे बांधकाम पूर्ण केले. हीसुद्धा आधीच्या तरतुदीसारखीच तरतूद केली असल्याचे म्हटल्यास चुकीचे नाही. कारण इतर मार्गांने पैसे जर उपलब्ध झाले नाहीत; तर त्यासाठीच अशी खास तरतूद केलेली दिसते की ज्यायोगे कामगारांना नियमितपणे मजुरी मिळावी. या सर्वच गोष्टींचा खुलासा वरील कागदपत्रात नसला तरी महाराजांनी ही खास व्यवस्था केली होती, असे निश्चित म्हणता येईल.

शिबंदीतील लोकांना व त्यांच्या अधिकाऱ्यांना फार मोठा पगार दिला जात नसे. बखरींनी याबाबतीत मौन बाळगले असले तरी समकालीन पत्रांतून आपणास काही आकडेवारी समजते. हवालदार यास वार्षिक १२५ होन दिले जात. उदा. नागोजी भोसले यास मुद्राधारी किंवा हवालदार म्हणून (१६७७)मध्ये १५० होन प्रतिवर्षी देऊन केले हे त्यातील २५ होन खाशा दोन चाकरांसाठी होते. कृष्णाजी सुर्यवंशी याला त्याच वर्षी त्या किल्ल्याची सरनौबती देऊन सालीना होन १०० वर नेमले. मुद्राधारी अधिकाऱ्याप्रमाणेच हवालदार इमारत कोट उटळूर याचा खासा तैनात सालिना होन १२५ आणि त्याच्या हाताखालील मुजुमदाराची तैनात सालिना होन ३६ याशिवाय शिवाजींनी चार तटनौबतांची आणि ७ बारगिरांची कोट उटळूर येथे नेमणूक केली. त्यांची सालिना तैनात अनुक्रमे तट सरनौबत ४ होन, ८ कावेरी पाक, एकूण १२ होन. बारगीर शिपाई – ३ होन ६ कावेरी पाक, एकूण ९ होन. २६ जुलै १६७७ च्या एका सरकारी पत्रात असे आढळते की वर्धन-गड किल्ल्यावर तिमाजी नारायण नावाच्या कारकुनाची नेमणूक झाली. त्याची तैनात, दरमहा तीन होन.[२६] याशिवाय प्रत्येक अधिकाऱ्याला त्याच्या हुद्द्याप्रमाणे आणि महत्त्वाच्या कामगिरीप्रमाणे पालखी, दिवटी, भालदार छत्र आणि वरकडास चाकर पोरगे योग्यतेनुरूप नेमून दिले.

रामोशी, भिल्ल व इतर रानटी जमातींतील लोकांना तटबंदीच्या रक्षणासाठी नेमले जाई. हे लोक जंगलात राहात असल्यामुळे आणि ते निशाचर असल्यामुळे ते उत्तम रात्रीचे पहारेकरी म्हणून विशेषत: टेहेळणीमधे तरबेज असे असत. शिवाजीमहाराजांनी आपल्या किल्ल्यांच्या रखवालीसाठी रामोशांच्या नेमणुका केल्या, त्या लोकांनीही अतिशय स्वामिनिष्ठेने अंत:करणपूर्वक आपले कर्तव्य बजावले.[२७] त्यांच्याकडे सोपविलेल्या कामामुळे त्यांना किल्ल्याच्या तटबंदीच्या बाहेर राहावे लागे. त्यांचे राहणीमान अत्यंत खालच्या दर्जाचे होते. थोड्या पगारात आणि थोड्या भत्त्यात ते समाधान मानीत. शिवाजीमहाराजांच्या नंतरच्या काळात रामोशी, भिल्ल आणि कोळी यांना वतने देण्यात आली. किल्ल्याचे संरक्षण किंवा इतर कोणतीही मराठ्यांशी निगडित अशी संरक्षणाची बाब हे त्यांचे वंशपरंपरागत कर्तव्य मानले गेले.

शिवाजीमहाराजांनी निर्माण केलेली किल्ल्याच्या संरक्षणाची आकृतिबंधयोजना ही पेशवे कालखंडाच्या सुरुवातीपर्यंत तशीच होती. परंतु महाराजांच्या मृत्यूनंतर त्याची अंमलबजावणी मात्र पूर्ण थांबली. शिवाजीमहाराजांनी लहान गढ्या नष्ट केल्या; परंतु नव्या जहागीरदारांकडे महाराजांनी बांधलेले किल्ले जेव्हा आले तेव्हा राज्यात लहान–लहान तुकड्यांनी शक्ती विभागली गेली आणि मध्यवर्ती शक्तिशाली शासन प्रबळ होण्याऐवजी वरील गोष्टी घडल्या.

शिवाजीमहाराज वारले तेव्हा त्यांच्या ताब्यात २४० गड कोट होते आणि त्यावर एकही वंशपरंपरागत असा सरदार कार्यरत नव्हता. किल्ल्याच्या प्रशासनातील अत्यंत गुंतागुंतीच्या पद्धतीमुळे राजाला त्यासाठी फार जागरूकतेने लक्ष पुरवावे लागे. ते त्यांच्यानंतर संभाजीराजांच्या कारकिर्दीत घडले नाही. वडिलांनी निर्माण केलेल्या गोष्टीपासून ते दूर राहिले नाहीत. परंतु त्यांना वडिलांसारखी दूरदृष्टी किंवा उद्योगशीलता नव्हती. त्यांच्या मृत्यूनंतर गोष्टी फारच वाईट घडल्या, जो रायगड किल्ला महिनोंमहिने शत्रूचा वेढा पडला तरीसुद्धा अजिंक्य राहिला असता तो शत्रूस घेणे शक्य झाले. राजाराममहाराजांच्या काळात उदयास आलेल्या सरंजामशाहीमुळे एक एक सरंजामदार किल्ल्याचा किल्लेदार झाला. सचिव हे प्रसिद्ध अशा पुरंदर किल्ल्याचे मालक झाले. १७१०–११मध्ये परशुराम प्रतिनिधी यांच्याकडे ३५ किल्ले होते. त्यांपैकी विशाळगड, प्रतापगड, चंदन–वंदन, सातारा आणि कोल्हापूर हे महत्त्वाचे किल्ले होते.[२८] प्रत्येक लष्करी अधिकाऱ्याने आपल्या कुटुंबास राहण्यासाठी एक तरी चांगला किल्ला ताब्यात ठेवावा अशी जणू रूढीच तयार झाली. आणि त्यानुसार बाळाजी विश्वनाथ यांनी शंकराजी नारायण सचिव यांच्याकडून पुरंदर किल्ला घेतला. मराठ्यांनी माळवा आणि उत्तर हिंदुस्थानात आपली सत्ता वाढविली, तेव्हा नवीन जिंकलेल्या किल्ल्यावर शिबंदी ठेवून तो प्रदेश आपल्या खाजगी मालकीचा केला. त्याचेच अनुकरण त्यांच्या हाताखालील लोकांनी केले. यामुळे अनेक वंशपरंपरागत असे सरदार निर्माण झाले. त्यांच्या ताब्यात गडकोट आले आणि केंद्रीय सत्ता आपले काही वाकडे करणार नाही, अशी पद्धत निर्माण झाली.

पेशव्यांच्या कारकिर्दीत तीन जुने मोठे अधिकारी दरखदार वंशपरंपरागत असे म्हणून कायम राहिले. नेहमीच्या पद्धतीने त्यांच्यानंतर त्यांची मुले किंवा इतर नातलग वारसदार होत असे. इतकेच काय पण त्यांच्या हयातील ते आपले काम करण्यासाठी किल्ल्यावर एखादा प्रतिनिधी नेमत असत. हवालदार, सबनीस किंवा कारखानीस यांचा पगार स्वाभाविकपणे त्यांच्यावरील जबाबदारीवरच अवलंबून असे. जर तो किल्ल्यावर म्हणजे राहात असेल तर त्याला ज्यादा भत्ता दिला जात असे. सन १७६३–६४मध्ये बहुलगडावरील किल्ल्यावरील हवालदार आणि सरनोबत यास १२५ रुपये प्रतिवर्षी तर सबनीस आणि फडणीस यास २०० रुपये प्रतिवर्षी, सुभेदार यास २५० रुपये प्रतिवर्षी

असे वेतन मिळे.[२९] चाकण आणि अहमदनगर येथील हवालदारांना अनुक्रमे ३०० रुपये व ३६० रुपये मिळत असत.[३०] या एकूण पगाराव्यतिरिक्त कापड दिले जाई आणि त्याकाळी फोफावलेल्या सरंजामशाहीच्या दिवसात काही अधिकाऱ्यांना पैशाऐवजी जमिनी इनाम म्हणून दिल्या गेल्या. १७५०–५१मध्ये सिंहगडच्या सबनिसाला ६०० रुपये पगार आणि १०० रुपयांचे कापड, या व्यतिरिक्त दोन गावे आणि दोन गावांचे उत्पन्न नगद असे मिळत असे.[३१]

पूर्वीची महत्त्वाची अशी पद्धत सोडून देऊन नवीन पद्धतीचा स्वीकार अधिकाऱ्यांना करावा लागे हे सांगण्याची गरज नाही. किल्ल्याचा खर्च हा जवळ असलेल्या गावांच्या साऱ्यातून केला जाई. सर्व सुभ्यातील किल्ल्यांचे प्रशासन त्या प्रदेशाच्या सुभेदाराकडे सोपविले गेले. १७७४–७५मध्ये वसईचा मामलेदार विसाजी केशव याच्याकडे १८ किल्ल्यांचा कारभार सोपविला होता.[३२] अंजनवेलचा सागरी किल्ला हा हवालदार आणि सुभेदार यांच्या दोघांच्या ताब्यात होता आणि त्या किल्ल्याच्या बाहेरच्या दरवाजाची चावी हवालदाराकडे असे, तर आतील दरवाजे हे सुभेदाराकडे असत.[३३] ही व्यवस्था स्वाभाविकपणेच समाधानकारक नव्हती. १७९४–९५मध्ये धारवाडच्या किल्ल्याचा हवालदार बापूराव साळोखे आणि सुभेदार बापूजी शिंदे यांच्यात मतभेद झाला.[३४] कारखानिसांना काहीवेळा कमी पगार दिला जाई, त्यामुळे ते किल्ल्यावर राहून आपले काम करण्याबाबतीत फिकीर करत नसत. त्यामुळे पेशव्यांना तेथील कोठार, हिशोब आणि शिबंदीला द्यावयाचे धान्य आणि पगार इ. गोष्टींसाठी तपासनिसास पाठवावे लागे.[३५] पेशव्यांच्या कारकिर्दीत इमारती आणि किल्ले यांच्या डागडुजीसाठी बिनपगारी लोक वापरले गेले. इमारती लाकूड जवळच्या जंगलातून मिळत असे. तसेच शेजारच्या गावातून सुतार आणि मजूर मिळत असत. या ठिकाणी आपल्या लक्षात येते की, वेगवेगळी शिवाजी महाराजांच्या प्रशासनव्यवस्थेपासून प्रशासन कसे दूर गेले होते.

शिबंदीची संख्या ही वेगवेगळ्या किल्ल्यावर वेगवेगळ्या वेळी ठेवली जात असे. १७७३–७४मध्ये साताऱ्यास ५० नवीन सैनिक शिबंदीत आणण्यात आले. कारण तो भाग उपद्रवग्रस्त होता.[३६] नाना फडणिसांच्या मर्जीतील धोंडजी या लोहगडच्या अधिकाऱ्याकडे परिस्थितीनुरूप १ ते ३००० ची शिबंदी ठेवण्यात आली होती.[३७] किल्ल्यावरील खाजगी नोकरी करणाऱ्या नोकरांचा पगार शिवाजीमहाराजांच्या वेळेपेक्षा आता वाढवण्यात आला होता. बाळाजी बाजीरावच्या प्रशासनात खाजगी नोकरांचा पगार तीन ते पाच रुपये, आठ आणे असा होता. त्यांची बदली नवीन किल्ल्याच्या ठिकाणी झाल्यावर त्याला पगारवाढ दिली जाई.[३८] पहिल्या माधवराव पेशव्यांच्या कारकिर्दीत हे वेतन सात रुपयेपर्यंत वाढले.[३९] हे मुद्दाम निदर्शनास आणतो की, पेशव्यांच्या कारकिर्दीत सामान्य सैनिकांला ११ महिने चाकरी करून मासिक ११ रुपयापेक्षा कमी

पगार १० महिन्यांचाच पगार मिळत असे. काही वेळेस त्याची बराचकाळ थकबाकीही राहात असे. शाहूछत्रपतींच्या कारकिर्दीपासून खाजगी नोकरांना पगार देण्याची नवीन प्रथा रूढ झाली. त्यांना भाडेरहित जमिनी देण्यात आल्या. १७७४–७५मध्ये अशा सैनिकांना शेती करणे व गडावर काम करणे या गोष्टी आलटून–पालटून करण्याची परवानगी देण्यात आली.[४०] काहीवेळेस त्यांना काम नसे, त्यावेळी त्यांना नोकरीवरून काढून टाकण्यात येत असे. पेशवाईच्या अखेरच्या काळात सर थॉमस मन्रो पश्चिमेकडील मराठ्यांच्या राज्यात एक विशिष्ट पद्धत राबविली जात असे, असे निदर्शनास आणतो. काही लहान किल्ल्यावर वंशपरंपरागत सैनिकी सेवा होती. त्यांचा सेनापती त्याच्या काही सहकाऱ्यांसह पुण्याहून पाठवला गेला.[४१]

दरवर्षी किल्ल्यावरील पुरवठा हा बदलत असे. शिबंदीला पगाराऐवजी आधीचे असलेले धान्य दिले जाई किंवा काहीवेळा ते विकले जाई आणि नवीन धान्य आणले जाई. काहीवेळा साधे मसाल्याचे पदार्थ किंवा तंबाखू यांचा किल्ल्यावर साठा करण्यासाठी लांबची दौड करून प्राप्त करावे लागत.[४२]

पेशव्यांच्या कारकिर्दीत किल्ल्यावर भरपूर तोफांचा पुरवठा केला जात होता. तोफा चालविणारे लोक हे बहुतेक परदेशी होते आणि त्यांना सामान्य खाजगी माणसापेक्षा अधिक पगार दिला जात असे. अग्निबाणांचा वापर अजून केला जात असे आणि ते हाताळणारे लोकसुद्धा नेमले होते, परंतु दगड वापरणे सोडून दिले नव्हते. मोठ्या बंदुका दरवर्षी स्वच्छ (cleaning) केल्या जात, तर लहान बंदुका या दरमहा स्वच्छ केल्या जात. परंतु त्यांचा वापर मात्र फारशा कार्यक्षमतेने होत नसावा; कारण १८१८ ते १८१९ या वर्षात इंग्रजांनी किल्ल्यामागून किल्ले सहजपणे जिंकले.

लष्करामधे अराष्ट्रीयत्वाची भावना कशी निर्माण होत गेली; हे किल्ले सोडताना त्यांना खंत वाटली नाही, यावरून लक्षात येते. दुसऱ्या बाजीरावाने इंग्रजांशी लढा दिला त्यावेळी बहुतेक किल्ल्यांवर अरब आणि मराठेतर हिंदुस्थानी सैनिकच होते.

पेशव्यांच्याकडे असलेल्या किल्ल्यांप्रमाणेच त्यांचे कनिष्ठ सरंजामदार यांच्याकडील किल्ल्यांच्या बाबतीतपण तेच घडले. ते आर्थिकदृष्ट्या कमी असले तर त्यांच्याकडे कमी दर्जाची शिबंदी आणि पुरवठा असे. धोक्याच्या प्रसंगी ते पेशव्यांकडून मदत मागत. प्रत्यक्षत: पेशव्यांकडून कुमक येण्यास उशीर होई आणि सरंजामदाराचे नुकसान होत असे. निसर्गाने दिलेली प्रबळ शक्ती जवळ असतानाही ब्रिटिशांनी पेशव्यांचा मुलूख किरकोळ असा लढा देऊन शेवटी कब्जात घेतला.

विल्यम हेन्री टोन याने मद्रासच्या अधिकाऱ्यांना १८ व्या शतकाच्या शेवटच्या दशकात पाठविलेल्या अहवालात तो म्हणतो, ‘‘प्रचंड डोंगरांच्या रांगा आणि अरुंद दऱ्या अशा ठिकाणी निर्माण केलेले बुलंद किल्ले हा नैसर्गिक संपत्तीचा ठेवा लाभलेल्या

प्रदेशावर पेशव्यांची राज्य केले. परंतु अखेरीस त्यांना पराभव पत्करावा लागला. लढ्यास तोंड देण्यासाठी तो देश किंवा त्याची भूमी याचा उपयोग होतो असे म्हणता येत नाही. म्हणूनच रणभूमीवरील मराठ्यांच्या नशिबात काय असेल ते असेल, एक मात्र ठामपणे म्हणता येईल की ते त्यांच्या देशात कायम अजिंक्यच राहतील. मी खानदेशकडे जात असताना मला २० किल्ले असे दिसले की, ते वेगवेगळ्या दिशांना वसले आहेत. त्यांपैकी कंचन, टंकाई, अंकाई, साल्हेर, मुल्हेर, नाशिक, गळणा, चांदवड, त्र्यंबक इत्यादी किल्ले. हा प्रदेश अजिंक्य अशा ठिकाणी वसलेला असून औरंगजेब बादशहाला हे किल्ले सहजासहजी जिंकता आले नाहीत, ते त्यांनी नंतर फितुरीने मिळविले.''[४३]

टोनच्या प्रतिपादनावर विश्वास ठेवता येत नाही; कारण त्याने मराठ्यांच्या नैसर्गिक ताकदीचे आणि किल्ल्यांच्या प्रतिकारक्षमतेचे अधिक अवाजवी वर्णन केले आहे. किल्लेबांधणीचे रचनाशास्त्र आणि व्यवस्थापन, तेथील शस्त्रास्त्रे यांच्या दर्जाबाबतीत त्याने फारच कमी विचार केलेला दिसतो. शिवाजीमहाराजांच्या वेळेपासून चालत आलेल्या किल्ल्यावरील लष्करी रचनेमध्ये कोणतीही सुधारणा झाली नाही, पुढे सरंजामशाहीचा उदय झाल्यावर सैन्याची कार्यक्षमता कमी झाली व त्यांच्यावरील अधिकार कमी होत गेला, शस्त्रास्त्रांमध्ये व तोफांमध्ये कोणतीही सुधारणा झाली. परंतु दुसऱ्या बाजीरावच्या वेळीस लोहगड सारख्या ठिकाणाकडे अतिशय दुर्लक्ष झाले. त्याउलट इंग्रजांचा तोफखाना आणि लष्करी शास्त्र हे औरंगजेबापेक्षा अतिशय प्रगत होते.

टिपा :

(१) तालुका म्हणजे हे जिल्ह्याचा एक उपविभाग.

(१) तालुका म्हणजे हे जिल्ह्याचा एक उपविभाग.

(२) व्हेलेंटिया (Valentia), Voyages and Travels to India, Ceylon, and the Red Sea, Abyyssinia and Egypt, Vol. II, pp. 168-9

(३) ग्रोस (Grose), A Voyage to the East Indies, p. 137

(४) द.ब. पारसनीस, पन्हाळा, पृ. ६१

(५) त्याचा ईस्टर फाकडे हा लेख पाहा. पेशवे हे गडावर कोणताही वाईट प्रसंग घडला असता पेशवे कोणताही धार्मिक उत्सव साजरा करीत नसत. पाहा – सेन, Administrative System of the Marathas, p. 402

(६) सेन, Sivachhatrapati, p. 29

(७) चिटणीस बखर, संपा. कीर्तने नी. ज., पृ. १०८.

(८) मावजी आणि पारसनीस, सनदा आणि पत्रे, पृ. १३०–३२

(९) सेन, Sivachhatrapati, पृ. २९,३०

(१०) पेशव्यांच्या कारकिर्दीत प्रभू हे सबनीस असल्याचे काही ठिकाणी दिसते.

(११) २० सप्टें. १६७१ चे कारवारचे पत्र, Factory Records, Surat, Vol. 106, fol. 14.

(१२) राजवाडे, मराठ्यांच्या इतिहासाची साधने, खंड ८, पृ. ७–८

(१३) कित्ता पृ. ११

(१४) सेन, Sivachhatrapati, पृ. २९

(१५) फ्रायर A new acounts of East India and persia, P. 127

(१६) कित्ता पृ. १२३

(१७) Caraccioli, quoted by Sir G. forrest, The Life of Lord Clive, Vol. II., p. 273

(१८) व्हॅलेन्टिया, Voyage and Travels to India, Ceylon, The Red Sea, Abyssinia and Egypt, Vol. II, pp. 166-67

(१९) Factory Records, Surat, Vol. 88, Part II, fol. 48-9

(२०) पाहा – ॲक्वर्थ आणि शाळिग्राम, ऐतिहासिक पोवाडे, पृ. ४४

(२१) सेन, Sivachhatrapati पृ. ५३

(२२) राजवाडे, मराठ्यांच्या इतिहासाची साधने, खंड ८, पृ. १६–७

(२३) कित्ता पृ. १८१–९

(२४) मुंबईच्या एका पत्रात असे म्हटले आहे की, शिवाजी नोकरांना जास्त पगार देत असल्यामुळे आपल्याकडील अनेक कामगार त्याच्याकडे पळून गेले. (फेब्रु. १६७१–७२) Factory Records, Surat, Vol. 106, Fol. 73-4

(२५) राजवाडे, मराठ्यांच्या इतिहासाची साधने, खंड ८, पृ. २७–३१

(२६) कित्ता पृ. २९

(२७) कॅप्टन अलेक्झांडर मॅकेनटॉश An Accounts of the Origin and Present Condition of the tribe of Ramoossies, pp. 56-7

(२८) पेशवे रोजनिशी, खंड १, पृ. ५४

(२९) कित्ता खंड ९, पृ. ३४७

(३०) कित्ता पृ. ३५६–७

(३१) कित्ता खंड ३, पृ. १९२

(३२) कित्ता खंड ६, पृ. १९९

(३३) कित्ता पृ. २०८–१०

(३४) कित्ता पृ. २१३–१४

(३५) कित्ता पृ. २११

(३६) कित्ता पृ. १९८

(३७) व्हॅलेंटिया, Voyage & Travels to India, Ceylon, The Red Sea, Abyssinia and Egypt, Vol. II, p. 171

(३८) पेशवे रोजनिशी, खंड ३, पृ. १९८–२००

(३९) कित्ता खंड ९, पृ. ३५८

(४०) ग्लेग, Life of the Thomas Munro, Vol. II, p.268

(४१) पेशवे रोजनिशी, खंड ६, पृ. २०३–४

(४२) कित्ता खंड ३, पृ. १९०–१

(४३) टोन, Illustrations of Some Institutions of the Mahratta People, p. 16

प्रकरण ६

तोफखाना

भारतातील इतर लोकांपेक्षा मराठ्यांचा तोफखाना हा केव्हाच उत्तम दर्जाचा नव्हता. लांब पल्ल्याचा मारा करण्यासाठी अत्यंत प्रभावी असे हे साधन असल्याचे त्यांना माहीत होते. बाबराकडे असलेल्या तोफखान्यातील प्रावीण्य हे त्यास मिळालेल्या रजपूत आणि पठाणांविरुद्धच्या निर्णायक विजयाचे गमक होते आणि त्या प्रावीण्यामुळे दक्षिणेकडील पोर्तुगीजांनाही धडकी भरली. त्यामुळे भारतातील उत्तरेकडील आणि दक्षिणेकडील सत्ताधीशांना नवीन शस्त्रास्त्रांनी परिपूर्ण असावे, ही अत्यंत निकडीची गरज वाटली. भारतातील राजांनी पोर्तुगीज आणि इतर साहसी लोकांचे अत्यंत हार्दिक स्वागत केले; तरीपण काही साहसी भारतीय लोकांना अकल्पित विज्ञानाची जाण होती. १५७१मध्ये राम नावाच्या एका ब्राह्मणाने पोर्तुगीजांच्या तोफखान्यावरील माणसाबरोबर विलक्षण झुंज दिल्याचे समजते. ब्राह्मणाच्या बंदुकीला (butcher) कसाई असे म्हणत, तर त्याच्या ख्रिश्चन शत्रूच्या शस्त्राला (Lion) सिंह असे म्हणत. एकमेकांवर हल्ला करताना ते दोघे माकडचेष्टा करीत होते.[१] (मराठ्यांचा उदय होण्यापूर्वी भारतीय बंदूक होती.)

शिवाजीमहाराजांचे स्वतंत्र असे 'तोफखाना' म्हणून खाते होते आणि त्यांचा 'दारूखाना' असाही स्वतंत्र विभाग होता.[२] त्याला पोर्तुगीज भाषेतील पर्यायी शब्द असा आहे 'कासा दी पोल्वोरा'. तोफांच्या बाबतीत दक्षिणेत पोर्तुगीज हे प्रबळ असे, जणू काही मालकच असे होते. शिवाजीमहाराजांनी जाणीवपूर्वक त्यांच्या पद्धतींचे अनुकरण केले असावे. खऱ्या किंवा खोटारड्या पोर्तुगीजांची नेमणूक शिवाजीमहाराजांनी आपल्या या खात्यात केली नाही. बंदुका आणि तोफा यांसाठी युरोपीय व्यापारी कंपन्यांवर त्यांना पूर्णपणे अवलंबून राहावे लागत असले, तरीसुद्धा त्यांचा एखादा बंदुकांचा कारखाना असावा असे दिसत नाही. या कमतरतेसाठी त्यांना आपणास दोष देता येणार नाही. अनेक गोष्टींचे ते नवनिर्माते होते. त्यांच्या घटनापूर्ण अशा अल्पायुष्यात त्यांनी भरपूर मिळविले आणि अनेक गोष्टी मिळवावयाच्या राहून गेल्यासुद्धा. सर्वच काही मिळविणे त्यांना शक्य नव्हते.

युरोपियन व्यापारी कंपन्यांचा शस्त्रास्त्रे आणि दारूगोळा यांचा नियमित व्यापार चालू होता. शेजाऱ्यांच्याप्रमाणेच शिवाजीमहाराज गरजेच्या अशा या शस्त्रांकडे लक्ष देतच होते. कदाचित त्यामुळेच फ्रेंचांना त्यांनी राजापूर येथे वखार काढण्यास परवानगी दिली आणि तसेच इंग्रजांशी बंदराच्या ठिकाणी वखार काढण्यासंबंधीची बोलणी केली. त्या संदर्भातील ३० सप्टें. १६७१ च्या पत्रात लिहिले आहे की, शिवाजीकडून तह करण्याकरिता वकील आला आहे. त्याला चांगल्या तऱ्हेने वागवून तह त्वरेने करण्याकरिता स्टीफन उस्टिक व राम शेणवी यांना पाठवावे. राजापूरच्या लुटीची नुकसानभरपाई व राजापूरला पुन्हा वखार स्थापण्याबद्दल बोलणे करावे. खरे पाहिले तर दंडाराजपुरी त्याचे ताब्यात जाण्याने आमचे मुंबई बंदरास संकट आहे. बरे! आज थेट नकार द्यावा तरी ते आपल्या हिताचे नाही, म्हणून त्याला पाहिजेत त्या वस्तू मिळण्याच्या आशेवर त्याला मुग्ध्यातच ठेवल्याने बहुधा तो लवकर तह करण्यास तयार होईल. ह्या दोघांना पाठविण्याचा मुख्य उद्देश हाच आहे. शिवाजीकरिता सुंदर नजराणा व उस्टिक याच्याबरोबर कंपनीच्या लौकिकाला साजेल असा लवाजमा देण्याची योग्य ती तजवीज करावी.[३] १६७३मध्ये त्यांनी फ्रेंचांकडून २००० मण शिसे आणि ८८ लोखंडी बंदुका विकत घेतल्या.[४] परंतु यासाठी इंग्रजांशी त्यांनी वरचेवर संपर्क साधला असता इंग्रजांनी या ना त्या कारणाने टाळाटाळ केली. ५ सप्टेंबर १६७० मुंबई फॅक्टरी सुरतला लिहिते की, ''आम्हांला हे पक्के माहीत आहे की, शिवाजीला शिसे किंवा तोफा पाहिजे असतील त्या त्याला राजापूरच्या फ्रेंच वखारीतून खास मिळतील. परंतु आम्ही मुद्दाम कोणत्याही भानगडीत न पडता आपल्या हुकुमाचे बाहेर जाणार नाही.''[५]

इंग्रजांना दिल्लीच्या बादशहाच्या शत्रूस शस्त्रपुरवठा करून त्याचे मन दुखावणे परवडणारे नव्हते. परंतु शिवाजीमहाराज इंग्रजांशी केलेल्या सौद्याच्या बाबतीत गुप्तता राखण्यास पूर्णपणे तयार होते. सप्टें. १६७१मध्ये मुंबईकर सुरतकरांना कळवितात, ''एक इंजिनियर, १ मोठी तोफ, गोळे आणि दुसरी मोठी तोफ इतके गुप्तपणे शिवाजीकडे पोहोचते करावे, अशी त्याची अपेक्षा आहे.''[६] हे त्याने कसे केले ते मुंबईच्या ८ नोव्हेंबर १६७१ च्या पत्रावरून समजते... शिवाजीकरिता ३–४ मोठ्या तोफा देण्याचे तुम्ही ठरविल्यास त्या पोर्तुगिजांकडून घेवविण्याची शिवाजीची तयारी आहे. तसे झाल्याने आमचे नावच निघणार नाही.[७] १६७४ मध्ये परत शिवाजीमहाराजांनी आपल्या वकिलाबरोबर अतिशय कळकळीचे असे पत्र लिहून प्रेसिडेंटला कळविले की, ''४० ते ६० मोठ्या तोफा आणि २ पितळी तोफा मागितल्या असल्याचा महाराजांचा खाजगी निरोप आहे. त्याचे पैसे राजापूरकरांकडे देण्यात यावेत असे प्रेसिडेंटने सांगितले.''[८] इंग्रजांकडे आता लोखंडी तोफा नाहीत परंतु २ पितळी तोफा आपणास विकता येतील. शिवाजीला आपण धान्य वगैरे पुरवतो अशी बहादूरखानाने[९] आणि इतर अधिकाऱ्यांनी तक्रार केली आहे. त्याचा

बादशाहाला राग येईल आणि तो त्याच्या प्रदेशातील आपला व्यापार रसातळाला नेईल. त्याकरिता त्याला दारूगोळ्याची थोडीच मदत करावी.[१०] डिसें. १६७६मध्ये सुरतकर मुंबईकरांना कळवितात की, ''शिवाजीस हव्या असलेल्या दोन पितळी तोफा त्यास देऊ नयेत. त्याने जरी तुम्हाला रोख पैसे देण्याची तयारी दाखविली, तरी आमच्याकडून दोन तोफा देण्यासंबंधीचे आदेश जोपर्यंत येत नाहीत तोपर्यंत देऊ नयेत; कारण ही गोष्ट अत्यंत महत्त्वाची आहे आणि त्याच्यावर कितपत विश्वास ठेवावा याची आपणास जाणीव आहेच.''[११]

शिवाजीमहाराजांची असलेली आग्रहपूर्वक मागणी ही त्यांना तोफांची किती गरज होती हे दर्शविते. इंग्रज लोकांच्यापासून सावधगिरी बाळगून शिवाजीमहाराज हे सर्व करीत होते. त्यांना अशा तोफा मिळविण्यात एकदा यश आले. हे मुंबईच्या ७ एप्रिल १६७३ (१६७१) च्या पत्रावरून समजते. ''डेप्युटी गव्हर्नरने पूर्वी सांगितलेल्या दोन तोफा एका फ्रेंच माणसाला विकल्या. त्याने फिर्डल्गो या ठाणे येथील व्यापाऱ्यास त्या तोफा विकल्या आणि त्याने त्या शिवाजीकडे दिल्या.''[१२] त्या तोफा त्याच्या वजनानुसार विकल्या, पण त्या पोर्तुगीज आणि इंग्रज यांच्या शस्त्रांच्या प्रतीनुसार कमी दर्जाच्या होत्या. १६७१मध्ये शिवाजीमहाराजांनी मुंबईकरांकडून त्यांच्या फ्रेंच आणि पोर्तुगीज एजंटामार्फत दोन तोफा खरेदी केल्या. त्याबद्दल इंग्रज वखारवाले लिहितात, ''त्या कमी पल्ल्याच्या असून त्यातील दारूगोळा चांगला उडू शकतो.''[१३] सुरतकरांच्या १२ नोव्हें. १६७२ च्या पत्रातून समजते, की काही कमकुवत तोफा यावर्षी होत्या त्या आपण पाठवून दिल्या आहेत आणि काही अजून व्यापाऱ्याकडून किनाऱ्यापर्यंत पोहोचल्या नाहीत. त्या सव्वा पाच रुपयाच्या दराने आणि चार महिन्यांच्या बोलीने खरेदी केल्या आहेत. त्यांतील सहा प्रयोगादाखल आपण उडविल्या. काही जुन्यांना मोठी भोके आहेत. इतर काहींची नवीन धातूचे झाळ देऊन भोके बुजविली आहेत. त्या उडविताना व्यवस्थित दिसतात.[१४] ५ फेब्रु. १६७३–७४ च्या एका पत्रात 'जुन्या आणि दोषयुक्त तोफा म्हणजे मधाचे पोळेच जणू.'[१५] शिवाजीमहाराज हे एकटेच ही यंत्रे खरेदी करणारे नव्हते तर सौंध्याचा राजा, विजापूरकर हेसुद्धा हे खरेदी करताना एकमेकांकडे पाहात होते, शहाजादा शहाआलम याने आपल्या आरमारासाठी दारूगोळा पाठविल्याबद्दल खास पत्र दिले होते.[१६] तोफखाना, दारूगोळा यासंबंधी गेले शतकभर या देशातील राजांनी त्याची गरज असतानादेखील त्यात सुधारणा व्हावी किंवा ती तयार करावीत याचा अजिबात विचार केला नाही. भारतीय बनावटीच्या तोफा या अप्रगत, बोजड आणि कमी दर्जाच्या म्हणून प्रसिद्ध होत्या.[१७]

युरोपियन बनावटीच्या तोफांशिवाय शिवाजीमहाराजांच्याकडे भारतीय बनावटीच्या काही हलक्या जिंझाल किंवा जम्बुरक किंवा शुतरनाल (उंटावरील तोफ) नावाच्या तोफा

होत्या. तोफगोळे हे दगडी किंवा लोखंडाचे असत. परंतु शिवाजीमहाराजांकडे तोफा आणि बंदुकांची कमतरताच होती. पन्हाळा किल्ला घेण्याच्यावेळी त्यांना तोफांची गरज होती. परंतु कोकणात फ्रेंचांकडून घेतलेल्या ४० तोफा लुबाडल्या गेल्या.[१८] कारवारकरांनी असा विचार केला की, त्याने कोकण सोडून देण्याचे ठरविले आहे कारण त्यास आपल्या किल्ल्यावरील तोफा आणि दारूगोळा वाचवायचे आहे. हे सुरतच्या २४ नोव्हें. १६७९ च्या पत्रावरून समजते... शिवाजीशी वैर सुरू झाले याचा आम्हाला खेद होतो. अद्यापपर्यंत त्यामुळे त्रास झालेला नाही. परंतु वैर अधिक तीव्र झाल्यास आमच्या रक्षणाकरिता उपयोगी पडावी म्हणून मुंबईहून टोपशांची एक रांग पाठवावी. शिवाजीने या प्रांतात अण्णाजीचा भाऊ सोमाजी पंडित हा अंकोला, कारवार, शिवेश्वर, फोंडा इत्यादी किल्ल्यांवरून ३० एक तोफा काढून पन्हाळ्यावर नेण्याकरिता पाठविला आहे. मजूर, रेडे वगैरे लावून त्या पन्हाळ्याकडे ओढीत नेल्या जातील. शिवाजी सर्व कोकण[१९] दक्षिण्यांच्या[२०] हवाली करीत आहे, अशी सर्वांची समजूत झाली आहे.

शिवाजीमहाराजांनी तोफा आणि दारूगोळा खरेदी करण्यासाठी पोर्तुगीज एजंटांचा वापर केला. तरी त्यांना लढाईसाठी लागणाऱ्या या साहित्याविषयीचा उल्लेख पोर्तुगीजांशी झालेल्या तहात केला गेला नव्हता. तरीसुद्धा आपल्या प्रबळ शेजाऱ्यास त्याच्या युद्धाकरिता या गोष्टींचा पुरवठा करण्यास पोर्तुगीज विक्रेते तयार नव्हते असे नाही. संभाजीराजांना अत्यंत गरजेच्या अशा या गोष्टींचा पुरवठा करण्यास इंग्रज आणि पोर्तुगीज तयार होते. त्या दृष्टीने त्यांचे वडील शिवाजीराजे यांच्यापेक्षा सुरुवातीस ते भाग्यवान ठरले. १० फेब्रु. १६८१–८२ ला सुरतकर मुंबईकरांना लिहितात, ''संभाजीराजांना तुमच्याकडून काही लागणार असेल तर ते देण्याचे नाकारू नका. त्यांना उपकृतच ठेवा, परंतु काळजी घ्या आणि गुप्तता राखा.[२१] पोर्तुगीजसुद्धा संभाजीराजांना उपकृत करण्यास इच्छुक होते. २८ जुलै १६८२ च्या पत्रात विजरईने कळविले की, मराठ्यांच्या राजाने आमच्या प्रदेशातून शस्त्रास्त्रे व दारूगोळा खरेदी करण्यास काहीच हरकत नाही. तो लिहितो, ''येसाजी गंभीरराव या राजदूतामार्फत मिळालेल्या पत्रातून आपण लिहितो की, डिचोली व कुडाळ यांच्या परिसरात आपण दोन दारूचे कारखाने उभारल्याची बातमी विजरईस देऊन कर्नाटक व मलबार येथे तोफा, गंधक, सोरा वगैरे सामान विकत घेण्यास आपण आज्ञा दिली आहे. तेव्हा हे सामान जेव्हा समुद्रमार्गे आणण्यात येईल तेव्हा त्यास पोर्तुगीज आरमाराकडून अडथळा होऊ नये, तसेच लागणारे सामान कुडाळ, वेंगुर्ला आणि बांदा या बंदरांतून विनापरवाना नेण्यास परवानगी द्यावी.'' आपल्यामध्ये मित्रत्वाचे संबंध राहावेत यासाठी तुमच्या राजदूताला आपल्या विनंतीच्या संदर्भात जरूर त्या सूचना आपण दिल्या आहेत.[२२] संभाजीराजांचे त्यांच्या पोर्तुगीज शेजाऱ्याशी संबंध फार काळ सलोख्याचे राहिले नाहीत. संभाजीमहाराजांच्या वधानंतरच्या चिंताजनक अशा कालखंडात त्यांच्याकडे दारूगोळे

तयार होत होते, तरीसुद्धा त्यांना तोफा किंवा बंदुका तयार करण्यास वेळ आणि संधी मिळाली नाही. १८ व्या शतकाच्या दुसऱ्या दशकातसुद्धा मराठ्यांना युरोपियन लोकांच्यावर तोफा वगैरेंसाठी अवलंबून राहावे लागले. शाहूराजांच्या सुरुवातीच्या काळात मुंबईच्या वखारीचा गव्हर्नर निकोलस वेट याजकडे दारूगोळा आणि शस्त्रास्त्रे याकरिता विनंती करावी लागली. १७१३ साली कान्होजी आंग्रे यांनी गव्हर्नर अस्लाबी यांना विनंती केली की, मला दारूगोळ्याची गरज लागली तर तुम्ही ती पैसे घेऊन ती पुरवावी. मला दारूगोळा करण्याची गरज आहे. त्यासाठी मी तुमच्याकडे सोरा आणि गंधक पाठवीत आहे.[२३] या दोन्ही मागण्यांना नकारार्थी उत्तर आले. साहित्य साठविण्याची तयारी असतानाही पकडलेल्या जहाजातील तोफा किंवा बंदुका वेगळ्या करण्यासाठी कान्होजी आंग्रे का तयार नव्हते, हे समजणे फारसे कठीण नाही.

पेशव्यांच्या कालखंडात तोफा आणि दारूगोळा तयार करण्याचे थोडेफार प्रयत्न झाले होते. बाजीरावांची स्वत:ची भट्टी होती. तिला १७३९मध्ये कॅप्टन विल्यम गोर्डान या ब्रिटिश राजदूताने भेट दिली. त्यासंबंधी ३० जून रोजी तो लिहितो, ''मी भट्टी (Foundry) पाहिली. तेथे १३ इंची मुशीतून तयार केले जाणारे बरेच दारूगोळे पाहिले. तेथे मला सांगण्यात आले की, त्यांना लोखंड ओतण्याची कला अवगत असून ते अगदी सहजपणे गोळे तयार करतात.[२४] पहिल्या माधवराव पेशव्यांच्या कारकिर्दीत आंबेगावजवळील जुन्नर सुभ्यातील ओतूर येथे तोफगोळे बनविण्याची फॅक्टरी तयार करण्यात आली आणि त्यानंतर ४ वर्षांनी पुणे येथे तोफा तयार होऊ लागल्या.[२५] याचा अर्थ असा नव्हे की ते परदेशी शस्त्रांच्या बाबतीत फारच जागरूकतेने विचार करीत होते. उलटपक्षी त्याच्या पुरवठ्यासाठी युरोपियन राष्ट्रांशी ते तह करीत असत.

९ जानेवारी १७२२ रोजी झालेल्या पोर्तुगीजांच्या तहातील ५ व्या कलमानुसार दारूगोळा, तोफा, औषधे वगैरेंचा व्यापार एकमेकांच्या बंदरात जाऊन करण्यास खुला असावा असे म्हटले आहे.[२६] दुसरा एका तह ३० जानेवारी/१० फेब्रुवारी १७३१–३२मध्ये कल्याणचा सुभेदार कृष्णराव महादेव व कल्याणचा गव्हर्नर मार्टिनिओ दा सिल्व्हेरिया द मेंजेस (Captain General Province of the North) यांच्यात झाला. त्यातसुद्धा मराठ्यांना लागणारे दारूगोळा, गंधक, जस्त हे पोर्तुगीजांच्या प्रदेशातून खरेदी करण्यात येईल असे म्हटले आहे.[२७] १७८६मध्ये पुण्याच्या शासनाने त्यांना काही ब्राँझ धातूच्या अगदी नवीन पद्धतीच्या आणि सर्व साहित्यानिशी असलेल्या धातूच्या तोफा, तसेच दारू आणि दारूगोळे लागणार असल्याची पोर्तुगीजांच्या मध्यस्थामार्फत विनंती केली.[२८] पोर्तुगीज सरकार बहुधा या मागण्यांची पूर्तता करीत असे. १७८२मध्ये मराठ्यांचे आरमार प्रमुख आनंदराव धुळप यांच्याकडे गंधक भरपूर असल्याचे दिसून आले.[२९] परशुरामभाऊ पटवर्धन यांना गोव्याकडून ५०० मण बंदुकीची दारू मिळाली आणि ती सरकारी भांडारातून

विनामूल्य देण्यात आली.[३०] मराठ्यांच्या पहिल्या युद्धामध्ये (पानिपत लढाईत) महादजी शिंदे यांनी पोर्तुगीजांकडून दारूगोळा खरेदी केला.[३१] शिवाय १७९०मध्ये पेशव्यांना मोठ्या तोफा आणि लहान बंदुका वगैरेसाठी इंग्रजांवर अवलंबून राहावे लागले. जरी त्यावेळी महादजी शिंदे यांनी युरोपियन निरीक्षकांच्या हाताखाली बऱ्यापैकी अशी दारूगोळ्याची फॅक्टरी उभारली होती, तरीसुद्धा चापाच्या आणि तोड्याच्या बंदुका या इंग्रजांकडून आणि पोर्तुगीजांकडून खरेदी केल्या जात असत किंवा सुस्थितीत असतच असे नाही. टाकाऊ अशी शस्त्रास्त्रे विक्रीसाठी ठेवली जात आणि इंग्रजांनी ती देण्याचे जेव्हा बंद केले तेव्हा कर्नल टोन याने अतिशय कडक अशा अटी घातल्या. कंपनीच्या एका नियमात तो लिहितो, 'निरुपयोगी शस्त्रे ही युरोपला परत पाठवावी. तूर्तास पायदळाच्या तुकड्या वाढवू नयेत. त्यांचे लक्ष त्यांनी शिंद्यांप्रमाणे स्वत:ची शस्त्रे बनवण्याकडे वळवावे. शिंद्यांची शस्त्रे अतिशय चांगली असून बाजारपेठेतील युरोपियन सामान्य शस्त्रांपेक्षा ती उजवी आहेत.' वरील धोरणाविषयी मी साशंक आहे. शस्त्रांना चांगली किंमत आल्यास ती विकली जावीत, त्यामुळे ती फेकून देण्यापेक्षा कंपनीला काहीतरी किंमत मिळेल हे गृहीत धरण्यास हरकत नाही आणि आतून खरेदी केलेली शस्त्रे ही तशीच आणि निरुपयोगी असल्याचे या ठिकाणी थोडा वादाचा मुद्दा असा की, निकामी होत ती कोणाच्या हातात असत, ती दुरुस्त करण्यासाठी कंपनीकडे चांगले तज्ज्ञ होते की जे ती उपयोगी आहेत किंवा ती टाकून द्यावीत असे ठरवतील.[३२] अत्यंत धोक्याची अशी ही उणीव पेशव्यांनी का भरून काढली नाही? या बाबतीतील उदासीनतेचे कारण त्यांच्या आर्थिक अडचणीत दडले आहे असे स्पष्ट होत नाही. लष्कराची सरंजामशाही हीसुद्धा त्यास जबाबदार नाही, संकटाचा सामना करण्यासाठी सोपा मार्ग पहावयाचा ही वस्तुस्थिती होती. परंतु ते विसरत होते की, सोपे हे नेहमी सुरक्षित किंवा सुकर असते असे नव्हे.

टोनच्या म्हणण्याप्रमाणे मराठ्यांच्या बंदुका या चांगल्या घडणीच्या होत्या. परंतु त्यांची वाहतूक करण्याच्या दृष्टीने त्या अत्यंत बोजड होत्या आणि व्यवस्थित बनवलेल्या नव्हत्या. थोड्याशा चालीनंतर त्यांचे तुकडे पडत. तोफांच्या बाबतीत तोच लेखक म्हणतो, त्या अजिबात चांगल्या दर्जाच्या बनवलेल्या नव्हत्या. त्या वेगवेगळ्या व्यासांच्या असत आणि त्यात गोळा भरावा लागे. त्या घडीव लोखंडाच्या असल्यामुळे कोणत्याही बाजूकडे आणि कोणत्याही कोनाकडे ठोकल्या जात. त्यामुळे त्याच्या नळीमध्ये बिघाड होई आणि त्यातील तोफगोळा पाहिजे त्या ताकदीने उडविला जात नसे.[३३]

शिवाजीमहाराजांच्याकडे दारूगोळा कमी प्रमाणात असल्याचे आपण पाहिले. तरीसुद्धा त्यांनी जंजिरा आणि फोंडा या मोहिमांत तोफा वापरल्या होत्या. मराठ्यांना या उणिवेचा फार काळ त्रास सहन करावा लागला. १६९२ मध्ये दलपत बुंदेल्याकडून प्रबळ अशा मराठा सैन्यास पराभव पत्करावा लागला ते वरील कारणामुळेच. म्हणजे बुंदेल्याकडे

काही दारूगोळा असल्यामुळे असे घडले, असे दिलखुशाचा लेखक म्हणतो.[३४] तोफांच्या उणिवांमुळे पहिल्या बाजीरावला निजामाविरुद्धच्या तळभोपाळच्या लढाईत डावपेचांमुळे पराभूत व्हावे लागले. मुघल सेनापतींना पूर्ण विनाशापासून त्यांच्या तोफखान्याने वाचविले. बाळाजी बाजीराव पेशव्यांच्या कारकिर्दीत मराठ्यांच्या लष्करात मैदानी तोफखाना बऱ्यापैकी होता. गारदी सैन्य नेमण्यात आले आणि कवायती सैन्याच्या तुकड्यांची गरज भासली. १८ व्या शतकाच्या मध्यास मराठे हे तोफखान्याशी बरेच परिचित झाले होते, परंतु हे खाते बरेचसे पोर्तुगीज आणि भारतीय ख्रिस्त्यांच्याकडून राबवले जात होते, असे ग्रोस म्हणतो.[३५] सामान्य पोर्तुगीज बंदूकचीला $१२\frac{१}{२}$ ते ३० रुपये मासिक असा पगार १७५३मध्ये मिळत असे.[३६] त्यावर्षी श्रीपत बापूजी यांना लिहिलेल्या पत्रातून हे समजते. खालील तोफखान्याची माणसे त्यांना प्रत्येक महिन्यास पहिल्या तारखेस खालीलप्रमाणे पगार देण्याची सूचना श्रीपत बापूजी यास देण्यात आली. त्यांची नावे खालीलप्रमाणे–

जोकी	रुपये ३०	मांकी	रुपये २५
फरासीस रुद्राक	रुपये १२–८	जेकॉब रुजल	रुपये १२–८
मलाक माल्कार	रुपये १५	मानवेल	रुपये १५

१७५४–५५ च्या एका कागदातून तोफखान्याचा प्रमुख आणि प्रशासकीय खात्याचा प्रमुख व दिवाण, मुजुमदार, फडणीस आणि सबनीस इत्यादींची जबाबदारी माधवराव शिवदेव यांच्यावर सोपवण्यात आल्याचे समजते.[३७] इतर खात्यांप्रमाणे दरखदार म्हणून ८ अधिकाऱ्यांचा वर्ग तोफखान्यात असावयास हवा होता, परंतु ४ अधिकाऱ्यांचीच नावे वरील कागदात नोंदविली आहेत. १७६५–६६ च्या पत्रातून रघुनाथराव पेशव्यांच्या सेनेत भिकनखान याच्या आधिपत्याखालील तोफखान्यात एक पोतनीस वार्षिक १५० रुपये पगारावर नेमल्याचे दिसून येते.[३८]

१७७७मध्ये पेशव्यांच्या तोफखान्यात नोरोनहा (Noronha) या पोर्तुगीज अधिकाऱ्याच्या आधिपत्याखाली अनेक युरोपियन माणसे होती.[३९] १७८२मध्ये मोन्सीरनोराह ऑफ जॉर्ज (Monsieurnoronha of George) हा अधिकारी वरील पद्धतीनेच तोफखान्यावर होता.[४०] भिवराव पानसे हे मराठ्यांच्या तोफखान्याचे अधिकारी म्हणून प्रसिद्ध होते. ते विशेषत: मराठे व इंग्रज यांच्या पहिल्या युद्धात चमकले आणि त्यांना नेहमीच्या पद्धतीप्रमाणे सरंजाम प्राप्त झाला आणि तो तसाच पुढे वारसाहक्काने चालू राहिला. पेशव्यांच्या लष्करातील प्रशिक्षित मोठ्या सैन्यास मदत म्हणून तोफखाना दिला जात असे. बॉयेड (Boyed) च्या एका जुन्या तुकडीत ८ पोर्तुगीज बंदूकची मासिक

पगार प्र. रुपये ६०, २ जमादार प्र. रुपये ३०, खलाशी हवालदार प्र. रुपये १८, ४२ गोलंदाज प्र. रुपये १२, प्र. रु. २४ खलाशी प्र. रु. १० अधिकारी वर्ग तोफखान्यात ३२ कुशल कामगार असत; त्यांत ९ सुतार, ८ सोनार, १० पाथरवट आणि ५ छावणी व्यवस्थापक होते. जेव्हा नवीन भरती केली जाई, तेव्हा बॉयेडच्या दोन पथकांमधे भर टाकली जाई.[४१]

१८१२मध्ये जॉन फोर्डच्या तोफखान्याच्या पथकात खालीलप्रमाणे कर्मचारी होते.[४२]

२ (Sergeants) मासिक पगार रुपये	३५–१२ प्रत्येकी
४ बंदूकची	२५–१२ प्रत्येकी
२ नावाडी (Seranges)	३० प्रत्येकी
२ तांडेल	१२ प्रत्येक
४ नगारजी मासिक पगार रुपये	१०–४ प्रत्येकी
२ पाणके	९–८ प्रत्येकी
६० शिपाई	८–८ प्रत्येकी
१ मुख्य सुतार	२५ प्रत्येकी
२ सुतार	१८ प्रत्येकी
१ मुख्य लोहार	२५ प्रत्येकी
२ लोहार मासिक पगार रुपये	१८ प्रत्येकी
१ हातोड्याने ठोकणारा	१० प्रत्येकी
१ शिंग वाजविणारा (Bellower)	८ प्रत्येकी
२ शस्त्रे बनविणारा	१८ प्रत्येकी
१ लोहारांना पाणी पुरवणारा	१४ प्रत्येकी
३ कारकून १ मराठी लिहिणारा	
१ इंग्रजी लिहिणारा	
१ दरबारी	
१ सराफ (नाणी तपासण्यासाठी)	८–८ आणे प्रत्येकी (वाटाडे)
१० सैन्याला पुढचा रस्ता दाखविणारे	८–८ आणे प्रत्येकी (वाटाडे)
१ हवालदार	रुपये १२ प्रत्येकी

फोर्डच्या तोफखान्यातील (Lasker) शिपायांना बॉयेडच्या गोलंदाज आणि

खलाशी यांच्यापेक्षा कमी पगार दिला जात होता. परंतु फोर्डच्या हाताखालील ४ बंदूकचींना चांगला पगार दिल्याचे दिसते, कारण कदाचित ते युरोपियन किंवा गोव्यातील ख्रिश्चन लोक असावेत.

मराठ्यांच्या तोफखान्यास फारसे महत्त्व असल्याचे आढळत नाही. पानिपतच्या युद्धातील घटनांचा प्रत्यक्ष साक्षीदार काशिराज पंडित खालीलप्रमाणे टिपणी करतो– मराठ्यांच्या तोफा या अतिशय मोठ्या आणि जड अशा होत्या. त्यांच्या गोळ्यांचा टप्पा त्यांना व्यवस्थित पातळी बदलता येत नसल्याने आमच्या सैन्याच्या डोक्यावरून जाऊन मैलाच्या अंतरावर पडत असे.[४३] आरासच्या युद्धामध्ये निश्चित मिळणारा विजय हा मराठ्यांच्या कमी दर्जाच्या तोफखान्यामुळे गमवावा लागला.[४४] परंतु भिवराव पानसेंनी कर्नल इगर्टन याच्याशी दिलेल्या बोर घाट भागातील सामन्यामुळे त्यांना मानले जाते. परशुरामभाऊ यांच्या धारवाडच्या मोहिमेतील तोफखान्यासंबंधी निरीक्षकांनी असमाधान व्यक्त केले आहे. लेफ्टनंट मूर लिहितो, ''मराठ्यांची चाल करण्याची पद्धत अशी असल्याचे आम्हाला समजले की ते २० तोफांनी शत्रूच्या तुकडीवर ७ वर्षांपर्यंत मारा करीत राहिले तरी ते धारवाडपर्यंत जाऊ शकणार नाहीत. तोफेत गोळे भरून झाल्यावर माणसे बाजूला बसतात, गप्पा मारतात आणि अर्धा तास धूम्रपान करतात. जेव्हा ती तोफ उडते तेव्हा मोठा धुराळा उडतो आणि पुन्हा ती ठासली जाते व परत धुम्रपान आणि गप्पा सुरू होतात. दुपारच्या दोन प्रहरानंतर साधारणपणे १ ते ३ च्या दरम्यान क्वचितच दुसऱ्या बाजूला तोफ उडविली जाते, नंतर एकमेकांच्या सल्ल्याने ते जेवणासाठी बाजूला जातात, रात्री तोफा कमी उडविल्या जातात. चापाच्या बंदुकांचा मारा दोन्ही बाजूंनी सुरू होतो आणि किल्ल्यावर अग्निबाणांचा वर्षाव केला जातो.[४५] मोगलांच्या काळात ही पद्धत थोडीशी प्रगत होती. ज्यावेळी बंदूकची बंदूक उडवत असे त्यावेळी वरचेवर त्याच्या दाढीला चटका बसून ती जळत असे. अशा तऱ्हेच्या अतिशय गुंतागुंतीची आणि मंद गतीच्या क्षेपणाच्या पद्धतीचा फायदा युरोपियन शत्रूशी लढताना, त्यांना झाला नाही. जसे इंग्रजांशी दिलेल्या शेवटच्या लढ्यात त्यांना काहीच झाला नाही.[४६]

मराठ्यांचा त्यांच्या तोफखान्यावर फार विश्वास होता आणि ते भरपूर तोफा वापरीत असत हे त्यांचे प्रतिष्ठा वाढविणारे आहे असे त्यांना वाटे.[४७] इतर भारतीय सत्ताधीशांना मराठ्यांचा तोफखाना ही एक गुंतागुंतीची आणि असोईस्कर अशी बाब वाटे. आपल्या तोफा शत्रूच्या हातात जाऊ नयेत किंवा मागे पडून राहू नयेत ही गोष्ट त्यांना सन्मानाची वाटे. त्यांची तोफांची वाहतूक बैलांकडून केली जात असे आणि वाहतुकीची साधने ही अतिशय गैरसोयीची अशी असत. मेजर डीरॉम (Dirom) हा त्याचा प्रत्यक्ष साक्षीदार असून तो लिहितो, ''ही निरुपयोगी व जड यंत्रसामग्री म्हणजे जणू 'तोफांचा बगिचा'. त्यांच्या तोफा एकत्र केल्यावर त्यांचे स्वरूप काहीतरी वेगळेच दिसत असे.

तोफावाहतुकीसाठी बनविलेले भक्कम इमारती लाकडांचे गाडे ते वापरीत. त्यात काही ठिकाणी लोखंड, विशेषत: चाकांसाठी वापरले जाई, अशी ही अवघड आणि बोजड साधने बैलांकडून ओढली जात. हे गाडे लाकडे एकमेकांस जोडून तयार केलेले असत. तोफा विविध पद्धतींच्या असत. त्यांच्यावर त्यांच्या देवदेवतांची नावे अतिशय सुबक पद्धतीने रेखाटलेली आहेत. त्यातील काहींच्या उपयोगाने राज्यासाठी चांगले काम झाले आहे. त्या निकामी झाल्या तरीसुद्धा किंवा त्यापासून काही अडत नसले, तरीसुद्धा त्या तशाच पडून ठेवल्या आहेत. त्यांच्या तोफा व्यवस्थित असतील आणि थोडाफार दारूगोळा त्यांना मिळत असेल तेव्हा नेहमी भीतिदायक शत्रूंपासून त्यांचा बचाव होत असे. तोफा आणि पायदळ दिवसाच्या उजेडातच पुढे सरकत असे. तोफा आणि गाडे यांच्यावर सामान इतके खच्चून भरलेले असे. एखादेवेळेस मधेच लढाईचा प्रसंग येईल आणि त्यासाठी सिद्ध व्हावे लागेल, याची कल्पनाही त्यांना नसे. रस्तेदुरुस्तीसाठी कामगार नसत. त्यांची कमतरता अधिक जनावरे योजून भरून काढली जाई. कधीकधी १०० ते १५० बैलजोड्या एक तोफ वाहण्यासाठी योजण्यात येत.[४८] तोफेवर सामानाचा ढिगारा असे, त्यामुळे ती उडविण्यासाठी सिद्ध करण्यास कमीत–कमी १/२ तास लागत असे. शेकडो बैलांकडून ओढली जाणारी तोफ ही तोफच आहे का हे पाहताना लक्षात येत नसे. ५०, ६० किंवा १०० बैलजोड्या खडतर रस्त्यावरून तोफ ओढत असत. त्यांना अतिशय कष्टप्रद अशा स्थितीत खाण्यासपण कमी मिळत असे. क्वचित्प्रसंगी हत्तींचाही वापर केला जाई. अवघड अशा ठिकाणी हत्ती आपल्या डोक्यानेही[४९] धक्का देत असे, असे लेफ्टनंट मूर म्हणतो. पेशव्यांच्या सैन्यात अनेक शुतरनाळ (उंटावरची तोफ) असत आणि त्या वेगवान अशा उंटावर लादल्या जात.[५०] त्यांच्या चपळ गतीचा उपयोग किरकोळ स्वरूपात होत असे. मराठ्यांचे बखरकार आणि मनुची म्हणतो की, अशा तऱ्हेच्या (शुतरनळे) उपयोग हत्तींवर मोगलांच्याकडे होत असे. त्याबाबतीत मराठ्यांच्याकडे ही गोष्ट प्रचारात नव्हती.

भारतातील ब्रिटिशांच्या अनेक इतर गोष्टींपेक्षा मराठ्यांचा तोफखाना हा चांगला होता. त्याचा त्यांना मोघलांशी शेवटचा लढा देताना काहीसा किंबहुना अजिबात उपयोग झाला नाही. हे शस्त्र परिणामकारक नव्हते असे नाही. त्याला भविष्यकाळ चांगला होता, आणि ते टाकाऊ ठरण्याची शक्यता नव्हती, परंतु मराठ्यांनी शास्त्रीय पद्धतीची आयुधे खरेदी केली त्याचे शास्त्र जाणून घेतले नाही. त्याचे अंधानुकरण केले, त्यामुळे त्यांचा विजय मिळवण्यास क्वचित उपयोग झाला. नवीन कल्पना आत्मसात करणे हे नेहमी फायदेशीर असते आणि अशी कल्पना पूर्णपणे समजून घेऊन त्यामागचे तत्त्व आणि त्याची क्षमता यांचा उपयोग पुढे होत असतो. युरोपमधे ज्वालाग्राही शस्त्रे जेव्हा निर्माण झाली त्यावेळी त्याचे तंत्रही विकसित झाले. त्यांचे वजन, त्यांचा पल्ला आणि त्यांची उडण्याची क्षमता इ. गोष्टीपण विकसित झाल्या. मराठ्यांना असे कधीच वाटले नाही व

त्यांच्या शस्त्रांत कधीही सुधारणा झाल्या नाहीत. ते नेहमी शत्रूने टाकून दिलेल्या निरुपयोगी शस्त्रांवरच समाधान मानीत राहिले. अनेक निरुपयोगी आणि मुदतबाह्य झालेल्या तोफा शत्रूच्या फॅक्टरीतून बाहेर पडल्या व त्या मराठ्यांनी विकत घेतल्या. परिणाम असा झाला की, त्यांचे चापल्य, आक्रमकता आणि प्रतिकार करण्याची क्षमता कमी पडली. त्यांना त्यांचा शत्रू इंग्रज यांच्याशी स्वत:ची पद्धत आणि अतिशय निकृष्ट हत्यारांनिशी लढावे लागले. हा एकच दुष्परिणाम नव्हे तर त्यांच्या सैन्यात वेगवेगळ्या स्वभावांचे, चालीरीतींचे वेगवेगळी शस्त्रास्त्रे असलेले आणि वेगवेगळ्या पद्धतींनी लढणारे व जुन्या पद्धतींना चिकटून राहणारे असे सैनिक होते. त्यांच्या तोफखान्यावरील आणि प्रशिक्षित पायदळावरील फाजील विश्वासामुळे त्यांचे घोडदळाकडे दुर्लक्ष झाले आणि त्याचा परिणाम अनर्थकारक ठरला.[५१] ही लढाई सिंह आणि गरुड यांच्याप्रमाणे होती. जोपर्यंत तो उमजपक्षी आपल्या निसर्गात परिस्थितीत असतो; तोपर्यंत तो सुरक्षित राहतो आणि एखाद्या जनावरावर चोची मारू शकतो; पण ठरविलेल्या जागेवर जंगलच्या राजाबरोबर लढण्यास सक्ती केली तर त्याचे पंख आणि त्याची नखे दगडाच्या फटीत सापडल्यासारखी अवस्था होऊन त्याला सुटकेसाठी कोणतीही संधी मिळणार नाही. शत्रूकडून त्याचे शोषण होऊन अशा तऱ्हेची विरोधाभासयुक्त लढाई त्याला सोडून द्यावी लागेल.

टिपा :

(१) आर. एस. व्हाइटवे The Rise of Portuguese Power in India. P.40

(२) सेन, Sivachhatrapati, P.133

(३) Factory Records, Surat, Vol. 87, Fol. I

(४) Surat tetter, 12 Jan., 1673-74, Part II, Fol. 77

(५) Factory Records, Surat, Vol. 105, Fol. 20-1

(६) कित्ता Vol. 1, Fol. 9

(७) कित्ता Fol. 32-3

(८) ८ नोव्हें. १६७४ चे पत्र Factory Records, Surat, Vol. 107, Fol.6

(९) बहादूरखान हा औरंगजेबाचा दूधभाऊ होता.

(१०) Factory Records, Surat, Vol. 88, Fol. 244
     १३ नोव्हें. १६७४ चे पत्र.

(११) कित्ता Vol. 89, Fol. 90

(१२) Factory Records, Surat, Vol. 105, Fol. 164
     सन हे हस्तलिखितात चुकीचे दिले आहे ते १६७१ असे पाहिजे. कदाचित नकलकाराची ही चूक असेल.

(१३) कित्ता Vol. 105, Fol. 20-1

(१४) Factory Records, Surat, Vol. 87, Fol. 90

(१५) कित्ता Part II, Fol. 110

(१६) Surat Consultation, 10 Aug, 1670, Factory, Records, Surat, Vol. III, Fol. 79-80

(१७) डच मिशनरी फिलिप बाल्डेअस याने दक्षिण हिंदुस्थानात सामान्यपणे वापरल्या जाणाऱ्या तोफेचे वर्णन केले आहे. जाड आणि लांब अशा एकमेकास जोडून त्या बनविल्या आहेत. Churchill's Voyages, Vol. III, p.652 दुसरा जो प्रकार आहे तो तितकासा चांगला नाही– Account of Indian Cannons, पाहा – आयर्विन, Army of the Indian Moghuls, pp - 113-32

(१८) राजापूरचे ३० डिसें. १६७९ चे पत्र, Factory Records, Vol. 108, Fol. 37.

(१९) कोकण

(२०) Factory Records, Surat, Vol. 108, Fol. 76.

(२१) कित्ता Vol. 90, Part - III, Fol. 51.

(२२) Livros dos Reis Visinhos (Goa), Vol. II, Fol. 16 Sen, A Preliminary Report on the Historical Records at Goa, P.P. 27-8

(२३) Bombay Public Consultations, Range CCCXLI, No.4, Consultation, 14 February, 1712-13

(२४) फॉरेस्ट, Selections From State Papers, Maratha Searies, Vol. 1, p. 79

(२५) पेशवे रोजनिशी, खंड ९, पृ. ३३३ व ३३५

(२६) बिकर, Tratados da India, Vol. VI, P.11

(२७) कित्ता P.177

(२८) कित्ता Vol. VIII, P.236

(२९) Lirros dos Reis Visinhas, Vol. XI,

(३०) बिकर, Tratados da India, Vol. 9, p.212

(३१) Livros dos Reis Visinhos, (Goa) Vol. X

मराठे तोफांच्या व दारूगोळ्यांच्या बाबतीत केवळ पोर्तुगिजांवर अवलंबून नव्हते. त्यांचे सरकार मुंबईला खरेदीसाठी आपली माणसे पाठवीत असत, तसेच त्यांचे सुभेदारपण तसेच करीत. बाळाजी महादेव यास १७५३–५४मध्ये तोफाखरेदीसाठी पाठविल्याची नोंद पेशवे रोजनिशी खंड ३, पृ. १७९ वर आढळते. व ३६००० तोफगोळे मुंबईहून मागविल्याची नोंद पेशवे रोजनिशी, खंड ९, पृ. ३२८ वर आढळते. मुंबईकर आपल्या शेजाऱ्यांना युद्धसामग्री देण्याबद्दल नाखूष असल्याबद्दल खालील मजकुरावरून दिसून येते. Bombay Public consultations, Range CCCXLI, No. 14 A, pp-334, dated-23 July 1745. वसई येथे Mr. Sedgewicke हा अधिकारी असताना मराठ्यांचा सरदार शंकराजी पंत यांनी विनंती केली की, आम्हास विविध आकाराचे १०,००० तोफगोळे कोहॉर्नशेल्स व ग्रॅनेडोन मिळणेबाबत विनंती केली. त्यांना पूर्णपणे नकार देऊन काहीतरी गैरसमज होण्यापेक्षा त्यांना १५००, ११ ते ४ पौंड वजनाचे तोफगोळे देण्यात यावेत आणि यापेक्षा अधिक देता येत नाहीत म्हणून क्षमस्व असे कळविण्याबाबतीत प्रेसिडेंटने त्यांच्या कमिटीस सुचविल्याचे दिसते.

(३२) टोन, Illustrations of Some Institutions of the Maharatta People, pp 54-5

(३३) कित्ता pp, 56-7

(३४) स्कॉट, History of the Dekkan, Vol. II, P.82

(३५) ग्रोस, Voyage to the East Indies, pp. 108-9

(३६) पेशवे रोजनिशी, खंड ३, पृ. १७७

(३७) कित्ता पृ. १८०

(३८) कित्ता खंड ९, पृ. ३३१

(३९) फॉरेस्ट, Selections From Papers Maratha Series P. 294

(४०) पेशवे रोजनिशी, खंड ५, पृ. १९०. मुसानराजचा मुलगा नंतर होळकरांच्या सैन्यात गेला. पाहा, महेश्वर दरबारची बातमीपत्रे, खंड २, पृ. २१८.

(४१) पेशवे रोजनिशी, खंड ५, पृ. १८४–८७

(४२) इतिहाससंग्रह, पेशवे दप्तरातील निवडक कागदपत्रे, पृ. ९४–९५

(४३) Asiatic researches, Vol. III, P. 119

(४४) फॉरेस्ट, Selections From State Papers Maratha Series, pp. 227-29

(४५) मूर, Narrative of the Operations of Captain Little's Detachement, P.30

(४६) असई येथे शिंद्यांच्या तोफखान्यामुळे इंग्रजांचे बरेच नुकसान झाले. परंतु त्यास घोडदळाची आणि पायदळाची मदत नव्हती. पाहा – Notes Retative to the transactions in the Marhatta empire, forte william, 15 Dec. 1803, pp-61-3 शिंद्यांचा तोफखाना हा युरोपियन तज्ज्ञांनी बनविला होता, तो मराठ्यांनी बनविलेला नव्हता हे विसरता कामा नये.

(४७) इतिहाससंग्रह, ऐतिहासिक किरकोळ प्रकरणे, पृ. ३.

(४८) डीरोम, A Narrative of the Campaign in India, 1792, pp. 10-2

(४९) मूर – A Narrative of the Operations of Captain Little detachment, PP. 78-9

(५०) व्हिक्यर डिसेन्ट जेनीस (De Boigne याचा चरित्रकार) याने उंटाच्या फिरक्यांविषयी त्याच्या अधिकाऱ्यांना चुकीचे कळविले आहे. पाहा. Une Page inediate de l'histcres des Indes, p. 203, For camel- swivels before De Boigne see Churchill's Voyages, Vol. IV, p. 250.

(५१) सर थॉमन मन्रो याने मराठ्यांनी आपल्या घोडदळाकडे दुर्लक्ष केल्याबद्दल त्यांचा धिक्कार केला आहे. पाहा – ग्लेग, Life of Sir Thomas Munro, Vol. I, p. 354-5

प्रकरण ७

युरोपियन अधिकारी आणि प्रशिक्षित सैन्यपथके

शिवाजीमहाराज आणि पहिले बाजीराव पेशवे यांच्या कारकिर्दीत हलके घोडदळ आणि मोठे पायदळ अशा प्रकारचे भीती उत्पन्न करणारे लष्कर होते. परंतु सशस्त्र आणि युरोपियन अधिकाऱ्यांच्या पाश्चिमात्य पद्धतीप्रमाणे प्रशिक्षण घेतलेल्या सैन्याला अश्वी, आर्गाव आणि लासवाडी येथे पराभव पत्करावा लागला. उत्तरेकडे नवीन राज्य निर्माण करणाऱ्या महादजी शिंदे यांनी ह्या नव्या पद्धतीचा स्वीकार करून आपल्या सैन्यात सुधारणा घडवून आणली आणि त्यामुळे प्रशिक्षित सेना लोकप्रिय केल्याचे श्रेय त्याला दिले जाते. हे जरी खरे असले तरी - १७८४ साली बेनॉइट डी बोइंन यास निमंत्रण दिले असले तरी त्याआधी मुजफ्फरखान व इब्राहीमखान यांना ३० वर्षांपूर्वी नेमलेले होते.

युरोपियन अधिकाऱ्यांपेक्षा महादजी हा वरच्या दर्जाचा पहिला योद्धा होता, असे म्हणता येणार नाही. त्यांना हिंदुस्थानातील राजांनीच बोलाविले. कास्मो द गार्दा[१] म्हणतो, १७ व्या शतकात भारतातील युरोपियन हे शस्त्रास्त्रांमधे, तोफांमधे कुशल होते. मोगलांच्या सैन्यामधे अगोदर सैनिकी शिक्षण न घेतलेले लोक धर्मभ्रष्ट धर्मगुरूंनी पाहिले नाहीत. जेमिली कॅरीरी याच्या गोव्याच्या वाटेवर असताना त्यास राजारामाने विचारले की, तुम्ही बंदूक चालवू शकता का? किंवा तुम्हास बंदुकीचे शास्त्र माहीत आहे का? पुढे तो म्हणतो, चांगला पगार आणि स्वस्थ जीवन मुघलांच्याकडील नोकरीस असलेल्या युरोपियन अधिकाऱ्यांना लाभते. तो पुढे म्हणतो की, मला अनेक लष्करातील फ्रेंच माणसे भेटली, त्यांना मोगलांकडे नोकरी करण्यात समाधान वाटते, कारण लढले नाही किंवा रखवाली केली नाही तर त्या दिवसाचा त्यांचा फक्त पगार कापला जाई. त्यांना वेगळा दंड आकारला जात नसे. कारण त्यांनी फार मोठे नीतीचे उल्लंघन केले आहे किंवा पाप केले आहे असे मानले जात नसे. जुलमी राजांच्याबद्दल त्यांना नोकरी करताना आदर वाटत नसे, कारण जखमी झालेल्यांसाठी उपचारांची सोय नसे. जगात असा कोणताही राजा नाही, की जो आपल्या सैनिकांना चांगला पगार देतो. परंतु येथे युरोपियन किंवा पर्शियन लोक ताबडतोब

श्रीमंत होतात.[२] पुढे तो इटालियन प्रवासी म्हणतो की, हा तोफखाना अतिशय जड असून ख्रिश्चन लोकांच्या मार्गदर्शनाखाली तो चालतो. त्यांना भरपूर पगार दिला जातो. गोव्यातून आणि परदेशातून पोर्तुगीज, इंग्रज, डच, जर्मन आणि फ्रेंच लोक यासाठी येतात. काही लोकांना पूर्वी २०० रुपये महिना पगार दिला जात असे; परंतु आता मोगलसुद्धा ही कला थोडीफार शिकले आहेत.[३]

त्याच कारणाने मोघल बादशहा परकीय नोकरांबद्दल इतर कोणतीही माहिती नसतानादेखील केवळ ते युरोपियन आहेत, म्हणून त्यांना नोकरीत प्राधान्य देत असत. त्या पद्धतीनेच मराठा राजांनीसुद्धा आपल्या सैन्यात त्यांना नेमणुका दिल्या. महादजींच्या वेळेस प्रशिक्षित पलटणी भरपूर झाल्या आणि त्यांस इतकी लोकप्रियता मिळाली की, २ युरोपियन अधिकारी बापूजी गणेश गोखले[४] यांच्या पलटणीचे नेतृत्व करीत होते. ज्यांना हे पांढरे कपडे घातलेले सेनापती मिळत नसत, त्यांना तपकिरी रंगाचे कपडे घालणारे त्यांचे अनुयायी गारदी यांना ते नेमत असत व त्यावर समाधान मानीत असत. पाश्चिमात्य युद्धपद्धती ही स्तुत्य होती आणि त्यांच्यातील खलाशी आणि तोफखान्यावरची माणसे यांना भारतीय राजे चांगले म्हणून ओळखत असत. शिवाजीमहाराजांच्या लष्करात काही पोर्तुगीज त्यांनी नेमले होते. क्वचित्प्रसंगी त्यांच्या नेमणुका होत असत. मिर्झा राजे जयसिंग याने त्याबद्दल निषेध केल्याचे दिसते. शिवाजीमहाराजांनी या लोकांना लष्करातील कोणत्या खात्यात, कोणत्या हुद्द्यावर नेमले होते हे सांगता येत नाही. १६८६ मधील इंग्लिश कंपनीच्या एका जाहीरनाम्यातून असे म्हटले आहे की, या देशात कोण इंग्रज लोक नोकऱ्या करतात, विशेषत: मोगल, सयामचा राजा, अचीनची राणी (Acheen), आणि संभाजीराजा[५] यांनी ताबडतोब कंपनीत ६ महिन्यांच्या आत परत यावे. संभाजीराजांच्या सैन्यात पोर्तुगीज लोक होते किंवा मुंबईला राहणारे इंग्रजपण होते आणि काही निराधार इंग्रजपण त्यांच्या सैन्यात असावेत. पेशव्यांच्या कारकिर्दीत निराधार (हाकलून लावलेल्या) इंग्रज सैनिकांना सुरक्षित असा आश्रय मिळाला होता. कॅप्टन डब्ल्यू ए प्राइस हा १७५९ मध्ये पुणे येथे वकील म्हणून गेला असता त्यास तशा सूचना खास करून दिल्या होत्या.[६] १७५० मध्ये भारतात आलेला जॉन हेन्री ग्रोस म्हणतो, "युरोपमधून हाकलून लावलेल्या निराधार झालेल्यांना मराठे चांगला पगार देऊन आकर्षित करीत, परंतु युरोपियन लोक मात्र नोकरी देत नसत. काही दुर्भागी किंवा काहींच्याकडून गुन्हा झालेले असे लोक आश्रयासाठी जातात आणि उपकृत होतात."[७] आरमारातसुद्धा या लोकांचे चांगले स्वागत केले जात होते. शिवाजीमहाराजांच्या एका आरमारी मोहिमेमधे पोर्तुगीज सैनिक असल्याचा उल्लेख आढळतो. हा संदर्भ बाजूला ठेवला तर पुढे आपणांस एक ठाम असा पुरावा देता येईल की, कान्होजी आंग्रे आणि त्यांची मुले यांनी पोर्तुगीज सैनिक आपल्या आरमारात नियुक्त केले होते. क्लेमेन्ट डाउनिंग असे म्हणतो की,

“कान्होजी आंग्रेंच्या लष्करात अनेक डच सैनिक होते. एक बदमाश चाचा कान्होजी आंग्रेंच्या सेवेत दाखल झाल्याचे कान्होजी आंग्रे स्वत: म्हणतात,” असे गव्हर्नर कॅप्टन बून[८] यास पोर्तुगीज अधिकाऱ्यांनी लिहिलेल्या पत्रात नमूद केल्याचे आढळते. डर्बीचा कॅप्टन अन्सेलम् (Anselm) याने संभाजी आंग्रे यांनी पोर्तुगीज आणि डच बंदूकची नेमल्याचे पाहिले.[९]

१७५० पर्यंत मराठ्यांनी त्यांच्या लष्करात आणि आरमारात बंदूकची, अभियंते आणि खलाशी नेमल्याचे दिसून येते. परंतु १७५१ मध्ये बाळाजी बाजीराव यास यापुढील पाऊल उचलावेसे वाटले. त्याचा हैद्राबादच्या परंपरागत शत्रूशी समोरासमोर तोंड देताना आतापर्यंत माहीत नसलेली नवीन युद्धपद्धती अवलंबिली. पेशव्यांच्या प्रदेशात बसियाने विशेषत: कोरेगावकडील युद्धात त्यांना बराच त्रास दिला होता. बाळाजी बाजीरावच्या हे लक्षात आले की, आपले लष्कर हे तोफखान्यावर अवलंबून नाही आणि भारतीय शत्रूशी लढणाऱ्या फ्रेंच सेनापतीची युद्धनीती ही काही वेगळीच आहे, किंबहुना येथील नेमलेले सैन्य जरी त्याच्या सैन्यात असले तरीसुद्धा त्यांची युद्धपद्धती वेगळीच आहे. पेशव्यांनी काळानुरूप काट्याने काटा काढण्याची पद्धत अवलंबिली. त्याने युरोपियन अधिकाऱ्यांची या नवीन संकटास तोंड देण्यासाठी नेमणूक करावयाचे योजले, परंतु त्यास कोणीही मनुष्य उपलब्ध झाला नाही. त्याने इंग्रजाच्या सामर्थ्याशी समझोता करण्याचे पाहिले, पण मुंबईकर त्याच्यापुढे नमते घेण्यास तयार झाले नाहीत.[१०] एकही फ्रेंच किंवा इंग्रज कार्यक्षम अधिकारी मिळाला नाही. तेव्हा धाडसी आणि अनुभवी असे प्रथम मुजफ्फरखान व नंतर इब्राहीमखान यांनी बाळाजी बाजीराव यांच्या सैन्यात प्रवेश केला. त्या दोघांनाही बुसी याने प्रशिक्षण दिले होते आणि कमी अधिक प्रमाणात ते त्याची युद्धपद्धती व युद्धनीती शिकले होते. परंतु ते सेनापतीच्या पदासाठी थोड्याफार प्रमाणात योग्य असले तरी बुसी यास हैद्राबादहून पुण्याला येण्याबद्दल पेशव्यांनी खूपच प्रयत्न केला. एक वेळ अशी आली की, पेशव्यांना या बाबतीत यश आल्याची खात्री पटली आणि १७५६ मध्ये आपल्या गोव्याच्या पोर्तुगीज शेजाऱ्यांना त्यांनी मॉन्शिअर बुसी यांना आपल्या सैन्यात घेतल्याची सुखद बातमी दिली. २२ मे १७५६ रोजी त्याने गव्हर्नर आणि सेक्रेटरी यांना दोन पत्रे लिहिली. पहिल्या पत्राचे सार सांगणारा परिच्छेद खालीलप्रमाणे आहे. “सलाबतजंगच्याबरोबर त्यास मदत करण्यासाठी मिस्टर बुसी हे होते. त्या नबाबाच्याबरोबर काही मतभेद झाल्यामुळे त्यास त्याने सोडले. मी माझ्या नोकरीत बुसी यांना घेतले आणि त्यांना मछलीपट्टणला त्यांच्या घरी जाण्यासाठी रजाही दिली आहे. ते या हिवाळ्यानंतर माझ्याकडे रुजू होतील आणि नंतर मी ही आनंदाची बातमी आपणापर्यंत पोचवीन. बुसी याने आपण पेशव्यांची नोकरी स्वीकारत असल्याचे सेक्रेटरी यांना कळविले.[११] निझाम आणि त्यांचे संरक्षणकर्ते फ्रेंच यांच्यातील तात्पुरता झालेला मतभेद मिटला आणि बाळाजी

बाजीराव यांना कवायती सैन्य निर्मितीसाठी युरोपियन तज्ज्ञ मिळाला नाही. असे म्हणावेसे वाटते की, त्याला त्यांच्या लष्करात आमूलाग्र सुधारणा करावयाची नव्हती किंवा परंपरागत युद्धपद्धतीपण सोडावयाची नव्हती. परंतु निझामाप्रमाणेच जुन्या लष्करात नव्या पलटणींची भर घालावयाची होती म्हणून मुजफ्फर आणि इब्राहीम यांची गारदी सेना त्याने नेमली. त्यांनी जुने सैन्य बदलले नाही, फक्त त्यांच्याशी सहचारिता केली. या एकमेकांत मिसळलेल्या दोन वेगवेगळ्या पद्धती या खरोखरच प्रत्यक्षात उपयोगी पडतील किंवा कसे याचा विचार केला नाही.

गारद्यांचे मराठ्यांच्या लष्करी इतिवृत्तात चांगले नाव नाही. हिंदुस्थानातील विविध भागांतून अत्यंत वाईट असे हे भाडोत्री म्हणून आणलेले आणि ज्यांना मराठ्यांच्या राज्याशी काही बांधिलकी नसलेले आणि कोणताही राजकीय हेतू नसलेले असे हे लोक होते. ते चांगल्या पगाराच्या जोरावर घेतले होते आणि त्यांना आपला मालक केव्हाही बदलण्याबाबत सोयर–सुतक नव्हते. मुजरफ्फरखान याने याच कारणामुळे निजामाची नोकरी सोडून पेशव्यांची नोकरी पत्करली. आपल्या नवीन मालकाशी मतभेद झाल्यावर त्याने पुणे सोडले आणि श्रीरंगपट्टणला जाऊन सावनेरच्या नबाबाकडे रुजू झाला. पेशवा आणि निजाम यांच्यापासून त्या जागेचे संरक्षण करण्यासाठी त्याने प्रामुख्याने भाग घेतला. सावनेरचा पाडाव झाल्यानंतर सदाशिवरावभाऊंचा विरोध असतानादेखील तो परत पेशव्यांच्या पदरी आला. पण त्याने पुढे (सावनूरच्या) राजास मारण्याचा कट केला आणि त्याचा शिरच्छेद झाला. इब्राहीमखान, त्याचे सहकारी आणि अनुयायी यांनी पेशव्यांची नवी पथके सोडली व नव्या धन्यांच्या आश्रयास ते गेले. परंतु हे वरचेवर घडले नाही. तो पेशव्यांशी किंवा त्यांच्या पुतण्यांशी बेइमान झाला नाही. त्याचे त्यांच्याशी व्यक्तिगत, जिव्हाळ्याचे संबंध होते. राघोबादादाच्या नारायणरावाच्या खुनाच्या गुप्त कटात मुजफ्फरखानाकडील काही गारद्यांच्या सहभागामुळे त्यांनी आपल्या पापात वाढ केली आणि त्याचे नाव कायमचे कलंकित झाले.[१२]

उद्गीरचा मराठ्यांना मिळालेला विजय हे नव्या सैन्याच्या पराक्रमाचेच फलित होते, त्यामुळे त्यांची प्रतिष्ठा वाढली. मराठ्यांच्या परंपरागत युद्धपद्धतीला ही पद्धत मिळतीजुळती नव्हती, तरी त्यांनी पानिपतच्या युद्धात तिचा वापर केला. मराठ्यांचे स्वार हे शस्त्रापेक्षा त्याच्या वेगावर जास्त भिस्त ठेवीत. तो आपली सेना सोडून आजूबाजूचा प्रदेश उद्ध्वस्त करीत असे. परंतु नवीन पलटणी ह्या आपल्या उत्तम तोफखान्यावर आणि ज्वालाग्राही शस्त्रावर विश्वास ठेवीत असत. पूर्वतयारीनिशी ते लढत परंतु त्यांचे सहकारी मात्र ते पद्धतशीरपणे टाळत असत. जुन्या कल्पना आणि नव्या पद्धती यांच्यातील मतभेदामुळे मराठ्यांचे नेते घरी परतले. त्यांना जुन्या तालमीत तयार झालेल्या मल्हारराव होळकर आणि त्यांच्या अधिकाऱ्यांनी आपली जुनी पद्धतच (गनिमी कावा) अत्यंत

शस्त्रयुक्त अशा अफगाण सेनेविरुद्ध वापरण्याचा सल्ला दिला. त्यास इब्राहीमखान गारदी याने कडक विरोध केला.

त्याला माहीत होते की, आपण किंवा आपले सैन्य मराठ्यांच्या हलक्या घोडदळाबरोबर चालू शकणार नाही. अशावेळी त्यांच्या तोफखान्याचा फायदा होण्याऐवजी अडथळाच निर्माण होईल आणि अफगाणांचे लहानसे सैन्यसुद्धा आपले सैन्य नामशेष करू शकेल. त्याने फक्त होळकरांच्या सल्ल्यालाच फक्त विरोध केला नाही; तर आपल्या विरोधास सहमत होण्यासाठी, कोणीही छावणीच्या बाहेर पडू नये म्हणून त्यांच्यावर बंदूक रोखली. या दुराग्रहापोटी इब्राहीमखानाने आपले आयुष्य वेचले. परकीयांकडून उसनी घेतलेल्या या नवीन सुधारणा घडविणाऱ्या पद्धतीमुळे मराठ्यांनी त्यांचे उघड उघड शत्रुत्व पत्करले आणि त्यांच्यावर त्यांनी अनर्थ ओढवून घेतला. या दोन पद्धतींमध्ये सुसूत्रता घडविण्याबद्दल पेशवा किंवा त्याचे पुतणे यांना दोष देता येणार नाही. त्यांच्याकडे त्यासाठी वेळ नव्हता, जरी कवायती सैन्यपथकांना जरी भरपूर प्रतिष्ठा मिळाली होती तरी जोपर्यंत डी बॉइन याने एतद्देशीय जुन्या लष्करीपद्धतीपेक्षा आपली कवायती पद्धत ही अधिक वरच्या दर्जाची आहे हे सिद्ध झाले, तोपर्यंत ती तशी फार लोकप्रिय झाली नाही. पानिपत आणि अश्वी यांच्यातील ४० वर्षांच्या काळात यातून काही मार्ग काढण्याच्या दृष्टीने या अवघड प्रश्नाबाबत कोणताही तोडगा काढण्याचा प्रयत्न केला गेला नाही. पानिपतच्या अनर्थामुळे नवीन सैन्याचे विघटन झाले नाही, आणि परिस्थितीच अशी विचित्र फैलावत गेली, की पेशव्यांना मजबूत, सुशस्त्र सेनादलाची आपल्या सेनेत इतर भारतीय सत्तांकडून भरती करण्याची गरज भासली.

महादजी शिंद्यांनी बाळाजी बाजीराव यांनी केलेल्या प्रयोगाप्रमाणेच फक्त त्यांच्या पावलावर पाऊल ठेवले. पण तो आपल्या धन्यापेक्षा बराच नशीबवान ठरला. पेशवा बुसीला फितविण्यात अयशस्वी ठरला आणि इतर कोणत्याही सक्षम युरोपियन अधिकाऱ्यास तो आपल्या नोकरीत घेऊ शकला नाही. अतिशय सबल, अनुभवी, युरोपमधील लष्करी शिक्षणाच्या शाळेत शिकलेला फ्रेंच आणि रशिया यांच्या झेंड्याखाली भारतात येण्यापूर्वी नोकरी केलेला असा डी बोइन हा मात्र महादजी शिंदेंना मिळाला. नवीन गोष्ट सुरू करण्याची हौस म्हणून नव्हे, तर अतिशय गरजेची बाब म्हणून कवायती सैन्याच्या तुकड्या उभ्या करण्यासाठी एक अनुभवी आणि जाणकार युरोपियन अधिकारी महादजी शिंदे यांना नेमणे भाग पडले. लूटमार करण्यासाठी छापा घालणे या महत्त्वाकांक्षेस आळा न घालण्याचे धोरण महादजीस आवडत नव्हते, तर उरलेल्या मोगलांच्या वारसावर आपली छाप रहावी अशी त्याची इच्छा होती. मोगल सत्तेच्या उरलेल्या वारसांशी प्रामाणिक असलेल्या मुस्लिम सेनापतींशी व रजपूत राजांशी त्यामुळे त्याचा मतभेद झाला. त्यांना उघड्या मैदानात हैराण करणे तसे सोपे होते आणि पुण्याकडून कुमक आली तर त्यांच्या

संयुक्त सेनेलासुद्धा हरविणे शक्य होते. परंतु मराठ्यांची लढण्याची जुनी पद्धत ही सैन्याने घातलेल्या वेढ्याच्या वेळी कुचकामी ठरली. त्यामुळे महादजी शिंदे यांनी आपल्या पुढील विजयासाठी पुणे सरकारचा सहभाग मागितला नाही. बादशहाच्या प्रदेशावर कायमचा ताबा राखण्यासाठी हितशत्रू अशा उमरावांच्या गढ्या आणि किल्ले कमी करावे आणि त्यांचे सैन्य पूर्णपणे नष्ट करावे असे महादजी शिंदे यांनी ठरविले. हे काम करण्यासाठी पाश्चिमात्य सैन्यदलाच्या पद्धतीचा उपयोग होणार नव्हता. इब्राहीमखान गारदी आणि थोड्याशा इंग्रजी सैन्याने दाखविलेले विलक्षण काम पाहिल्याचा तो स्वत: साक्षीदार होता आणि त्याच्यावर त्याचा फार मोठा ठसा उमटला होता. मधल्या काळात हिंदुस्थानातील इतर उमराव आणि राजे युरोपियन अधिकाऱ्यांची यादी करीत होते. या देशातील इतरांनी आपल्या पदरी ठेवलेल्या मॅडेक (Madec) आणि सॉमर (Sombre) सारख्या युरोपियन लोकांच्या धाडसी कामाविषयी शिंदे हे जागरूक असल्यामुळे त्यांच्या वरील गोष्टींवर आपण विश्वास ठेवला पाहिजे.[१३] महादजी शिंदे यांनी सावोयार्ड (savoyard) या सैनिकी अधिकाऱ्याची क्षमता जाणली होती व त्याची नेमणूक म्हणजे अंधारात उचललेले पाऊल नव्हते. नवीन सैन्यामुळे झालेला फायदा हा शिंद्यांच्या योग्य निर्णयाचे पुरेसे फलित होते आणि इतर मराठा सरदारांनासुद्धा त्यांची ही पद्धत स्वीकारणे भाग पडले. त्यांचे जवळचे शेजारी आणि प्रतिस्पर्धी होळकर यांनी ड्युड्रेन्स (Dudrence) याला आपल्या कवायती सैन्याचा अधिकारी म्हणून नेमले.[१४] हे एक उदाहरण म्हणून सांगता येईल. तरीसुद्धा पुणे सरकारनेसुद्धा अशाच कारणासाठी गोरे अधिकारी नेमले. बॉयड (Boyed) हा त्यांच्या नोकरीत येण्यापूर्वी त्यांना चांगले युरोपियन अधिकारी मिळाले नव्हते.[१५]

शिंद्यांच्या नेहमीच्या सैन्याची वाढ ही संथ होती. महादजी यांना याचे महत्त्व बऱ्यापैकी पटले होते. पण त्यांना काळजीपूर्वक पुढे पाऊल टाकावे लागणार होते. त्याच्या प्रदेशातील लोकांना त्यांचे हे लष्करी धोरण मान्य नव्हते आणि पानिपतमध्ये झालेला विनाश हे त्याचे कारण असल्याचे त्यांच्या समर्थनार्थ सांगत होते. १७८४मध्ये बॉइन याला दोन पलटणी उभ्या करण्यास सांगण्यात आले. त्याच्या नेतृत्वाखालील २००० सैनिकांनी एक अतिशय हलका असा छोटासा जमाव करून लालसोट आणि चाकसना येथे लढाई केली. डी बॉइन याच्याकडे स्वतंत्रपणे नेतृत्व आले नव्हते. जरी मराठा सैन्याने मार खाल्ला, तरी डी बॉइनच्या दोन पथकांनी आपल्या मालकाचा विश्वास संपादन केला. जेव्हा शिंद्यांच्या सुदैवास ओहोटी लागली, तेव्हा डी बॉइन त्यांना सोडून गेला कारण येथील कनिष्ठांशी त्याचे जुळत नव्हते. त्यामुळे तो असमाधानी होता. तसेच या नोकरीत भविष्यकाळात काही फायदा नसल्याचेही त्यास जाणवले. परंतु १७९० साली त्यास पुन्हा बोलावून त्यास सांगण्यात आले की, १० तुकड्यांची एक पलटण उभी करून त्यास

जरूर ते घोडदळ आणि तोफखाना वगैरे घ्यावे. दुसऱ्या तुकडीची भर पडल्यावर पाटण आणि मीरत येथे विजय मिळाला आणि त्यामुळे तिसरी तुकडी आता लवकरच निर्माण होईल. दौलतराव शिंदे याने वसईच्या तहातून इंग्रजांवर आपले वर्चस्व प्रस्थापित केले आणि त्यांना आवाहन केले. त्यावेळी तिन्ही मराठा सरदारांच्याकडे बऱ्यापैकी बळकट अशी सेना होती. शिंदे आणि होळकरांच्या सेनेचे नेतृत्व धाडसी युरोपियन अधिकाऱ्यांकडे होते, तर भोसल्यांचे सैन्य हे भारतीय अधिकाऱ्यांच्या नेतृत्वाखाली होते. मेजर लेव्हिस फर्डिनंड स्मिथ याने तीन लष्करांचे संख्याबळ दिले आहे. ते खालीलप्रमाणे[१६]

शिंदे	पलटणी	बंदुका	घोडदळ
पेरॉन (Perron) च्या ५ तुकड्या	३९	२२५	५,०००
फिलझो (Filoze) च्या तुकड्या	८	४५	५००
सोमर (Sombre) ची तुकडी	६	३५	५००
अंबाजीच्या खालील शेफर्डची (Shepherd) तुकडी	५	२५	५००
अंबाजीचे सैन्य	१०	४०	१०,०००
होळकर			
विकर (Vicker) ची तुकडी	६	३०	५००
आर्मस्ट्राँग (Armstrong) ची तुकडी	४	२०	२००
डॉड (Dodd) ची तुकडी	४	२०	२००
पार्कसहित देशी सैन्य	१०	१३०	३०,०००
भोसले			
स्थानिक सेनाधिकारी	१५	६०	३०,०००

पेशव्यांच्या नेहमीच्या सैन्याचे आकडे फारसे मोठे नव्हते. त्यांच्या फक्त दोनच पलटणी होत्या. ८ पलटणींची एक तुकडी असे. प्रत्येक पलटणीत त्यांचे पायदळ आणि तोफखाना असे. प्रत्येकावर एक सेनापती असे आणि त्याच्या हाताखाली एक उपसेनापती असे. तो युरोपियन व त्यांच्यातीलच खालचा अधिकारी असे. पलटणीत पायदळाचे ८ कंपू असत. त्यांच्यावर एक सुभेदार असे व सुभेदाराच्या हाताखाली दोन जमादार असत. एक कोट हवालदार, तीन हवालदार, चार नाईक आणि बावन्न शिपाई असत. त्याच पलटणीच्या तोफखान्यात एक युरोपियन सार्जंट मेजर असे, पाच युरोपियन तोफची असत, एक जमादार, एक हवालदार, पाच नाईक, ३५ गोलंदाज, ५ तांडेल, ३५ खलाशी,

२२ बेलदार, ३० गवंडी, ४ लोहार आणि ५ सुतार असत. पलटणीत एक स्थानिक सर्जन व त्यांच्याबरोबर त्याचे काही मदतनीस व पाणके असत. प्रत्येक पलटणीत शस्त्रांचे ४०८ स्टॅण्ड असत, ५ मैदानी तोफा, १ लहान तोफ, ५ गाडे, १२० बैल आणि २ देशी बैलगाड्या असत. प्रत्येक तोफ ही ३०० गोळ्यांनी आणि १०० छऱ्यांनिशी कायम तयार असे. गाड्यांमध्ये ५० दगडी गोळे असत आणि ५० छोटे गोळे असत. येथील स्थानिक अधिकारी आणि पलटणीतील इतर सैनिक यांचा साधारणपणे मासिक ४५०० रुपये पगार असे. लष्करी अधिकाऱ्यांचा पगार खालीलप्रमाणे होता.

कर्नल ३०००, लेफ्टनंट कर्नल २०००, मेजर १२०० रुपये, कॅप्टन ४०० रुपये, कॅप्टन लेफ्टनंट ३०० रु., लेफ्टनंट २०० रुपये, निशाणधारी २०० रुपये. दक्षिणेत नोकरी करणाऱ्या अधिकाऱ्यांना या पगाराच्या दुप्पट पगार मिळे. परिस्थितीनुरूप त्याचे प्रमाण वाढत असे. पगाराव्यतिरिक्त पलटणीतील कर्नल, लेफ्टनंट कर्नल, मेजर यांना १०० रुपये जादा टेबल अलाउन्स मिळत असे.

८ तुकड्यांच्या पलटणीत ६००० माणसे असत. याशिवाय त्यांच्याबरोबर ३ गोळे फेकणाऱ्या तोफा, २ बॉम्ब फेकणाऱ्या तोफा व काही सैनिकही असत. प्रत्येकाकडे २०० घोडेस्वार आणि ५०० रोहिल्यांचे पायदळ असे.

पलटणींना प्रसिद्ध शहरांची किंवा किल्ल्यांची नावे असत. उदा. दिल्ली, आग्रा, बुऱ्हाणपूर. १७८० मध्ये इंग्रजांच्या सैन्यातील कायद्याप्रमाणे लोक शिस्तीत असत. पायदळास आग्रा येथे तयार होणाऱ्या तोड्याच्या बंदुका आणि संगिनी पुरवल्या जात. घोडेस्वार हे पूर्ण तयार असत. त्यातील ७०० स्वारांजवळ चापाच्या बंदुका आणि तलवारी, ५०० जणांजवळ आखूड बंदुका, पिस्तुल आणि तलवारी असत. युरोपियन पद्धतीनुसार त्यांची कवायत चाले. डी बॉइनच्या सैन्यामध्ये अशाप्रकारच्या सैन्याची मात्र कमतरता होती.[१७]

युरोपियन पद्धतीप्रमाणे जरी लष्करी रचना केली, तरी सरसेनापतीला प्रचलित सरंजामपद्धतीप्रमाणे मोठी जहागीर दिली जाई. १७९२मध्ये रायपूर येथे छावणी असताना डी बॉइनकडून महादजींना एक पत्र मिळाले. ७ महिने झाले तरी सैन्याचे पगार थकले आहेत आणि सेनापतीमुळे त्यांना अतिशय कठीण परिस्थितीस तोंड द्यावे लागत असल्याचे ते कटुतेने कळवितात; तसेच अनियमितपणे पगार द्यावा लागत असल्याचेसुद्धा ते लक्षात आणून देतात. अशा तऱ्हेचा त्रास कमी होण्यासाठी डी बॉइनला विस्तृत असा प्रदेश देण्याचे शिंदे यांनी ठरविले आणि तो निर्णय खालील अटींसह त्यास कळविण्यात आला.

'लष्कराची थकबाकी देण्यास उशीर लागल्याचे तू कळवितोस. शावल महिन्याच्या शेवटास ७ महिन्यांची बाकी असल्याचे तू म्हणतोस. माझ्याकडे १९० हजार रुपयांची तुझी पावती आहे. त्यातून तू सैनिकांचे व अधिकाऱ्यांचे पगार देण्याची परवानगीही दिली आहेस.

आता तीन महिन्यांच्या थकबाकीपोटी १८५ हजार रुपयांची तू अधिक मागणी करीत आहेस, तेव्हा यापुढे तुला पैसे पाठविले जाणार नाहीत.

तू उत्तर देशील त्यावेळी हे ध्यानात घे की, मी तुझ्या सर्व मागण्यांचा स्वत: विचार केला आहे आणि त्या बरोबर आहेत याची खात्री बाळगावीस. माझ्या बाबतीत माझी चिंता, बेचैनी ही अधिकच वाढली जात आहे. तू कल्पना करतोस त्याच्यापेक्षाही माझ्या अडचणी मोठ्या आहेत. हे नवीन लष्कर चांगले बनविण्यासाठी आणि त्या लष्करातील लोकांना माझ्याबद्दल प्रेम वाटावे यासाठी मला फार कष्ट होत आहेत आणि त्यासाठी मोठी किंमतही मोजावी लागत आहे. पण ही माझी अतिशय मोठी आशा आणि महत्त्वाकांक्षा आहे, हे तुला माहीत आहेच.

माझे खजिनदार पगार देण्यास सतत विलंब करीत असल्याच्या सततच्या तक्रारी आता तू थांबवाव्यास व माझ्यावरील अडचणींचे ओझे कमी करावेस, असे मला वाटते. मी असे ठरविले आहे की, माझ्या सैनिकांच्या तळमळीपोटी आणि तुझ्या समाधानासाठी माझ्या प्रशासनातून तुझ्या खास काळजीसाठी माझा एक सुभा, ज्याचा महसूल लष्कराचा वार्षिक पगार देण्याइतपत असेल तो तुझ्याकडे सोपवितो, त्या प्रदेशावर तुझा ताबा असेल त्यासाठी सुभेदार आणि वसूल गोळा करणारे अधिकारी तुझ्या माणसांतून तू निवडशील, तसेच तुझ्या अनुभवातून तू त्याची सीमाही निश्चित करशील आणि मला खात्री आहे तू तुझ्या सैन्यपथकांना मासिक पगार यापुढे नियमितपणे देऊ शकशील. त्यायोगे माझ्या मंत्र्यांना तू उपकृत करू शकशील.

तुला मी एका मोठ्या प्रदेशाचा ताबा देण्यास मंजुरी देत आहे, त्याचा मलाही एक फायदा होईल. तो असा की, त्याकडे पूर्ण लक्ष राहील. तेथील वाढती लोकसंख्या विचारात घेऊन तेथील शेतीमध्ये करावयाच्या सुधारणा या गोष्टी तू करू शकशील. तुझे बुद्धिचातुर्य, दूरदर्शीपणा आणि न्यायबुद्धीबद्दल आभारी आहे.[१८]

डी बॉइन सक्षम प्रशासक, तसाच लष्करी नेता होता आणि त्याने शिंद्यांच्या सर्व अपेक्षांना न्याय दिला. अलिगड आणि त्याच्या शेजारचे जिल्हे हे डी बॉइनच्या ताब्यात दिले. परंतु महादजींचे नशीब बलवत्तर, की सॅव्होयार्ड (savoyard) याची भारतात स्थायिक होऊन स्वत:चे संस्थान स्थापन करण्याची इच्छा नव्हती. अतिशय चांगले सैन्य, सधन प्रदेशाचा भरपूर महसूल मिळत असताना सॅव्होयार्ड याला एक आयरिश माणूस म्हणून धाडसीपणाने हे यश सहजगत्या प्राप्त झाले असते, पण दुर्दैवाने सर्वकाही फोल ठरले. अदूरदर्शीपणाने सधन असा जहागिरीचा प्रदेश एखाद्या परक्यास देणे हे अदूरदर्शीपणाचे लक्षण आहे, हे पेशव्यांच्या लक्षात आले किंवा कसे हे समजत नाही. परंतु बॉयेड, जॉन फोर्ड हे डी बॉइन आणि पेरॉन यांच्याइतके नशीबवान नव्हते. या नवीन प्रयोगामुळे दुसरा धोका उद्भवला. लोक मराठी सैन्यात भरती होईनात. त्यांची परंपरा आणि त्यांच्या

सवयी ही त्यातील अडचण होती, त्यामुळे पेशवे आणि शिंदे यांच्या लष्करात मराठे प्रवेश करीत नव्हते. त्यामुळे पेशवे आणि शिंदे यांचे लष्कर बिगर मराठी सैन्याचे होते. हिंदूंना तेलंगी म्हणत आणि ते औंधवरून घेतले जात. मुसलमान मदतगारांना नजीब व अलीघोल असे म्हणत. त्यात बहुतेक रोहिले आणि पठाण असत. विल्यम हेन्री टोन यास ते चांगले माहीत होते. ते अत्यंत क्रूर कृत्य करणारे व अतिशय मोठा गुन्हा करण्यास मागेपुढे न पाहणारे असल्याचे वर्णन तो करतो.[१९] गारद्यांच्यापेक्षा ते नैतिकदृष्ट्या चांगले नव्हते आणि त्यांचे अधिकारीही त्याहून चांगले नव्हते.ज्या युरोपियन धाडसी लोकांनी भारतीय राजांच्या पदरी नोकरी केली, ते नशीबवान ठरले. ते गारद्यांच्यापेक्षा साहसी होते, परंतु कमी क्रूर होते. मुजफरखानाने अनेकवेळा आपले मालक बदलल्याबद्दल त्यास दोषी ठरविले जाते. तसाच डड्रेन फारसा चांगला वागला नाही, त्यानेसुद्धा फार मोठा गुन्हा केला आहे असे नाही. डड्रेन आणि त्याचा सहकारी यांनी चंचलता दाखवल्यामुळे त्यांना यशवंतराव होळकर यांनी 'दगाबाज' हे अनिष्ट नाव दिले.[२०] लेक आणि वेलस्ली हे इंग्रज सेनापती असेच बेभरवशाचे अधिकारी होते. त्यांना यापूर्वीचा लष्करी अनुभव नव्हता. पेरॉन, बोरक्वीन, जॉर्ज थॉमस हे बेभरबशाचे पळून आलेले खलाशी होते. शिंद्यांच्या सैन्यातील फ्रेंच अधिकाऱ्यांचे वर्णन करताना लेव्हिस फर्डिनांड स्मिथ म्हणतो, अतिशय कमी प्रतीचे सैन्य, ज्यांचे वर्णन एखाद्या शब्दातूनसुद्धा करता येणार नाही इतक्या हलक्या प्रतीचे - जन्माने, शिक्षणाने आणि तत्त्वानेसुद्धा पेरॉनचे सैन्य हे फ्रेंच राज्यक्रांतीची एक छोटीशी प्रतिकृतीच म्हणावी लागेल. तिरस्कार उत्पन्न होईल अशा लोकांच्या भरतीमध्ये आचारी, बेकर, न्हावी हे मेजर, कर्नल या हुद्द्यावर पलटणीचे मुख्य म्हणून नेमले होते आणि त्यांना लाखांच्या प्राप्तीच्या मार्गावर लोटले होते.[२१] शिंद्यांच्या नोकरीत काम करून निवृत्त झालेला मायकेल फिलोज याने आपले नशीब इतके काढले की, हाच लेखक या जन्मीचा अत्यंत कमी दर्जाचा आणि अशिक्षित नेपोलियन म्हणून त्याला ओळखतो.[२२] फ्रेंचांचे शत्रू असलेल्या इंग्रज सैनिकांना याच नोकरीत विशेष सवलत दिली जाई. स्मिथने उघडपणे केलेल्या आरोपाप्रमाणे एका सामान्य अधिकाऱ्यास, कर्नल स्किनर, हा पूर्वग्रहदूषित वृत्तीचा नसतानाही त्याने त्या अधिकाऱ्यास कायमची नेमणूक दिली.

सर्व देशांच्या धाडसी कृत्य करणाऱ्या लोकांना शिंद्यांच्या लष्करात सारखीच मान्यता होती. तरीसुद्धा या देशाशी बराचकाळ संबंध असलेल्या इंग्रज आणि फ्रेंच लोकांची स्वाभाविकपणेच संख्या जास्त होती. याचा परिणाम कलह आणि मतभेदात झाला. डी बॉइनच्या राजीनाम्यानंतर सुदरलॅण्ड यास पेरॉनच्याबरोबर नंतर मुख्य सेनापतीपदावर बढती मिळाली नाही आणि त्यांचे एकमेकांमधील संबंध सुधारले नाहीत. सावोयार्ड ड्रगन हा त्याच्या फ्रेंच वरिष्ठाचा मत्सर करीत असे. त्याने डी बॉइन यास ३० एप्रिल

१८०२ रोजी लिहिले, ''हेरे एम पेरॉन च्या बाबतची अरेरावी ही पर्शियाच्या राजासारखीच आहे. पैशाच्या बाबतीत तो क्रोसेस सारखाच दिसतो. दिवसरात्र पैशाचा भरपूर पाऊस रुपयांच्या रूपाने आपल्यावर पडतो आहे, असे त्यास वाटते. एकाचवेळी दरबारात जमलेले राजे, उमराव, राजपुत्र त्याला भितात. त्याचे सर्व वरिष्ठ तेसुद्धा तसेच आणि ते पेरॉनच्या हुकमाप्रमाणेच बोलतात. अशावेळी पेरॉनने स्वत:च्या शक्तीविषयी स्वत:ची फसवणूक करून घेऊ नये. (तुम्ही इतरांसाठी 'सूप' (रस्सा) तयार केले आहे ते खाण्याचाच फक्त इतरांनी त्रास घ्यावयाचा आहे.) त्याने समजून घ्यावे की आपण राजाची चाकरी व्यवस्थित केली आहे.''[२३] लक्षाधीश होण्याच्या इच्छेने लांबच्या माहीत नसलेल्या सधन धोकादायक ठिकाणाच्या प्रवासाचे धाडस त्यांनी केले. त्यांना सर्वांना अतिशय चांगला रस्सा चाखायचा होता, त्यासाठी त्यांना कोणतीही नाराजी सहन करायची नव्हती.

ज्या परकीय लोकांना येथे नेमले आहे त्यांची पैशाची हाव हाच एक केवळ राज्यास धोका नव्हता. गारदी हा सर्वात वाईट व स्वत:पुरते पाहाणारा, ज्याला त्याच्या मालकाशिवाय इतर कोणीही ओळखत नसे. परंतु कमी शिकलेला आणि कनिष्ठवंशीय फ्रेंच किंवा इंग्लिश माणूस यास राष्ट्रप्रेमाची उत्स्फूर्त भावना होती; तर सामान्य भारतीय माणसाजवळ ती गोष्ट नव्हती. फ्रेंचांबरोबरच्या युद्धाची शक्यता कमी होती, पण इंग्रजांबरोबर ते मात्र अटळ होते. सालबाईच्या तहानंतर तर मराठ्यांना युद्धासाठी सिद्ध राहाणेच अगत्य होते. अशा युद्धप्रसंगी मराठ्यांना आपल्याकडील इंग्रज सेनापतींवर विश्वास ठेवणे शक्य नव्हते. ते आपल्या देशाच्या माणसांशी लढू शकत नव्हते. त्यामुळे आपल्या मालकांच्या गुप्त गोष्टी बाहेर फुटल्या जाण्याची शक्यता होती. जेव्हा १८०२ मध्ये युद्ध भडकले, त्यावेळी इंग्रजच काय पण मराठ्यांकडील फ्रेंच अधिकाऱ्यांनीसुद्धा गव्हर्नर जनरलच्या मागणीचा फायदा घेतला. त्यांना आपले नशीब काढावयाचे होते ते गमवावयाचे नव्हते. अलिगडचा बळकट किल्ला सहजपणे जिंकला गेला; कारण फ्रेंच सेनापतीने तो लढविण्याची उत्सुकता दाखविली नाही आणि लेफ्टनंट ल्युकॉन याने स्थानिक माहितीच्या आधारे अतिशय कमी शक्तीने तो जिंकला.[२४] स्कीनर अशी तक्रार करतो की, त्या मराठ्यांच्या सैन्यातील युरोपियन हे नीतिभ्रष्ट झाले आणि त्यांनी जे आपल्या मालकांशी एकनिष्ठ होते त्या साथीदारांना बरबाद करून टाकले.[२५] महादजी आणि डी बॉइन यांनी उभारलेले सैन्य अतिशय बलवान सैन्य त्यांच्या शत्रूशी चांगले लढत होते; परंतु शेवटी अतिशय गरजेच्या क्षणी ते उपयोगी आले नाही, कारण त्यांचे अधिकारी लढले नाहीत आणि शेवटी मराठ्यांचे साम्राज्य ढासळले, कारण त्यांनी परदेशी भाडोत्री सैन्यावर विश्वास ठेवला.

ब्रिटिशांचा मराठी लष्करात प्रवेश करण्यामधील त्यांच्या देशाच्या फायद्याचा विचार करणे हा मुख्य हेतू होता. तसेच कलकत्ता आणि मुंबई या ठिकाणास काळजी

उत्पन्न करणाऱ्या फ्रेंचांना तोलास तोल द्यावयाचे होते. बॉयेड आणि टोन हे ब्रिटिश शासनात हैद्राबाद आणि पुणे येथे नोकरी करीत होते.[२६] मराठ्यांनी लष्करी अधिकारी निवडताना कोणत्याही प्रकारचा राष्ट्रीयत्वाच्या भेदाभेदाचा विचार केला नाही. आपल्या नोकरांच्या राष्ट्रीयत्वाबद्दल आणि राष्ट्रप्रेमाबद्दल असलेल्या भयानक स्थितीबाबत ते पूर्ण अज्ञानी होते. बॉयेड हा इंग्रज असल्याची चूक ही स्वाभाविक किंवा नगण्य असू शकेल परंतु डी बॉइन याला 'इंग्रज' असे म्हणत.[२७] लष्करी तज्ज्ञांची कमतरता होती. मग एखादा तसा मिळाला तर त्याच्या राष्ट्रीयत्वाची किंवा पूर्वेतिहासाची कोणतीही माहिती न घेता त्याच्या कातडीचा रंग हाच त्याच्या युद्धकौशल्याचा पुरावा मानला गेला. निजामाच्या सैन्यातील मराठ्यांना पुण्याच्या आपल्या नातलगांशी लढताना त्यांच्या मनाची किंचित्सुद्धा चलबिचल झाली नाही आणि अशी तक्रार करण्यात आली की, आयरिश किंवा अमेरिकन हे आपल्या स्वत:च्या देशातील लोकांशी लढताना आपल्या मालकाशी ते प्रामाणिक राहात. ही अंधश्रद्धा आणि बालिशपणा यामुळे मराठ्यांची लष्करातील गुपिते कधीच गुप्त राहिली नाहीत. इतकेच काय पण शांततेच्या काळीसुद्धा तसेच झाले. सन १७८८मध्ये जॉन नावाच्या इंग्रज सैनिकाने पोर्तुगीज सरकारला पाहिजे असलेली माहिती मोठ्या श्रमाने मिळविली.[२८]

१८०२मध्ये ड्रुगन डी बॉइनला लिहितो की, एका युरोपियन अधिकाऱ्याने त्याच्या धन्याच्या शत्रूशी देशद्रोहीपणाचा पत्रव्यवहार केला आहे.[२९] आणि होळकरांच्या सैन्याच्या रचनेसंबंधी त्यांच्या नोकरीतील एका युरोपियन अधिकाऱ्याकडून कर्नल क्लोज यास अतिशय महत्त्वाची माहिती मिळाली.[३०]

काही दोष असले तरी शिंद्याचे सैन्य हे त्यावेळच्या भारतीय इतर राजांपेक्षा चांगले होते. दोष हे सगळीकडे सारखेच होते परंतु शिंद्यांचे सैन्य त्यापेक्षा चांगले शस्त्रधारी, चांगल्या प्रकारे प्रशिक्षित आणि चांगल्या पगारावर असलेले असे होते, जरी शिंदे यांच्या कवायती सैन्यांच्या तुकड्या ह्या मराठा राज्याच्या मालकीच्या नव्हत्या. डी बॉइन यास हिंदुस्थानात म्हणजे मोगल प्रदेशात जहागीर होती आणि जरी पेरॉन याने खर्ड्याच्या लढाईत भाग घेतला होता, नवीन सैन्यास दिल्लीच्या बादशहाची चाकरी करावी लागत होती. पेशव्यांचे कवायती सैन्य शिंद्यांच्या इतके संख्येने नव्हते. त्यांचा पहिला सेनापती हा मद्रासकडून हाकून दिलेला एक इंग्लिश माणूस होता. तो अत्यंत दणकट माणूस होता. मूर याने त्याची पारख केली होती. भारतीय प्रतिपक्षासाठी वापरल्या जाणाऱ्या युरोपियन सैन्यात त्याच्याकडून फारमोठ्या युद्धशास्त्राची अपेक्षा नव्हती. इव्हान्स हा ५० वेगवेगळ्या राष्ट्रीयत्वाच्या युरोपियन सैन्यासह त्याच्या हाताखाली होता, परंतु त्याचे नेतृत्व हे त्याच्या स्थानिक ख्रिश्चन पत्नीमुळे यशस्वी झाले.[३१] दुसऱ्या बाजीरावाकडे कर्नल बायोडच्या हाताखाली दोन चांगल्या तुकड्या होत्या. दोन जुन्या तुकड्यांमध्ये ६७७ शिपाई त्यांवर

२ शिपाई, ४ लेफ्टनंट, ३ सार्जंट, १४ सुभेदार, २ उपसेनापती, २० जमादार, ५९ हवालदार, ३८ नाईक असे होते. दोन्ही तुकड्यांमध्ये तोफखाना होता. परंतु नव्या तुकड्यांमधे एका जमादाराच्या हाताखाली १५ स्वार होते. मुख्य सेनापती कर्नल बॉयेड यास मासिक ३००० रुपये वेतन मिळत असे. त्याच्या हाताखालील कॅप्टनला प्रत्येकी ४०० रु. लेफ्टनंटला २५० रु. तर सार्जंटचा मासिक मेहनताना रुपये ९० असा होता.[३२] शिंद्यांच्या लष्करापेक्षा ही वेतनश्रेणी फार मोठी नव्हती. शिंद्यांचे सैन्य जेव्हा दक्षिणेत लढत असे तेव्हा त्यांना पगाराव्यतिरिक्त भत्ता मिळत असे.[३३] पेशव्यांचा सेनापती जॉन फोर्ड (१८१२–१३) याला कर्नल बॉयेडपेक्षा कमी पगार मिळत होता. (२,५०० रुपये) परंतु त्याच्या हाताखालील २ कॅप्टनना प्रत्येकी १,००० रु. व २ असिस्टंट कॅप्टनना प्रत्येकी ५०० रु. मासिक वेतन मिळत होते.[३४]

मराठ्यांच्या नोकरीतील युरोपियन सैनिकांना पगार व पदाव्यतिरिक्त इतर विशेष गोष्टी प्राप्त होत की त्यामुळे त्यांना पगाराची पर्वा वाटत नसे. टोन म्हणतो, ''जवळ जवळ ३००० युरोपियन वेगवेगळ्या नोकऱ्यांमध्ये विखुरले गेले होते. त्यांतील ७ जण मोठ्या सैन्यतुकडीवर अधिकारी म्हणून अत्यंत नशीबवान असे ठरले होते. कदाचित ६० पेक्षा अधिक लोक सेनाअधिकारीपदावर नेमले होते. उरलेल्यांपैकी सार्जंट आणि बंदूकची, काही हाकलून दिलेल्यांपैकी घेतलेले, काही जहाजाकडील परंतु बहुसंख्य फ्रेंच होते. वरील प्रकारच्या लोकांना ३० ते ६० या दरम्यान पगार दिला जाई. त्यांना कमी शिस्तीत राहावे लागे. त्यांचे वर्तनही अत्यंत खालच्या दर्जाचे असे, युरोपियनांविषयी कमी आदर असलेले, त्यांच्यातील विशेष धाडस आणि निर्भयपणामुळे ते प्रत्यक्ष जे काम करीत त्यामुळे युरोपियनांच्या बाबतीत मराठ्यांचे नेते भेदभाव करीत आणि त्यांना येथील लोकांपेक्षा अनेक गोष्टी उपभोगता येत असत. मराठ्यांच्या राज्यातून वस्तूंची ने–आण करताना युरोपियनांना कर माफ असे. स्थानिक लोकांना दरबारात पालखीतून येण्यास परवानगी नसे. पण युरोपियन लोकांना त्याची गरज लागत नव्हती. मोगलांच्या प्रशासनात नबाबाशिवाय इतरांना पिवळा हौदा वापरता येत नसे. मात्र युरोपियन लोकांना अशा प्रकारची कोणतीही मनाई नव्हती. प्रदेशांतर्गत प्रवास करताना आपले सामान एका गावाहून दुसऱ्या गावास नेताना माणसांचे व सामानाचे संरक्षण केले जाई. ही सवलत स्थानिक लोकांना मिळत नसे. फक्त लष्करातील लोकांनाच याचा फायदा करून घेता येत असे.[३५]

ज्यांचे लष्करी श्रेष्ठत्व मान्य झाले, अशा परकीय सैन्याच्या लष्करी कौशल्याचा पूर्णपणे उपयोग करून घेणाऱ्या मराठ्यांना सवलती दिल्या जात. परंतु उत्तरेकडील मुस्लिम हिंदू सैन्याची भरती करताना मराठ्यांना अत्यंत काटेकोरपणे बाजूला ठेवीत. ते हंगामी शिलेदार म्हणूनच काम करणे पसंत करीत. अत्यंत कडक शिस्त, कवायत आणि अंगवळणी

न पडलेल्या गोष्टी, नवीन चेहरे हे त्यांस मानवत नव्हते. एका सर्वसाधारण सरंजामदाराला ही खर्चाची पद्धत परवडत नव्हती. सरंजामदार म्हणून त्याला कमी खर्चाचे घोडदळ ठेवून राज्याची सेवा करणे हेच त्याचेकडून अपेक्षिले जात असे. करमुक्त अशा मालमत्तेची माहिती देण्याकरिता इनाम कमिशनकडे अनेक लष्करातील काम केलेले लोक आले. त्यातील रूपराम चौधरी हा कवायती सैन्याच्या पलटणीतील सेनापती असल्याचे दिसून आले.[३६] युरोपियनांना मराठ्यांना प्रशिक्षण देण्यासाठी नेमले नव्हते. तर त्यांनी मराठा सैन्यात कायमचे रहावे अशी अपेक्षा होती. आपण वर पाहिलेच आहे की, त्यांना फारशा गुणवत्तेची आवश्यकता नव्हती.

अशा तऱ्हेची सेना इथल्या शत्रूशी लढताना उपयोगी होती. परंतु ईस्ट इंडिया कंपनीशी लढताना ती पूर्णपणे निष्प्रभ ठरत असे. त्यामुळे मराठ्यांच्या घोडदळाची ताकद वाढण्याऐवजी ते एक लोढणेच गळ्यात पडल्यासारखे होत असे. शिंद्यांच्या सैन्यातील गोपाळराव याने आपल्या मालकास ताकीद दिली की, आमच्या वाडवडिलांनी मराठी सत्ता निर्माण केली, त्याने आपली घरे घोड्याच्या पाठीवर वसविली. नंतर कापडाची घरे आली आणि तुम्ही आता चिखलाची घरे बनवत आहात. काळजी घ्या आणि माझे शब्द लिहून ठेवा. थोड्याच दिवसात त्याचा चिखल होईल आणि ती परत बांधता येणार नाहीत काळजी घ्या.[३७] जशी सैन्याची राहण्याची कथा तशीच सैन्याची कथा. मराठ्यांची मुख्य ताकद हे त्यांचा वेग आणि हालचाली यांत होती. त्याला उघड्या मैदानावर आणणे आणि त्यांच्याशी समोरासमोर सामना देणे हे त्यांचे युरोपियन शत्रू पूर्णपणे जाणत होते. शत्रूच्या हातावर तुरी देणे, मृत्यूला कारणीभूत होणाऱ्या तोफांच्या माऱ्याच्या पल्ल्यातून बचाव करणे, शत्रूच्या प्रदेशाची नासधूस करणे, त्यांची रसद तोडणे आणि त्यांना सारखे दमवून सोडणे, चिंताग्रस्त करणे अशी मराठ्यांची युद्धनीती होती. बोरच्या घाटातून महाराष्ट्रात प्रवेश करणाऱ्या इगरटन आणि गोडार्ड यांच्याबाबतीत ही पद्धती अतिशय यशस्वी ठरली. दौलतराव शिंद्यांच्या लष्कराकडून इंग्रजांच्या सेनापतींना जेवढा त्रास झाला नसेल त्यापेक्षा यशवंतराव होळकरांनी वापरलेल्या वरील युक्तीमुळे कर्नल मॉन्सनला जास्त त्रास झाला. शिंदे किंवा भोसले यांच्या लष्कराच्या हालचाली या फार आघाडीच्या, जलद. त्यांच्याकडे असलेला तोफखाना, कवायती सैन्य किंवा बंदुका याद्वारे काही आश्चर्यकारक असे घडवू शकले नाहीत. लेक आणि वेलस्ली यांच्या प्रभावी नेतृत्वाला व उत्तम तोफखान्याला ते बळी पडले. कवायती सैन्यामुळे महादजी शिंदे हा दिल्ली आणि आग्ऱ्याचा धनी झाला आणि कवायती सैन्याने त्याच्या पुतण्याचा विनाश केला आणि त्याला ब्रिटिशांचा प्रामाणिक सरंजामदार बनावे लागले व त्याची पातळी खालची झाली.

टिपा :

(१) कास्मो द गार्दा, vida e accoens do famoso e felicissimo sevagy, पृ. १०९
(२) Churchils Voyage, Vol. IV, p. 234
(३) कित्ता P.250
(४) गुरवूड (Gurwood), The Despatches of Field Marshal the Duke of Wellington, खंड. १
(५) जॉन ब्रुस Annals of the Honorable East India Company, Vol. II, PP. 568-9
(६) फॉरेस्ट, Selections From State Papers, Maratha Series, p. 127
(७) ग्रोस, Voyage to the East Indies, pp. 122-3
(८) २७ एप्रिल १७१८ चे कान्होजीचे बूनला पत्र, Bombay Public Consultations, CCC XII, No.4. pp.77-83
(९) एक विश्वसनीय वृत्त, A faithful Narrative of the Capture of the ship Derby (belonging to the Honourable the East India Company, Abraham Anselm Commander) by Angria the Pirate, P. III.
(१०) फॉरेस्ट, Selection from state Papers, Maratha Series, pp. 120-1
(११) बिकर, Tratados da India, खंड ७, पृ. ४९–५१, आणखी पाहा, राजवाडे, मराठ्यांच्या इतिहासाची साधने, खंड, ३, पृ. ४४५
(१२) गारदी हे त्यांच्या बेलगाम आणि छळवादी वृत्तीबद्दल कुप्रसिद्ध असल्याचे अनेक समकालीन पत्रातून समजते. उदा. पाहा राजवाडे, मराठ्यांच्या इतिहासाची साधने, खंड १, पृ. १९९.
(१३) मॅडेक आणि सॉमर हे एकाचवेळी जाट राजाकडे नोकरीस होते. तेथे मॅडेकच्या निरीक्षणाखाली बंदूका तोफा तयार केल्या जात होत्या. पाहा – Emile Berbe Le-Nabab, Rene Madec p.30
(१४) हे नाव वेगळ्या प्रकारे लिहिले जाते. – Du, Drenec, Du Dernaig, Duderneg, Du Dernec, Dodernaigue, Dudernek, Compton, Iuropean Military Adrentures of Hindustan, p. 347. मराठा त्याला जुजहारनाग असे म्हणतात.
(१५) राजवाडे, मराठ्यांच्या इतिहासाची साधने, खंड ७, पृ. १५, यात १०,००० च्या गारदी सैन्याच्या सेनापतींची नावे दिली आहेत– मुसा, मोतरो, मुसाजाल, मुसाबास, मुसापीट, मुसाजोहरंज.
(१६) लेव्हिस फर्डिनंड स्मिथ, A Sketch of the Rise, Progress and Termination of the Regular Corps formed and Commanded by Europeans in the Service of the Native Princes of India with details of the Principal events and actions of the late marhatta war. p.61
(१७) या संदर्भात सविस्तर माहिती थोडी मिळते. परंतु लेव्हिस फर्नांडीस स्मिथ याने मोठे काम केले आहे. तरीसुद्धा कर्नल मालेसन याच्या Final french struggles in India. pp. 192-4 मधील अतिशय उपयुक्त असे सारांश दिले आहेत.
(१८) व्हिक्टर डी सेन्ट–जेनिस, Une Pag/e inedite de L'histoire des Indes, Le General de Boigne, pp. 192-3

(१९) टोन त्यांना म्हणतो, ते नशीबवान सैनिक आहेत आणि ते पगारासाठी नोकरी करतात... त्यांना राष्ट्रभक्ती आणि राष्ट्रप्रेम यांची काहीच माहिती नाही. परंतु त्यांना आपले स्वत:चे गाव लुटले, तरी त्याची काहीच खंत वाटत नाही.

(२०) कॉम्टन (Compton), European military adventures of Hindustan, p-350, for Holkar's arersion to the french, कित्ता, p.337

(२१) लेव्हिस फर्डिनांड स्मिथ, A Sketch of the Rise, Progress and termination of the Kegular corps, p.47.

(२२) कित्ता p.55, शिंद्यांच्या नोकरीतून सेवानिवृत्त झाल्यावर फिलोज हा काही काळ गोव्यात राहिला. त्याला पोर्तुगिजांच्या लष्करात कर्नल कमिशनद्वारा लेफ्टनंट हे पद मिळाले. पाहा – पत्र क्र. ८५ officios dos Governadores, maco 32 (Archivo Ultramarino if Lisbon). फिलोज हा युरोपला गेल्याचे काही समजत नाही त्याच्या अनुयायाने ग्वाल्हेरच्या राज्यात काही मानाची पदे मिळविली. त्यातील एकाला ब्रिटिशांच्या तुकडीत नाइट्रूचे पद मिळाले.

(२३) Victor de Saint Genis, Une Page inedite de L'histoire des Indes, p.367

(२४) बेली फ्रेसर, Military Memoir of Lt. Col. James Skinner, Vol. I, pp. 262-3, 271; and Thorn, Memoir of the compaigns in the Hindoostan of the Late General Lord Lake, p. 99.

(२५) बेली फ्रेझर, Military Memoir of Lt. Col. James Skinner, Vol. I, p.303.

(२६) मार्टिन, Dispatches of wellesley, Vol. I, pp. 6-7.

(२७) इतिहाससंग्रह, हिंगण्याची वकिली, पृ. ११, १३, २६

(२८) Officios dos Governadores, Maco 22, No. 35 (Archiro Ultramarino of Lison)

(२९) व्हिक्टर दी सेन्ट – जेनिस, Une Page inedite de L'histoire des Indes, p. 366.

(३०) फॉरेस्ट, selections from state Papers, Maratha Series, pp. 565-6

(३१) मूर, A Narrative of the operations of captain Little's Detachment, pp. 26-7

(३२) पेशवे रोजनिशी, खंड ५, पृ. १८४–७

(३३) लेविस फर्डिनांड स्मिथ, A Sketch of the Rise, Progress and Termination of the Regulars Corps, pp. 90-2

(३४) इतिहाससंग्रह, पेशवे दफ्तरातील निवडक कागदपत्रे, पृ. ९३–५. ईस्ट इंडिया कंपनीतील पगाराची श्रेणी १७४३मध्ये खालीलप्रमाणे होती. (Bombay Public Consultation, Range CCCXLI, No. 13, p.172) सुभेदार – रु. २०, जुमलेदार, रु. १३, हवालदार – रु. ६ १/२, नाईक – ४–३–२० सबनीस ४–२–२०. ढोल वाजवणारे (ट्रंम्पेटर) – रु. ४, रंगारी रु. ४, भालदार रु. ४ आणि शिपाई रु. ४.

(३५) टोन, Illustrations of Some Institutions of the Maharatta People, pp. 67-8

(३६) मावजी आणि पारसनीस, कैफीयती याद्या वगैरे, पृ. ९४

(३७) बेली फ्रेसर, Military Memoir of Lt. Col. James Skinner, Vol. I, p. 191.

प्रकरण ८

मोहिमेवर मराठ्यांचे सैन्य

आपल्या योजनेची गुप्तता आणि त्वरित अंमलबजावणी हे शिवाजीमहाराजांच्या यशाचे गमक होय. त्यांचे सैन्य नेहमी अशा ठिकाणी तयार ठेवले जात असे, की त्याच्याकडून अल्प सूचनेने लांबचा पल्ला गाठता यावा. वेग आणि स्वत:ची काळजी या दोन्ही गोष्टी त्यावेळी एकमेकांच्या विरुद्ध होत्या. शिवाजी आणि त्यांच्या माणसांना स्वत:स अतिशय वेगाच्या प्रवासाची आणि कष्टाची सवय लावून घ्यावी लागे. १६७३ मध्ये सुरतेच्या वाटेवर असताना चंद्र ताऱ्यांच्या खाली झोपावे लागले कारण त्यांच्याकडे तंबू, राहुट्या नव्हत्या. कर्नाटकाच्या मोहिमेच्यावेळी त्यांच्या सैन्याकडे फक्त दोन लहान तंबू होते. त्याखाली आश्रय घेताना शिवाजीमहाराज आणि त्यांचे काही मुख्य अधिकारी यांचीसुद्धा त्याठिकाणी काळजी घ्यावी लागत असे.[१] त्याकरिता त्यांच्या सैन्याला कुठेतरी बाहेर आपली सोय करावी लागली. अशा गरजांची फारशी त्यांना आवश्यकता नव्हती. परंतु काही वेळा पोलादी शरीराच्या या लोकांना निवांतपणाची गरज असे. काहीवेळेस तो घोड्याऐवजी अधिकाऱ्यांना वाहण्याचे काम पालखीतून करीत असे.[२] अत्यंत थोडी उपकरणे, तंबू नसणे, शस्त्रांनी सुसज्ज नसणे अशा स्थितीत अतिशय वेगाने एका ठिकाणाहून दुसऱ्या ठिकाणी दौड करणे हे पाहिल्यानंतर मती गुंग होते आणि त्याला काही जादू वगैरे माहीत आहे काय असे वाटते.[३]

संभाजी आणि राजाराम महाराजांच्या मोहिमांमध्ये त्यांच्या वडिलांच्या वेळीची रीत थोडीशी घसरली. व्यक्तिगत सुखसोईंचा विचार मोहीमकाळात अधिक होऊ लागला. महाराष्ट्रातील डोंगरदऱ्यात जन्माला आलेल्या आणि वाढलेल्या त्यांना मोगली शत्रूच्या डामडौल आणि भव्यतेची सवय नव्हती. शाहू मात्र वेगळ्या स्थितीतून गेले होते. तो मोगलांच्या छावणीत मोठा झाला. तेथे त्यास नुसत्याच सुखसोईच मिळाल्या नाहीत तर चैनीच्या गोष्टीही पुरविल्या गेल्या. शाहूने स्वत: केलेल्या मोहिमेवर मोगली भव्यतेचा परिणाम थोडाफार परावर्तित झाला. अतिशय सुखासीनतेचा त्यास सराव झाल्यामुळे

आपले वडील आणि आजोबा यांच्यासारखी द्रुतगती त्यास आली नाही. तो नेहमी प्रवासात संथ गतीने चालत राहिला.

शाहूराजांचे युद्धमोहिमेवर चालणे म्हणजे एखाद्या उत्सवाची मिरवणूकच असे, ती युद्धमोहिमेवरील चाल नसे. संथ गतीने चालणारा हत्ती आणि युद्धाला साजेसा घोडा तो पसंत करीत असे. त्याच्या मागोमाग त्याचा जनानखाना असे. त्यानंतर ४० ते ५० सरदारांचे हत्ती त्यांच्या त्यांच्या मखदुराप्रमाणे चालत. राजा हालल्याबरोबर तोफखाना निघे आणि त्यानंतर लगेच राजाच्या निशाणाभोवती रक्षक, बंदूकची आणि घोडदळ जमा होई. आघाडीच्या पुढे बिनीवाले चारचाकी घोडागाडीत असत. निशाणाच्या पाठोपाठ शिस्तबद्ध पद्धतीने सरदार गाडीतून जात. त्याच्या मागोमाग नोकर, रणवाद्ये आणि त्यामागे घोडे, हत्ती, रथ आणि उंट चालत. या प्राण्यांच्या मागे भालाधारी सैनिक व अग्निबाणवाले सैनिक असत. राजा आणि तोफखाना यांच्यामध्ये शस्त्रधारी आणि राजदंडधारी, वादक आणि खाजगी नोकर असत. धूळ उडू नये म्हणून रस्त्यावर काळजीपूर्वक पाणी शिंपडले जाई. अशाप्रकारे त्यांची व्यक्तिगत सुखसोयीची व्यवस्था केल्यावर राजा आणि त्याचे हुजरे यांना फार अंतराचा प्रवास करू दिला जात नसे, फार तर दिवसाला ३-४ कोसांच्या अंतराचाच प्रवास करण्याचे ठरविलेले असे.[४] मल्हार रामराव चिटणीस सुचवितात की, शाहू मुद्दामच मोगली पद्धतीची नक्कल करीत असे. तो आपल्याबरोबर राज्यातील मुख्य अधिकारी वर्ग घेत असे व त्यांना त्यांच्या-त्यांच्या दर्जाप्रमाणे आणि स्थानाप्रमाणे त्या त्या ठिकाणी ठेवले जाई. सेनाधुरंधर आणि सेनासाहेब सुभा हे घोडागाडीत असत. प्रतिनिधी, पेशवा, अमात्य, सचिव आणि मंत्री हे उजव्या बाजूला असत. पंडितराव आणि दोन न्यायाधीश यांना औपचारिकपणे बोलावले जाई. सुमंताच्या डाव्या बाजूस त्यांचे स्थान असे. चिटणीस, पोतनीस आणि लेखनिक वर्ग खजिन्याच्याजवळ राहात असे. फडणीस आणि सचिवालयातील अधिकारी हे भांडाराजवळ असत. पिछाडीचे संरक्षण हे सरलष्कर आणि त्याच्या हाताखालील अधिकारी वर्ग करीत असत. फरासखाना राजाच्या सुखसोयींचा विचार करून अगोदरच सर्व सोयी करीत असे. आघाडीच्यावेळी आपल्या सत्तेबद्दल लोकांच्या मनात चांगले मत असावे, तसेच सैनिकांकडून शेतकऱ्यांना कोणताही त्रास होऊ नये अशी शाहूंची इच्छा असे. यात कोणी दोषी ठरला तर त्याचे पाय तोडल्याची शिक्षा दिली जाई. या आज्ञेचे पालन कितपत केले जात होते हे आम्हांस माहीत नाही. परंतु शाहू आपली सत्ता शांतता प्रस्थापित करण्यासाठी वापरीत होता. त्याचे कारकिर्दीत शेतकऱ्यांना कमी त्रास झाला.[५]

सैन्याचे नेतृत्व करणारा शाहू हा शेवटचा राजा होय. त्याच्या मृत्यूनंतर हे काम कायमचे पेशव्यांकडे आले. त्यास माधवराव पेशवा हा एकमेव अपवाद होता. पेशव्यांच्या कारकिर्दीत आघाडीच्यावेळी लष्कराची तीन प्रकारांत विभागणी केली जात असे; असे

विल्यम हेन्री टोन म्हणतो. आघाडीत संपूर्ण पायदळ असे. त्यास साधी फौज असे म्हणत. ही साधी फौज किंवा हलक्या तुकड्या भगव्या रंगाच्या दुभागलेल्या अशा उंच फडकत राहणाऱ्या जरीपटका नावाच्या राजाच्या निशाणाच्या आधिपत्याखाली असे. मधली जी तुकडी असे त्यास 'बीच लष्कर' असे म्हणत. ती राखीव तुकडी समजली जात असे. तिच्यामध्ये अवाजवी किंवा गरज नसलेली उपकरणे किंवा दारूगोळा ठेवला जात नसे. पिछाडी पेशवे सांभाळीत, त्यास जिनसा असे म्हणत. सर्व सैन्यांचे सामानसुमान पिछाडीत असे त्यास बंगा म्हणत, असे 'टोन' म्हणतो.[६]

बिनीवाले छावणीच्या मुक्कामावर पेशव्यांच्या सैन्याभोवती गोल करून राहात.[७] निवडलेल्या छावणीच्या जागी बिनीवाले पेशव्यांच्या छावणीचे ठिकाण माहीत होण्याकरिता एक लहानसे निशाण लावीत. या तंबूच्या समोर बाजाराच्या छावण्या असत. व्यापारी त्यांचे छोटे तंबू किंवा पाले छोट्याशा मेढींच्यावर कापड लावून उभे करीत असत. नंतर प्रत्येक सरदार आपल्या सोयीनुसार आपला तंबू उभा करीत असे व आपले ठिकाण माहीत होण्यासाठी त्यावर आपले निशाण लावीत असे. यास कोणताही ठराविक क्रम नसे. जो-तो आपल्या सोयीनुसार बदल करीत असे. काही सरदारांचे स्वतंत्र बाजार असत आणि ते शेजारच्या तंबूला खेटून असत. काही वेळेला खाजगी लोकांच्या पालापेक्षा शेजाऱ्याच्या तंबूची सावली किंवा एखादे झुडूप किंवा झाड हेसुद्धा विश्रांतीसाठी पुरेसे असे.[८] अधिकाऱ्यांना चांगल्या सोयी पुरविल्या जात. वरिष्ठ अधिकाऱ्यांना नुसत्याच सुखसोयी पुरविल्या जात नसत, तर अतिशय प्रशस्त आणि महागड्या गोष्टी वापरल्या जात. जेम्स फोर्बस् हा राघोबादादांच्या आघाडीत बरोबर होता. तो लिहितो, "भारतीय तंबूंचा झगमगाट हा अतिशय राजेशाही थाटाचा दिसतो. त्याचे छत युरोपमधील एखाद्या राजाच्या किंवा मोगलांच्या तंबूसारखे वाटते. ज्यावेळी त्यांची बायका-मुले बरोबर असत तेव्हा ही वसतिस्थाने अधिक चांगल्या प्रकारची असत. मराठ्यांना आपला तंबू म्हणजे घर वाटत असे आणि आपल्या गावापेक्षा त्यांना छावणीत राहणेच अधिक आनंददायी वाटत असे."[९] पेशव्यांच्या नंतरच्या काळात सैन्यांच्या छावण्या शहरातच लावल्या जात, कारण त्या ठिकाणी व्यापार आणि आर्थिक बाबींची सुविधा होत असे.

छावणीतील बाजार हे फक्त सैनिकांनाच जरूर त्या वस्तू पुरवीत असत असे नाही तर सरदारांचीसुद्धा ती एक फायद्याची गोष्ट असे. प्रत्येक दुकानदाराला ठराविक कर द्यावा लागत असे आणि प्रत्येक व्यापाऱ्यास परवानापत्रासाठी पैसे द्यावे लागत. मेजर ब्राउटन म्हणतो, "शिंद्यांच्या छावणीतील चार बाजारांकडून चौदा हजार रुपयांची पालपट्टी मिळाली."[१०] फोर्बस् म्हणतो, "राघोबाच्या तुकडीची एक स्वतंत्र बाजाराची जागा होती आणि काही मुख्य सेनापतींच्या हजारो तंबूत व्यापारधंदा शहराइतकाच चालत असल्याचे दिसते." सोनार, सराफ, सावकार, कापडाचे व्यापारी, औषधवाले,

मिठाईवाले, सुतार, शिंपी, तंबू तयार करणारे, दळणवाले, नालबंद या सर्वांना भरपूर धंदा असे. सोनार, लोहार आणि तांबट यांच्या दुकानांच्या रांगा असत. परंतु नालबंद, आचारी आणि मिठाईवाले यांची फारच गरज असे."[११] छावणीमध्ये पूजास्थान असत नसे. राघोबाने मात्र आपल्या दैवतासाठी स्वतंत्र तंबू ठेवला होता. फोर्बस् म्हणतो, "निरनिराळ्या तुकड्यांमध्ये स्वतंत्र देऊळ असून त्यासाठी सरकारकडून पूजा-अर्चेसाठी ब्राह्मणाची नेमणूक केली जाई. तेथे प्रार्थना आणि सण-उत्सव हिंदू पद्धतीने केले जात."[१२]

शाहूप्रमाणेच पेशव्यांच्या मोहिमेत मुलकी अधिकारीपण असत आणि प्रशासकीय काम त्यांच्याद्वारे नियमित केले जाई. दिवाणी आणि फौजदारी न्यायदान रोज केले जाई. लोकांच्या तक्रारी ऐकल्या जात. अत्यंत गरीब माणसालाही आपले गाऱ्हाणे मांडता येई. छावणीत सर्व प्रकारच्या सुखसोयींची आणि गरजांची त्याकाळी हिंदुस्थानात प्रचलित असलेल्या पद्धतीनुसार पूर्तता केली जाई. शिवाजींच्या वेळेच्या दिवसांचा विसर पडला, पेशवे आणि त्यांचे उमराव यांना उत्तरेकडील मोगली डामडौलाची आणि थाटाची चटक लागली आणि त्यामुळे शिवाजीमहाराजांच्या वेळची सैन्यातील कडक शिस्त नाहीशी झाली.

शिवाजींनी मोहिमेच्यावेळी स्त्रिया बरोबर घेण्यास परवानगी दिली नव्हती. पेशव्यांच्या छावणीत स्त्रियांचा भरणा भरपूर असे. ही नवीन गोष्ट केव्हा सुरू झाली कोण जाणे! कदाचित पहिल्या बाजीरावाने आपला रिकामा वेळ सुंदर अशा मस्तानीच्या सहवासात व्यतीत करण्यास सुरुवात केली. त्यानंतर त्याच्या अनुयायांनी विरंगुळ्यापोटी याच पद्धतीचे अनुकरण करण्यास सुरुवात केली असावी. गोपिकाबाई आपल्या यजमानांच्याबरोबर कधी-कधी मोहिमेत असत. पानिपतमध्ये अनेकांच्या बायका, माता आणि आया बरोबर होत्या. सदाशिवराव यांना त्यापासून काही लाभ तर झाला नाहीच; परंतु सुदैवाने त्याची पत्नी पार्वतीबाई सुखरूपपणे घरी पोचली. तर नाना फडणिसांना आपली आई गमवावी लागली. फोर्बस्, ब्राऊटन आणि मूर स्वत:च्या माहितीनुसार लिहितात, "पानिपतमध्येसुद्धा या गोष्टीस प्रतिबंध केला गेला नाही. तेथे अनेक स्त्रिया आणि सैनिकाशिवाय असलेले अनेक लोक राघोबादादा, दौलतराव शिंदे आणि परशुरामभाऊ पटवर्धन यांच्या छावणीत होते."[१३] मूर म्हणतो, "पटवर्धनांच्या लष्करी छावणीत असलेल्या स्त्रियांची अचूकपणे गणना केली तर विश्वास बसणार नाही, शक्यतेच्या पलीकडे आमचा गणनांक जाईल. आम्हांला ते सांगण्यास भीती वाटते."[१४]

खाजगी आणि सरकारी अधिकाऱ्यांच्याबरोबर त्यांच्या बायका आणि कुणबी तसेच नर्तिका, जादूगार, वेश्या असत. बाजारामध्ये दारूच्या दुकानांची कमतरता नव्हती. अमली पदार्थांचे निस्सीम भक्त असणारे लोक शिस्तीचा कोणताही विचार न करता आपली सायंकाळ नशापानात साजरी करीत असत.[१५]

छावणीत खाजगी माणसास आपली पत्नी आणणे हे योग्य होते; कारण तेथे नोकरचाकर कमी असत आणि मुक्कामही थोडा असे.[१६] तो जेव्हा त्याच्या घोड्याची देखभाल करीत असेल तेव्हा त्याची बायको स्वयंपाक करीत असे आणि त्याच्या सुखसोयींची व्यवस्था करी. परंतु ज्यावेळी त्यांना आणण्याची सवलत दिली जाई, तेव्हा स्त्रिया आणि मुले यांचा लढाईच्या वेळी एक प्रकारचा अडथळा ठरत असे.

स्त्रिया आणि मुलांच्याप्रमाणेच नंतर लष्करात भरपूर जनावरे आली. एशियाटिक लष्कराप्रमाणे विविध प्रकारची गुरे त्यांच्या लष्करात आली. फोर्बस् लिहितो, ''अचंबा वाटण्यासारखी गोष्ट आहे की इतक्या जनावरांना चारा मिळविणे अतिशय अवघड आणि त्यांच्यासाठी दुष्काळी भागातून पाणी उपलब्ध करून देणे ही अतिशय अवघड बाब तर होतीच. कोंदट आणि गरम हवा तर काही विचारूच नका. युद्धासाठी प्रशिक्षित अशा घोड्यांशिवाय हजारो इतर घोडे छावणीतील लोकांच्याकडे असत. बाजारातील वस्तूंच्या वाहतुकीसाठी लहान घोड्यांशिवाय २०,००० बैल होते. सामानसुमान आणि तंबू वाहतुकीसाठी हजारो उंट, आणि शान दाखविण्यासाठी वेलवेट आणि स्कारलेटच्या कापडाच्या झुली घातलेले, सोन्या-रूप्याचा साज असलेले तसेच सोने आणि चांदीने सजविलेल्या हत्तींच्या अंबारीतून राघोबा व त्याचे अधिकारी जात असत.''[१७]

वाहतुकीसाठी आणि इतर कामासाठी ही जनावरे उपयुक्त होती हे जरी खरे असले तरी त्यांच्या चारा-पाण्याच्या सोयीच्या विचाराला लष्कराला धैर्याने तोंड द्यावे लागत असे. या प्राण्यांना गोठ्यांची वगैरे स्वतंत्र सोय नव्हती. योग्य काळजीचा अभाव, कुपोषण यामुळे त्यांना रोग होत. ब्राउटन म्हणतो, ''मी व माझे सहकारी शिंद्यांच्या छावण्यांपासून एक मैल अंतरावर राहिलो होतो. कारण मेलेले घोडे, बैल, उंट यांची प्रेते तशीच पडली होती आणि त्यांची प्रचंड दुर्गंधी पसरली होती. त्यांना हलविण्याची कोणासही फिकीर नव्हती.''[१८] मराठा सैनिक आपल्या घोड्याविषयी नेहमी गोंधळलेले असत. त्यांची अस्वच्छता ही साथीचा रोग फैलावण्यास कारणीभूत होत असे आणि गरीब बिचाऱ्यांची दुर्दशा झाल्यावाचून राहात नसे. छावणीत अनेक वैद्य व वैदू असत. थोडेसे पात्रताधारक रोगतज्ज्ञ होते. परंतु हॉस्पिटलची सोय नव्हती आणि त्याची गरजही नसावी.[१९]

मराठा सेनापतींच्याकडे धान्यपुरवठा करणाऱ्या खात्यावर लक्ष ठेवणारे खाते नव्हते. धनधान्य पुरवठ्यासाठी त्यांना वंजाऱ्यांवर अवलंबून राहावे लागे. वंजारी हे हिंदू असून जाट जातीचे होते. ही भटकी आणि अत्यंत चिवट अशी जात असून त्यांचा तांडा असे. त्यांचा एक म्होरक्या असून एक संघटना असे. ते संपूर्ण देशात फिरत आणि स्वत:चे संरक्षण करण्यात युद्धकाळात व शांततेच्या काळातसुद्धा सक्षम असत. परंतु त्यांची गरज युद्धकाळात अधिक भासत असे. ते बैलांवरून रसद वाहून नेत. हा माल शांततेच्या ठिकाणाहून किंवा व्यापारी स्थळाहून ते आणीत व युद्धाच्या ठिकाणी पोचवीत. आज

रेल्वे आणि इतर वेगवान साधने असतानाही ही गोष्ट करणे अवघड जाई. वंजारी युद्धजन्य परिस्थितीतसुद्धा अशी सेवा देत असल्याचे पाहिल्यावर त्यांचे कौतुक करावेसे वाटते. कारण त्यांच्या संख्येचा आज विचार केला तर ही गोष्ट आश्चर्यकारक आहे. वेलिंग्टन म्हणतो, "धोंड्या वाघ नावाच्या एका कुप्रसिद्ध म्होरक्याबरोबर दहा हजारापेक्षा कमी वंजारी नव्हते आणि त्यांनी दक्षिणेकडील मराठ्यांचा प्रदेश आणि म्हैसूरचा भाग व्यापून टाकला होता.[२०] ही टोळी जरी मोठी वाटली तरी तीन ते पाच हजारांच्या टोळ्या सामान्यपणे असत." २० ऑगस्ट १८०० रोजी वेलिंग्टन हुबळीहून लिहितो. "धान्यखात्यात बाराशे पोती (Loads) आहेत आणि लावणीत १५०० वंजारी आहेत. मला असे सांगण्यात आले की वर्धा आणि मलकापूरच्या मध्ये ५००० आहेत आणि नायक मला निश्चितपणे फसवणार नाही, मी त्याच्यावर विश्वास ठेवतो. सौंधा, सावनेर आणि धारवाडच्या बाजूला भरपाई करण्यासाठी ५ तारखेस कित्तूरहून ३००० वंजारी माझ्यापासून गेले. निजामाच्या छावणीकडे ५००० वंजारी भरगच्च माल घेऊन चालले होते."[२१] विलिंग्टन वंजाऱ्यांना जनतेचे नोकर म्हणून मानीत असे व त्यांच्याकडून लष्करासाठी माल नेहमी विकत घेत असे.[२२] परंतु मराठा सरदारांच्याजवळ अन्नधान्यपुरवठ्याची व्यवस्था करण्यासंबंधीची अशी दूरदृष्टी असल्याचा पुरावा नाही. वंजाऱ्यांशिवाय त्यांच्याबरोबर असलेल्या पेंढाऱ्यांवर त्यांचा भरवसा असे. त्या लूटमार करणाऱ्या लोकांजवळ अशी काही विलक्षण बुद्धी होती की, खेडेगावातील लोकांनी कोठेही दडवून ठेवलेला माल ते शोधून काढीत. जे-जे त्यांच्या हाती लागे ते-ते ते छावणीत चालू दरापेक्षा कमी दरात विकून टाकीत. या गोष्टीवर कमी लक्ष दिल्यामुळे थोड्या दिवसांच्या चलतीनंतर अतिशय कष्टप्रद दिवस येई, दुसऱ्या म्हैसूरच्या युद्धात असाच अनुभव आला होता. मराठा सैनिकांस आणि त्याच्या घोड्यांस थोडे अन्न व थोड्या चाऱ्यावर निर्वाह करायची सवय लावली होती. [२३]

त्यांच्या साधारण वाहतुकीसाठी ते गाढवे, उंट आणि बैलांचा वापर करीत. परंतु त्यांना वेगळ्या पद्धतीचा अवलंब करावा लागे. उत्तरेकडे बोटींचा वापर केला जात असे. मुघल काळात बहुतेक अशी परिस्थिती होती. बोटी एकमेकांस साखळीने बांधल्या जात आणि एक सपाटी चिखल (सपाट भाग किंवा सपाटपणा) आणि लाकडाच्या काठींची बनविली जात असे व त्यावरून त्यांची जनावरे शस्त्रे व धान्यधुन्यासह जात. मराठ्यांना स्वत:ला असे पूल बांधण्याची गरज भासली नाही. बहुदा त्या ठिकाणचे रहिवासी त्यांना पूल बांधून देत.[२४] दक्षिणेकडे नद्या ओलांडताना तेथील स्थानिक पद्धतीनुसार ते होडग्यातून (Basket Boat) नद्या ओलांडीत. मूर हा तेथील विशिष्ट अशा होडग्यांचे (Basket Boat) वर्णन करतो. जून ते ऑक्टोबरपर्यंत नद्यांना उतार नाही, त्यावेळी गोल टोपल्यातून प्रवासी, सामान आणि जनावरे नेली जात. ह्या टोपल्या वेगवेगळ्या आकाराच्या असून त्या ३ ते १५ फूट व्यासाच्या व बांबूच्या कामट्यांनी बनविलेल्या आणि वर अर्धे छत

असलेल्या असत. ते बनविण्याची पद्धत अतिशय सोपी असते. बांबूच्या कामट्या बहुतेक २०, जमिनीवर अंथरून केंद्रस्थानी वळवल्या जात आणि चामड्याच्या वादीने बांधून त्या एकमेकांत पक्क्या अडकवल्या जात. काही लोकांच्या साहाय्याने त्या एकमेकांत व्यवस्थित बसवल्या जात. त्यांची उंची आणि खोली व्यवस्थित ठेवली जाई. नंतर त्या चामड्याच्या वादीने शिवल्या जातात. ३ फुटांपेक्षा अधिक खोली असून त्यात ३० माणसे प्रवास करू शकत. भाऊंची अतिशय जड अशी शस्त्रे अशा तऱ्हेच्या होडीतून तुंगभद्रा आणि कृष्णा नदीतून पार करून नेण्यात आली होती. ज्यावेळी बैलांना न्यावयाचे असेल त्यावेळी त्यांना होडीला बांधत आणि त्यांना योग्य दिशेने पुढे आणीत व जेव्हा पाण्याची खोली कमी असेल तेव्हा त्यांना बांबूने ढकलीत. [२५] या पद्धतीच्या होड्या या नेहमी समाधानकारक रीतीचे साधन म्हणून मानले जात नसे. कारण मोठ्या प्रवाहात त्या वाहून जात. ह्या जरी बेडौल असल्या तरी त्याचा एक विशेष फायदा असे की, त्या कमी वेळात आणि कमी श्रमात तयार होत. मराठा सरदारांनी जनावरांचे ओझे घेऊन युद्धमोहिमेस येण्याची शक्ती असे, परंतु बोटींची किंवा होड्यांची काही व्यवस्था केली जात नसे.

वेलिंग्टन पुढे म्हणतो, ''त्यांना स्थानिक लोकांवर अवलंबून राहावे लागते. मराठ्यांशी युद्ध करावयाचे झाल्यास ते जूनमध्ये सुरू करावे, म्हणजे त्यांना नद्या ओलांडण्यास त्रास होईल आणि इंग्रजांनी होड्या व्यवस्थित ठेवल्या तर इंग्रज सैन्यास उपद्रव करण्यास त्यांच्या हालचालींना वाव मिळणार नाही. १७५९ मधील अब्दालीच्या स्वारीच्यावेळी मराठ्यांनी पूल बांधण्यासाठी तेथील स्थानिक अधिकाऱ्यांवर विश्वास ठेवला आणि परिणामत: होणाऱ्या विलंबामुळे त्यांच्या लष्करी हालचालींस अडथळे आले.

मोहिमेवर मराठ्यांचे प्रमुख ज्योतिषाला विचारून मोहिमेचा मुहूर्त काढीत असत. अत्यंत व्यावहारिक बुद्धी असलेल्या शिवाजीमहाराजांनीसुद्धा या रूढीचा उपयोग केला. परंतु अतिशय सुयोग्य अशा आर्थिक नियोजनामुळे लवकरात लवकर आपल्या हालचाली केल्या. परंतु पेशव्यांच्या कायमच्याच आर्थिक अडचणींमुळे ते नेहमी बेभरवशी राहिले. त्यांची पहिली आघाडी ही नाममात्र असे. मुख्यालयाच्या बाहेर तंबू उभारला जाई. तेथे ते प्रवासाची वेळ निश्चित करत. कित्येक दिवस असेच जात. त्यांचे सैनिक पगारासाठी गलबला करीत. तुकोजी होळकर याने १७९४ मध्ये थकबाकीदार आणि धरणे धरून बसणाऱ्या लोकांपासून सुटका मिळवण्यासाठी योग्य ती काळजी घेतली होती. [२६]

मराठ्यांची छावणी म्हणजे कर्जदारांच्या तगाद्याचेच एक चित्र असल्यासारखे दिसे पण या गोष्टीचा क्वचित परिणाम दिसे. कोणीही मनुष्य त्याचे पद किंवा दर्जा कोणताही असला तरी यापासून त्याची सुटका नसे. हरिपंत फडके, शिंदे, होळकर इतकेच काय तर खुद्द पेशवे यांची देणेदारांकडून निराशाच असे. [२७] सैनिकांच्या धरणे धरण्यामुळे मराठा

सरदारांना रोखून ठेवले जाई. थकबाकी वसूल करण्याची एक विशिष्ट पद्धत इंग्रज निरीक्षकांच्या शब्दातूनच सांगणे अप्रस्तुत वाटेल. मेजर ब्राउटन लिहितो, ''आपली मागणी जबरदस्तीने मागण्याची मराठ्यांची ही रीत जगजाहीर होती. शिंदे हेसुद्धा या गोष्टीस अपवाद नव्हते. धरणे धरणारा माणूस घराच्या किंवा तंबूच्या दारात आपल्या मागण्याची पूर्तता होईपर्यंत बसून राहात असे. यावेळी तो संयम बाळगीत असे, इतरांच्या कानावर या गोष्टी जाऊ देत नसे.

धरणे धरण्याचा नियम किंवा व्याख्या इतर चालीरीतींप्रमाणेच असत. ते अतिशय कडकपणे केले जाई तेव्हा धरण धरणाऱ्याबरोबर त्याचे अनेक अनुयायी त्या तंबूच्या भोवती किंवा त्याच्या प्रतिपक्षाच्या बिछान्याजवळ जमत आणि त्याला अन्न खाऊ देत नसत. एक शिष्टाचार म्हणून त्याला थोडाफार आहार मिळे. परंतु त्याचे मोठे पोट दिवस कसा तरी काढी.[२८] आश्चर्य करण्यासारखे हे दिसत असले आणि बळी जाणारा किती ताकदवान असला तरी तो पारंपरिक पद्धत मोडू शकत नव्हता त्यास यातना सहन करणे प्राप्तच होते. यशवंतराव होळकर आणि आमिरखान यांसारख्या त्यावेळच्या बलाढ्य लष्करी नेत्यांनासुद्धा असह्य अशा या रूढीच्या यातना आणि त्रास संयमाने सहन करावा लागला.[२९] अगणित बायकांचा व्यापार करणारे, मुले आणि जनावरे हे देणेदारांच्या आरडाओरड्यामुळे त्रस्त होत. त्या ठिकाणी कोणतीही शिस्त वगैरे पाळली जात नसे ही मराठी लष्करात आश्चर्य करण्यासारखी बाब नसे. घोडदळ हे रात्रंदिवस जागृत राहून आपले टेहळणीचे काम करीत असे. मराठा सरदारांच्याकडे अतिशय कार्यक्षम हेर होते. कर्नल वेन तर म्हणतो, ''मराठा छावणीत ही गोष्ट आश्चर्यकारक होती.''[३०]

हेरांची या देशातील एक जुनी संस्था होती. शिवाजी महाराजांचे एक स्वतंत्र हेरखाते असून त्यावर बहिर्जी नाईक नावाचा असामान्य कर्तृत्वाचा माणूस मुख्य म्हणून होता. बहिर्जी नाईकाला राज्यातील वाटा उपवाटा माहीत होत्या. त्यामुळे शिवाजी महाराजांना यश प्राप्त झाले व स्वत:चे संरक्षणही करता आले. पेशव्यांच्या काळामध्येसुद्धा हेरांचे महत्त्वही तितकेच मोठे होते. ते नुसते हेरच नव्हते तर टपाल-वाहतूकही करत. नंतर त्यांना नेमताना बहुतेक त्यांची जोडी असल्याचे दिसते. ते जोडीने जात. आपण नेहमी जासूद जोडी व काशीदजोडी असे वाचतो.[३१] ते रात्रंदिवस प्रवास करीत त्यांना जवळचे छोटे-मोठे रस्ते माहीत असत. ते लांबचे अंतर आडवाटेने कमी वेळात पार करीत. आपल्या मार्गावर खेड्याच्या प्रमुखाकडून किंवा जिल्ह्याच्या प्रमुखाकडून ते मदत घेत. त्यांना निवासस्थान त्यांच्या नेहमीच्या किंवा आडवाटेच्या ठिकाणी उपलब्ध करून दिले जाई. हेरांची नेमणूक करताना त्यांचे निरनिराळी सोंगे घेण्याचे किंवा स्थानिक लोकांच्या चालीरीतींचे ज्ञान पाहिले जाई. पेशवेकाळात स्वतंत्र हेरखाते नव्हते. परंतु लष्कराशी ते जोडलेले असत. त्यांची स्वतंत्र, प्रशिक्षित अशी तुकडी नसे.

आघाडीच्यावेळी मराठा सैन्याचे एकदा प्रचंड नुकसान झाले. मित्र किंवा शत्रू असा भेद केला जात नसे व पेशवे पायमल्ली या नावाने ज्या शेतकऱ्यांच्या भागातून लष्कर गेले आणि त्यांचे नुकसान झाले त्यांना सवलत देत. बेजबाबदार सैनिकाकडून झालेल्या नुकसानाची भरपाईही नेहमीच पुरेशी नसे. होळकरांच्या सैन्यातील लोकांनी अपकीर्ती होईल, इतपत नुकसान केले. या सैन्यातील लुटारू आणि पेंढारी व बहुसंख्य बारगीर आणि शिलेदार यांचे हे काम होते. लॉर्ड व्हेलेन्टीया म्हणतो, ''यशवंतराव होळकर यांच्या लुटालुटीने पेशव्यांच्या प्रदेशात दुष्काळ पडला.''[३२] त्यावेळच्या एका लोकप्रिय मराठी पोवाड्यात लोभी आणि भाडोत्री लोकांनी केलेल्या दुष्कृत्यांचे भयानक चित्र पाहावयास मिळते. [३३]

पोवाडा

(पोवाड्याचे भाषांतर)

ते राहिले नाहीत त्यांचे नुकसान झालेले पाहाण्यासाठी किंवा मोजदाद करण्यासाठी जमिनीला निर्माण झालेली वैरण कडब्यातून धान्य काढून त्यांनी लुबाडले.

चंडिका किंवा बुद्धिमान गणराय सुद्धा सुरक्षित राहिला नाही व भविष्य घडविणारा शंकर महादेव त्यांची पिंडी फोडली गेली.

धर्ममार्तंड होते, आणि त्यांचे शिष्य लुबाडले गेले होते. सर्व लुटारू आणि खलनायक पुढे ठाकले होते. उत्तर दक्षिणेत पूर्व-पश्चिम सगळीकडे हाहा:कार माजला होता.

समुद्रापासून गंगेपर्यंत त्यांनी भूमी व्यापली होती. गरिबांचं पांघरूण आणि धनिकांचे सोने ब्राह्मणांचे सोळे संपले. त्यांची गाळण उडाली.

त्यांना तुरुंगात डांबले, त्यांच्याभोवती पहारा पडला. पादत्राणे रस्त्यावर दिसू लागली गरीब शेतकऱ्यांच्या स्त्रियांची सुटकाच नव्हती.

त्यांचे दागदागिने लुबाडून त्यांचे केस उपटले जात होते. त्यांच्या अश्रुधारांना सीमा नव्हती.

वाचवून ठेवलेले गरिबांचे रुपये लुबाडले गेले. त्यांच्या धान्याच्या कोठ्यातून धान्य संपले. त्यांनी देण्यास नकार दिला तर ते त्यांना मार खाता-खाता उरला वाचला जीव नकोसा होई.

हे चित्र अतिशयोक्तियुक्त नसावे परंतु एक गोष्ट लक्षात ठेवण्यासारखी आहे ती ही की, हे अत्याचार करणारे लोक मराठे नसून पेंढारीच होते. मराठ्यांच्या नावावर अत्यंत गुन्हे करण्यास हे भाडोत्री लोकच जबाबदार होत. परशुरामभाऊ पटवर्धनांच्या टिपू सुलतानाच्या मोहिमेवेळी शृंगेरीच्या शंकराचार्यांच्या शारदामंदिराचा विध्वंस आणि पावित्र्य

नष्ट करणारी हीच मंडळी होती.[३४] शिंद्यांचे कवायती सैन्य त्यांचा आपल्या मालकावरील कमी झालेला प्रभाव पुनर्जीवित करण्याकरिता पुण्यात आले, तेव्हा वरील लोकांनीच दक्षिणेकडील ब्राह्मणांचा छळ केला. उत्तरेकडील हे भाडोत्री लोक मोगलांच्या काळातसुद्धा आपल्या छावणीतही लुटालूट करीत. दुष्ट कृत्ये करण्यास केवळ मराठ्यांनाच जबाबदार धरू नये.[३५]

युद्ध हे संहारकारकच असते आणि त्यावेळी माणसातील वाईटात वाईट अशा प्रवृत्ती दिसून येतात. हा जगाचा नियमच आहे. त्यास कोणताही देश किंवा कोणतीही माणसे जबाबदार नसतात. तीन दशकांपूर्वीच अमेरिकेच्या संघराज्याच्या लष्कराने जे अत्याचार केले ते विश्वास बसण्यासारखे नव्हते. त्याचे वर्णन एका साध्या गद्यात केले गेले. मिस्टर बी. जे. हेन्ड्रीक, वॉल्टर हेन पेज (Walter Heine page) चे चरित्रकार लिहितात. ''पेजच्या अंगणात जेव्हा घोडदळाची छावणी होती. त्यावेळी घोडे लाजाळूच्या जातीच्या एका झाडाची (Mimosa Tree) साल खात होते आणि सेनादल ओकच्या झाडाच्या आश्रयाने राहिले होते आणि त्या झाडाचे शेंडे ते खुडत होते. अधिकाऱ्यांनी घराचा ताबा घेतला. कर्नलने आपले मुख्यालय घराच्या दिवाणखान्यात केले. लूट करणाऱ्या काही घोडेस्वारांनी आपल्या तलवारी बिछान्यात खुपसल्या. कदाचित त्यांना तेथे लपविलेली चांदी शोधावयाची असेल. शेकोटीची जागापण अशाच शोधासाठी त्यांनी तोडून टाकली. काही न मिळाल्याने संतापाने जमिनीवरील फरशीचे तुकडे-तुकडे केले आणि ते झोपण्याच्या खोल्यात आणि जिन्यात भिरकावून दिले. काही दिवसांनी संगिनीने भोसकल्यामुळे बाहेर आलेली पिसे चौफेर पसरल्यामुळे घरात गालिचाच तयार झाला.''[३६] मुलांच्याप्रमाणेच जगात सैनिक सगळीकडे सारखेच असतात. त्यांच्यातील निर्दयीपणामुळे मराठ्यांनी राज्य गमावले असे नाही त्याचे कारण दुसरेच आहे. त्याचे कारण अन्यत्र शोधावे लागेल.

दक्षिणेकडील राज्ये युद्धाची भयानकता विसरली. ''मिमोसा झाड पुन्हा बहरले, कापूस पुन्हा पिकवला गेला, पीचचे झाड पुन्हा मोहोरले आणि धान्यकोठाराजवळचे आवार व गोठे यांत पुन्हा जीव आला.'' महाराष्ट्रातसुद्धा शांतता निर्माण झाली. त्यावेळी असेच घडले, मंदिरे दुरुस्त केली गेली, गावच्या तटबंदीची डागडुजी झाली. शेतकरी पुन्हा जमिनीत मशागत करू लागला व त्यांची बायको घरातील कामात व्यस्त झाली. परंतु येथे सारखाच शेवट आहे. नंतर पेशव्यांचे राज्य गेले, त्यांचे जहागीरदार ब्रिटिशांच्या सर्वाधिकाराखाली आले. मराठा सैनिकांची रीतच पूर्ण बदलली. अर्ध्या शतकानंतर लॉर्ड रॉबर्ट्स याने मराठ्यांना मद्रासी, बंगाली अशा वेगवेगळ्या वर्गापासून अलग केले.

टिपा :

(१) Indian Historical Records Commission, Proceedings of Meetings, vol. VI, p.25. Paul Kaeppelin, La Compagrie des Inds orienrales et Francois Martin, p. 163.

(२) फॅक्टरी रेकॉर्ड्स सुरत, खंड ८८, Fols 45-8. एप्रिल १६७५ मध्ये शिवाजीमहाराज एका मोहिमेवरून परत जात असताना इंग्लिश फॅक्टरीचे अधिकारी त्यांना भेटले तेव्हा त्यांना सांगण्यात आले की, महाराजांजवळ १५० पालख्या आहेत. अधिक सुखकारक प्रवासाठी १७९२ पर्यंत पालख्यांचा उपयोग केला जात होता. पाहा- Moor, A Narrative of the Operations of Captain Little's Detachment, p.81

(३) कास्मो द गार्दा लिहितो, शिवाजी स्वतःच्या जागी दुसऱ्याला ठेवत होता काय? किंवा तो जादूगार होता काय? हा प्रश्न अजून अनुत्तरितच वाटतो. (vida do celebre sevagy, p.10) त्याने एका क्षणात शिवाजी अनेक ठिकाणी असल्याचे काही तर्कांने मांडले आहे. २६ जून १६६४ रोजी हेन्री ऑक्झिंडन लिहितो, शिवाजी हा लूट करण्यात इतका प्रसिद्ध आणि अप्रसिद्ध आहे; की त्याला वायुरूपी शरीर आणि पंख असल्याने तो लूट करू शकतो. कारण अनेक ठिकाणी एकाचवेळी तो असल्याचे अशक्य वाटते. काहीवेळेला तो एकच आहे, असे निश्चितपणे वाटते. एक-दोन दिवसांनी दुसऱ्या ठिकाणी, अर्धा डझनभर घटना घडवितो, जाळपोळ आणि लुटालूट करतो. Sir william Foster, English Factories in India, 1660-1664, p-345.

(४) १ कोस= २ मैल

(५) मल्हाण रामराव चिटणीस, थोरले शाहूमहाराज ह्यांचे चरित्र, पृ. ९२-४.

(६) टोन, Illustrations of Some Instituions of the Mahrattha People, pp. 35-6

(७) बिनीवाल्यांचे निर्णय लष्कराबरोबर असलेले काही भिकारी सगळीकडे पोचवत असत. त्याबद्दल त्यांना छावणीतील दुकानदारांकडून काही अवांतर प्राप्ती होई. पाहा- Moore, A Narrative of the Operations of Captain Little's Detachment, p. 79, and Peshwas Diaries, vol. III, p. 182

(८) Instruccao do Exmo vice-Rey, Morquez de Aloran, Go seu Successor, ed. F. N. Xavier, 3 rd edition, p-49.

(९) फोर्बस्, Oriental Memoirs, vol. I, p. 341

(१०) ब्राउटन, Letters from a Matratta Camp, pp.-112-13

(११) फोर्बस्, Oriental Memoirs, vol. I, p-345

(१२) कित्ता, P.345

(१३) कित्ता, p.p. 349-51;
Moore, A Narratire of the operations of captain Little's Detachment, p.87; Tone, Illustrations of some Institutions of the Mahratta people, p-58.

(१४) Moore, A Narrative of the operations of captain Little's Detachment, p-29.

(१५) ब्राउटन, Letters from a Mahratta camp. p-21.

(१६) See the Opinion of major Dirom quoted in Moor, A Narrative of the Operations of Captain Little's Detachment, pp-85-6.

(१७) फोर्बस, Oriental Memoirs, vol. I, p-351.

(१८) ब्राउटन, Letters from the Mahratta Camp, p.22

(१९) इतिहाससंग्रह, ऐतिहासिक किरकोळ प्रकरणे, पृ. ६ व ऐतिहासिक टिप्पणे भाग २, पृ. ९४-९५.

(२०) गर्वुड (Gurwood), Dispatches of Wellington, vol 1, p-71.

(२१) कित्ता पृ. ६४

(२२) कित्ता पृ. ६४-५

(२३) Instruccao do Ex mo vice-Rcy Marquez de Alorna, 3rd edition, pp-51-2

(२४) राजवाडे, मराठ्यांच्या इतिहासाची साधने, खंड १, पृ. ३३८, खंड-३, पृ. २२७

(२५) Moore, A Narrative of the Operations of Captain Little's Detachment, p-122

(२६) इतिहाससंग्रह, महेश्वर दरबारची बातमीपत्रे, खंड २, पृ. २५०

(२७) ब्राउटनने लिहिलेल्या पत्रांतून अनेक प्रसंग समजतात. खऱ्यांचे अधिकारयोग व महेश्वर दरबारची बातमीपत्रे.

(२८) ब्राउटन, Letters form the Mahratta Camp, pp-31-2

(२९) प्रिन्स्पेन Memories of Pathan Soldier of fortune, p. 346 & 405

(३०) टोन, Illustrations of some Institutions of the Mahratta People, p. 60

(३१) इतिहाससंग्रह, महेश्वर दरबारची बातमीपत्रे, खंड-१, पृ. २१, ४०-४७ एखाद्यावेळी तातडीचा संदेश देण्यासाठी सांडणीस्वाराचा उपयोग करीत असत. पाहा कित्ता, पृ. ५७

(३२) व्हॅलेन्टिया (Valentia) Voyages & Travels to India, Ceylon, the Red Sea, Abyssinia & Egypt, vol. II, p.108

(३३) ॲक्वर्थ (Acworth), Ballards of the Mahratta's p. 96-98

(३४) खरे, ऐतिहासिक लेखसंग्रह, खंड ४, पृ. ४४७४

(३५) स्कॉट (Scott) History of the Dekkan, vol. II, p-203 लूट करण्याची मोगलांची नैसर्गिक पद्धत खालीलप्रमाणे होती, ''आमीर, आल्मारा हा तीव्र जखमी झाला... त्याच्या उरलेल्या सेवकांनी त्याला छावणीत आणले. तो मेला असे समजून त्याचा तंबू, साहित्य, सैनिकांनी लुटले.''

(३६) The Life & the Letters of Walter H. Page, vol, I, p.10.

प्रकरण ९

पानिपतचे तिसरे युद्ध व त्यापासून शिकावयाचा धडा

पानिपतचे तिसरे युद्ध म्हणजे मराठ्यांच्या इतिहासाला कलाटणी देणारा एक महत्त्वाचा क्षण होय. त्याच्या अंतिम परिणामासंबंधी मतांतरे नाहीत; परंतु लगेचच झालेल्या परिणामांचे मूल्यमापन अनेकप्रकारे केले जाते, जे त्याला या विजयातून कायमचे असे काही साध्य झाले नाही आणि अब्दालीला लगेचच दिल्ली सोडावी लागली. पंजाबमध्ये शिखांनी नवीन सत्ता स्थापन केली आणि त्यास तेथे आपले प्रशासन निर्माण करता आले नाही. हिंदुस्थानातील मुसलमानांचे शक्तिशाली साम्राज्य अफगाण नेते जाण्यापूर्वीच विलय पावले आणि त्यांना मराठ्यांशी हातमिळवणी करावी लागली. पराभवाचा मानसिक धक्का बसला, पण साम्राज्य नामशेष मात्र झाले नाही. आधिपत्य पुढे ४० वर्षे टिकले आणि पानिपतनंतर २५ वर्षेही राहिले. शक्तिहीन सम्राट हा मराठ्यांच्या हातातले बाहुले बनला आणि त्याच्यावर मराठ्यांची हुकूमत निर्माण झाली. पानिपतामुळे मराठ्यांच्या राज्याचा अंत झाला नाही असे सर्वसाधारणपणे म्हटले जाते, पण त्याचा राज्यविस्तार थांबला आणि पुढील राजकर्त्यांना धडा शिकण्यास मिळाला. त्यांना बंगालमध्ये आपली सत्ता स्थापन करणे शक्य झाले नाही. पानिपतची लढाई हे मराठ्यांना फसवे वरदान ठरले आणि त्यापासून त्यांना काही धडा शिकता आला का ? त्यांच्या लष्करी आणि प्रशासकीय व्यवस्थेतील दोष अतिशय भडकपणे दिसून आले आणि त्यायोगे हा मोठा धक्का त्यांना बसला.

मराठा आणि अफगाण यांचा संघर्ष फार जुना होता. अहमदशहा अब्दाली याने भारतावर १७४८ मध्ये पहिली स्वारी केली, त्यात त्याला अपयश आले. त्यानंतर मात्र दिल्ली दरबारातील एका गटाने वा पक्षाने आपला आधार म्हणून त्यास मानले. तर दुसऱ्या पक्षाने वा गटाने मराठ्यांना आपले मित्र मानले. अहमदशहा अब्दालीला हिंदूंची शक्ती काय आहे ते समजले. मल्हारराव होळकर आणि जयाप्पा शिंदे यांनी मराठ्यांच्या बाजूने बोलणी केली. त्यातून त्याला सम्राटाकडून ठट्टा, मुलतान, पंजाब, राजपुताना आणि

रोहिलखंड यांचा चौथ बाळाजी बाजीराव तथा नानासाहेब पेशवे यांना मिळाला. [१] त्याच्या मोबदल्यात बादशहाचे शत्रू असलेले अब्दाली, रोहिले, रजपूत आणि सिंधचे आमिर यांच्या विरुद्ध मदत करण्याचे ठरले. याच्या पुराव्याची तारीख निश्चित समजत नाही. परंतु एप्रिल १७५२ च्या सुमारास हा करार झाला असावा. पेशव्यांच्या पुतण्याची त्याच्या अफगाण शत्रूबरोबर पानिपतच्या युद्धभूमीवर गाठ पडण्यापूर्वी म्हणजे जवळ-जवळ १० वर्षे अगोदर लष्करी आणि मुत्सद्दी डावपेचांची तयारी झाली होती.

ठरावाप्रमाणे मराठ्यांनी रोहिल्यांवर स्वारी केली. त्याचा परिणाम असा झाला की, अब्दालीने हिंदुस्थानावरील केलेल्या दुसऱ्या लढाईत पंजाबवर विजय मिळविला. रोहिले साधारण मराठ्यांना मिळतेजुळते होते. मुस्लिम सरदार एकत्र येण्याचा धोका मराठ्यांच्या लक्षात आला नाही आणि समान उद्दिष्टांचा पिच्छा पुरविणे त्यांना जमले नाही. बादशहाकरिता लढण्यापेक्षा स्वतःच्याच फायद्याचा त्यांनी विचार केला. शिंदे आणि होळकर यांना उत्तरेत सत्ता निर्माण करावयाची होती; परंतु ते नेहमीच एकमेकांशी सहमत नव्हते. दिल्ली येथे राहिलेला हिंगणे यास आपला लष्करी सहकारी अंताजी माणकेश्वर याच्यावर विश्वास नव्हता. तसेच उत्तरेकडे असलेले लष्कर हे पुरेसे नव्हते. पेशव्यांची आपल्या अधिकाऱ्यांकडून तीव्र इच्छा अशी होती की, त्यांनी उत्तरेकडील सोन्याच्या झऱ्याचा स्रोत दक्षिणेकडे आणावा. परिणाम असा झाला की, मराठ्यांना अनेक शत्रू तयार झाले. त्यांनी रजपुतांना, रोहिल्यांना आणि इतर मुसलमान सरदारांना आर्थिक मागणीसाठी त्रास दिला. त्यांच्या युद्धमोहिमा अतिशय छोट्या आणि आपापसातील झगडे मात्र मोठे होते आणि त्यांच्या बदलत्या धोरणांमुळे ते एखाद्या शत्रूकडून सहज चिरडले जात. राघोबाच्या १७५३ मधील उत्तरेकडील मोहिमेत काही सुधारणा दिसली नाही. शिंद्यांनी जाटांचा समूळ नाश करावयाच्या होळकरांच्या ठरावाला विरोध केला. शिंद्यांच्याविरुद्ध लढणाऱ्या जोधपूरच्या राजास होळकरांनी आतून उत्तेजन दिले. राघोबादादास त्यांच्या भावाकडून हवी असलेली आर्थिक मदत मिळाली नाही.

पण हे एवढेच नव्हे. जून १७५४ मध्ये अहमदशहा सत्ताभ्रष्ट झाला आणि शहाबुद्दीन यास मराठा मित्रांच्या मदतीने बादशहाच्या वजीरपदावर जाता आले. परिणाम असा झाला की, दिल्ली दरबारातील इतर लोकांची मराठ्यांशी मैत्री तुटली. नवीन वजिराने अफगाणला एक बलिष्ठ राजा दिला आणि पंजाबसाठी तिसऱ्यांदा हिंदुस्थानात येण्यास एक कारण झाले.

गोविंदपंत बुंदेले यांच्याशिवाय इतर उत्तरेकडील मराठा अधिकाऱ्यांना उत्तरेकडील राजकीय स्थितीचे आकलन झाले नाही. फेब्रु. १७५५ मध्ये त्याने पेशव्यांना पत्र लिहून येथील उत्तरेकडील असमाधानकारक परिस्थिती व त्यावरील उपाययोजना काय करावी हे कळविले. त्यांनी पेशव्यांना स्पष्टपणे सांगितले की, प्रशिक्षित आणि शिस्तबद्ध असे

२०,००० चे सैन्य दिले नाही तर तुमचे लुटीचे काम कायमचे थांबेल. तसेच मराठ्यांचे तेथील अस्तित्व टिकवणे त्याशिवाय शक्य होणार नाही. त्यांच्याकडे असलेले सैन्यबळ पुरेसे नाही. राघोबाच्या दक्षिणेस परत जाण्यामुळे येथे अतिशय प्रबळ सैन्याची गरज आहे असे त्याने स्पष्टपणे कळविले.[३] चार वर्षांपूर्वी बापूजी माधव हिंगणे याने आपल्या भावास विनंती केली होती की, दिल्ली येथे चांगल्या सैन्याची गरज आहे. कारण मराठे येथे त्याशिवाय लोकप्रिय होऊ शकत नाहीत का ? याचा खुलासा करावा. परंतु वरील सर्व पूर्वसूचनांबाबत तेथील लोकांनी बेफिकिरी दाखवली. नंतर पावसाळा सुरू होताच १७५५ मध्ये राघोबा होळकरांसह परत फिरले. उत्तरेकडील व्यवस्थेसाठी अंताजी माणकेश्वरांच्या बरोबर फार थोडे सैन्य मागे राहिले. शिंदे मात्र प्रत्यक्षात जोधपूर राजाबरोबर बराच काळ युद्धामध्ये गुंतले.

अब्दाली आणि त्याचे हिंदुस्थानातील मित्र यांना ही नामी संधी चालून आली. त्याचा त्यांनी ताबडतोब फायदा घेतला. अत्यंत जुन्या आणि अनुभवी लष्करासह त्याने हिंदुस्थानात प्रवेश केला. त्याच्या पुढे अनेकजण नमले. मराठ्यांची लहानशी सेना चुटकीसारखी उडाली. दिल्ली पूर्णपणे अफगाण आणि रोहिला सैन्याने वेढली गेली. तेथील नवनिर्मित राजकीय व्यवस्था पूर्णपणे कोलमडली.

नवीन धोक्याला तोंड देण्यासाठी पेशव्यांनी आपल्या बंधूंना परत तिकडे पाठविले. राघोबाने विशेष लक्ष देऊन युद्धभूमीकडे प्रयाण केले असते, तर अफगाण सैन्याला भारतातून जाण्यापूर्वीच त्याच्याशी समोरासमोर टक्कर देता आली असती. परंतु त्याने राजपुतान्यात पैसे मिळविण्याच्या मोहिमा काढण्याकडे आपले लक्ष केंद्रित केले आणि युद्धामुळे थकून गेलेला, तरीसुद्धा थकवा न जाणविणारा भारतातील उन्हाळ्याशी अपरिचित असलेल्या शत्रूवर अचानक मात करण्याची संधी गमावली. जेव्हा अब्दालीने दिल्ली सोडली तेव्हा तेथे भीती वाटण्यासारखा कोणी जबरदस्त प्रतिस्पर्धी नव्हता. राघोबा आणि मल्हारराव होळकर यांनी दिल्लीत प्रवेश केला तेव्हा त्यांनी रोहिल्यांचा जबरदस्त पराभव केला, पण राघोबादादाने त्यानी अब्दालीचा हिंदुस्थानातील खंबीर असा आधारस्तंभ असलेल्या रोहिल्यांना दया दाखविण्याची फार मोठी चूक केली. आणि मराठ्यांचे आत्यंतिक शत्रू झाले. त्याने पंजाबमध्ये प्रवेश केला आणि अब्दालीच्या माणसास हाकलून लावले व सिंधू नदीच्या काठावर मराठ्यांचा भगवा झेंडा फडकविला. पर्शियाच्या शहाअब्बासने समान शत्रूबरोबर लढण्याचा, तह करण्याचा प्रस्ताव राघोबाकडे दिला. ही नामी संधी राघोबाने गमावली.[४] राघोबाने ही गोष्ट किरकोळ मानली. शत्रूची ताकद अतिशय कमी असून आम्ही काबूल आणि कंधार या मोगली प्रदेशावर विजय मिळवू शकतो, असे राघोबा बोलले. पुढील विजयाच्या आणि विस्ताराच्या विचाराचा जर त्याने गंभीरपणे विचार करून देशाच्या सरहद्दीवर त्याने मराठ्यांचे प्रबळ असे सैन्य

का ठेवले नाही, हे लक्षात येत नाही. सर्व हिंदूंची एक मोठी सेना जमवून आणि बगलेस पर्शियन सैन्य गोळा करून अब्दालीच्या आक्रमणास प्रतिबंध करणे अतिशय सोपे गेले असते. अब्दालीचे हिंदुस्थानातील संबंधित लोक हे त्याला त्याच्याकडे अतिशय लहान सेना असल्यामुळे मदतीस आले, तरी मराठे थोड्या सैन्यानिशीसुद्धा रोहिल्यांचा बंदोबस्त करू शकत होते. परंतु १७५८ मध्ये राघोबा परत माघारी गेला. त्याचे सैन्य बराच काळ उरलेल्या रसदेवर उत्तरेकडील दोन पावसाळे संपेपर्यंत तेथेच राहिले आणि त्याचा काही उपयोगही झाला नाही.

राघोबांनी उत्तर हिंदुस्थान सोडल्यावर शिंद्यांच्यावर फार मोठी जबाबदारी लादली गेली. लाहोर ते मथुरेपर्यंतच्या फार मोठ्या प्रदेशावर त्यांना नियंत्रण ठेवावे लागणार होते आणि पेशव्यांच्या आर्थिक अडचणींसाठी बंगालवर स्वारी करावी लागणार होती. होळकरांनी त्यांना सहकार्य करावे अशी त्यांची इच्छा होती. १७५६ च्या अगोदर गोविंदपंत बुंदेले यांनी सदाशिवराव यांना सुचविले होते की, ''दोन सरदारांमध्ये असलेल्या मतभेदामुळे एखादे संयुक्त काम करता येणार नाही, म्हणून पेशवा आणि सदाशिवराव या दोघांनाही दिल्लीस असणे गरजेचे आहे.''५ पण या सूचनेचा विचार केला गेला नाही.

१७५९ साली अहमदशहा अब्दाली चौथ्यांदा हिंदुस्थानात आला. नेहमीप्रमाणेच अतिशय कमी दर्जाच्या सैन्यानिशी तो समोर उभा राहिला. नजीबखानाच्या फसव्या मैत्रीच्या बोलण्याने शिंद्यांनी त्याला येण्यास परवानगी दिली. शेवटी तो फसला नाही. आणि यमुना नदी ओलांडण्यास विश्वासघातकी रोहिल्यांना नौका उपलब्ध न झाल्यामुळे ते अडकले. अहमदशहाला पाहिल्याबरोबर पारडे बदलले. लोथ्यावरून निघताना त्याने होळकरांना जादा आणि वेगवान कुमक पाठवण्यास सांगितले. दोन सरदारांच्या सैन्यामुळे अफगाणांची यशाची लाट रोखली गेली असती; परंतु होळकरांनी नेहमीप्रमाणेच रजपूत सरदारांशी लढण्यात स्वत:स गुंतवून ठेवले, आणि यमुनेच्या तीरावर त्याचे भवितव्य ठरविले जाणार हे निश्चित झाले. अफगाण सैन्यावर अत्यंत धाडसाने जिवावर उदार होऊन दत्ताजी तुटून पडला, तो जखमी झाला आणि त्याचे कुटुंब पूर्ण मारले गेले. होळकरांनी पारंपरिक युद्धपद्धतीनुसार अफगाण घोडदळाला सतावून सोडण्याचा प्रयत्न केला, पण तो फोल ठरला. दक्षिणेत आलेल्या मोगलांपेक्षा अफगाण हे चांगले गिर्यारोहक होते, ते जलद गतीने पाहिजे त्या हालचाली करीत. होळकरांचा पराभव झाला. अफगाण सरदार आपल्या मुस्लिम सरदारांना एकत्र आणून आपल्या हिंदू शत्रूंच्या विरुद्ध एक संघशक्ती निर्माण करीत होते आणि यावेळी सदाशिवरावाची अविस्मरणीय मोहीम यशस्वी होत होती.

मराठ्यांचे लष्कर या विजयामुळे गर्वाने फुगले, त्यांच्या सरदारांना शौर्य आणि मुत्सद्देगिरीबद्दल मोठेपणा प्राप्त झाला. त्यांच्यातील मुस्लिम अधिकाऱ्यांनी त्यांना दिलेल्या प्रशिक्षणामुळे त्यांची नावे झाली. अब्दालीच्या मुत्सद्देगिरीच्या प्रस्तावापूर्वी त्याने

त्याच्यावर हल्ला केला असता, तर मराठ्यांना काही आशा होती. नजीबखानाने दत्ताजी शिंदेंना नावा न दिल्यामुळे सदाशिवरावांच्या चालीत अडथळा निर्माण झाला. त्याने गोविंदपंत बुंदेले यांना नावांची सोय करण्याबद्दल विचारले, परंतु ते देऊ शकले नाहीत. यमुना नदीलाही उतार आला नाही. अब्दालीचे मुख्य सैन्य अनुपशहराजवळ राहिले, तर मराठ्यांचे सैन्य दिल्ली आणि कुंजपुरा या दोन ठिकाणी अडकून पडले.

मराठ्यांच्या सैन्याला एका फार मोठ्या संकटाला तोंड द्यावे लागले. प्रत्येक व्यावहारिक गोष्टीचा विचार केला तर मराठी सैन्य हे शत्रूच्या प्रदेशात येऊन पडले होते. उत्तर हिंदुस्थानात मराठे गनीम किंवा शत्रू या नावाने ओळखले जात असत. स्वत:च्या बलवत्तरपणाची त्यांना घमेंड होती आणि अतिलोभीपणाचा वाईट विचार हा बाळाजी बाजीराव तथा नानासाहेबांच्या नाशास कारणीभूत झाला. सदाशिवरावभाऊंसमोर संघटन करणे अगर उत्तरेकडील सत्तांना तटस्थ ठेवणे हे मोठे काम होते. शुजाउद्दौलाबरोबर त्याने केलेला करार फोल ठरला. मात्र जाट मराठ्यांच्या बाजूने उभे राहिले. मिस्टर किणे यांनी हिंदू आणि मुस्लिमांचे युद्ध म्हणून पानिपतचे वर्णन केले आहे; परंतु तसे काही नाही. अफगाणी समधर्मीयांच्या मागे हुशार नजीबखानाच्या प्रचारामुळे मुसलमान त्यांना जवळ करू शकले नाहीत. ही हिंदुपदपादशाही नव्हती की, ज्यासाठी ते लढत नव्हते. त्यांच्या स्वत:च्या म्हणण्याप्रमाणे ते तैमुरी सत्तेविरूद्ध लढत होते.

सदाशिवरावभाऊ हे आपल्या शत्रूच्या शक्तीस कमी लेखत होते असे दिसते. आपण येतो आहोत हे ऐकून अफगाण सैन्य आपल्याला भिऊन पळून जाईल, अशी अफवा पसरली जाईल असे त्यांना वाटले. त्यांचे डावपेच अतिविश्वासामुळे फसले. जुलैमध्ये मराठ्यांनी दिल्ली जिंकली. विरुद्ध बाजूसच लगेचच तीरावर अफगाण सैन्य जमा झाले आणि त्याचवेळेला दिल्लीच्या मुघल साम्राज्याचे अध:पतन झाल्याची साक्ष पटली. दिल्लीहून सदाशिवरावभाऊ कुंजपुऱ्यास पोचले आणि ते घेतलेही. येथे त्यांनी केलेली चूक पारंपरिक अशी नव्हती. शत्रू सैन्याचा मार्ग बंद करण्यासाठी आणि नदीच्या तीरावर त्यांच्याशी सामना करण्याकरिता तेथे थांबणे हे अगदी योग्य होते. तरीसुद्धा स्वत:च्या संरक्षणाची सोय न करणे व अकस्मात पराभव ओढवून घेणे या गोष्टीस कोणत्याही सेनापतीस क्षमा केली जाणार नाही.

सदाशिवरावभाऊंनी नदीतीरावर पुरेशी संरक्षणव्यवस्था केली नाही, ही त्यांची घोडचूक ठरली. १७ ऑक्टोबर रोजी मराठ्यांनी कुंजपुऱ्यातील अफगाण शिबंदी कमी केली आणि त्यानंतर सहा दिवसांनीच विनाविरोध अब्दालीने बागपत येथे यमुना नदी पार केली.[६] युद्धाच्या सुरुवातीच्या स्थळावरच मराठ्यांचे सैन्य कापले गेले.

समकालीन लेखकाने दोन्ही बाजूच्या सैन्यांच्या संख्येबाबत निरनिराळी मते व्यक्त केली आहेत. काशिराज पंडिताच्या म्हणण्यानुसार मराठ्यांच्या सैन्यात ५५,००० घोडदळ,

१५,००० पायदळ, २०० तोफा, अग्निबाण आणि शुतरनळ्या (उंटावरील तोफा) इत्यादी तसेच १५००० पेंढारी होते. [७] त्याच लेखकांच्या म्हणण्यानुसार मुस्लिम सैन्यात ४१,८०० घोडदळ, ३८००० पायदळ आणि ७० ते ८० तोफा होत्या. [८] जाफरशामलू हा मुस्लिम लेखक यापेक्षा मोठ्या संख्येचा उल्लेख करतो. [९] परंतु एकंदरीत विचार करता दोन्हीकडचे सैन्य साधारणपणे तुल्यबळ होते. मराठ्यांच्याकडे घोडदळ आणि तोफखाना चांगला होता. तर विरोधकांच्याकडे चांगले पायदळ आणि उत्तम सेनानेतृत्व होते.

सदाशिवरावभाऊंचे सैन्य शिवाजीराजांपेक्षा वेगळ्या प्रकारचे होते. तर बाबरापेक्षा दक्षिणेकडे आलेल्या औरंगजेबाची सेना ही वेगळ्या प्रकारची होती. त्याप्रमाणे औरंगजेबाच्या अधिकाऱ्यांप्रमाणे महागडे शामियाने आणि लवाजमा बाळगणारे अधिकारी सदाशिवरावभाऊंच्या सैन्यात होते. त्यांच्याबरोबर त्यांच्या बायका आणि दासी होत्या. नाना फडणीस हा तरुण आणि वेगळ्या प्रकृतीचा माणूस आपली सेना घेऊन उत्तर हिंदुस्थानातील तीर्थक्षेत्रांना भेट देण्यासाठी आपली पत्नी व आपली विधवा आई यांना घेऊन आला होता. अनेक व्यापारी आणि दुकानदार सैन्याबरोबर व्यापारासाठी आले होते. इतर लोकांचा त्यांच्या कुलवान बायकांसह फार मोठा भरणा झाल्यामुळे फारच गोंधळ आणि अडचण निर्माण झाली होती. अशा तऱ्हेच्या त्रासदायक गोष्टींमुळे यश मिळवण्यासाठी मात्र अतिशय चपळ गतीच्या हालचालींना त्रास होत होता. नंतर होळकरांच्या सूचना त्यांच्या लक्षात आल्या आणि मग पुढे पराजयाच्यावेळी या गोष्टींचा विचार झाला. पण हे लक्षात येत नाही की, पुन्हा ते परत दिल्लीवर का चालून गेले नाहीत. जरी लढाई करावी लागणार होती तरीसुद्धा दूरच्या पल्ल्यावरील आणि दूरच्या प्रांतात आपल्या मूळ स्थानावरून का गेले ?

पानिपतमध्येच स्वतःला पूर्ण मजबूत ठेवून तेथील तटबंदी आणि खोल असा खंदक याच्या आश्रयाने तोफा लावून अब्दालीवर हल्ला करता आला असता. यामुळे मराठा सैन्याशी त्याच्या शत्रूला तोंड द्यावे लागले असते. गोविंदपंत बुंदेले यांची इच्छा अशी होती की, तर शत्रूशी तह (संधी) केलेल्या राजांचा प्रदेश उद्ध्वस्त करून टाकावा. त्यांचा पुरवठा बंद करायचा व त्यायोगे अब्दालीचा पानिपतमध्ये नाश करायचा. कागदावर ही योजना चांगली दिसत होती; तरीसुद्धा त्याचे यश हे पूर्णपणे गोविंदपंत बुंदेले यांच्या हालचालींवर अवलंबून होते. गो. स. सरदेसाई म्हणतात, ''या अधिकाऱ्याकडे तेवढी कुवत आणि साधने नव्हती आणि त्याचे सेनानायकसुद्धा ते करू शकणार नव्हते. तो प्रशासकीय मनुष्य होता. सारावसुली करण्यापुरतीच त्याची यंत्रणा तयारीची होती, तसेच सदाशिवरावभाऊंच्या उपयोगी पडण्याइतपत त्यांचे सैन्यबळ नव्हते. सदाशिवरावभाऊ आणि त्यांचे सहकारी यांना यशाची खात्री होती.'' [५] नोव्हेंबर. १७६० रोजी कृष्णा जोशी यांनी लिहिलेल्या पत्रातून त्यांच्या विजयाच्या आनंदाचा विश्वास प्रगट होतो. [१०]

मुस्लिम लष्करात रसदेचा तुटवडा असल्याचे व मराठ्यांच्या सैन्यात त्याची विपुलता असल्याचे तो लिहितो. ''अफगाण सैन्याचा मजबूतपणा थोड्याच दिवसात कमकुवत होऊन तोफांच्या माऱ्यामुळे त्याचा विध्वंस होईल. मराठ्यांच्या शक्तीपुढे अफगाण सेनापती हतबल होत आहेत'', असे तो लिहितो आणि आपल्या पत्राचा आनंदाने शेवट करतो. अब्दाली रस्ता बंद झाल्यामुळे तो आपल्या देशास तर परत जाणार नाहीच. मराठ्यांशी लढण्यास त्याचे धैर्य होत नाही कारण त्याचा पराभव अटळ आहे. त्याच्याकडे रसदेची कमतरता असल्यामुळे तो स्वस्थ बसू शकत नाही. दुर्दैवाने हे लिहिणारा लेखक दोन दिवसांनंतर मरण पावला. या ओळी लिहिल्यानंतर याच अडचणी आपल्या सेनापतींपुढे बरोबर उभ्या राहिल्या. सदाशिवरावभाऊंनी मूलगामी स्वरूपाच्या दोन गोष्टी एकत्र करून बरोबर उलटप्रकारे हाताळल्या आणि त्याचा परिणाम अनर्थकारक झाला.

दोन शत्रूंना एकाचवेळी दोन परिस्थितींना तोंड द्यावे लागावे हे सांगण्याची गरज नाही. नोव्हेंबरच्या मध्यास मराठ्यांना वैरण आणि धान्य याची चणचण भासू लागली. मात्र त्यांचे सेनाधिकारी शत्रूच्याच उपासमारीचा विचार करीत होते. शत्रुपक्षाला रसदेचा पुरवठा पूर्णपणे होत आहे, ही वस्तुस्थिती आंधळेपणाने त्यांच्या लक्षात आली नाही आणि दिल्लीपर्यंत त्यांचा मार्ग पुन्हा खुला झाला. शत्रुसैन्यात जेव्हा रसदेचा तुटवडा होता. तेव्हाच सदाशिवरावभाऊंनी त्यांच्या दिल्लीकडे जाण्याऱ्या सैन्यावर चाल करावयास हवी होती. परंतु डिसेंबरच्या तिसऱ्या आठवड्यात गोविंदपंत बुंदेल्यांचा मृत्यू झाला आणि त्यांची मूळ योजनाच बारगळली. अब्दाली त्यामुळे ह्या जाळ्यात सापडू शकला नाही. त्याची रसद थांबविणे फार काळ शक्य झाले नाही. उलटपक्षी मराठ्यांना स्वत:च्या अन्नाच्या शोधासाठी फारच कठीण जाऊ लागले. ब्राह्मण सरदारांनी अशा दुष्काळग्रस्त आणि विनाशकालात आपला धीर सोडला नाही.

त्याच्या हे लक्षात आले की, आता सन्माननीय सलोखा शक्य होणार नाही. कृष्णाजी पंडित म्हणतो, ''कोणत्याही परिस्थितीत आणि कोणत्याही अटीवर नजीबखानाचा सलोख्यास विरोध होता. मराठे आता त्यांच्या दोस्त सैन्याच्या मेहेरबानीवरच अवलंबून होते हे त्यास माहीत होते. त्याला माहीत होते की, त्यांनी अनेक अपराध केले आहेत अणि आता त्यांनी स्वत: ओढवून घेतलेल्या विनाशापासून त्यांची सुटका नाही.''

शेवटी मराठे भुकेच्या वेदना सहन करू शकत नव्हते. अनेक जनावरे मरू लागली. माणसांची प्रचंड उपासमार होऊ लागली आणि छावणीत राहाणे त्यांना अशक्य झाले. अशा या आणीबाणीच्या प्रसंगी सदाशिवरावभाऊ शांतता आणि स्वस्थता राखू शकले नाहीत. त्यांनी पुन्हा हल्ला करण्याचा विचार केला. मार्गदर्शन करण्याऐवजी स्वत:च्या जीवावर उदार होऊन स्वत:ला शत्रूच्या खाईत लोटून दिले. एखादी चांगली योजना तयार करण्याऐवजी एकाक्षणी त्यांचे मन हेलकावे खाऊ लागले. तत्कालीन बखरीवर आपण

विश्वास ठेवला तर असे लक्षात येते की, ''स्त्रियांना मध्ये ठेवून सैन्याने चौफेर राहून तोफांच्या योजनेने पुढील मार्ग आक्रमला असता तर बरे झाले असते.''[११] परंतु दुसऱ्याच दिवशी सकाळी ही योजना बारगळली आणि सर्व सैन्याला मुस्लिम सैन्यावर तुटून पडण्याचा हुकूम झाला. डाव्या बाजूस इब्राहीमखान याचे कवायती सैन्य निघाले, उजव्या बाजूस शिंदे आणि होळकर यांचे घोडदळ खडे झाले आणि मध्यभागी स्वत: सदाशिवरावभाऊ उभे राहिले. राखीव सैन्याची योजना ठेवली गेली नाही. कोणतेही डावपेच रचले नाहीत. तोफांना फारसे महत्त्व दिले गेले नाही आणि आमनेसामने लढावयाचे ठरविले गेले आणि बलिष्ठ हा विजयी ठरला.

इब्राहीमखान गारदी याने स्वत:च्या सेनेसह अतिशय चांगली कामगिरी केली. त्याने स्वत:च्या हातात झेंडा घेतला आणि संगिनी हातात घेऊन हाफीज रहीमदखान आणि दुंडीखान यांच्या रोहिला फौजेवर तुटून पडला. रोहिले हे साफ पडले. त्यांच्यातले ८००० तर गारद झाले, काही जखमी झाले आणि एक-एक हजारच त्यांच्याकडे वाचले. त्याचवेळी १०,००० घोडेस्वार, ६००० पर्शियन बंदूकची आणि १००० उंटावरील जंबुर्क यांच्यासह मध्यभागी असलेल्या वजिरावर सदाशिवराव व विश्वासराव झेपावले. दृढनिश्चयी मराठे सामन्यासाठी त्यांच्यापुढे आले. वजिराचा पुतण्या अताईखान हा मारला गेला. ३०० लोक ठार झाले किंवा जखमी झाले किंवा खच्ची झाले. अफगाण पळू लागले. वजिराने त्यांची कानउघाडणी केली, खरडपट्टी काढली, त्यांचे आर्जव केले परंतु सर्व काही फोल ठरले. त्याने शुजाउद्दौलास आणून सुटका करण्यास काशिराज पंडितास विनंती केली. परंतु हा औंधचा नबाब वेगळ्या दृष्टिकोनाचा होता. तो लढाई पाहात होता आणि जेत्याकडे सामील होण्याचा त्याचा विचार होता. जनकोजी शिंदे याचा नजीबखानाच्या फौजेवर फारसा प्रभाव पडला नाही. रोहिल्यांच्या प्रमुखाकडे ८००० पायदळ व सुमारे ६००० चे घोडदळ होते. ते वाळूच्या मार्गातून हळूहळू पुढे सरकत होते. बेलदारांनी त्या मार्गावर वाळू टाकलेली होती. ते बंदुकीच्या टप्प्याच्या अर्ध्या टप्प्यात पोचले आणि हळूहळू पुढे सरकले व त्यांनी मराठ्यांचा मारा चुकविला. अशा त्यांच्या बचावपद्धतीमुळे ते वाचले. मराठ्यांच्या धाडसी तुकडीने मात्र अफगाणांचे केंद्र मोडीत काढले. दमाजी गायकवाडाची तुकडी इब्राहीमखानाच्या मदतीस येऊन भिडली. त्यास अनेक जखमा झाल्या तरीही त्याने चांगली कामगिरी केली असे काशिराज पंडित म्हणतो.

मराठे मोठ्या धैर्याने लढले आणि काहीवेळ अफगाणांची हृदये कंपित झाली. परंतु त्याची पूर्तता त्यांच्या सेनापतीने केली. अहमदशहा अतिशय शांतपणे लढाईकडे पाहात होता आणि त्याने एक सुसज्ज पथक मागे ठेवले होते. त्याचा तो योग्यवेळी उपयोग करणार होता. उरलेल्या मुस्लिम सैन्यावर मराठे प्रभाव पाडू शकत नव्हते आणि ज्यावेळी मराठ्यांच्यावर नव्या दमाची राखीव सेना आली आणि अब्दालीच्या उजवीकडे नवे सैन्य

तयार झाले तेव्हा युद्धाची लाट एकदम बदलली. मुसलमानांचा विजय पूर्ण झाला आणि त्या रणभूमीवर मराठा आणि ब्राह्मण अधिकाऱ्यांच्या एका पिढीची पूर्णपणे कत्तल झाली.

मराठ्यांचे कमकुवत नेतृत्व आणि पारंपरिक युद्धपद्धती हे पराभवाचे मोठे कारण होय. उत्तरेकडे एक कायमची प्रबळ सेना ठेवण्यात आली असती, सिंधु नदीवर रघुनाथराव, होळकर आणि शिंदे यांची सैन्यदळे वेळीच एकत्र आली असती तर पानिपतची लढाई झालीच नसती. सरंजामी लष्करी पद्धत, पेशव्यांची कायमची आर्थिक दुरवस्था आणि सरदारांना छोट्या-छोट्या मोहिमा करण्याबद्दलची सक्ती यांमुळे मुख्य धोका कोणाच्याही लक्षात आला नाही. गोविंदपंत बुंदेल्यांच्या पद्धतीपेक्षा त्यांचा निष्काळजीपणा त्यांच्या पतनास कारणीभूत झाला. त्यांचा प्रदेश अनेक रोहिल्यांच्यात वाटला गेला होता. त्यांना फक्त आर्थिक मदतीचीच गरज होती असे नाही, परंतु अत्यंत मातब्बर घोडदळाची गरज होती की ज्यामुळे ते औंध आणि रोहिलखंडाचा नाश करू शकले असते आणि आपले सैन्य आणि दारूगोळा इब्राहीमखानास पानिपत येथे पुरवू शकले असते. दोन परस्पर विरुद्ध युद्धपद्धतींचा अव्यवहार्य असा वापर न करणे हा पानिपतपासून शिकण्यासारखा दुसरा धडा होय. पानिपतच्या झालेल्या विनाशाबद्दल कर्नल मालेसन (Col. Malleson) म्हणतो, ''असई लढाई ही त्याचीच पुनरावृत्ती होती. पानिपतच्या मोहिमेत सदाशिवरावभाऊ यांनी आपल्या कयावती सैन्यावर पूर्णपणे भरवसा ठेवला. या नव्या पद्धतीची त्यांच्यावर भुरळ पडली आणि आपल्या अत्यंत सक्षम अशा घोडदळाकडे त्यांचे दुर्लक्ष झाले. पानिपत आणि असई यांमधील ४० वर्षांत मराठ्यांचे सेनापती अत्यंत निराशाजनक अशा अधोगतीस पोचले.

टिपा :

(१) राजवाडे, मराठ्यांच्या इतिहासाची साधने, खंड, पृ. १-१०

(२) इतिहाससंग्रह, ऐतिहासिक टिप्पणे, भाग २, पृ.७७-८

(३) राजवाडे, मराठ्यांच्या इतिहासाची साधने, खंड ६, पृ. ५५६, मराठी रियासत, खंड- ४, पृ. १५

(४) इतिहाससंग्रह, ऐतिहासिक स्फुट लेख, खंड-४, पृ. ३९-४१

(५) राजवाडे, मराठ्यांच्या इतिहासाची साधने, खंड-३, नं. १४९, पृ. १३७-८

(६) Asiatic Researches, vol. III, p. 107

(७) कित्ता 107-7

(८) कित्ता 104-5

(९) Elliot, and Dowson, History of India, vol, - VIII, pp.-146-9

(१०) राजवाडे, मराठ्यांच्या इतिहासाची साधने, खंड १, नं. २६५

(११) भाऊसाहेबांची बखर, संपादक-साने, पृ. १४२-३

प्रकरण १०

मराठ्यांच्या आरमाराचा श्रीगणेशा

शिवाजीमहाराजांच्या अनुयायांना पारंपरिक आणि आपल्या पूर्वजांच्याकडून लढाऊ वृत्ती लाभली होती. परंतु समुद्र ही गोष्ट त्यांना नवी होती. हिंदुस्थानच्या पश्चिम किनाऱ्यावर समुद्रसंचार करणाऱ्या जमाती असल्याचे पूर्वीपासून दिसून येते. परंतु सागरी सत्ता निर्माण केल्याचा पुरावा मिळत नाही. यादवांचे राज्य समुद्रकिनाऱ्यापर्यंत भिडले होते, परंतु देवगिरीच्या या राजांचे जमिनीवरच अधिक लक्ष होते. त्यांना समुद्रलाटांवर राज्य करावेसे वाटले नाही, म्हणून शिवाजीमहाराजांना मराठा आरमाराचे निर्माते म्हणून समजले जाते. इंग्रजांच्या फॅक्टरीचे लोक त्यांना रागाने लुटारू किंवा चाचे असे म्हणत.[१] खरोखरच समुद्रात सत्ता निर्माण करण्याचा त्यांचा प्रयत्न होता. मराठ्यांनी यापूर्वी समुद्रावर स्वार होण्यापेक्षा आपले घोडदळ हे जमिनीसाठीच वापरले. हा त्यांचा दोष नव्हता.

त्यांचा प्रयत्न कोणतेही धाडस करण्याचा किंवा कोणतेही अव्यवहार्य धोरण राबविण्याचा नव्हता. कोकणचा किनारा अनेक खाड्यांनी युक्त होता आणि त्याचा उपयोग जहाजांना आधारासाठी होत असे. याशिवाय कोकणकिनाऱ्यावरील खडकाळ बेटांचा सागरी किल्ले बांधण्यासाठी उपयोग होणार होता. सिद्दी आणि युरोपमधील व्यापारी शक्ती यांच्याकडून होणारे शोषण या गोष्टीकडे शिवाजीमहाराजांचे लक्ष होते. शोषण करणाऱ्या चाच्यांना युरोपियन लेखक 'मलबार्स' असे म्हणतात. त्याबाबतीत शिवाजीमहाराज पूर्णपणे जागृत होते. कोकणचा एकदा ताबा घेतल्यानंतर त्यांच्या तीक्ष्ण बुद्धीने त्याचा फायदा घेऊन तेथे एक मोठे लढाऊ सैन्य निर्माण करावयाचे त्यांनी ठरविले. आपल्या देशामधील शांतता आणि बंदरांचा विकास करण्याची त्यांना गरज वाटली.

त्यांच्या राज्यात शांतता नांदू न देणारे दंडाराजपुरीचे अॅबेसिनीयन त्या बेटावरील किल्ला घेऊन जाळपोळ आणि तलवारीच्या जोरावर शिवाजीमहाराजांच्या प्रदेशात धुमाकूळ घालीत होते. किनारपट्टीवरील शहरे आणि गावे जाळून टाकणे, लुटालूट करणे, स्त्रिया आणि मुलांचे अपहरण करून त्यांना गुलाम म्हणून विकणे. या गोष्टी चालत होत्या.

शिवाजींचे सुभेदार असहाय्य झाले होते. ते त्यांच्यावर स्वारी करण्यापेक्षा भीतीने पळ काढत.

शिवाजीमहाराजांना बंदरांचा उपयोग त्यांचे आर्थिक बळ वाढवण्यासाठी अतिशय चांगला होता. परदेशी व्यापारी या नवीन व्यापारी पेठेकडे आकर्षित झाले. त्यांची स्वत:ची भरभराट होत होती व त्याचबरोबर मालावरील जकातीमुळे राज्याच्या खजिन्यातही भर पडत होती. गोव्याचे पोर्तुगीज आणि मुंबईचे इंग्रज व्यापारी यांच्यासारखा जहाजातून व्यापार करण्याचे त्यांनी योजले असते तर त्यांना अधिक फायदा झाला असता. त्या काळामध्ये नौकानयन करण्यास कोणतीही मनाई नव्हती. तरीसुद्धा तेथे अधिकार दाखविता येत नव्हता. अनेक वर्षांपासून पोर्तुगीज समुद्रावर आपले स्वामित्व असल्याचे मानत होते. गोव्याच्या सरकारकडून परवाना घेतल्याशिवाय कोणताही व्यापारी अरबी समुद्र व हिंद महासागरात संचार करू शकत नव्हता. इतकेच काय पण गोवळकोंडा आणि विजापूर येथील सत्ताधीशांनासुद्धा या पद्धतीनेच वागावे लागे.[२] काही ठराविक संख्येच्या मर्यादेपर्यंतच विचारणा केल्यावर कार्ताज हे परवानापत्र अतिशय क्लेशदायक अटींसह पोर्तुगीजांकडून प्राप्त होई. त्यांना कार्ताजमध्ये नमूद केलेल्या काही वस्तूंची आयात किंवा निर्यात करता येत नसे. त्याचप्रमाणे मस्कतच्या इमामाच्या बंदरास जाता येत नसे, तसेच पोर्तुगीजांच्या इतर शत्रूंच्या बंदरास जाता येत नसे आणि ख्रिश्चन गुलामांची वाहतूक करता येत नसे. या सर्व अटींचे पालन व्यवस्थित केले जाते किंवा कसे याचे पोर्तुगीज बारकाईने निरीक्षण करीत असत.[३] ते आपल्या कमकुवत शेजाऱ्याचे समुद्रावरील स्वातंत्र्य नाकारत होते. त्यावेळी पोर्तुगीजांचा असा दरारा होता की, दिल्लीचा सम्राटसुद्धा सुज्ञपणाने मक्केला जाणाऱ्या यात्रेकरूंच्या जहाजांसाठीसुद्धा पोर्तुगीज विजरईकडून कार्ताज घेत होता. भारतीय व्यापारी आणि राज्यकर्ते पोर्तुगीजांची समुद्रसत्ता मान्य करीत होते. तरीसुद्धा इतर युरोपियन देशांतील लोक ही गोष्ट वादग्रस्त समजत होते आणि शिवाजीमहाराजांच्यावेळी इंग्रज, डच आणि फ्रेंच हे याबाबतीत पोर्तुगिजांना विरोध करीत होते. शिवाजी-महाराजांच्याकडे फार मोठे सेनादल होते आणि ते आपले अधिकार व आपले लक्ष्य त्यायोगे पुरे करून प्रबळ प्रतिकारशक्ती आणि सोयी करून घेऊ शकत होते.

आरमार बाळगण्यासाठी त्यावेळी राज्यास फार मोठा खर्च नसे. व्यापारी आरमाराचे संरक्षण करण्यासाठी लढाऊ आरमार पश्चिम किनाऱ्यावरील युरोपीय शक्तींप्रमाणे सारा-आकारणी करू शकत होते. इंग्रज आणि पोर्तुगिजांप्रमाणे समुद्रात संचार करणाऱ्या व्यापाऱ्यांवर ते पारपत्रकाची सक्ती करू शकत होते. शिवाजीमहाराजांनी यात आणखी एका फायद्याचा विचार केला की, ते जेव्हा उत्तर आणि दक्षिणेकडील मुस्लिम सत्तेशी झगडत होते. त्यावेळी बहादूरखानाने ज्या पद्धतीने त्याची रसद बंद केली त्याचा विचार त्यांनी केला.[४] त्यावेळी समुद्र त्यांना खुला होता आणि दक्षिणेकडील व्यापारी मार्ग

त्यांना बंद झाले होते. त्यामुळे दूरदर्शीपणाने शिवाजीमहाराजांनी आपल्या लोकांचे संरक्षण होण्याच्या दृष्टीने तसेच शत्रूंना शिक्षा देण्याच्या दृष्टीने आपल्या बंदरांचा विकास होण्यासाठी आणि व्यापारवृद्धीसाठी सुसज्ज आरमाराची निर्मिती केली. समुद्रावर संपूर्ण ताबा मिळवण्याचे त्यांचे ध्येय नव्हते, परंतु शेजाऱ्यांच्यावर वर्चस्व ठेवणे यावरच ते समाधानी होते.

त्यांनी आपले आरमार केव्हा निर्माण केले, त्यास कसा आकार दिला, त्याची योजना कशी व केव्हा केली हे निश्चितपणे सांगता येत नाही. (१६५८ ला कल्याण, दुर्गाडीचा किल्ला येथे शुभारंभ झाला) परंतु हे धाडस त्यांच्या शत्रूंच्या लक्षात आले. खाफीखान म्हणतो, ''हे त्याचे विश्वासघातकी कृत्यच आहे. शिवाजीने सुरतजवळील जिवल, पाबळ आणि इतर बंदरे घेतली. पुढे तो म्हणतो, मक्केला जाणाऱ्या जहाजांवर पण त्याने मारा केला. त्याने समुद्रकिनाऱ्यावर अनेक किल्ले बांधले व त्याने समुद्रात फार मोठा अडथळा निर्माण केला आहे.''[५] सभासद म्हणतो की, ''महाराजांनी शत्रूपासून संरक्षण करणे आणि शत्रूशी सामना करणे यांसाठी समुद्रात लष्कर निर्माण केले.''[६] मुस्लिम किंवा मराठा इतिहासकार या महत्त्वाच्या आरमारनिर्मितीची निश्चित तारीख देऊ शकत नाहीत. शिवाजीमहाराजांचा चरित्रकार आणि त्यांची स्तुती करणारा कास्मो द गार्दा याचे मत असे आहे की, ''भूमीवरील राज्यविस्तार करण्याचा शिवाजीचा विचार त्याने सोडला व समुद्राकडे त्याने आपले लक्ष वळविले.''[७] त्याच्या म्हणण्याप्रमाणे मोगलांच्या राजधानीतून आग्र्याहून सुटल्यानंतर त्याने आपल्या आरमाराची योजना केली. कास्मो द गार्दाचे हे म्हणणे चुकीचे आहे, कारण मुंबई आणि सुरत फॅक्टरीच्या इंग्रजांच्या पत्रावरून १६६४ च्या सुमारास शिवाजी महाराजांच्या नाविक हालचालींची कल्पना येते. शिवाजीमहाराजांच्या एका नौकेच्या दर्यासारंग नावाच्या नाविक अधिकाऱ्याला डचांच्या एका हेराने जानेवारी १६६७ मध्ये पाहिले होते.[८] डच फॅक्टरी आपल्या एका सुरतेच्या पहिल्या लुटीच्या संदर्भातील अहवालात म्हणते की, शिवाजीकडे नदीमध्ये ४० गलबते असून लुटालूट करण्यासाठी ती असावीत, अशी वदंता आहे.[९] गोव्याचा विजरई आपल्या पोर्तुगीज राजाला लिहितो, '' आदिलशहाचा बंडखोर सरदार शहाजी याच्या मुलाने वसई व चौलचा प्रदेश घेतला आहे. तो अत्यंत प्रभावशाली असून आपल्याशी प्रामाणिक आहे. तसेच त्याने कल्याण, भिवंडी आणि पनवेल या वसई जिल्ह्याच्या बंदरात गलबते केली आहेत. आम्ही आमच्या कप्तानास सांगितले आहे की, तुम्ही समुद्रामध्ये जाऊन त्यास कोणत्याही प्रकारे बाहेर येऊन देऊ नका.''[१०]

शिवाजीमहाराजांच्या आरमाराविषयीचा हा अगदी सुरुवातीचाच आम्हांस मिळालेला संदर्भ आहे. स्वाभाविकच, कल्याण आणि पनवेल या वसईजवळच्या ठिकाणी त्याची जहाजे तयार झाली असावीत. कल्याण हे त्यावेळी जहाजबांधणीचे महत्त्वाचे केंद्र

होते. जवळच्या जंगलातून भरपूर लाकूड मिळत असे. वसईच्या बंदरातील पोर्तुगीज कारागीर व मुंबईच्या बंदरातील इंग्रज कारागीर तिकडे आकर्षिले जात होते. पोर्तुगीज या शेजाऱ्याच्या चिंतेने शिवाजीमहाराजांनी जहाजबांधणी आणि सामुद्रिक हालचालींना विशेष महत्त्व दिले. यासाठीच वरील काही महत्त्वाच्या शब्दांतून त्यांच्या आरमारनिर्मितीची आणि त्याच्या प्रभावाची माहिती दिली आहे. एप्रिल १६६२ मध्ये ज्याओ दी साल्झार दी वास्कोनसेलॉस (Joao de Salazar de vasconcellos) याने आपल्या पोर्तुगालच्या राजापुढे आपले गाऱ्हाणे सांगितले की, "शिवाजीने नवीन आरमार उभे केले असल्याने वसईच्या ॲन्टानिओ दी मेलो ई कॅस्ट्रो या कप्तानाला हुकूम देण्यात आला आहे की, कोणत्याही परिस्थितीत त्यांना समुद्रात फिरकू देऊ नका, आणि या कामी मला जे मदत करतील त्यांच्यावर माझी कृपादृष्टी राहील."[११] १६५९ हे साल मराठ्यांच्या लष्करी आणि आरमारी इतिहासात अत्यंत महत्त्वाचे आहे; कारण या वर्षात अफझलखानास महाराजांनी गर्तेत मिळविले आणि या वर्षीच मराठ्यांच्या नौदलाचा शुभारंभ झाला. (१६५८ मध्ये शिवाजीमहाराजांच्या आरमाराचा शुभारंभ झाला.)

शिवाजीमहाराजांच्या नौदलाच्या संख्येविषयी वेगवेगळी मते आहेत. कृष्णाजी अनंत सभासद म्हणतो, "शिवाजीमहाराजांचे आरमार दोन तुकड्यांत विभागले होते. त्यात २०० वेगवेगळ्या प्रकारांची व वेगवेगळ्या आकारांची जहाजे होती." त्याच्या म्हणण्यानुसार, "४०० लढाऊ गलबते होती. आजच्या दृष्टीने विचार केला तर ही संख्या फारच मोठी आहे."[१२] मल्हार रामराव चिटणीससुद्धा, "४०० ते ५०० वेगवेगळ्या प्रकारची जहाजे बांधण्यात आली होती आणि ५ ते १० लाख रुपये त्यावर खर्च करण्यात आला होता" असे म्हणतात.[१३] ही आकडेवारी मोठी वाटते. मात्र कास्मो द गार्दाने दिलेली आकडेवारी खूपच लहान आहे. तो म्हणतो, "शिवाजीचे आरमार फक्त २५ जहाजांनी युक्त होते. ती जहाजे विकत घेतलेली होती. त्यांना पडाव असे म्हणत.[१४] ती येथील देशातील व्यापाऱ्यांच्या मालकीची होती. फ्रायरने खारेपाटणहून दंडाराजपुरीच्या पश्चिमेकडे जाताना पाहिले की, समुद्रात शिवाजीमहाराजांचा एक बळकट किल्ला असून तेथे ३० गलबते व जहाजांनी युक्त असे नौदल आहे आणि त्याच्या कप्तानाने शिडावर पांढरा ध्वज लावला आहे.[१५]

परंतु शिवाजी महाराजांची लढाऊ जहाजे राजापूर, जैतापूर,[१६] मालवण, सुवर्णदुर्ग अशा वेगवेगळ्या बंदरांवर उभी असत. फ्रायर संपूर्ण आरमाराविषयी काही सांगत नाही. इंग्लिश फॅक्टरी रेकॉर्डमधून निश्चित स्वरूपाची आकडेवारी आपणास समजते. २६ जून १६६४ रोजी ऑक्झिंडन लिहितो, "समुद्रातील ६० जहाजांचे बांधकाम आणि त्यांची जोडणी शिवाजीराजांच्या स्वत:च्या बंदरात चालली असल्याचे समजल्यावर आम्हास एकदम जाग आल्यासारखे झाले."[१७] त्याच वर्षीच्या २६ नोव्हेंबरला सुरतकर कळवितात

की, ''शिवाजीने भटकळच्या बाजूला ४ गलबते पाठविली.''[१८] १६६५ मध्ये मराठ्यांच्या आरमाराशी पोर्तुगिजांची लढाई झाली; त्यात ८५ लढाऊ जहाजे व ३ मोठ्या बोटी असल्याचे स्ट्रेन्शाम मास्टर (Streynsham Master) च्या पत्रातून समजते.[१९] १६६७ मध्ये ५०-६० लढाऊ गलबते त्याने सज्ज केली असल्याचे एका पत्रावरून समजते.[२०] १६७५ मध्ये राजापूरकर त्यांचे मित्र मुंबईकर यांना कळवितात, की शिवाजीने ४० गलबते तयार ठेवण्याची आज्ञा दिली आहे.[२१] ऑक्टो. १६७० मध्ये मुंबईकरांना इशारा देण्यात आला की, शिवाजीची ६० ते ७० जहाजे बंदराच्या मुखाशी खडी आहेत[२२] आणि त्याच वर्षीच्या नोव्हेंबर महिन्यात १६० लहानमोठ्या गलबतांचा तांडा त्याने तयार केल्याचे दिसले.[२३] वरील आकडेवारीवरून हे लक्षात येते की, सभासदाने काही अतिशयोक्ती केलेली दिसत नाही. शिवाजीमहाराजांनी वेळोवेळी नवीन जहाजे बांधली आणि १६७० मध्ये १६० जहाजांवरील दर्यासारंगास अज्ञात ठिकाणी पाठविले. त्यात सर्वच काही पाठविली नाहीत त्यामुळे त्यांच्या जहाजांची संख्या (लहानमोठी) २०० पर्यंत असण्याची शक्यता वाटते. कृष्णाजी अनंत सभासद आणि मल्हार रामराव चिटणीस यांनी तारू, तरांडी, पडाव, तिरकाठी, शिबाडे, गुराबे असे मिळून एकूण संख्या दिली असल्याचे समजते.[२४] यांतील काही युद्धोपयोगी नव्हत्या. काही बोटी मीठवाहतुकीच्या असून त्या अरेबी आणि पर्शिया बंदरांतून व्यापार करण्यासाठी वापरल्या जात. व्यापारी नौका प्रथम तयार झाल्या का लढाऊ नौका आधी तयार झाल्या, हे आम्हास माहीत नाही.

मराठ्यांच्या आरमारात ५ प्रकारची लढाऊ गलबते होती. त्यांतील महत्त्वाची 'गुराब' आणि 'गलबत'; परंतु पाल, शिबार, महागिरी यांत विभागणी केली आहे. शिवाजीमहाराजांच्या आरमारातील काही गुराबे आणि लहान लढाऊ बोटी यांचा इंग्लिश फॅक्टरी रेकॉर्डमध्ये गॅलिवत (Galivats) असा उल्लेख केला आहे. रॉबर्ट आर्म म्हणतो, गुराब्यांना दोन डोलकाठ्या असत. ३०० टन वजनाच्या गुराब्यांना ३ डोलकाठ्या असत, इतर १५० टनांपेक्षा मोठ्या नसत, त्या अगदी थोड्या पाण्यातून चालत. त्या मध्यभागी लांबरुंद असत, शेवटास अरुंद असत. गलबताच्या पुढील भागात लाकडी फळ्यांची बैठक असे व त्यावर छतासारखे आच्छादन असे. तेथे जहाजावरील खलाशांची राहण्याची सोय केलेली असे. अशा तऱ्हेच्या बांधणीमुळे जहाज एकदम समुद्रात जात असे. निमुळत्या भागामुळे जहाज सहज पुढे सरकत असे. फळ्यांच्या बैठकीच्या एका जागेवर साधारणपणे ९ ते १२ पाउंड वजनाच्या दोन तोफा ठेवल्या जात. जहाजातील मधल्या भिंतीच्या मधून एका भोकातून तिचा पुढील भाग बाहेर काढला जात असे. रुंद भागात ६ ते ९ पौंड क्षमतेच्या तोफा ठेवल्या जात. एक किंवा दोन गलबते बरोबर असल्याशिवाय गुराबावरील प्रक्रिया सुरू होत नसे. आर्म म्हणतो, अशा मोठ्या बोटीसुद्धा गुराबाप्रमाणे जात, पण त्या ७० टनांपेक्षा कमी वजनाच्या असत. त्यांना दोन डोलकाठ्या असत आणि त्यांतील

मागील डोलकाठी लहान असे. मुख्य डोलकाठीला एक शीड असे, ते त्रिकोणी असून फार मोठे असे. त्याचे टोक डोलकाठीपेक्षा बरेच मोठे असे. सामान्यपणे गलबते एका भक्कम दांड्यावर आच्छादली जात. त्यासाठी बांबूंच्या कामट्यांचा उपयोग केला जाई. फळ्यांच्या मोठ्या बैठकीवर २ ते ४ पौंड वजनाच्या ६ ते ८ तोफा चढविल्या जात. त्यांना ४० ते ५० वल्हेकरी असत, ते ताशी ४ मैल (सु. ७ किमी) वेगाने वल्हवीत.[२५] फॅक्टरी रेकॉर्डनुसार शिवाजीमहाराजांची लढाऊ जहाजे ४ पेक्षा अधिक तोफांची नसल्याचे दिसते. युरोपमधील १८ शतकातील लढाऊ जहाजासारखेच 'पाल' हे जहाज असल्याचे पोर्तुगीज लेखक लिहितो.[२६] डर्बीचा कप्तान 'अन्सेलम' त्याला माहीत होते की, संभाजी आंग्रेंच्या जहाजांस ३० वल्हे होती. आणि त्यांचा वेग विशेष असा होता.[२७] १६९५ मध्ये जेमिली कॅरेरे याने पोर्तुगिजांच्या मचव्यातून प्रवास केला. त्याचे वर्णन करताना तो म्हणतो. या मचव्यांना सिलीच्या राज्यातील लेन्टिस ऑफ ट्रॅपनसारखे मुख्य शीड व १२ वल्ही व ४ लहान तोफा होत्या.[२८] ही सर्व जहाजे उथळ पाण्यात वापरण्यासाठी बनविलेली असत. काही थोडी आरमारासाठी असत. युरोपीय लोकांशी लढण्यासाठी त्यांचे वल्हेकरी खोल पाण्यातून पटकन उथळ पाण्यात जात आणि त्यामुळे शत्रू पक्षाची मोठी जहाजे त्यांच्यापर्यंत येऊ शकत नसत. हॅमिल्टन त्याला शिबार किंवा हाफ गॅले म्हणतो.[२९]

शिवाजीमहाराज त्यावेळी माणसांची आणि शस्त्रास्त्रांची योजना जहाजावर कशी करत असत हे तंतोतंत सांगणे, अवघड आहे. परंतु आंग्र्यांच्या आणि शिवाजीमहाराजांच्या युद्धनीतित काही फरक नसावा असे वाटते. आंग्र्यांच्या त्यावेळच्या गुराबावर १६ तोफा आणि १५० शस्त्रधारी माणसे असत, तर गलबतावर ६ तोफा आणि ६० योद्धे असत. जहाजावरील लोकांच्या दोन तुकड्या केल्या जात. बंदूकची आणि साधे शिपाई यांना त्याद्वारे शत्रूच्या जहाजावर जाता यावे.[३०] हातातून नेता येतील व ती झाडता येतील अशी शस्त्रे क्वचित असत परंतु तलवार, खंजीर, धनुष्यबाण हे बरोबर असत. उत्तम बंदुकींचा तुटवडा असे. त्यामुळे त्यांची मागणी फार असे. भाडोत्री लोकांचा भरणा केला जाई. ते लोक एका धन्याकडून दुसऱ्या धन्याकडे जात असत. सिद्दी कासीम याने मुंबईकडील अनेक बंदूकचींना जास्त पगार देऊन फितूर करून घेतले तेव्हा इंग्रजांनी त्याची कानउघाडणी अशी केली की, "तुम्ही जर मला बंदुकचीची मागणी केली असती तर ती मी आनंदाने पुरविली असती. माझ्याकडे माझ्या शत्रूकडील (शिवाजी) अनेक लोक आहेत. तुमच्याकडे माझा एखादा माणूस जरी गेला तरी मी त्याच्यावर सूड उगवणार नाही. तो जर स्वेच्छेने येत असेल तर त्यास माझ्याकडे पाठवून द्यावे."[३१]

शिवाजीमहाराजांच्या आरमारात अनेक निष्ठावान मुस्लिम सेनापती होते. कृष्णाजी अनंत सभासद म्हणतो, "शिवाजी महाराजांच्या आरमाराचे मुख्य मायनाईक, भंडारी, आणि दर्यासारंग हा मुस्लिम होतो. दर्यासारंग यास १६७० मधील एका मोहिमेसाठी

महाराजांनी सेनापती म्हणून पाठविले होते. १६७९ मध्ये मायनाईक यास खांदेरी मोहिमेवर पाठविले. या दोन्ही अधिकाऱ्यांचा उल्लेख इंग्लिश आणि डच फॅक्टरीवाले करतात. सभासदांनी दिलेल्या घोडदळ, पायदळ आणि आरमार यांच्या सेनापतींच्या यादीत इब्राहीमखान याचे नाव आढळते.[३२] मात्र दौलतखानाइतका सागरी मोहिमेत विशेष भाग असल्याचे दिसत नाही. दौलतखानाचे शिवाजीमहाराजांच्या आरमारात एक महत्त्वाचे स्थान होते. तसेच मायनाईक व दर्यासारंग यांचेही स्थान होते. त्यानंतर सिद्दी संबूळ व त्याचा नातलग सिद्दी मिस्त्री यांनी शिवाजीमहाराजांच्या आरमारात प्रवेश केला, सिद्दी मिस्त्रीनंतर सिद्दी कासीम हा जंजिरामोहिमेत मोगलांकडे गेला. इतर सर्व कोळी आणि भंडारी लोकांचा आरमारात भरणा होता. तसेच कोळ्यांच्या धाडसी वृत्तीमुळे मुंबईचे इंग्रज आणि दंडाराजपुरीचे सिद्दी हेसुद्धा त्यांना आपल्या नोकऱ्यांत घेत असत. आरमार हे मराठ्यांच्या लष्कराप्रमाणे स्वतंत्र अशी संस्था नव्हती.

शिवाजीमहाराजांनी युरोपीय नाविकांना आपल्या आरमारात नेमले का? त्यांनी तसे केले. त्यास कारणही आहे. युरोपीय लोकांच्याकडे उत्तम खलाशी आणि तोफची किंवा बंदूकची असल्याचे त्यांचा भारतात प्रवेश झाल्यापासून आपणास दिसून येते. भारतीय व्यापाऱ्यांना सागरात प्रवास करण्याकरिता युरोपियन खलाशी व कप्तानांच्या सेवेची गरज भासत होती. व्यापाऱ्यांच्या मालकांनी त्यांचे स्वागत केल्यावर स्वाभाविकपणेच नेत्यांनीसुद्धा आपल्या राज्यासाठी लढण्याकरिता त्यांना बोलाविले.

जाको दी साल्झार दी वास्कोनसेलास याने १६५९ मध्ये वसईला शिवाजीमहाराजांनी केलेल्या हल्ल्याच्या संरक्षणासाठी तेथील कप्तानाला गोव्याच्या विजरईने शिवाजीची जहाजे कोणत्याही परिस्थितीत बाहेर जाऊ देऊ नयेत आणि शिवाजी-महाराजांच्या ३००० सैनिकांपासून होणारा धोका टाळावा, अशी सूचना दिल्याचे आपल्या अहवालातून कळविले होते; हे आपण मागे पाहिले आहेच. कॅप्टन रुइएल व्हीगस हा पोर्तुगीज जाओ दी साल्जार दी वास्कोन्सेलॉसचा मित्र असल्यामुळे त्यास दया आली. त्याच्या नेतृत्वाखाली असलेल्या लोकांना Soldados (Soldiears) आणि home's de guerra (Fighting men) असे म्हणत. परंतु ते नाविक सैनिक होते की नाही हे सांगता येत नाही. परंतु त्याने ठासून सांगितले की, त्याना जहाजांना हाकलून लावले व वसईच्या विजरईची काळजी दूर केली.[३३]

लष्कराप्रमाणेच पावसाळ्यात आरमाराला आरामात राहावे लागे. लहान नौका खवळलेल्या समुद्राला तोंड देऊ शकत नसत आणि मान्सून चालू झाल्याबरोबर त्यांना एका ठिकाणीच बंदरात थांबावे लागे. मुंबई बंदरातील सिद्दीच्या जहाजांप्रमाणेच त्या किनाऱ्यावर ओढल्या जात. पावसाळा संपल्यावर त्यांची डागडुजी केली जाई. एखादी मोठी मोहीम हाती घ्यावयाची असेल, तर स्थानिक सुतारांना काम दिले जाई. त्यामुळे

खाजगी व्यापाऱ्यांना असे कारागीर मिळणे अवघड जाई.

शिवाजीमहाराजांच्या आरमारी मोहिमांतील तीन मोहिमांचा उल्लेख येथे करीत आहे. १६६५ च्या फेब्रुवारीच्या सुरुवातीस शिवाजीमहाराजांनी प्रथम आपल्या आरमारी नौकेत पाऊल टाकले. त्यावेळी त्यांच्या आरमारात ८५ आरमारी जहाजे होती व ३ मोठी जहाजे होती. त्यांचे त्यावेळी पोर्तुगीजांशी मित्रत्वाचे संबंध होते. ते गोव्यावरूनच दक्षिणेकडे गेले, त्यावेळी पोर्तुगीज विजरईने त्यांना कोणताही अडथळा आणला नाही.[३४] त्यांनी बसरूरवर धाड घातली आणि ती लुटली. आरमारातील मुख्य भाग परत पाठविला आणि फक्त नदीतून सैनिकांच्या वाहतुकीसाठी १२ तरांडी (जहाजे) मागे ठेवली.[३५] शिवाजीमहाराजांचा समुद्रातील हा पहिलाच प्रवास असावा. परंतु १६७० मध्ये त्यांनी ३००० सैनिक समुद्रामार्गे पाठविले होते ते कोठे पाठविले ते माहीत नाही.

अत्यंत योजनाबद्ध पद्धतीने तयार केलेल्या या योजनेमुळे सुरतकर आणि मुंबईकर चिंताक्रांत झाले. परंतु त्या मोहिमेतून काही निष्पन्न झाले नाही. नोव्हें. १६७० मध्ये शिवाजीमहाराजांनी नागाव येथे १६० बोटींचे आरमार उभे केले[३६] आणि चांगल्या सैन्याच्या हालचाली सुरू केल्या. सैन्याला आणि आरमाराला ४० दिवस पुरेल एवढ्या रसदेचा पुरवठा करण्यात आला. तसेच टिकाव, फावडी आणि पहारी यांसारखी उपकरणेसुद्धा पाठविली. कोणत्याही क्षणी ते हल्ला करण्यास निघणार होते पण ते कोठे जाणार हे नक्की माहीत नसल्यामुळे आम्हांला त्याच्या पाळतीवर राहिले पाहिजे. मागच्या महिन्यात मराठ्यांचे मोठे आरमार बंदराजवळ जमा झाल्याचे मुंबईकरांना कळविले होते. डेप्युटी गव्हर्नर आणि त्याचे मंडळ यांना त्यांच्या शेजाऱ्याचा संशय आला. विशेषत: सिद्दीचे त्यांच्याशी असलेले विशेष संबंध त्यांचे मुंबई बेटात फिरत असलेल्या आरमारामुळे ताणले गेले होते. मुंबईकर आपले मित्र सुरतकरांना १७ नोव्हें. रोजी आपल्या पत्रात लिहितात, त्याचा उद्देश काय आहे हे आम्हांस समजत नाही. त्याचा एक ब्राह्मण हस्तक ७-८ जागांचे नाव घेऊन काही जोखमीची कामगिरी आहे, असे सांगतो. तो येथे काही वाटाड्ये घेऊन जाण्याकरिता आला आहे. तो फक्त दोन तासच बेटावर होता.[३७]

उरलेली माहिती मुंबईच्या डेप्युटी गव्हर्नरने त्याच्या शब्दांत २१ नोव्हें. १६७० रोजी सांगितली आहे. तो लिहितो की, ''मी पाठविलेल्या हेराने शिवाजीच्या आरमारात १६० छोटी गलबते स्वत: मोजली, त्याचा सेनापती वेंटाजी सारंगी (त्याला सामान्यत: दर्यासारंग म्हणतात.) आहे. तो इसम खरा आणि चांगला असल्याचे गेल्या ७/८ वर्षांच्या अनुभवाने माहीत असल्यामुळे त्याला मित्रत्वाचे पत्र लिहिले. त्याची तीन गलबते मीठ भरण्याकरिता येथे आली आहेत. 'ती भरण्यास शक्य ती मदत करीन' असे आश्वासन देऊन 'हे आरमार कोठे जाणार' असे विचारले. 'विश्वासू मनुष्य आल्यास तोंडी सांगेन', असे त्याने कळविल्यावरून मोदीच्या मुलाला पाठविले. त्याच्याकडून शपथ घेऊन

'ब्राह्मणांनी २९ व्या तारखेस सुरतेचा किल्ला शिवाजीच्या हाती येईल' असे भविष्य वर्तविल्यामुळे तो घेऊन पुढे भडोचकडे जाण्यासाठी १० हजार घोडदळ, २० हजार पायदळ यांसह शिवाजी तिकडे जात आहे. मी ३००० शिपाई घेऊन त्याला समुद्रमार्गाने जाऊन मिळणार, असे त्याने सांगितले. ख्रिश्चन आडवे न येतील तर शिवाजी त्यांच्या वाटेस जाणार नाही, असेही तो म्हणाला.[३८] मुंबईकर लिहितात की, "त्यांचा त्यांच्या नौदल प्रमुखावर विश्वास नाही. सुरतच्या इंग्रजांच्या प्रतिनिधीने सुचविले की, तिन्ही ख्रिश्चन सत्तांनी एकत्र येऊन शिवाजीस तोंड द्यावे किंवा त्याच्यावर हल्ला करावा. परंतु त्यांची भीती व काळजी थोडेच दिवसांत संपली. ती शिवाजीमहाराजांची मोहीम थांबली." एक आठवड्यानंतर मुंबईकरांनी कळविले की, "गुरुवारी सकाळी शिवाजीचे आरमार थळजवळील नागावपासून उत्तरेकडे निघाले. शुक्रवारी मुंबईवरून व शनिवारी माहीमवरून गेले. यावरून सामान्य माहितीप्रमाणे सुरतेलाच चालले असे वाटले. परंतु शनिवारी सकाळी ८ वाजता पुष्कळ वल्ही असलेली २ छोटी गलबते दोन मालदारांसह आरमार परत फिरवण्याकरिता गेली.[३९] शिवाजी स्वत: ३ दिवसांचे मुक्कामावर जाऊन परत फिरला. कारण काय ते समजले नाही."[४०] १७ डिसेंबर रोजी मुंबईकर लिहितात. मराठ्यांचे आरमार दाभोळवरून परतल्याचे आम्हांस निश्चितपणे समजले आहे. मोहिमेचे ठिकाण कोणतेही असेना का ती अयशस्वी झाली आहे आणि आरमार सहीसलामत परतले. मराठ्यांच्या आरमाराने दमणजवळ पोर्तुगीजांची गलबते पकडली, तेव्हा त्यांनी त्यास सामना दिला. शिवाजींच्या आरमारापैकी पोर्तुगीजांनी १२ गलबते पकडली. ती वसईला ठेवून इतरांचा ते पाठलाग करीत आहेत.[४१] हे घडत असल्याचे फादर नवरेट्टे (Naverette) याने सुरत येथे जाने. १६७१ मध्ये ऐकले असावे.[४२]

शिवाजीमहाराजांचा जंजिरा मोहिमेचा मुख्यत: हेतू असून, मनापासून जंजिरा काबीज करण्याचा विचार होता. १६४८ पासूनच सिद्दींच्या बरोबर युद्ध चालू होतेच आणि हळूहळू त्यांच्या प्रदेशातील मुख्य भागातून त्यांना हाकलले जात होते. नंतर पर्वतप्राय बेटावरील जंजिरा किल्ल्याचा भयंकर संघर्ष सुरू झाला. शिवाजीमहाराजांनी मुख्य भूमीवरून जंजिऱ्यावर वादळी आघात करण्याचे आटोकाट प्रयत्न केले. एक बंदरासाठी धक्काही बांधला होता. तसेच त्यांनी कायमचे एक तरंगते आरमार फिरते ठेवले. एकवेळ त्यांना यश येणार असे दिसले; तेव्हा सिद्दीच्या सेनापतीने शेवटचा उपाय म्हणून शत्रूला ते विकण्याचे ठरविले. परंतु त्याच्या काही मित्रांनी सल्ला दिला व ते मराठ्यांच्या राज्यात सामील होण्यापासून वाचविले. तसेच विजापूरच्या आदिलशाहीत व दिल्लीच्या मोगलशाहीत जाऊ दिले नाही. शिवाजी किंवा त्याचे पुढील वारस जंजिरा जिंकू शकले नाहीत.

मुंबईच्या बेटाने या झगड्यात अतिशय महत्त्वाचा आणि असमाधानकारक असा

भाग घेतला. प्रत्येक वर्षाच्या हिवाळ्यात सिद्दीचे आरमार मुंबई बेटात येत असे. [४३] तेथे त्यांना सर्व प्रकारचा पुरवठा केला जात असे. परंतु सिद्दीचे लोक अत्यंत लबाड आणि बेशिस्त अशा प्रकारचे होते. त्यांना नकार देणाऱ्या लोकांच्यावरच ते हिंसाचार करत नव्हते, तर समोरच असलेल्या शिवाजीमहाराजांच्या प्रदेशात ते लुटालूट करीत. इंग्रज अधिकाऱ्यांकडे शिवाजीमहाराजांनी निषेध व्यक्त केला आणि त्यांनी त्याची दखलही घेतली. कारण शिवाजीराजांच्या राज्यातून त्यांना इंधन आणि अन्न यांसाठी अवलंबून राहावे लागत असे. शिवाजीमहाराजांची तक्रार अतिशय योग्य होती, हिंसाचारास सर्वथैव इंग्रज जबाबदार होते. तरीही ते तटस्थ राहून सिद्दीला आपल्या बंदराचा वापर करू देत होते. त्यांनी (शिवाजीमहाराजांनी) अशीही तक्रार केली होती की, आमच्याकडून पुरविल्या जाणाऱ्या गोष्टींचा पुरवठा तुम्ही आमच्या शत्रूस करून देत आहात. मुंबईच्या अधिकाऱ्यांनी आपल्या सुरतच्या वरिष्ठ अधिकाऱ्यांकडे तक्रार केली, परंतु त्याचा उपयोग झाला नाही. ते मोगलांची गैरमर्जी ओढवून घेण्याचे धाडस करू शकत नव्हते. त्यांना आपल्या धन्याचे हित मोगलांच्या प्रदेशातून करून घ्यावयाचे असल्याने त्यांनी शांत राहण्याचे ठरविले. प्रत्येकवर्षी सिद्दीच्या वर्तवणुकीसंबंधी सुरतच्या गव्हर्नराकडे तक्रार केली जात होती. आणि प्रत्येकवर्षी नवीन-नवीन तक्रारीही केल्या जात होत्या. त्यांच्या धोरणातील सत्यता सांगणे कठीण आहे. मोगलांशी ते द्रोह करू शकत नव्हते, कारण त्यांच्या प्रदेशात त्यांच्या अनेक वखारी होत्या. शिवाजीमहाराजांशी ते द्रोह करू शकत नव्हते, कारण त्यांचे इंधन व अन्नधान्यपुरवठा शिवाजीमहाराजांकडून बंद होण्याची भीती होती. इंग्रजांनी जंजिरा मोहिमेसाठी शिवाजीमहाराजांना गुप्तपणे शस्त्रास्त्रे व दारूगोळा पुरवठा करून मदत केली असती तर महाराजांना समाधान वाटले असते. परंतु आपल्यापेक्षा बलाढ्य मराठ्यांना मदत करण्याऐवजी कमकुवत शेजारी सिद्दी हा त्यांना बरा वाटला. जेव्हा जंजिरा विजापूरकरांच्या ताब्यात होता तेव्हा शिवाजीमहाराजांच्या जंजिरा मोहिमेस मदत करण्याची रेव्हिंग्टनची सूचना त्याने फेटाळून लावली. तसेच १६६९ मध्ये शिवाजीराजांच्या हातात पडत असलेले हे बेट विकत घेण्याचा विचार हेन्री यंग याने गांभीर्याने केला होता, तोही स्वीकारला गेला नाही. [४४] शिवाजीमहाराजांच्या प्रदेशाशी पुन्हा पुन्हा वैर करणे या सिद्दीच्या कृत्याबद्दल सुरतेच्या गव्हर्नरच्या मुंबईस मुक्काम असताना त्यांच्या कानावर घातले असता ते हसले, तर अशा कानउघाडणीची सिद्दीने काहीच दखल घेतली नाही. शिवाजी-महाराजांच्या मृत्यूनंतरसुद्धा हीच परिस्थिती कायम राहिली. २८ डिसें. १६८० रोजी सुरतकर मुंबईकरांना लिहितात, ''संभाजीराजा आणि सिद्दी यांच्या बाबतीत तुम्हाला त्रास होत असल्याबद्दल आम्हाला वाईट वाटते. याबद्दल तुम्हास काय सल्ला द्यावा याचा आम्ही गांभीर्याने विचार करीत आहोत. तुम्ही या अतिशय गुंतागुंतीच्या बाबीत अडकला आहात. त्यामुळे सिद्दीला बंदरात मदत करणे आणि संभाजीराजांचा रोष ओढवून घेणे या

दोन्ही गोष्टी जरी खऱ्या असल्या तरी ते दोघेही आपले मित्र आहेत. राजाच्या हितसंबंधांना विरोध होईल, अशा तऱ्हेने सिद्दीला आमच्याकडून मिळणारा आश्रय व मदत ही राष्ट्राच्या कायद्याप्रमाणे समर्थनीय ठरणार नाही हे उघड आहे. पण जास्त वादग्रस्त जो ठरेल त्याची आपणास निवड करावी लागेल.^{४५}

इंग्रजांनी मदत देण्याचे आश्वासन पाळले नाही म्हणून शिवाजीमहाराज अतिशय संतापले. जंजिरा आणि त्यांच्यामध्ये सिद्दीचे गलबत उभे राहिले आणि शिवाजीमहाराजांची लहान जहाजे सिद्दीच्या जड अशा गलबतावर चालून जाऊ शकली नाहीत. त्यांच्या इंग्रजांशी झालेल्या सामान्य पत्रव्यवहारातून ते जरी मैत्री प्रकट करीत असले, तरी ॲबेसेनियन आरमारी सेनापतीला आपल्या बंदरात आश्रय दिल्याबद्दल शिवाजीमहाराज इंग्रजांना माफ करू शकत नव्हते. त्यांच्याशी वैर करून आपल्या शत्रूकडे त्यांना वळविणे ही गोष्टसुद्धा राजकीय दृष्टीने योग्य होणार नव्हती आणि असे वैर त्यांना पत्करावयाचे नव्हते. १६७८ मध्ये सिद्दीने शिवाजीराजांच्या प्रदेशावर अचानक स्वारी करून काही लोकांना व ब्राह्मणांना गुलाम केले आणि अशा डिवचण्यामुळे शिवाजीराजे आता फार काळ स्वस्थ बसू शकत नव्हते. त्यांनी दौलतखान व दर्याखान यांना ४००० सैन्यासह मुंबई ओलांडून माजगाव येथील सिद्दीचे आरमार जाळून टाकावे असा आदेश दिला. त्याप्रमाणे ते दोन अधिकारी पनवेलपर्यंत गेले. परंतु जहाजांच्या कमतरतेमुळे ते पुढे जाऊ शकले नाहीत. मराठ्यांची जमिनीवरील व सागरावरील सत्ता वाढत असल्यामुळे पोर्तुगीज सरकार भयभीत झाले होते. त्यामुळे इंग्रज आपल्या प्रदेशाचा वापर करून घेण्यास परवानगी देत नव्हते, म्हणून दोन्ही अधिकाऱ्यांना काहीही न करता परतावे लागले. इंग्रज सिद्दीचे संरक्षण करीत होते. सिद्दीने माझगाव सोडले आणि मुंबईच्या किल्ल्याच्या पुढील बुरुजाजवळ त्यांच्या आरमाराने आश्रय घेतला.^{४६}

सिद्दीच्या लूटमारीला पायबंद घालण्यासाठी आणि इंग्रजांवर दडपण आणण्यासाठी शिवाजीमहाराजांनी मायनाईक आणि दौलतखान यांना खांदेरी बेट ताब्यात घेण्याची आज्ञा दिली. खांदेरी आणि उंदेरी यांचा ताबा मिळाल्यावर मुंबई बंदरावर काही प्रमाणात वचक ठेवता येईल व एकदा का तेथे स्थान मिळाल्यावर जंजिऱ्याच्या आरमाराला चकित करणे अवघड जाणार नाही. इंग्रजांना शिवाजीमहाराजांच्या या योजनेचा सुगावा लागला. ४ सप्टें. १६७९ ला सुरतकडून मुंबईला आज्ञा झाली की खांदेरी-उंदेरीच्या अत्युच्च भागावर इंग्रजांचे निशाण लावून शक्य झाल्यास तेथे संरक्षणाकरिता शिपाई ठेवावे. हंटर बोट बेटाच्या आसपास फिरती ठेवावी. शिवाजीच्या लोकांना ''हे बेट इंग्लंडच्या राजाचे आहे. तेव्हा येथे किल्ला बांधून शत्रूत्व करण्याची जबाबदारी तुमच्यावर आहे.'' असे सामोपचाराने सांगावे.^{४७} परंतु हा ठराव अपेक्षेपेक्षा उशिरा पोहोचला आणि त्यामुळे मायनाईक याने आपल्या १५० लोकांसह बेटावर जाऊन त्याचा ताबा घेतला व तेथे

बोजड अशा दगडांचे बांधकामही चालू केले. ते करताना इंग्रज त्यांच्यामागे बंदुका घेऊन बेटावर प्रवेश करणार होते, तोपर्यंत मराठ्यांनी आपले काम पूर्ण केले. मायनाईक यास हे बांधकाम थांबवण्याबद्दल इंग्रजांनी विनंती केली. त्यावर त्याने स्पष्टपणे बजावले की, मी शिवाजीमहाराजांच्या हुकुमाने या बेटाचा ताबा घेतला आहे व त्यांच्या आज्ञेशिवाय मी काही करणार नाही. १५ सप्टेंबर रोजी सुरत कौन्सिलने ठराव केला की, उघड शत्रुत्व पत्करून त्यांचा सशस्त्र प्रतिकार करावा. त्यामुळे त्यांनी बेटावर जोराचा हल्ला केला व त्यात थॉर्प व त्याची काही गलबते नाश पावली. हा नाश इंग्रजांचा सेनापती व दौलतखान यांच्या आरमारात पुढे चालू राहिला. (६० लहानमोठ्या शिबारांचा त्यात समावेश होता.) मराठ्यांच्या आरमारांच्या पहिल्याच आघाताने इंग्रजांच्या गलबतावर घबराट निर्माण झाली[४८] आणि त्यांनी अजिबात गोळीबार न करता शरणागती पत्करली. कॅप्टन केज्विन आणि मिन्चीन हे रिव्हेन्ज गलबतावर शत्रूशी प्रतिकार करण्यासाठी शांतपणे शत्रूची वाट पाहात राहिले. उत्तम दारूगोळा आणि शास्त्रीय ज्ञान यामुळे अखेरीस माणसांच्या संख्येवर मात केली गेली. दौलतखानाच्या आरमारी हल्ल्यास तोंड द्यावे लागले. मराठ्यांचा पराभव झाला तरी त्यांना खांदेरी गमवावे लागले नाही. सिद्दीने ताबडतोब बेटावर तटबंदी बांधण्यास सुरुवात केली आणि थोड्याच दिवसात इंग्रजांनी त्याला सहकार्य देण्याचे ठरविले. त्याने उंदेरी बेट आपल्या ताब्यात घेतले व त्या मुंबईकरांनी त्याच्याशी तीव्र शत्रुत्व करण्याचे ठरविले होते तरी कौन्सिलने त्याची फारशी दखल घेतली नाही. सुरत कौन्सिलने मात्र मवाळ धोरण स्वीकारले. त्यांचे मनुष्यबळ कमी होते. आपल्या धन्यांना संतुष्ट करण्यासाठी ते काटकसरीने व्यवहार करीत. मुंबईच्या संरक्षणासाठी आपल्याकडे पुरेशी तरतूद असल्याचे मत त्यांचे युद्धसल्लागार देत होते. मुत्सद्दीपणाने सिद्दी किंवा पोर्तुगीज यांच्याशी लढाई करण्याचा बोजा ते दुसऱ्यावर[४९] टाकून युद्धभूमीपासून ते दूर राहात होते. शिवाजीमहाराजांकडून आलेल्या शांततेच्या करारामुळे त्यांची या अडचणीतून सन्मान्य सुटका झाली. खांदेरी हे एक लहान बेट होते व त्याच्या मालकीहक्काबाबत इंग्रज आणि पोर्तुगीज यांच्यात वाद होता म्हणून डेप्युटी गव्हर्नर यांना सूचना करण्यात आली की, त्यांनी मित्रत्वाचे आणि सामंजस्याचे उत्तर पाठवावे. सिद्दीच्या वारंवार होणाऱ्या हल्ल्याला तोंड देत शिवाजीच्या माणसाने बेट ताब्यात ठेवले होते. १६८० च्या सुरुवातीस शिवाजी महाराज व इंग्रज यांच्यात तह झाला.[५०] मराठ्यांच्या आरमाराचा खांदेरी बेटावरील विजय ही शिवाजीमहाराजांच्या महानिर्वाणापूर्वीची मराठ्यांच्या आरमाराची मोठी कामगिरी होय. त्यांचे सागरी सत्तेचे ध्येय पूर्ण झाले नाही. सिद्दीचे आरमार अभेद्य राहिले आणि समुद्रातील एखाद्या ठिपक्याप्रमाणे असलेला जंजिरा मराठ्यांच्या प्रखर हल्ल्याच्या प्रयत्नापासून अभेद्य राहिला. शिवाजीमहाराजांच्या सेनापतींनी पोर्तुगीजांची जहाजे अनेकवेळा ताब्यात घेतली. तरीसुद्धा त्यांचे नौकानयन त्यांचा समुद्रातील संचार व आपल्या बंदरातील व्यापार मात्र ते

हिरावून घेऊ शकले नाहीत. १६७० मधील तहामधून त्यांनी फक्त एक सवलत मिळवली ती अशी, की पोर्तुगीजांच्या परवानापत्राशिवाय अन्नधान्य व इतर पुरवठा घेऊन कारंजा व गोवा या मार्गे जाणाऱ्या आपल्या जहाजांना जाता यावे.[५१] ही सवलत मोठ्या गलबतांना आणि शिबारांना नाकारण्यात आली होती. शिवाजीमहाराजांचे आरमार हिंदुस्थानातील युरोपीय आरमारांपेक्षा संख्याबळाने वरच्या दर्जाचे होते. परंतु शस्त्रास्त्रे व शास्त्रीय ज्ञान याबाबतीत मात्र अत्यंत कनिष्ठ दर्जाचे होते. शिवाजीमहाराजांना या उणिवांबाबत दोष देता येणार नाहीत. २० वर्षांत आरमाराची निर्मिती करून त्याची सुयोग्य बांधणी करणे एवढेच त्यांच्याकडून अपेक्षित होते. त्यांनी श्रीगणेशा उत्तम केला. शिवाजीमहाराजांनी मराठा आरमाराची पायाभरणी केली होती. आता फक्त त्यावर इमारत बांधण्याचे काम त्यांच्या वारसांना करावयाचे होते. संभाजीमहाराज आणि राजाराममहाराज यांच्या काळात परकीय व्यापाऱ्यांना मराठा आरमाराकडून परवानापत्र विकत घेण्याची सक्ती मागीलप्रमाणेच चालू होती. मोगलांनी जरी सर्व महाराष्ट्र जिंकला तरी समुद्रातील मराठ्यांची सत्ता तशीच होती. परंतु नंतर फारसे काही झाले नाही. त्यांच्या आरमारी संस्थेत लढाऊ माणसांची पद्धत, परवाना देण्याचे धोरण, व्यापाऱ्यांकडून मिळविलेली लूट या गोष्टी प्राप्त झाल्या नाहीत. आरमाराचे शास्त्रीय ज्ञान, युद्धकला या गोष्टी शिवाजीमहाराजांनी निर्माण केल्या होत्या. त्या तशाच पुढे चालत राहिल्या. इतकेच काय, पण पुढील शतकामध्ये त्याचा ताबा छत्रपतींकडून नाहीसा होऊन वंशपरंपरेने आरमारी अधिकाऱ्यांच्याकडे गेला.

टिपा :

(१) फॅक्टरी रेकॉर्ड्स, सुरत, खंड ८९, फाईल. ६९-७०

(२) पोर्तुगीज नेहमी आपल्या आरमाराच्या नियंत्रणासाठी तह करीत असत. उदा. १५४८ मध्ये आदिलशहा आणि पोर्तुगीज यांच्यातील तह, बिकर, खंड १, पृ. १२२-२७, १६३१ चा कारवारचा राजा वीरप्पा नाईक आणि पोर्तुगीज यांचा तह, बिकर, खंड १, पृ. २७०-७५ व १६४५ मधील जहांगीर आणि पोर्तुगीज यांच्यातील तह, बिकर, खंड १, पृ. १८९-९२

(३) सेन, Priliminary Reports on the Historical Records at Goa, pp. 46-51, बिकर Tratadose da India, खंड ४, pp-181-8

(४) फॅक्टरी रेकॉर्डस, सुरत-खंड ८८, फाईल २१३-७. स्वॅली मॅरीन, ४ ऑक्टो १६७४. बहादूरखान याने आज्ञा केली की, रसद नेण्याचे किंवा भडोचहून थांबवावे. कारण शिवाजीस तिकडून पुरवठा केला जात आहे.

(५) एलियट आणि डाऊसन, History of India, vol. VII, p.271

(६) सेन, Sivachhatrapati, pp.93-5

(७) कास्मो द गार्दा, Vida e Accoens do famoso e felicissinio sevagy, chap. XVI, P-139.

(८) Transcripts of Dutch Records, English Translation, Vol.28, DCCXXX, VIII, letter from the Dutch Spy at Goa, 13 January 1667.

(९) Dutch Records, India Office, English Translation, Vol. 27, No. DCCXI.

(१०) पिसुर्लेकर, Portuguese e Maratas, p-4

(११) Petitions in the Archivo Ultramarino of lisbon, petition dated April 1, 1662

(१२) सेन, Siva Chhatrapati, p.94, कृष्णाजी अनंत सभासदांनी एकूण ७०० जहाजांची संख्या असल्याचे म्हटले आहे. परंतु दोन तुकड्यांमध्ये प्रत्येकी २००-२०० जहाजे असल्याचे तो म्हणतो.

(१३) कित्ता पृ. १९२

(१४) कास्मो द गार्दा, Vida e Accoens do Famoso e Felicissimo Sevagy, chap. XVI, pp.139-40

(१५) फ्रायर, A New Account of East India and Persia, p. 145

(१६) जैतापूर, रत्नागिरी जिल्ह्यातील राजापूर तालुक्यातील एक छोटे गाव.

(१७) फॉस्टर, The English Factories in India, 1661-14, p-345

(१८) कित्ता, पृ. ३५८

(१९) कित्ता, पृ.७७-८

(२०) कित्ता, पृ. २६८-९

(२१) फॅक्टरी रेकॉर्ड्स, सूरत, खंड ८८, pt. II, fol.33

(२२) कित्ता, vol.105, fol.55

(२३) कित्ता, Vol. 105, fol. 78, and vol.3, fol.III (Consultation Swally Marine, 24 Nov. 1670)

(२४) जदुनाथ सरकार, Tarambes असे म्हणतात (Shivaji and his Times, First edition, p. 336) not knowing that tarven is plural of taru.

(२५) ऑर्म, Military Transactions in Indostan, vol.I, pp.401-2

(२६) A Faithful Narrative of the Capture of the ship Derby, p. 101.

(२७) Jose Freire Manteroyo Mascarenhas, Epanaphora Indica, pt.II, p.8 and pt. III, p.27.

(२८) Churchill's Voyages, vol.IV.p.212

(२९) हॅमिल्टन, A New Account of the East Indies, Vol.I, p.132

(३०) A faithful Narrative of the capture of the ship Derby, p.

(३१) फॅक्टरी रेकॉर्ड्स, सुरत, vol. 108, fols.59-60

(३२) सेन, Siva Chhatrapati, p. 138

(३३) Petitions in the Archivo Ultramarino of Lisbon, Petition dated 1 April. 1662.

(३४) कास्मो द गार्दा लिहितो की, शिवाजीमहाराजांचे आरमार व पोर्तुगीजांची चिलखती जहाजांची तुकडी यांच्यामध्ये आरमारी युद्ध झाले व त्यात मराठ्यांचा पराभव झाला. या लढाईचा उल्लेख १३ ऑगस्ट १६८८ च्या सेबासटिओ न्यूनस ओलर्स याच्या विनंतिपत्रातून मिळतो. (Archivo Ultramarino of Lisbon) तो म्हणतो, विजरई ॲन्टानिओ द मेलो ई कॅस्ट्रो यांच्या १६६५ मधील शिवाजीमहाराजांविरुद्ध झालेल्या आरमारी युद्धात मला नेमले होते. गार्दा आणि ओलर्स यांनी नमूद केलेल्या वरील लढाया फेब्रुवारी महिन्यातील बसरूर मोहिमेनंतरच्या आहेत.

(३५) फॉस्टर, The English Factories in India, 1665-1667, pp.77.

(३६) जदुनाथ सरकार नागाव या गावाचा नांदगाव असा चुकून उल्लेख करतात. (Shivaji & his times, 1 st edition, p. 343) दुसऱ्या मुंबईच्या पत्रातून नागाव हे थळ या गावाच्या जवळ असून तेथे शिवाजीमहाराजांची जहाजे बनविली जातात हे कळते. नागाव हे गाव कुलाबा जिल्ह्यात असून, अलिबागपासून ३ मैलांवर (सु. ५ किमीवर) व थळपासून ६ मैलांवर (सु. ९॥ किमी) आहे. ते समुद्रकिनाऱ्यावरील मोठे आणि श्रीमंत असे खेडे आहे. १७९० मध्ये अहल्याबाई होळकर यांनी तेथे मंदिर बांधले आहे. (Bombay Gazetteer, Kolaba, p.351) नांदगाव हे थळपासून ४ मैलांवर (सु. ७ किमीवर) असून सरकारांच्या म्हणण्यानुसार ते उत्तरेकडील जंजिऱ्याच्या भागात १० मैलांवर (सु. १६ किमीवर) नाही. ते जंजिऱ्यापासून इतके जवळ आहे की त्या ठिकाणाहून कोणतीही महत्त्वाची मोहीम सुरू होते.

(३७) फॅक्टरी रेकॉर्ड्स, सुरत, खंड १०५, फाइल ७२

(३८) कित्ता फाइल ७८

(३९) मेसबेअरर

(४०) फॅक्टरी रेकॉर्ड्स, सुरत, खंड १०५, फाइल ८६-७

(४१) कित्ता फाइल ९६-७

(४२) नवरेट्ट (Navrette) quoted in orme, Historical fragments of the mogul Empire, p.207

(४३) सिझन म्हणजे भारतीय जून ते ऑगस्टमधील पाऊस काळ

(४४) फॅक्टरी रेकॉर्ड्स, सूरत, खंड १०५, फाइल १०५, १६ ऑक्टो. १६६९ चे पत्र

(४५) कित्ता खंड ९०, भाग २, फाइल ५.

इंग्रज नेहमी शिवाजीमहाराजांच्या आरमाराला संरक्षण देऊन दोन शत्रूंमधील संबंध संतुलित राखत. १६७२ मध्ये त्याने तसे केले होते. २ डिसें. १६७२ च्या मुंबईच्या पत्रातून आपणास ते समजते (खंड १०६, भाग २, फाइल २४). आम्हाला तुम्हास असे सुचवावयाचे आहे की, शिवाजीची लहान ६ गलबते त्याच्याच संमतीने या बंदरात ठेवली आहेत. ती सर्व नवीन असून कल्याण-भिवंडीला बांधलेली आहेत. येथे आम्ही असे जाहीर केले आहे की आमच्या नुकसानभरपाईच्या मागणीच्या बदल्यात आम्ही ती पकडली आहेत. सुरतेच्या आरमारावर त्या गलबतांनी हल्ला करू नये म्हणूनच ती मुंबईला धरून ठेवली आहेत असे आपणही प्रसिद्धपणे सांगावे.

(४६) कित्ता, खंड १०७, फाइल ११२-१३ (मुंबई २३ जुलै १६७८); फाइल ११६ (मुंबई २९ जुलै १६७८); आणि खंड ९०, पृ. भाग १, फाइल २४ (माझगाव-२४ जुलै १६७८)

(४७) कित्ता, खंड ४, भाग २, फाइल ६३-४

(४८) जदुनाथ सरकार यांनी डोव्हर (Dover) असे चुकून म्हटले आहे. (Shivaji and his Times, p.357)

(४९) फॅक्टरी रेकॉर्ड्स सुरत, खंड ४ भाग २, फाइल ६९-७०, ८२-४, ८६-८ आणि १०७-१०८, खंड १०८, फाइल २-३, ३०, ३४-५, ३९-४२

(५०) कित्ता, खंड १०८, फाइल ४४-८

(५१) बिकर, Tratados da India, खंड ४, पृ. १७४-५

प्रकरण ११

आंग्र्यांच्या आधिपत्याखालील मराठ्यांचे आरमार

छ. शिवाजीमहाराजांच्या मृत्यूनंतर मराठ्यांना संघर्षमय अवस्थेतून जावे लागले. संभाजी आणि राजाराम यांच्या वादळी कारकिर्दीत अनेक जुने मोहरे हरपले. एक वेळ अशी आली, की मुघलांच्या प्रचंड भाराखाली मराठी सत्ता चिरडली जात आहे काय ? परंतु असामान्य ताकद आणि कुवत असलेली नवीन तरुण पिढी पुढे आली. राज्याचा प्रचंड नाश होत असताना या पिढीने जमिनीवर आणि सागरावरही सत्ता आणि प्रतिष्ठा वाढविली. पेशवाईचा मूळ पुरुष बाळाजी विश्वनाथ याने शाहूराजांचा विश्वास संपादन केला व समुद्रात भारतीय आणि युरोपीय ज्यांना भीत असत; अशा कुटुंबातील कान्होजी आंग्रे यांजकडे आरमाराची सर्व सूत्रे सोपविली गेली.

शिवाजीमहाराजांच्या आरमारात बहुतेक आरमारी अधिकारी मुसलमान असल्याचे आपण पाहिले. परंतु नवीन मराठी युवकांना याजकडे आकर्षित केले गेले. संभाजीराजांच्या कारकिर्दीत संताजी पवळा, गोविंदजी जाधव, गोविंद कान्हो आरमारी अधिकारी म्हणून जरी नाव झाले होते,[१] तरी मायनाईक, दौलतखान आणि सिद्दी मिस्त्री यांच्याकडेच मराठ्यांच्या आरमाराचे भवितव्य होते. संभाजीराजांच्या मृत्यूपूर्वी भीमराव उर्फ सिदोजी गुजर त्याचा सहाय्यक कान्होजी आंग्रे हे आरमाराचे काम जबाबदारीने सांभाळत होते. कान्होजी आंग्रे यांच्या वंशासंबंधीची अधिकृत माहिती अशी आहे की, ते क्षत्रिय वंशातील असून त्यांचे मूळ आडनाव सकपाळ असे होते. अंगारवाडी येथे त्यांचे वंशज बराचकाळ राहात असल्यामुळे त्या गावावरून त्यांचे नाव आंग्रे असे पडले.[२] कान्होजीचे वडील तुकोजी हे शहाजीराजांच्या सेवेत होते आणि स्वाभाविकपणेच कान्होजी शिवाजीराजांच्या[३] सेवेत येऊन त्यांनी वडिलांच्या पावलावर पाऊल टाकले. राजाराममहाराज ज्यावेळी जिंजीस गेले त्यावेळी त्यांच्याबरोबर आरमारप्रमुख सिदोजी गुजर हे होते. त्यांनी आपला सुवर्णदुर्गाचा कारभार मागे राहिलेल्या कान्होजी आंग्र्यांकडे सोपविला. जंजिऱ्याच्या सिद्दीने जिंकलेला मराठ्यांचा प्रदेश घेण्याच्या कामी त्याने स्वत:स सिद्ध केले, त्यामुळे

राजारामाने त्यास आरमाराचा सुभेदार म्हणून ‘सरखेल’ हा किताब देऊन नियुक्त केले. हे केव्हा घडले हे निश्चित माहीत नाही. परंतु १७०३ मध्ये त्याला चांगलेच महत्त्व आल्याचे सिटॅनो डी मेलो ई कॅस्ट्रो याने त्याला मित्रत्वाचे पत्र आणि काही भेटवस्तू पाठविल्या व चौलच्या व्यापाऱ्यांना कान्होजींनी लूट म्हणून पकडलेले जहाज विकत घेण्यास परवानगी दिली, ते नष्ट करण्यास आम्ही उत्सुक आहोत असे तो लिहितो.[४] १७१० मध्ये त्याने डचांचे एक जहाज पकडले.[५] १७१२ मध्ये त्याने सिद्दी, पोर्तुगीज आणि स्वकीय असे शाहूराजे यांच्याशी एकाचवेळी लढे दिले. इंग्रजांशी त्यांचे संबंध तुटण्याच्या मार्गावर होते. परंतु समुद्रावर त्याचे सामर्थ्य इतके जबरदस्त होते की, एक पोर्तुगीज लेखक नंतर दोन वर्षांनी त्याची तुलना प्रसिद्ध बारबारोसाबरोबर करताना मागेपुढे पाहात नाही.[६]

शिवाजीमहाराजांसारखे ध्येय आणि कल्पकता कान्होजींकडे नव्हती. तथापि, पुढील ४० वर्षांपर्यंत मराठ्यांचे आरमार कार्यतत्पर होते. त्याचे ध्येय व लक्ष्य हे निश्चित समजते. मराठी व्यापाऱ्यांचे मलबारच्या किनाऱ्यावर होणाऱ्या लूटमारीपासून संरक्षण तसेच समुद्रावर मराठा सत्ता निर्माण करणे हे राज्याच्या दृष्टीने गरजेचे होते; ही गोष्ट सोपी नव्हती. कान्होजीला ५ शत्रूंशी सामना द्यावा लागणार होता, जंजिऱ्याचे सिद्दी, वाडीचे सावंत, मुंबईचे इंग्रज, वेंगुर्ल्याचे डच आणि शेवटचे पण कमी नसलेले गोव्याचे पोर्तुगीज. सिद्दीने त्यांचे पहिले लक्ष वेधून घेतले. मुघलांनी जिंकलेल्या महाराष्ट्रातील प्रदेशातील जमिनीवर त्यांनी आपले स्थान निर्माण केले. त्यांना त्यांच्या बेटावर हुसकावून लावणे व आपला प्रदेश परत मिळविणे हे कान्होजींचे पहिले काम होते. एकेकाळी भीतिदायक असलेले सिद्दी आता फार काळ भीतिदायक राहिले नाहीत. मराठ्यांच्या आरमारात ८ किंवा १० पेक्षा अधिक गलबते नव्हती. त्यावेळी कान्होजींकडे त्याचे नेतृत्व आल्याचे कोंडे डी एरिकेराकडून समजते.[७] जहाजे वाढविण्यासाठी आणि नवीन माणसांच्या भरतीसाठी पैशाची गरज होती आणि म्हणूनच पैसे मिळविण्याचा एकच मार्ग होता, तो म्हणजे शिवाजी आणि त्यांच्या मुलाने निर्माण केलेली सागरी सत्ता व त्याद्वारे परकीय व्यापाऱ्यांना परवाना खरेदी करण्याची सक्ती करावी. कान्होजी आंग्रेंनी व्यापारासाठी ‘कार्ताज’ (परवाना पत्र) सुरू केले. यामुळे त्यांचा पोर्तुगीजांशी संघर्ष सुरू झाला.

कान्होजींनी समुद्रातील पोर्तुगीजांच्या वर्चस्वाला केव्हा आव्हान केले, हे माहीत नाही. परंतु व्यापारी हा त्यांचा पहिला मोहरा नव्हता. पोर्तुगिजांच्या श्रीमंती माल भरलेल्या एका लढाऊ पालातून चौलचा सेवानिवृत्त गव्हर्नर जात होता. त्यास कैदेत झालेल्या त्रासाने तो मेला.[८] उत्तरेकडील पोर्तुगिजांच्या दोन मचव्यांबरोबर कान्होजींचे युद्ध झाले. त्यांतील एक जाळण्यात आला आणि दुसऱ्यातील २७ पोर्तुगिजांना कैद करून त्यांना ठार करण्यात आले. पोर्तुगिजांच्या कागदपत्रातून एक गोष्ट समजते की, यातील कॅप्टनने

१२००० झेराफिन्स देऊन आपला जीव वाचविला.[९] अनेक पोर्तुगिजांच्या झेंड्याखालील जहाजातून प्रवास करणाऱ्या व्यापाऱ्यांच्या नशिबी तेच आले आणि त्यांना कान्होजींचा खजिना भरावा लागला. १७१२ मध्ये रॉड्रिगो डी कॉस्टा हा विजरई असताना कान्होजींनी उत्तरेकडील बंदराकडे जाणाऱ्या व्यापारी जहाजांवर प्रभावी हल्ला केला आणि त्यांच्याकडून प्रचंड घबाड प्राप्त केले. लुईस डी कास्टा याच्या नेतृत्वाखाली दोन लढाऊ नौकांवर (Frigates) कान्होजीच्या पालांनी हल्ला केला. पोर्तुगीज ध्वजाची व जहाजाची मोडतोड केली. आणि ४० पेक्षा अधिक पडाव ताब्यात घेतले. गोव्याला हा फार मोठा आघात होता. खाजगी व व्यापारी नागरिकांनी केलेली फार मोठी गुंतवणूक गमवावी लागली.[१०] दुसऱ्याच वर्षी व्यापाऱ्यांना समजविण्यात आले परंतु कान्होजींच्या दोन पालांनी त्यांच्यावर झडप घातली. दोन दिवस आणि दोन रात्र लढाई चालू होती. मात्र शेवटी त्यात कान्होजींचे बरेच नुकसान झाले व लढा थांबवावा लागला.[११]

पोर्तुगिजांची अवस्था अतिशय केविलवाणी झाली. मुंबई किनाऱ्यावरील त्यांची स्थिती विस्कळित झाली. आंग्रेंनी त्यांचे जमिनीवरील आणि समुद्रातील दळणवळण थांबविण्याचे बळ प्राप्त केले. त्याच्या यशाबद्दल असे म्हणता येईल की त्याच्याजवळ जबरदस्त आत्मविश्वास होता. समुद्र आणि त्याच्या खाडीतील पोर्तुगीज मच्छिमारांकडून त्याने शुल्क वसूल केले. इतकेच काय तर त्यांच्या खेडेगावातूनसुद्धा त्याने वसुली केली. १७१३ मध्ये चौल बंदरात ३४ तोफा असलेल्या फ्रिगेटवर जबरदस्त हल्ला केला. या लढाईत आंग्र्यांचे आरमार संख्येने मोठे होते. ते उधळून दिले गेले. विजरईने माघार घेण्याचा पवित्रा घेतला आणि ॲन्टोनिओ कार्डीम फ्रोस यास लहान जहाजांचा बऱ्यापैकी मोठा तांडा देऊन कुलाब्याकडे पाठविले. ६ पाले आणि काही गलबतांच्या सहाय्याने त्याने गलबतांची नाकेबंदी केली. आंग्रे हा धोका पत्करण्यास तयार नव्हते. त्यांना आपले आरमार पोर्तुगिजांच्या तोफगोळ्याच्या माऱ्याच्या पल्ल्यापासून दूर नेऊन फ्रोजच्या एकसारख्या कोंडीतून बचाव करावयाचा होता.[१२] तीन महिन्यांनंतर सुरतेला अरबांचे आरमार येऊन ठेपल्याची बातमी पोर्तुगीज कॅप्टनला समजल्यावर त्याला नाइलाजाने परत फिरावे लागले. सिद्दीच्या [१३] उदासीनतेबद्दल व्हाइसरायची तक्रार होती. नंतरच्या डिसें. १७१३ मध्ये कुलाब्यास[१४] पाठविलेल्या मोहिमेच्यावेळी आंग्र्यांना जमिनीवरून रसद मिळाली. सिद्द्यांना त्यांच्या युरोपियन मित्रांपेक्षा फारसे यश आले नाही.

पोर्तुगीज आणि सिद्दी यांचीच फक्त कान्होजी आंग्रे यांच्या शत्रूंत गणना नव्हती. १७१२ मध्ये आंग्र्यांनी इंग्रजांचे एक लढाऊ जहाज पकडले, तसेच कारवारच्या वाटेवर मुंबईला जाणारे ॲने हे जहाज पकडले. ताराबाईंचा सत्तासंघर्ष चालू असताना त्यांनी शाहूंशी युद्ध पुकारून आपला प्रदेश वाढविण्याचा प्रयत्न चालू ठेवला. त्यात त्याने लोहगड, तुंग आणि तिकोना हे किल्ले घेतले. शाहूंचा पेशवा भैरोपंत पिंगळे यास कैद केले. परंतु हे

यश कान्होजींना विचारांती तात्पुरते वाटले. एक व्यवहारकुशल माणूस म्हणून त्याने आपल्या मर्यादा ओळखल्या आणि शाहू व इंग्रज यांच्याशी समझोता करून सिद्दी आणि पोर्तुगीज यांच्या संयुक्त प्रयत्नापासून आपला प्रदेश वाचविण्याचे ठरविले. इंग्रजांशी तह करणे हे थोडेसे अवघड होते, परंतु शाहूंबरोबर समझोता राखणे ही गोष्ट सोपी नव्हती. लगेचच त्याने इंग्रजांबरोबर समझोता करावयाचे ठरविले व फेब्रु. १७१३ मध्ये आपला प्रतिनिधी मुंबईस पाठविला. शांतता राखणे आणि इंग्रजांची आपल्याकडे असलेली जहाजे परत देणेविषयी सांगण्यात आले. तहाची कलमे गव्हर्नर आणि कौन्सिल यांनी खालीलप्रमाणे ठरविली.

(१) इंग्रजांची जप्त केलेली जहाजे कान्होजींनी परत द्यावी.

(२) इंग्रजांच्या जहाजांना तसेच व्यापाऱ्यांच्या जहाजांना संचार करू द्यावा.(मद्रास, बंगाल आणि इतर वखारी व वसाहती मधील इंग्रजांच्या संरक्षणाखालील व्यापारी)

(३) जहाज हे कोणत्याही देशाचे असले आणि ते आमच्या बंदरात आले, किंवा माहीम आणि खांदेरीच्या परिसरात आले तर त्यांच्या बाबतीतसुद्धा वरील नियमच पाळावा.

(४) त्यांनी घालून दिलेले जकातीचे नियम आमच्या व्यापाऱ्यांच्या बाबतीत माफ असावेत. शिवाजीराजांचे एखादे जहाज किंवा मुंबईचे एखादे जहाज यांना कोणतीही इजा होणार नाही याची काळजी घ्यावी.

(५) आम्ही असे शपथपूर्वक सांगतो की, ज्या जहाजांना इंग्रजांचा ध्वज लावलेला आहे आणि ती ब्रिटनच्या मालकीची आहेत ती आपल्या अधिकारकक्षेतच प्रवास करतील.

(६) आम्ही त्यांना मुंबई बंदरात जरूर ती जकात भरून व बंदराचे नियम पाळून व्यापार करण्यास खुशाल मुभा देत आहोत. याची पूर्तता केली तर आम्ही दोन जहाजे परत पाठवू.[१५] (Blenheim Ann & Manchua)

कान्होजींनी वरील अटी मान्य केल्या. त्यात त्यांचे काहीच नुकसान नव्हते. त्यांनी आपली बंदरे मुंबईच्या व्यापाऱ्यांना खुली केली. तर इंग्रजांप्रमाणेच सवलतीचा फायदा मिळेल आणि अर्थात ही दोहोंच्या फायद्यासाठी सामंजस्याची बाब होती. हे मात्र खरे की, इंग्रजांनी त्यांना दारूगोळा देण्याचे नाकारले. तसेच दारूगोळा तयार करण्यासाठी जागा ही देण्यासंबंधीचा विचार केला नाही तसेच गरज लागली; तर लष्करी मदतीसंबंधीही उडवाउडवीची उत्तरे दिली. परंतु खलाशी व मुंबईचे रहिवासी यांना कान्होजी आंग्रेंच्या सेवेत जाण्यास कोणताही अडथळा न आणण्याचे शपथपूर्वक सांगितले आणि त्यांची गुराबे आणि गलबते यांना मुंबई बंदराच्या परिसरात ये जा करण्यास कोणताही अडथळा न करण्याची त्यांची विनंती इंग्रजांनी मान्य केली. यापुढे मुंबईहून येणारी-जाणारी कंपनीच्या

मालकीची जहाजे व ठराविक अंतरावर असणारी जहाजे यांनाच फक्त संरक्षण दिले जात असल्याचे समजल्यावर कान्होजीने आपल्या जहाजांची जा-ये मुंबई बंदरात करणे थांबविले. पुढे इंग्रजांच्याकडून त्यांना असे समजविण्यात आले की, मुंबई बंदराच्या दृष्टिपथाबाहेरील असणारी जहाजे परकीय जहाजे समजली जातील. कान्होजी आंग्रेंनी आपल्या इच्छेनुसार वागण्यास हरकत नाही. तहातील ५ वे कलम हे इंग्रजांच्या अतिशय फायद्याचे होते; कारण परकीय जहाजांना इंग्रजांचा झेंडा लावता येत नव्हता.[१६] या शेवटच्या कलमामुळे थोड्याच वर्षात कान्होजी आंग्रे आणि इंग्रजांचे शत्रुत्व निर्माण झाले.

या तहात आणि शाहू राजांशी केलेल्या करारनाम्यात त्यांचे बुद्धिकौशल्य व नेमस्तपणा लक्षात येतो. त्यांची विशेष ताकद समुद्रातच होती आणि त्यामुळे त्यांनी जमिनीवरील विजयाचा नुकताच त्याग केला. सागरकिनाऱ्याचा ताबा, बंदरांमधील दळणवळण आणि सारा या गोष्टींवरच आरमार शिवाजीमहाराजांच्यापासूनच अवलंबून होते, म्हणून त्यांनी शाहूराजांकडून राजमाची आणि इतर ठिकाणे व खांदेरी बेट मागून घेतले.[१७] शाहूमहाराजांचे सर्वश्रेष्ठत्व लक्षात आल्यावर दोघांच्या यादवीतील मराठ्यांच्या राज्याचे मोठेपण कोणाकडे आहे हे त्याने ओळखले आणि त्यामुळे त्याने कोल्हापूरकर संभाजीराजे यांचा रोष ओढवून घेतला. तरीसुद्धा त्यांना प्रसंगी मदत करण्यासंबंधी पेशव्यांना शब्द देऊन स्वत:चा बचाव करून घेतला. हा तह १७१३ मध्ये किंवा १७१४ च्या सुरुवातीच्या महिन्यात झाला. त्याचा लगेच परिणाम असा झाला की, आपला प्रदेश गमवावा लागू नये म्हणून सिद्दीने पोर्तुगीजांना सोडून दिले आणि आंग्र्यांशी तह केला. यासंबंधीची सिद्दीबद्दलची कटू प्रतिक्रिया १७१५ मध्ये विजरई याने व्यक्त केली. १७१६ मध्ये कोल्हापूरच्या राजांबरोबर पोर्तुगिजांनी कान्होजींपासून संरक्षण किंवा त्याच्याशी लढा देण्याबाबतीत तह केला.[१८] परंतु कोल्हापूरकर संभाजीराजे यांची ताकद आणि कर्तृत्व विशेष नसल्यामुळे मुत्सद्देगिरीचा प्रयत्न निष्फळ झाला. आंग्र्यांचे आरमार समुद्रात धीटपणे संचार करू लागले. ज्या परकीय व्यापाऱ्यांनी परवाने घेतले नाहीत, त्यांची लूट होऊ लागली. आंग्र्यांच्या हालचालींना पायबंद घालण्यास आपण असमर्थ असल्याचे त्यांनी जाणले. किनाऱ्यावरील सर्व मिळकतींपेक्षा व्यापारी करातून मिळणाऱ्या उत्पन्नाचे मुख्य ठिकाण असलेल्या चौलला आंग्र्यांकडून फारच उपद्रव झाला. त्यांच्या आरमारात सुरुवातीस ८ ते १० गलबते होती. आता ४० पेक्षा अधिक निरनिराळ्या प्रकारची जहाजे वेगवेगळ्या राष्ट्रांत फिरू लागली. युरोपियन आणि एशियाटिक लोकांची झुंड त्यांच्या नोकरीकडे लागली. आश्चर्य असे की, त्याला पाहिजे तेव्हा कान्होजी चौल बंदराचा ताबा घेईल असे सांगितले गेले. कमकुवत सिद्दी किंवा अकार्यक्षम संभाजी यांच्याशी मैत्री करण्यापेक्षा कान्होजींशी मैत्री करावी हे पोर्तुगीजांच्या लक्षात आले. कान्होजी आंग्रेंशी झालेल्या तहाच्या अवघ्या ८ वर्षांनंतर १७२१ मध्ये इंग्रजांनी संरक्षण आणि आघाडी

यासाठी पोर्तुगीजांशी तह केला; परंतु त्याच्या आधीच मराठ्यांचा झालेला तह मोडला गेला होता.

इंग्रज आणि कान्होजी आंग्रे यांच्यातील करार अल्पजीवी ठरला. त्यांनी तहानंतर इंग्रजांची दोन जहाजे परत केली, पण व्यापारी माल परत दिला नाही. हे एकच असमाधानाचे कारण नव्हते. १७१५ मध्ये गव्हर्नर बूनकडे कान्होजींनी कागाळी केली की, तुम्ही निकामी जहाज परत दिलेत आणि चांगले मात्र ठेवून घेतलेत. (तुम्ही आमच्या चांगुलपणाचा गैरफायदा घेतलात) मार्च १७१६ मध्ये कॅप्टन बून याने इंग्लंडमधील आपल्या धन्यास कळविले की, कान्होजी आंग्रेंचा मला ठामपणे विरोध करण्यासारखी परिस्थिती नाही. तसे सबळ आरोप मला करता येत नाहीत.[१९] त्यामुळे इंग्रजांचा दावा योग्य आहे, याचे समर्थन करण्यासाठी योग्य संधीची वाट पाहण्यास तो दिरंगाई करीत होता. एकामागून एक अशी तीन जहाजे कान्होजी आंग्रे यांनी पकडल्याचे, तसेच इमारती लाकडाची वाहतूक करणारे कंपनीचे एक जहाज पकडल्याचे त्याने आपल्या वरिष्ठांच्या नजरेस आणले.

पहिले जहाज होते 'सक्सेस' ते त्यांच्या गोवर्धनदास नावाच्या दलालाचे होते. अर्थात ते इंग्रजांचेच होते. मुंबईकर अजूनसुद्धा कान्होजी आंग्रेंशी संबंध तोडण्यास तयार नव्हते. प्रेसिडेंटने दलालाचे प्रकरण आपापसात मिटवून टाका, म्हणून परवानगी दिली आणि जहाज काही रक्कम देऊन परत करावे असे ठरले. तथापि संशयित वातावरणामुळे आपापसात पूर्ण विश्वास निर्माण झाला नाही व आंग्र्यांच्या अधिकाऱ्यांनी रॉबर्ट नावाचे जहाज परत पकडले. ३ जाने. १७१७ रोजी मुंबई कौन्सिलने कान्होजी आंग्रेंनी अजून परत केलेल्या कुरापतीबद्दल चर्चा केली. मुंबई पब्लिक कन्सल्टेशनमध्ये याची नोंद अशी आहे की, कंपनीच्या सुरत ते कुलाबा येथे जाणाऱ्या इमारती लाकूड (तुळया) वाहून नेणाऱ्या जहाजांच्या बाबतीत झालेला अपमान आम्ही कोठपर्यंत सहन करायचा. विचार केला तर शस्त्रास्त्रे, दारूगोळा, खलाशी, सैनिक, याबाबतीत आपण असहाय्य आहोत, अशावेळी आपल्या शस्त्रांनी आपण काही करू शकत नाही. अशा अपमानकारक वागणुकीबद्दल विचार करून भविष्यात[२०] असे अपमान होऊ देऊ नयेत म्हणून कौन्सिलने २२ जानेवारीस असे ठरविले की, आपला कॅप्टन 'हेन्री क्राउनवेल' हा कान्होजी आंग्र्यांच्या एका बंदरावर 'सक्सेस' जहाजासंबंधी वाटाघाटी करण्यास व 'रॉबर्ट' संबंधी कानउघडणी करण्यास थांबवून आहे. त्याच्याकडे प्रभू यास पाठविले.[२१]

कान्होजी आंग्र्यांनी 'रॉबर्ट' जहाज परत दिले नाहीच, पण त्यातील पकडलेले इंग्रज किंवा मुस्लिम लोकपण परत देण्यास नकार दिला.[२२] इंग्रज अजून कान्होजीस प्रतिटोला देण्यास असमर्थ होते. गव्हर्नर बून म्हणाला, " आज आमची अवस्था अशी झाली आहे की आम्हास अपमान गिळावयास हवा आणि भावनांना आवर घालावयास हवा.

मि. पार्करच्या गैरहजेरीत रामा कामटी याने उद्या कंपनीच्या जहाजात जावे आणि

आपल्या लोकांची मुक्तता करावी. पण आता तरी सुवेळ येण्याची चिन्हे दिसत नाहीत.[२३] कान्होजी आंग्र्यांनी पुन्हा 'ऑटर' हे जहाज पकडले. ५ एप्रिल रोजी मुंबई कौन्सिलने ठरविले की, पूर्वीप्रमाणे कृती करावी. तसेच गव्हर्नरला खाजगी सूचना देण्यात आल्या, की कान्होजी आंग्र्यांची जहाजे आपल्या फ्रिगेटच्या मार्गात आली तर त्यांचा नाश करा. पण हे लक्षात असू द्या, की अजून युद्ध पुकारले नाही पण उघडपणे युद्धप्रसंग निर्माण करू नका. अचानक आंग्र्यांचे सैन्य माहीमच्या खाडीत चुकून शिरले. येथील शिबार इंग्रजांनी अडकवून ठेवले. कान्होजी आंग्र्यांनी अलिबागहून अतिशय संतापजनक असे पत्र गव्हर्नर बूनला लिहिले, "आपली मैत्री आता संपली आहे. आजपासून परमेश्वर मला जे देईल ते मी घेईन." कान्होजी आंग्रे आणि बून यांच्यात पुढे पत्रव्यवहार होत राहिलाच, परंतु दोन सत्तांमधील संबंध सुधारले नाहीत. दोघांमधील महत्त्वाकांक्षी भाषेतून त्यांच्यात कोणताही विश्वास निर्माण झाला नाही.[२४] १७ जून १७१८ रोजी मुंबईतून प्रसिद्ध झालेल्या जाहीरनाम्यातून कान्होजी आंग्रेंविरुद्ध युद्ध पुकारले गेले.[२५]

पकडलेली तीन जहाजे कोणत्या देशाची होती याबद्दल मतभेद होता. इंग्रजांची ती जहाजे नव्हती. पण व्यापारी माल हा इंग्रजांचा होता. कान्होजींचे म्हणणे होते की, ही जहाजे परवानामुक्त होऊ शकत नाहीत त्याने कॅप्टन क्राउनवेलला लिहिले, "मुंबई, मद्रास, बंगालच्या जहाजांना आम्ही इजा केली नाही. तथापि इंग्लिश कंपनीने जहाजांना भाडे लावले असेल तर त्याने आमची जकात देणे गरजेचे आहे."[२६] त्यांनी या पत्रातून बूनला पुन्हा पुन्हा बजावले, "जर जहाजे परदेशी असतील आणि त्यांच्यावर इंग्रजांची निशाणे असतील तर त्यांचा काहीच उपद्रव नाही. त्यांनी पास घेतला नाही तरी चालेल. तुम्ही आमच्यासाठी या भाडोत्री जहाजाला जकात आकारू नका, दस्तक माफ करा. सुरतेच्या ५०-१०० व्यापाऱ्यांची जहाजे तुम्ही घ्याल, मग त्या जहाजांवरसुद्धा भाडे आकारावे काय? ते नेहमी माझ्याकडून परवाना घेत असतील तर त्यांना तो मग घ्यायची गरज भासणार नाही. तुम्ही तुमची निशाणे लावून व्यापार करीत का नाही? मुंबईचे व्यापारी चौलकडील दीवची जहाजे का भाड्याने घेतात आणि माझ्याकडे का पासची मागणी करतात?" बूनने यावर आंग्र्यांना बजावले की, "जहाजापेक्षा त्याच्या तळाशी असलेला माल आणि पैसा हा इंग्रजांचा आहे याचा विचार करायला हवा. तुम्ही निर्दयपणे कॅप्टन आणि आमच्या इतर लोकांना मारून आनंद मानलात; हे करावयास नको होते."

अठराव्या शतकातही कंपनीत परदेशी व्यापाऱ्यांनी मालवाहतूक करणे यामुळे राष्ट्रीयतेस बाधा येते, हा बूनने केलेला दावा आधुनिक काळातल्या बाबतीतपण उचलून धरता येत नाही. किंबहुना अठराव्या शतकातपण अशी गोष्ट मान्य करण्याची पद्धत होती यास काहीही पुरावा नाही. कान्होजींनी ईस्ट इंडिया कंपनीची इमारती लाकडे घेतली या

गोष्टीचे समर्थन योग्य नव्हते. त्यांना त्या इमारती लाकडांची गरज होती असे लिहिताना ते म्हणतात, ''मी आपणास लिहिले होते की, मला इमारती लाकडांची गरज होती आणि म्हणून माझ्या लोकांनी मुंबईहून परदेशी व्यापाऱ्यांकडून येणाऱ्या लाकडांमधून माझ्या लोकांनी लाकडे निवडली. मी मित्रत्वाच्या नात्याने ती घेतली. जहाजबांधणीसाठी एखादा सुतारसुद्धा परवानगीने देण्याबद्दल कंपनीला विनंती केली होती. पण ती तुम्ही नाकारलीत. तुम्ही आमच्या मैत्रीला सुरुंग लावत आहात. तुमच्या संगतीत कुणीतरी वाईट माणूस आहे हे ध्यानात घ्या आणि त्यामुळे तुम्ही तसे वागत आहात. मला इमारती लाकडांची अतिशय गरज होती. जेव्हा सुरतहून जहाज आले ते मी मित्रत्वाच्या नात्याने इकडे घेतले. तुम्ही ही गोष्ट मैत्री म्हणून समजून घ्याल. थोडीशी लाकडे घेतल्याने काय होते? मी तुम्हाला त्याची मला गरज असल्याचे लिहिले होते आणि तुम्ही मला ती दिलीही असती. त्यात कुणीतरी आडकाठी आणली असावी. माझे तर काम चालू आहे. मी लाकडे घेतली आहेत त्याची किंमत काय आहे ते मला माहीत व्हावे, असे माझे म्हणणे असता तुम्हाला लाकूडच परत हवे होते. ते मी माझ्याकडे आल्यावर तुम्हांला देऊन टाकीन, यात मतभेदाचे काहीच कारण राहात नाही.''

'ॲने' बोटीवरील व्यापारी माल ठेवून घेणे, तसेच कंपनीचे जहाज ठेवून घेणे ही गोष्ट क्षम्य नव्हती; परंतु व्यापारी माल किंवा वर सांगितलेले इमारती लाकूड या गोष्टी मात्र शांततेत अडथळा आणण्यास कारणीभूत झाल्या. तंटा उत्पन्न होण्याचे मूळ कारण असे की, परदेशी बोटीवर इंग्रज आपला माल चढवीत असत आणि त्यांना त्याच सवलती द्याव्यात अशी अपेक्षा होती. कान्होजी ही मागणी मान्य करीत नव्हते, कारण त्यात त्यांचे फार नुकसान होणार होते. पाच वर्षांपूर्वी तो बराचसा मवाळ होता. परंतु शाहूमहाराजांच्याबरोबर तह झाल्याबरोबर त्याचे जमिनीवरील सामर्थ्य वाढले; तसेच सिद्दी आणि पोर्तुगीज यांच्यावरील विजयामुळे त्यांचा आत्मविश्वास वाढला, तर १७१७ मध्ये कारवारच्या मोहिमेत आलेल्या अपयशामुळे इंग्रजांची मात्र प्रतिष्ठा कमी झाली. इंग्रजांना सवलती देण्याच्या बाबतीत कान्होजी आंग्रे इच्छुक नव्हते आणि पोर्तुगीजांच्यावर चढाई न करण्याइतपत ते मुत्सद्दी होते. कोंडे द एरीकेरा हा विजरई म्हणतो की, त्याच्या कारकिर्दीत कान्होजीने पोर्तुगीजांना कोणताही त्रास दिला नाही.[२७] एकाच वेळी एकच शत्रू त्याला पुरेसा होता.

इंग्रजांनी युद्ध पुकारण्याचा ठराव केला आणि कान्होजींच्या किनारपट्टीवर अनेक लहान मोहिमा घेण्यासाठी आरमार पाठविले. मुंबई पब्लिक कन्सल्टेशनमधून यासंबंधीची सारांशाने माहिती मिळते. त्यावरून त्यांचे उद्दिष्ट, मर्यादा आणि पुनरावृत्ती लक्षात येते.[२८]

रविवार दि. २५ मे - आंग्र्यांच्या प्रदेशात लुटालूट करण्यासाठी आमची जहाजे फिरू लागली.

सोमवार दि. २ जून - आंग्र्यांच्या दुसऱ्या भागात लुटालूट करण्यासाठी तीस शिपाई घेऊन काल रात्री आमची जहाजे फिरू लागली.

बुधवार दि. ४ जून - आज सकाळी, आंग्र्यांच्या प्रदेशातील एका ठिकाणाहून लूट करून १६ कैदी घेऊन आमची दोन जहाजे परत आली.

अशाच तऱ्हेच्या आघाड्या जुलै, सप्टेंबर, ऑक्टोबरमध्ये करण्यात आल्या. त्यांना प्रत्येक वेळी यश आले नाही. काही वेळा हवामान कारणीभूत झाले तर काही वेळा सैनिकांनी जमिनीवर जाण्यास नापसंती दर्शविली. अशा किरकोळ चकमकींचा उपयोग होणार नव्हता, हे बून जाणून होता. त्याकरिता आंग्र्यांच्या एकाच मोठ्या शक्तीला हात घातल्याशिवाय तो ताळ्यावर येणार नाही असा त्याने विचार केला. कान्होजी आंग्रे आणि कोल्हापूरकर संभाजी छत्रपती यांच्यातील दुहीचा काही उपयोग होईल का, ह्या दृष्टीने त्याने प्रयत्न करून बघितला. ज्या दिवशी युद्ध सुरू झाले त्याच दिवशी मुंबई प्रेसिडेंटने कारवारचा मुख्य दलाल 'जॉर्ज टेलर' यास एक छोटे पत्र लिहिले की, आमच्यात व आंग्र्यांत आता मोठी दरी निर्माण झाली असून कोल्हापूरकर संभाजीराजांपुढे तुम्ही नतमस्तक व्हा आणि त्यांना कळवा की त्यांच्याकडून आम्हांस अनंत जखमा झाल्या आहेत. तुम्ही त्याला शिक्षा द्या. ताबडतोब त्याच्या ताब्यातील भुईकोट मोकळे होतील ते तुम्ही घ्या. आम्ही शस्त्र खाली टाकू आणि तुमच्या कोणत्याही गोष्टीसाठी आम्हास काहीतरी करता येईल.[२९] १७१८ मध्ये इंग्रजांचा संभाजीराजांबरोबर करार झाला; त्याचे परिणाम पोर्तुगीजांशी झालेल्या १७१६ मधील तहापेक्षा काही वेगळे नव्हते. ऑक्टो. १७१८ मध्ये पोर्तुगीजांबरोबर जो तह झाला त्याचे पुढे काय झाले हे आम्हास समजले नाही. कोंडे द एरीकेरा लिहितो, ''कान्होजी आंग्र्यांची घेरिया किल्ल्याजवळची पाले जाळण्याची एक भक्कम योजना तयार केली होती; पण ती इंग्रजांच्या निष्काळजीपणामुळे सफल झाली नाही.[३०] नोव्हें. १७१९ मध्ये विजयदुर्गजवळील गुराबे जाळण्याची निष्फळ धडपड इंग्रजांनी केली[३१] आणि त्यामुळे शत्रुत्व स्पष्टपणे दिसून आले. या प्रसंगांनंतर समझोता संपला. कोंडे द एरीकेरा इंग्रजांच्या लष्करी साधनांबद्दल साशंक होता आणि इंग्रजांनीसुद्धा आपल्या साधनांविषयी फारसा विचार केला नाही. असे निश्चितपणे म्हणता येईल, की त्यावेळी ती त्यांच्याकडे मर्यादित होती.

मायनाईक याने १६७९ मध्ये बांधलेल्या खांदेरी किल्ल्यावर चाल करण्याची पहिली गंभीर मोहीम बून याने स्वत:च्या नेतृत्वाखाली घेतली. जमिनीवरून तोफांचा मारा परिणामकारक होत होता परंतु हल्ल्यासाठी ४० पेक्षा अधिक माणसे स्वत:हून तयार झाली नाहीत. अशा लहान तुकडीकडून केला गेलेला हल्ला अयशस्वी ठरला आणि अपयशाचे खापर मुंबईमधील एक हिंदू रहिवासी राम कामटी याच्या माथ्यावर फोडून त्याचा छळ करण्यात आला. आंग्र्यांशी हातमिळवणी केल्याचा बिनबुडाचा आरोप

त्याच्यावर करण्यात आला व त्यास जन्मठेप ठोठावून त्याची मालमत्ता जप्त करण्यात आली.

खांदेरीहून आरमार कुलाब्याकडे वळले आणि वरचेवर बॉम्बचा वर्षाव करूनसुद्धा आंग्र्यांचे कोणतेही नुकसान झाले नाही, आणि आरमार घेरियाकडे वळले. कान्होजींच्या एका तुकडीतून लूट मिळविणे हे त्यांना करावयाचे होते, पण थोडासा वारा असल्यामुळे गुराब त्यांच्या तडाख्यातून निसटून गेले.[३२]

दक्षिणेकडे इंग्रजांचे आरमार चालले होते. त्यावेळी मुंबईजवळ कान्होजींची गुराबे दिसली. मॉरिसचा कॅप्टन 'ईस्टेस् पिकॉक' ने ती पाहिली आणि तातडीने तो इतर जहाजांसह मुंबईकडे वळला. व्हिक्टोरिया, रिव्हेंज, डिफायन्स ह्या युद्धनौका तर हंटर आणि हॉक ही जहाजे आंग्र्यांशी सामना करण्याचा विचार जानेवारीच्या तिसऱ्या आठवड्यात त्याने केला. परंतु त्याच सुमारास शाहूराजांकडून शांततेचा करार आणि मैत्रीच्या कराराची बोलणी सुरू झाल्यामुळे युद्धप्रसंग तूर्त थांबविण्यात आला.[३३]

३० जानेवारी १७१९ रोजी कौन्सिलच्या प्रेसिडेंटने कळविले की, "शाहूराजांनी इंग्रजांशी शांततेचा करार करावयाचा प्रस्ताव त्यांच्या राजदूतामार्फत केला, त्यासाठी कान्होजी आंग्रे यांना त्यांचा प्रतिनिधी म्हणून पाठवण्यास परवानगी दिली." प्रेसिडेंटने पुढे केलेल्या काही प्राथमिक बाबी मराठ्यांच्या दूताने मान्य केल्या. त्याचा सविस्तर खुलासा माहीत नाही. कॅप्टन जॉन मिल्स याला कुलाब्याहून इंग्रज कैदी घेऊन येण्याबद्दलचे पत्र देऊन पाठविले होते. १२ फेब्रुवारीला तो आपल्या देशबांधवांना घेरियाहून बरोबर घेऊन येऊ शकला नाही. कान्होजी आंग्र्यांनी इंग्रज कैदी आपल्या स्वत:च्या अधिकाऱ्यांबरोबर ताबडतोब पाठवून देण्याचे मान्य केले. परंतु त्यांनी बूनला कळविले की त्याने पाठविलेल्या बाबींविषयी माझ्या काही हरकती आहेत. त्यांच्या काय हरकती होत्या ते माहीत नाही. काही बाबींची चर्चा झाली होती. परंतु कान्होजींच्याकडून हा तह मंजूर झाला नाही.[३४] इंग्रजांनी त्यानंतर कुलाब्यावर एक निष्फळ मोहीम केली आणि आंग्र्यांनी त्यांचे 'चॉर्लेट' हे जहाज पकडले. याचा परिणाम असा झाला की, इंग्रजांनी पोर्तुगिजांशी हातमिळवणी करून डिसें. १७२१ मध्ये कुलाब्यावर संयुक्त मोहीम केली.

दोन युरोपीय शेजाऱ्यांची युती ही एका भारतीय शत्रूविरुद्ध झाल्याची सद्य:स्थिती विचारात घेतली तर त्यात मात्र एकमेकांविषयी असलेला संशय हा मोठा अडथळा होता. मुंबईकरांशी पोर्तुगिजांनी नाखुशीनेच युती केली. कारण मलबारच्या किनाऱ्यावरील इंग्रजांची वाढती शक्ती त्यांना आवडत नव्हती. त्यांना इंग्रजांच्या चाचेगिरीबद्दल संशय होता. कोंडे द एरीकेरा याला आंग्र्यांच्याजवळ तोफखाना व दारूगोळा इंग्रजांकडून मिळत असल्याचे खात्रीलायकरीत्या माहीत होते. पोर्तुगीज जेव्हा युद्धात गुंतले जातील; त्यावेळी इंग्रज गुपचूपपणे त्यातून काढता पाय घेतील याची त्यास भीती वाटत होती. मुंबईकरांकडे

मनुष्यबळ किती आहे ही विश्वासार्ह गोष्ट नव्हती. मुंबईकरांकडे ८० पेक्षा अधिक माणसे नाहीत आणि त्यांतील बहुतेक व्यापारी आणि कारकून असल्याचे एरीकेराने आपल्या जागी रूजू होणाऱ्या अधिकाऱ्यास सांगितले. एकूण संख्येचा विचार करता पोर्तुगिजांबरोबर युती करण्याची नवीन विजरईची उत्कट इच्छा नव्हती. जंजिऱ्याचा सिद्दी हाच एकमेव विश्वासार्ह असल्याचे त्याचे मत होते.[३५] पण जेव्हा इंग्रजांचा रॉबर्ट कोवन नावाचा प्रतिनिधी मार्च १७२१ मध्ये गोव्याला पोहोचला; त्यावेळी ते तीन वर्षे आंग्र्यांशी लढत असल्यामुळे त्यांचे भरपूर नुकसान झाले होते आणि त्यामुळे ते युतीचा ठराव करण्यास तयार झाले होते. कमांडर थॉमस मॅथ्यू हा चार लढाऊ जहाजे घेऊन फेब्रु. महिन्यामध्ये पूर्वेकडे त्याचवर्षी निघाला. तो मुंबईला पोचण्याच्या एक आठवडा अगोदरच युरोपियन शक्तींची युती झाली आहे आणि २० ऑगस्ट १७२१ रोजी उभय गव्हर्नरांच्या तहावर सह्या झाल्या होत्या, ही बातमी त्यास समजली. तहामध्ये १४ कलमे होती. मिळालेली लूट व प्रदेश, समान मिळावा, आंग्र्यांचा कुलाब्याचा किल्ला पोर्तुगिजांना बक्षीस म्हणून मिळावा व घेरियाचा किल्ला इंग्रजांना मिळावा. आंग्र्यांच्यावर पूर्णपणे विजय मिळवणे आणि त्यांची सत्ता पूर्णपणे नष्ट करणे असे ठरविण्यात आले. कोणीही स्वतंत्रपणे शांततेचा तह करू नये व असे प्रश्न एकविचाराने सोडवावेत.[३६]

या योजनेचे यश हे त्यातील गुप्ततेवर अवलंबून होते. वसई येथे पठाणांच्या भाडोत्री सैन्याची भरती पोर्तुगिजांनी करावयास सुरुवात केली. त्यापूर्वीच कान्होजी आंग्रे हे येणाऱ्या धोक्यापासून सावध झाले होते. मुत्सद्दीपणाने हा धोका टाळण्याचा त्यांनी प्रयत्न केला, त्याकरिता पोर्तुगिजांकडे शांततेचा प्रस्तावही पाठविला.[३७] विजरईने कान्होजींचा प्रस्ताव धुडकावून लावला आणि युद्धाची तयारी ठेवली. नवीन सैन्य भरती करून आपले सामर्थ्य वाढविण्याचा त्यांनी प्रयत्न चालू केला आणि आपले स्वामी सातारचे छत्रपती शाहूराजे यांच्याकडे लष्कराच्या मदतीसाठी विनंती केली.

आपणास या मोहिमेबद्दल फार खोलात जावयाचे नाही. ही मोहीम अयशस्वी झाली एवढेच म्हणता येईल. पुढे येणाऱ्या धोक्यासंबंधी आंग्र्यांना इशारा मिळाला आणि त्यास तोंड देण्यासाठी ते तयार झाले. आंग्र्यांच्या किल्ल्यावरील माऱ्यामुळे पराभव अंगवळणी पडलेल्या मुंबईकरांचे मनोधैर्य खचले होते. मॅथ्यू हा अतिशय शूर असा अधिकारी होता पण त्याच्याजवळ चातुर्य आणि नेतृत्व हे गुण नव्हते. मॅथ्यू याने राग आणणारी अशी एक उलट गोष्ट केली की, त्याने आपल्या पोर्तुगीज सहकाऱ्याचा अपमान केला. कर्नल बिडाल्फ म्हणतो, दोन मित्र पक्षामध्ये एवढी दरी निर्माण झाली की कदाचित मराठ्यांनी थोडीफार चलाखी दाखविली असती तर सर्व सैन्य मारले गेले असते.

कान्होजी आंग्रे हा असामान्य कुवतीचा मुत्सद्दी होता. त्याने इंग्रज आणि पोर्तुगीजांच्या मैत्रीला कसा पायबंद घालण्याचा प्रयत्न केला, हे आपण वर पाहिले आहेच

की कुलाबा आणि खांदेरीवर झालेल्या १७१९ मधील युद्धातील इंग्रजांच्या पराभवाची तो आपल्या पत्रातून आठवण करून देतो आणि हे पुन्हा पुन्हा सांगतो, पोर्तुगीजांनी पुढील वर्षीच ॲन्टानिओ कार्डीम फ्रोस याच्या नेतृत्वाखाली आंग्र्यांच्या मुख्यालयावर केलेल्या लढाईच्या परिणामाबद्दल व्हाईसराय जागरूक राहिला. मॅथ्यूला मिळालेल्या नवीन सैन्याच्या कुमकीमुळे यशाची अपेक्षा होती. परंतु गोव्याला पोचल्यावर इंग्रज सैनिकांचा उत्साह, चेतना आणि आत्मविश्वास एकदम ढळला. मराठा सेनापतींनी एकमेकांविषयी संशय, आरोप प्रत्यारोप केले आणि पोर्तुगिजांकडे तहासाठी बोलणी लावली. युतीकडून काही विशेष कामगिरी होण्याऐवजी आंग्र्यांचे आरमार समुद्रातच ठेवावे असे विजरईला वाटले, आंग्र्यांच्या कप्तानाने पोर्तुगिजांची एक बोट दीवजवळ पकडली.[३८] कुलाबा किल्ल्यावर एक हजाराचे पायदळ आणि सातशे घोडदळ सिद्ध होते. पुणे आणि साताऱ्याकडून रोज सैन्याची कुमक येत होती. प्रथम पिलाजी जाधव व नंतर बाजीराव हे प्रचंड मराठा सैन्यानिशी जवळच जमा झाले आणि आता पंचवीस हजाराचे घोडदळ एकत्र आले. संयुक्त मोहिमेला यश येण्याची सुरुवातीची संधी आता पूर्णपणे नाहीशी झाली. पोर्तुगीज विजरईने सूज्ञपणे शांततेच्या कराराचा स्वीकार केला आणि तो गोव्याला परतला. पण त्यांचा इंग्रज मित्र या गोष्टीस तयार झाला नाही. अखेरीस त्याने तह केला. इंग्रजांशी सहमत होऊन कान्होजी आंग्र्यांशी तहाच्या अटी मांडणे यासाठी ते तयार नव्हते. शेवटी या अडचणीतून मार्ग निघाला. शांततेचा तह कान्होजींनी नव्हे, तर बाजीराव यांनी केला आणि पोर्तुगिजांनी कान्होजींशी नव्हे, तर त्यांचे स्वामी शाहू यांच्याबरोबर तह स्वीकारला. हा मुद्दा केवळ विजरईनेच मांडला नसून नंतरच्या गोव्याचा बिशप नानकिंग व जोसेफ फेरीरा द होर्ता याने कोंडे द उन्हाव यास लिहिलेल्या पत्रात नमूद केला आहे.[३९] तो तह असंतोषजनक असल्याचे त्या पत्रातून समजते. इंग्रजांचा प्रतिनिधी रॉबर्ट कोवन यास शांततेच्या कराराच्या बैठकीसाठी निमंत्रित केले होते; परंतु त्याने तक्रार केली की, पोर्तुगीजांनी इंग्रजांना बळी दिले आहे आणि म्हणून आम्ही तहाच्या बैठकीत भाग घेत नाही. ९ जानेवारी १७२२ रोजी पेशवे आणि विजरई यांच्यात अलिबाग येथे तह झाला. मराठ्यांच्या शत्रूंच्या जहाजांना पोर्तुगिजांनी संरक्षण देऊ नये. परंतु मराठ्यांना जे शत्रू शांतता राखीत नाहीत त्यांच्याविरुद्ध लढण्यास पोर्तुगीजांनी मदत करावी. दोन्ही राज्यांची बंदरे एकमेकांच्या व्यापारासाठी खुली राहतील. पोर्तुगीजांनी पेशव्यांना विकत दारूगोळा पुरवावा. कुलाब्याच्या मराठ्यांच्या आरमाराने पकडलेली पोर्तुगीज जहाजे परत करण्यात यावीत.[४०] या तहाची प्रत रॉबर्ट कोवनला देण्यात आली व अशाच अटी मान्य करून ८ दिवसांत येण्याबद्दल कळविले.[४१] अशा तऱ्हेने इंग्रज व पोर्तुगीज यांची अल्पजीवी मैत्री संपुष्टात आली. इंग्रजांना एकट्यालाच आंग्र्यांशी लढा देण्यासाठी सिद्ध राहावे लागले.

इंग्रज आणि पोर्तुगीज यांच्या मोहिमेचे अपयश हे कान्होजी आंग्रेंची प्रतिष्ठा

वाढविणारे ठरले आणि समुद्रावरील आपल्या शत्रूंना तोंड देण्यासाठी कान्होजी आंग्रेंचा समुद्रसंचार सुरू झाला. १४ मार्च १७२२ रोजी त्याने मिळविलेल्या यशाची बातमी गोव्यात येऊन धडकली. ४ पाले व २० गलबते यांनी युक्त असलेल्या त्यांच्या आरमाराने चौल आणि राजापूरच्यामध्ये दोन इंग्रज पालावर धडक मारली. दोन इंग्रज जहाजे जाळून टाकली आणि इतरांबरोबर लढा दिला.[४२] त्याच सुमारास नाणी आणि भारी किंमतीचा माल भरलेले एक इंग्रज जहाज आंग्रे याने पकडले. पण हे यश त्यांनाच मिळाले असे नव्हे तर मार्च ते ऑक्टोबरच्या दरम्यान उंदेरीजवळ त्यांना आपले एक जहाज इंग्रजांना द्यावे लागले. ऑक्टो. १७२२ मध्ये कान्होजी आंग्रे यांनी स्वत: ५००० सैन्यासह कुलाबा सोडले. आपल्या राज्याचा ताबा आपल्या मोठ्या मुलाकडे दिला. पोर्तुगीज म्हणतात, समुद्रकिनारपट्टीवर इंग्रजांचे नाव ऐकले जाणार नाही त्यावेळीच मी परत फिरीन असे त्याने जाहीर केले आहे.[४३] यातून काय प्राप्त झाले हे समजत नाही. त्यांनी मुंबईकर इंग्रजांचे शत्रू पोर्तुगीज यांच्याशी लढा देऊन मित्रत्वाचा करार केला. पोर्तुगीजांची मैत्री त्यांच्या पुढील काळात कितपत राहील हे त्यांना माहीत होते व त्यांच्याकडे पैसा कमी होता म्हणून त्यांना चढाईचे धोरण स्वीकारता येत नव्हते. परंतु कान्होजी यांनी त्यांना जेव्हा जेव्हा आर्थिक मदत लागेल ती देण्यासाठी हात पुढे केला होता व आपल्या मुलाबाळांपर्यंत ही मैत्री चिरस्थायी राहावी अशी त्यांची इच्छा होती. आपल्या श्रीमंत युरोपीय शेजाऱ्यांबद्दल पोर्तुगिजांना हेवा वाटत होता, याशिवाय मराठ्यांच्या वाढत्या शक्तीबद्दल त्यांच्या मनात संशय होता, आणि त्यांना इंग्रजांशी झालेले मतभेद मिटवावयाचे होते.[४४]

चार्लस बून नंतर १७२२ मध्ये मुंबईस आलेला [४५] गव्हर्नर विल्यम फिक्स यास १७२४ मध्ये कान्होजी आंग्रे यांनी पत्र लिहून शांततेच्या कराराची मांडणी केली. फिक्सने गर्विष्ठपणाने आंग्र्यांना उत्तर दिले आणि कान्होजींच्या प्रशासनावर टीका केली. कान्होजी आंग्र्यांनी पुन्हा त्यांना कळवले. त्यात फिक्स याने केलेल्या टीकेचा उल्लेख करून त्यांना उलट टोमणा मारला. त्यांनी हा प्रस्ताव पुन्हा कारण शिवाजी नाईक नावाचा एक सेनापती सोडण्याविषयी कळविले आणि त्याऐवजी इंग्रजांचे कैदी परत करण्याचे ठरविले आणि १७२५ मध्ये याप्रमाणे कृती झाली. तरीसुद्धा त्यांच्या दोघांमध्ये ऐक्य झाले नाही असे पोर्तुगीज लेखक लिहितात.[४६]

शस्त्रसंधीबद्दल पोर्तुगिजांच्या संशयाबाबतीत साशंक होते, कान्होजी आंग्रे यांच्याकडे सबळ कारण होते. कुडाळच्या सावंतांबरोबर असलेले मित्रत्वाचे संबंध असताना सुद्धा १७२३ मध्ये त्यांच्यावर चाल करावी लागली. कॅप्टन अलेक्झांडर हॅमिल्टन या भांडणाचे कारण देताना म्हणतो,[४७] आंग्र्यांनी पकडून आणलेले एक जहाज सावंतांनी पळविले. दोघापेक्षा आंग्रे हे अधिक प्रबळ होते. त्यांनी वेंगुर्ल्याजवळ सावंतांचे आरमार जाळून टाकले आणि बंदराजवळची गावे उद्ध्वस्त केली. सावंत हे त्यांची बरोबरी करू

शकत नव्हते; परंतु युरोपीय शत्रूंबरोबर असलेल्या हातमिळवणीचा धोका त्यांना पत्करावयाचा नव्हता आणि त्याचवेळी त्यांच्या कानावर एक वदंता आली की, शाहूराजांच्या दरबारात त्यांचे शत्रू त्यांच्याविरूद्ध काहीतरी कट कारस्थाने करीत आहेत.[४८] सावंतांनी पोर्तुगीजांकडे मदत मागितली; हे लक्षात आल्यावर आता संघर्षाचे कोणतेही कारण नसावे, असे कान्होजींना वाटले. इंग्रजांशी शांततेचा प्रस्ताव ठेवणे हा दूरदर्शीपणा त्याने स्वीकारला. याच सुमारास जंजिरेकर सिद्दी याच्या बरोबर संघर्ष सुरू झाला. १७२५ मध्ये कुलाब्यापुढे १२ पालानिशी २ लढाऊ जहाजांनिशी आणि १०० जहाजांनिशी सिद्दी येऊन ठाकला.[४९] संभाव्य संघर्षाबद्दल कान्होजी अनभिज्ञ असल्याचे संभवत नाही आणि यामुळे त्यांच्या शांतताप्रिय दृष्टीला एक नवीन कारण तयार झाले. सिद्दीबरोबर लढा देणे धोक्याचे आहे, हे त्यांनी जाणले याचे कारण आम्हास समजत नाही. आंग्रेंनी सिद्दीला भरपूर द्रव्य देऊन शांत केले. (लोखंडी तलवारी पाजळण्यापेक्षा चांदीच्या नाण्यांचा उपयोग हा धोका टाळण्यासाठी अधिक झाला.)

कान्होजी आंग्रेंची जीवनातील शेवटची चार वर्षे ही अत्यंत शांततेत गेली. समुद्रावर आता काही करावे याची त्यांच्यात उत्सुकता राहिली नाही. १७२५ मध्ये ते कुलाब्यावरून साताऱ्याला गेले आणि त्यांनी आपल्या धन्याजवळ (शाहूमहाराज) आपला पूज्यभाव प्रगट केला. हे त्यांच्या अखेरच्या शांतताप्रिय धोरणाचे कारण सांगता येईल. शाहूराजांकडून त्यांचा यथोचित गौरव झाला. ते कुलाब्यास परतले आणि २० जून १७२९ रोजी त्यांचे देहावसान झाले.[५०]

कान्होजी आंग्रे हे मराठ्यांच्या आरमाराचे दुसरे निर्माते मानले जातात. पहिले बाजीराव पेशवे यांना मराठा सत्तेचे दुसरे निर्माते मानले जाते. गव्हर्नर फिक्स यास त्यांनी लिहिलेल्या पत्रातून ते शिवाजी महाराजांचे उदाहरण देतात. त्यांच्या आरमारी सामर्थ्याबद्दल कोणी काही जरी म्हटले, तरी मराठ्यांना सागरावर पुन्हा एक प्रतिष्ठा प्राप्त करून दिली असे म्हणता येईल. पोर्तुगीजांशी उघडपणे लढा देताना त्यांना त्याच्या श्रेष्ठत्वाची जाणीव झाली आणि त्यांना समुद्रात त्यांचे परवाने घेतल्याशिवाय व्यापार करता आला नाही. इंग्रज, पोर्तुगीज आणि सिद्दी यांच्या संयुक्त लढ्यास मोडून काढून आपले दर्यावर्दीपण व आपले मुत्सद्दीपण त्यांनी सिद्ध केले. परकीयांशी संबंध प्रस्थापित करताना त्यांनी क्वचित प्रसंगी जुलूम, जबरदस्ती किंवा गैरविश्वास दाखविला. १७१३ मधील पाचव्या कलमामुळे १७१८ मध्ये इंग्रजांशी युद्धप्रसंग ओढविला. त्यावेळी मतभिन्नता कमी होण्यासाठी जागा होती. आपल्या धन्याबरोबर १७२२ मध्ये पोर्तुगीजांशी केलेला तह मराठा राज्याच्या हितासाठी त्यांनी कधीही संघर्षाप्रत नेला नाही. त्याच वर्षीच्या ऑक्टोबर महिन्यात पोर्तुगीजांची काही जहाजांची त्यांच्या आरमाराशी गाठ पडली, तेव्हा त्यांनी त्यांना त्यांच्या प्रवासास पूर्ण मुभा दिली.[५१] १७२३ मध्ये घेरिया बंदरावरून माल घेण्यास पोर्तुगीज जहाजांना

त्याने परवानगी दिली.[५२] पोर्तुगिजांच्याकडील नोंदीनुसार समजते की, त्यांच्या व्यापाऱ्यांना किंवा लढाऊ आरमाराला पेशव्यांबरोबर युद्धप्रसंग येईपर्यंत त्यांच्यात कोणताही उपद्रव केला नाही. उलटपक्षी गोवा सरकारचे अंतर्गत धोरण जाणणारा एक प्रसिद्ध लेखक उपहासाने म्हणतो की, "कुडाळच्या सरदेसायांना कान्होजीच्याविरुद्ध पोर्तुगीज मदत करीत होते; कारण त्यांना आपल्या दारातल्या दोन शेजाऱ्यांचे बळ कमी व्हावे; असे वाटत होते."[५३]

नोकरभरती करण्याची व त्यांना पगार देण्याची पद्धत याबद्दल फारच थोडी माहिती मिळते. त्यांनी आरमाराच्या आणि शस्त्रांच्या बाबतीत फारशी प्रगती केली नाही. शिवाजीमहाराजांनी जुनी पुरातन पद्धती वापरून अरबी समुद्रात आरमार निर्माण केले होते, ती तशीच त्यांच्या मुलांच्यापर्यंत चालू राहिली. आपल्या वडिलांचा नेमस्तपणा व मुत्सद्देगिरी त्यांनी प्राप्त केली आणि प्रतिष्ठा व शक्ती यांच्यामुळे वडिलांच्या कीर्तीत भर टाकली.

कान्होजींना स्त्रिया व उपस्त्रिया यांच्याकडून झालेल्या मुलांपैकी सहा मुलांचा इतिहास समजतो-सेखोजी, संभाजी, मानाजी, तुळाजी आणि धोंडोजी व येसजी.[५४] सेखोजी हा मोठा मुलगा होता आणि वडिलांच्यानंतर त्याला वडिलांचा अधिकार प्राप्त झाला. त्यास त्याच्या कोणत्याही भावाने विरोध केला नाही. त्याच्या कारकिर्दीत १७३१ मध्ये पोर्तुगीज जहाजांनी हल्ला केला.

मराठ्यांनी पोर्तुगीजांच्या प्रदेशात घुसून जबरदस्तीने सरदेशमुखीची मागणी केली. मराठ्यांना दंड करण्यासाठी पोर्तुगीजांना कल्याणमध्ये मोहीम काढावी लागली. विजरईने उत्तरेकडील आपल्या प्रदेशाच्या संरक्षणासाठी आरमार पाठविले. वादळी हवामान असल्यामुळे घेरियाच्या किल्ल्याच्या आश्रयाला त्यांचे आरमार आले. ते पाहिल्यावर आंग्र्यांनी त्याच्यावर हल्ला केला.[५५] पोर्तुगीजांनी सेखोजीने केलेल्या बळजबरीबद्दल कांगावा केला. पण हे लक्षात घेतले पाहिजे की, १७२२ मध्ये झालेला तह हा शाहूमहाराजांचा प्रतिनिधी पेशवा यांच्याबरोबर झाला होता. सेखोजीच्या वडिलांचे नाव त्यात शाहूंचा नोकर म्हणून नोंदविले होते, ते मुख्य म्हणून नव्हते. त्यामुळे शांतताभंग करण्यास सेखोजीस जबाबदार धरता येणार नाही. पेशव्यांच्या अधिकाऱ्यांनी केलेल्या अधिकारातील हस्तक्षेपामुळे हे झालेले होते. मराठ्यांच्या आरमाराचा वारसदार प्रमुख म्हणून आपल्या मालकाच्या प्रदेशातून बिनपरवाना सैन्य घेऊन जाणाऱ्या पोर्तुगीजांच्या जहाजांना आपल्या बंदरांचा विनामूल्य उपयोग करून विनाअडथळा पुढे जाण्यास परवानगी देणे त्यास शक्य नव्हते. एकदा शांतताभंग केल्यानंतर पोर्तुगिजांच्या व्यापारी जहाजांना त्रास देणे सेखोजीने सोडले नाही. १७३१ मध्ये व्यापाऱ्यांची दोन पाले व एक गलबत त्याने पकडले.[५६] १७३३ मध्ये गोव्याच्या धक्क्याजवळ त्यांची ११ जहाजे दिसली. त्यांना विनापरवाना संचार करण्यास रोखले आणि त्यांना बाहेर काढण्यात आले.

इंग्रजांशी असलेला मतभेद मिटविण्याचा सेखोजीने प्रयत्न केला.[५७] वाडीच्या सावंतांबरोबर १७३० मध्ये झालेला त्यांचा संधी जरी निष्फळ ठरला, तरी त्यास एक प्रकारचा संकेत मिळाल्याची जाणीव झाली. १७३१ मध्ये पोर्तुगीज आरमाराने व इंग्रजांनी आपल्या समुद्रातील समान शत्रूविरुद्ध हातमिळवणी केली, म्हणून सेखोजीने जून १७३३ मध्ये शांततेच्या करारासाठी मुंबईला आपले दोन दूत पाठविले. पण त्याच्या प्रयत्नास यश आले नाही. त्याचवर्षी जंजिऱ्याच्या सिद्दीबरोबर बाजीरावाने मोहीम उघडली. मराठ्यांच्या शक्तीचा समूळ नाश करणे, इंग्रजांना आणि पोर्तुगिजांना शक्य झाले नाही. गोव्याच्या विजरईने अँन्टोनिओ कार्डीम फ्रोस यास दोन जहाजे घेऊन जंजिऱ्यास पाठविले. दोघांमध्ये वरवरची बोलणी करणे, परंतु सिद्दीला उघड मदत करणे हा त्याचा हेतू होता. इंग्रजांनी जंजिऱ्याच्या सिद्दीला उघडपणे मदत केल्यामुळे सेखोजींशी त्यांचे उघड शत्रुत्व झाले. सेखोजी पेशव्यांच्या बाजूने उभा होता. त्याचा भाऊ मानाजी याने सिद्दीच्या आरमाराचा पराभव केला परंतु इंग्रजांच्या मध्यस्थीमुळे उंदेरीची मालकी बदलली गेली. या छोट्याशा बेटावर इंग्रजांनी ताबा घेतला आणि आपले निशाण फडकविले. त्यासाठी आंग्र्यांना आपल्या शेजारच्या खांदेरी किल्ल्यावरून बॉम्बचा वर्षाव करावा लागला. सप्टेंबर १७३३ मध्ये सेखोजींचा मृत्यू झाला आणि त्याची कारकीर्द संपली. त्यांच्या या मृत्यूमुळे मराठ्यांच्या आरमारी इतिहासातील अत्यंत यशस्वी कालखंड संपुष्टात आला.

सेखोजींचा धाकटा भाऊ संभाजी हा धाडसी, परंतु रागीट असा दर्यावर्दी होता. त्यांच्याजवळ आपल्या वडिलांची व मोठ्या भावाची बुद्धिमत्ता आणि मुत्सद्दीपणा नव्हता. त्याने स्वत: एकदा इंग्रज, तर एकदा पोर्तुगीज यांच्याशी शत्रुत्व केले. पेशव्यांशीपण त्याचे मित्रत्वाचे संबंध नव्हते. आपल्या वडिलांच्या निष्ठावान लष्करावर व आरमारावर तो अवलंबून नव्हता. त्याच्या अधिकाराला त्याचा सावत्र भाऊ आव्हान देत होता. त्यांचा गृहकलह हा आंग्र्यांची सत्ता नाहीशी करण्यास कारणीभूत झाला.

सेखोजींच्या मृत्यूनंतर बारा महिन्यांच्या आतच १७३४ मध्ये भाऊबंदकी सुरू झाली. संभाजी हा शांत होता आणि तो आपला भाऊ सेखोजी याची आज्ञा पाळण्यास तयार होता. त्यांचा भाऊ समान शत्रूबरोबर लढत असताना कुलाबा किल्ल्यावर अधिकारावर असलेल्या येसजी या भावाचे त्याने डोळे काढले आणि कुलाबा किल्ला आपल्या ताब्यात घेतला. आंग्र्यांच्या जुन्या शत्रूंशी मैत्रीसाठी मानाजीने चाचपणी केली. पोर्तुगीज, इंग्रज आणि सिद्दी यांच्याकडून आपल्या भावाविरुद्ध मदत मागितली. पेशव्यांच्या पालकत्वावर त्याचा भरवसा होता. पेशव्यांना आंग्र्यांचे वाढते प्राबल्य सहन होत नव्हते, म्हणून त्यांनी आंग्रे हे निरूपद्रवी राहावेत, असे ठरविले. पोर्तुगीज आणि इंग्रजांनी कमकुवत अशा मानाजीशी मैत्री स्वीकारली. इंग्रजांनी जवळजवळ २० वर्षे आंग्र्यांचा नाश करण्याचा प्रयत्न केला. आंग्र्यांच्या कुटुंबातील हाडवैरामुळे इंग्रजांना आपले उद्दिष्ट साध्य करण्याची

संधी प्राप्त झाली. त्यांनी मानाजीला पैसा आणि युद्धसामग्री देण्याचे ठरविले व आपल्या भावाविरुद्ध चीड निर्माण करण्यास चिथावणी देण्याची एकही संधी सोडली नाही.५८ दोन भावांमध्ये मध्यस्थी करून त्यांच्यात समझोता घडवून आणणे, हे राज्याचे प्रमुख म्हणून पेशव्यांची नैतिक जबाबदारी होती. १७३५ मध्ये त्यांनी तसा प्रयत्न केला, परंतु ती भांडणे विकोपास गेली. कान्होजी आंग्र्यांचे आरमार आणि त्यांचा प्रदेश हा दोन भावांत विभागला गेला. मानाजी यास 'वझारतमाव' हा किताब देऊन त्याचे मुख्यालय कुलाबा येथे झाले. अर्ध्याचा वाटणीदार संभाजी हा झाला व त्याने वडिलार्जित 'सरखेल' हा किताब धारण केला आणि त्याचे मुख्यालय सुवर्णदुर्ग हे झाले. त्यास ही व्यवस्था पसंत नव्हती. त्याने अनेकवेळा शाहूमहाराजांकडे गाऱ्हाणे गायले, परंतु त्याचा उपयोग झाला नाही. त्याला या अपयशामुळे अतिशय संताप झाला आणि त्याच्या भरपाईसाठी तो योग्य संधीची वाट पाहू लागला.

मध्यंतरीच्या काळात पेशव्यांचे आणि पोर्तुगीजांचे युद्ध झाले. त्यावेळी दोन आंग्रे बंधूंनी आपल्या महाराजांसाठी जास्तीत जास्त काम केले. संभाजी आणि मानाजी यांची परस्पर मसलतीने कोणतीही योजना नव्हती. ते आपापल्या पद्धतीने आपली चाल करत असत. वसई आणि पोर्तुगीजांची इतर ठिकाणे यांच्याविरुद्ध दोन मार्गांनी पेशव्यांच्या सैन्यास ते मदत करीत असावेत. पहिल्यांदा या बंदरांची नाकेबंदी करून त्यांना गोव्याकडील दळणवळण थांबवता आले असते, पण तसा त्यांनी प्रयत्न केला नाही. पोर्तुगीज सुरक्षित पद्धतीने वसईला वेळोवेळी कुमक पाठवू शकले नाहीत. परंतु अशावेळी ते गप्प राहिले, व समुद्रकिनाऱ्यावरील इतर ठिकाणी त्यांनी मोहिमा आखल्या. आंग्र्यांचे आरमार समुद्रावर शत्रूंची जहाजे हुडकण्याचा प्रयत्न करीत होते; परंतु नाकेबंदीचा त्यांनी कधी विचार केला नाही. शत्रूला एखाद्या ठिकाणी कोंडीत धरण्यासाठी दुसराही मार्ग होता. कारवारकडून येणाऱ्या तांदळाच्या पुरवठ्यावर गोवा अवलंबून होता आणि हा पुरवठा थांबवला गेला असता तर वसई शहराला वेढा घालता आला असता; कारण गोव्याच्या पुरवठ्यावरच त्यांचे सर्व अवलंबून होते. तो जर कमी झाला असता तर कठीण परिस्थिती ओढवली गेली असती. दोन्ही भावांनी एकमेळाने किंवा संभाजीने एकट्याने जरी हे केले असते; तरी पोर्तुगीज उपाशी राहिले असते आणि शरण आले असते. परंतु दोघा भावांपैकी कोणीही असा पद्धतशीर प्रयत्न केला नाही व व्यापाऱ्यांच्या जहाजांचा तांडा अडवू शकले नाहीत. या गोष्टीचा खुलासा करताना खालील वस्तुस्थितीचा विचार करावा लागेल. पेशवे एकटेच पोर्तुगीजांशी लढत होते, तर आंग्रे बंधू इंग्रजांशीपण लढत होते. त्यावेळी इतर देशांची जहाजे पाहून त्यांचे लक्ष मुख्य उद्दिष्टापासून वळले गेले. आपल्या वडिलांचे एकाचवेळी एकाच शत्रूशी लढण्याचे धोरण ते विसरले आणि त्यामुळे त्यांचे युद्धाचे तंत्र संकुचित झाले.

आंग्रे बंधू यांच्या सागरी युद्धासंबंधीची माहिती जाणण्यासाठी मराठा पोर्तुगीज युद्धासंदर्भातील पोर्तुगीज समकालीन पत्रातून माहिती मिळते. १७३५ मध्ये पोर्तुगिजांनी संभाजी आंग्रे यांची दोन पाले पकडली आणि त्यांना अर्धा तास लढावे लागले.[५९] १७३८ मध्ये ते चांगले सबल होते. दीवमधील पोर्तुगीजांचे पाल त्याने कोणताही प्रतिकार न करता संभाजीच्या डहाणू येथील अधिकाऱ्याकडे सुपूर्त केले.[६०] त्याचवर्षी संभाजी आंग्रे यांच्या आरमारातील ५ पाले आणि ११ गलबते असलेल्या तुकडीने पोर्तुगीजांचे लढाऊ पडाव[६१] (Pataxo) घेरियाजवळ पकडले. ॲन्टानिओ फर्नांडिस, कोण्डे द उन्हो, यास कळवितो की, १,००,००० झेराफिन्स किमतीचा ऐवज आणि अत्यंत उच्च प्रतीचा माल घेऊन जाणारे गोव्याच्या व्यापाऱ्यांजे जहाज पकडले.[६२] तसेच त्या पत्रातून समजते की, ४०,००० रुपयांची रोकड घेऊन जाणारे एक पडाव त्याने लुटले. या यशाने संभाजींच्या लोकांना अधिक बळ आले. पोर्तुगीजांचे धान्य घेऊन जाणाऱ्या एका जहाजाची आंग्र्यांचे आरमार वाट पाहात असल्याचे ऐकल्यावर पोर्तुगीज कॅप्टनने आपल्या लोकांना जागृत केले.[६३] ते जर थोडावेळ थांबले असते तर संभाजीने संपूर्ण जहाज लुटून फस्त केले असते. यामुळे वसईची शरणागती लवकर आली असती. परंतु पेशव्यांना झटकन यश मिळण्यापेक्षा संभाजीने स्वतःच्या फायद्याचाच विचार केला.

दोन डच जहाजांना पकडणे ही घोडचूक झाली. त्यामुळे दुसऱ्याचवर्षी आठ सैनिक असलेले एक जहाज आणि इतर छोटी जहाजे अगोड्याजवळ घेरिया किल्ल्यावर चाल करण्याच्या दृष्टीने जमविण्यात आली. पोर्तुगीज विजरई प्रत्येक संधीचा फायदा करून घेत होता. त्याने ताबडतोब डचांशी मैत्रीचा तह केला. तर मराठ्यांच्या शत्रूशीसुद्धा तो तह करण्यास कमी करत नव्हता. सर्व युरोपियन शक्तींनी आशियाई शक्तीच्या विरुद्ध एकत्र यावे हे तत्त्व तो विशद करत असे. या समझोत्याचा काही उपयोग झाला नाही आणि काही न करता मलबारच्या किनाऱ्यावरून डचांचे आरमार हालले.[६४]

१७३८ मध्ये राहिलेल्या काही गोष्टी १७३९ मध्ये पूर्ण करावयाचा संभाजी याने प्रयत्न केला. नोसा सेनहोरा डा. व्हिक्टोरिया हे पोर्तुगीजांचे लढाऊ जहाज ४७ पडावांमधून मीठ वाहतूक करणारी पडावे घेऊन दक्षिणेस चालले होते. त्यांच्या नेहमीच्या पद्धतीने परतीच्या प्रवासात ते गोव्याला तांदुळ भरून चालले असता, संभाजींची सात गलबते आणि दहा पाले मंगलोर येथे त्यांच्या मागावर होती. पोर्तुगीजांच्या लढाऊ जहाजावर ३२ तोफा होत्या व त्यावर ॲन्टोनिओ डी ब्रिटो-फेरीर हा अतिशय अनुभवी व नामवंत अधिकारी होता. ५ मार्च रोजी त्याने बंदरात पडावे लावली आणि लढण्यासाठी तो पुढे सरकला. त्याबरोबरच मराठा आरमार दोन भागांत विभागले गेले आणि त्याने त्यांच्या नौकेवर मारा केला. दोन दिवसपर्यंत लढाई चालली परंतु पोर्तुगीजांचा तोफखाना चांगला असल्यामुळे आंग्र्यांच्या दोन पालांचे नुकसान झाले. रात्रीत जखमा बांधल्या गेल्या

आणि कोणत्याही परिणामांचा विचार न करता पुन्हा युद्ध सुरू झाले. शत्रूच्या तोफांच्या माऱ्यापुढे आंग्र्यांच्या आरमाराचा प्रतिकार थांबला व अॅन्टानिओ दी ब्रिटो फेरीर याने आपली पडावे गोव्यास सुखरूपपणे पोहोचवली.[६५]

मानाजी हा त्याच्या भावापेक्षा आरमारी युद्धात नशीबवान होता. संभाजीच्या मंगलोरजवळ झालेल्या पराभवानंतर थोड्याच दिवसात संभाजी कारंजा बेटावर ४० गलबते आणि २००० सैनिक घेऊन गेला. तो तेथे व्यवस्थित स्थिरावला व त्याने ५ दिवसांत म्हणजे २१ मार्च रोजी विजय मिळविला. नंतर मानाजी पोर्तुगीजांच्या चौल बंदरावर हल्ला करण्यासाठी पुढे गेला.[६६]

२३ मे १७३९ रोजी मराठ्यांनी वसई घेतली. परंतु शरणागतीने लगेच शांतता प्रस्थापित झाली नाही. १७४० मध्ये आयुष्यात कायमचे लक्षात राहील असे नुकसान पोर्तुगीजांवर केलेल्या लढाईतून आंग्रे बंधूंनी करून घेतले आणि त्यांची होणाऱ्या प्रतिष्ठेची अधोगती ही मंगलोरच्या विजयाने पुसून टाकली गेली. संभाजीच्या आरमाराशी पोर्तुगीजांच्या आलीव्हेरा या बोटीची घेरियाजवळ गाठ पडली. थोड्याच वेळात लढत लढत ते दक्षिण किनाऱ्याकडे सरकले. काही पोर्तुगीजांच्या इतर जहाजांना मराठ्यांच्या हालचालीसंबंधी इशारा देण्यात आला; त्यामुळे त्यांनी आपल्या नौका जोरात वल्हवून आपली सुटका करून घेतली.[६७] परंतु मुख्य तांडा शत्रूच्या जवळ येऊन ठेपला पण भर्रकन पुढे सरकला. त्यात २ पाले, २ गॅले आणि १ व्यापारी माल भरलेले जहाज होते. मराठ्यांचा विजय झाला होता. थोड्याच वेळात पोर्तुगीजांचा नौदलप्रमुख शरण आला आणि धान्य भरलेले सर्व आरमार संभाजीच्या ताब्यात आले. अशा तऱ्हेने आरमारी शक्तीबद्दल आत्मविश्वास असलेले आंग्रे घेरियाच्या वाटेवर अगोड्यापासून जवळ असलेल्या अंजदीव येथे अत्यंत भारी किंमतीचा माल असलेले जहाज घेऊन चालले होते, परंतु पोर्तुगीजांनी त्यांच्यावर चाल केली नाही. त्यांच्या कैद्यांना कोणतीही वाईट वागणूक दिली नाही, त्यांना स्वातंत्र्य दिले आणि अत्यंत सहानुभूतिपूर्वक त्यांना गोव्यास पाठविले, ही गोष्ट मराठा सेनानींना गौरवास्पद ठरली. पोर्तुगीजांचे बखरकार संभाजी आंग्रे यांना याचे श्रेय देण्यास कटुतेनेसुद्धा तयार झाले नाहीत. त्यांनी कैद्यांना दिलेली सहानुभूतीची वागणूक हा एक कंजूषपणाचा भाग होता आणि त्यांचा खाण्यापिण्याचा खर्च वाचविण्याचा प्रकार असल्याचे खोचकपणे ते लिहितात.[६८]

या दुर्दैवी वर्षात पोर्तुगीजांच्यावर एवढेच अरिष्ट आले नाही; तर दीवच्या आरमारातील एक पडाव (Pataxo) मानाजीने पकडले. शत्रूला चकविण्याच्या एका क्लृप्तीमुळे एका साध्या जहाजाने बोटीकडे लक्ष वेधले गेले आणि मागे भक्ष्याची वाट पाहणारी मानाजीची पाले असल्याचा उशिरा शोध लागला.[६९] दोघेही भाऊ कार्यक्षम दर्यावर्दी होते; परंतु त्यांच्यातील आपसातील सामंजस्यामुळे मुंबई ते गोव्यापर्यंतच्या

सागरी किनारा जिंकण्याची वडिलांची इच्छा पूर्ण करू शकले असते, पण दुर्दैवाने ते आपल्यातील मतभेद मिटवू शकले नाहीत आणि त्याच वर्षी ज्या पोर्तुगीजांवर त्याने विजय मिळविला त्या पोर्तुगीजांनी त्या दोन भावांना आपसात झगडताना पाहिले. संभाजी हा जास्त महत्त्वाकांक्षी होता. कुलाब्याच्या होणाऱ्या नुकसानीबाबत सामंजस्याने व्यवहार करण्याऐवजी तो कुलाबा कसा आपल्या ताब्यात येईल या संधीची वाट पाहत राहिला. एप्रिलच्या सुरुवातीस तो अलिबागला उतरला. हिराकोट आणि सागरगड त्याने घेतला आणि कुलाब्यावर हल्ला चढविला. मानाजीने ही गोष्ट पेशव्यांना कळवून त्यांच्याकडून आणि इंग्रजांकडून मदत मागितली. त्याची नेहमीच इंग्रजांशी मैत्री नसे. मागच्याच वर्षी मुंबईकरांनी त्याला कडक शिक्षा देण्याचे ठरविले होते. त्यांना मानाजी आवडत नसला; तरी ते संभाजीला मात्र भीत होते. संभाजीच्या वाढत्या सामर्थ्याची पेशव्यांना आणि इंग्रजांना मानाजीच्या नाशापेक्षा जास्त काळजी होती. कुलाब्याजवळ बाळाजी बाजीरावच्या आधिपत्याखाली आलेले मराठे सैन्य व इंग्रजांचे नाविक दल पाहून संभाजीला ताबडतोब लाजिरवाणी माघार घ्यावी लागली.[७०]

या पराभवामुळे संभाजीला मित्रत्व प्रस्थापित करण्याची गरज भासली आणि तहात त्याच्यावर लादलेले कलम (जे त्याच्या लक्षात आले नाही) पुढे नवीन पेशव्याबरोबर झालेल्या तहात पोर्तुगीजांनी तसेच ठेवले. त्याचे इंग्रज आणि पोर्तुगीज यांच्याबरोबरचे संबंध सारख्याच प्रमाणात वाईट होते. पण त्यांच्याशी मैत्री ठेवणे हे सुरक्षितपणाच्या दृष्टीने योग्य होते. १७३५ मध्ये त्याने 'डर्बी' ही नौका पकडली; तरी त्याला कमांडर बॅगवेलच्या तुकडीने १७३८ मध्ये त्याचे आरमार पळवून लावले होते व इंग्रजांच्या आरमारी शक्तीची चुणूक दाखविली होती व १७३९ मध्ये त्याने इंग्रजांना शांततेसाठी बोलणी करायला लावली होती. अशा परिस्थितीत त्याचे वडील त्याच्याइतके अटींच्या बाबतीत उर्मट नव्हते; परंतु संभाजीला आपल्या वडिलांचा मुत्सद्दीपणा व दूरदृष्टी लाभली नाही. इंग्रजांनी त्यांच्या व्यापारासाठी आपला परवाना विकत घ्यावा आणि समुद्रात संचार करण्यासाठी वार्षिक दोन लाख रुपये द्यावेत. अत्यंत अमर्याद आणि अव्यवहार्य अशा या अटी ताबडतोब फेटाळण्यात आल्या.[७१] दुसऱ्याचवर्षी हॅरिन्टन याच्याशी झालेल्या विसंवादामुळे मुंबईशी त्याचे संबंध सुधारले नाहीत. इंग्रजांशी मैत्री संपादन करण्याचा प्रयत्न सफल झाला नाही व त्याने आपले लक्ष दक्षिणेकडे वळविले. पोर्तुगीजांशीसुद्धा तो शांत नव्हता. १७४१ मध्ये पोर्तुगीजांच्या जहाजाबरोबर त्याचा अयशस्वी लढा झाला. त्याकाळी मैत्री किंवा शत्रुत्व हे कायमचे नसे. त्यात आपापला फायदा हीच दृष्टी असे. संभाजीने पोर्तुगीजांचा कमीत-कमी द्वेष केला, पेशव्यांच्यावर कोणीही प्रेम केले नाही. वसईचा पाडाव होण्याच्या सुदैवी दिवसांत आणि गोव्याबरोबर उघडपणे युद्ध करीत असताना गुप्तपणे त्यांच्याकडे आकर्षिले जात होते. हे (Livros dos Reis Visinhos

याच्या ग्रंथातील ८ व्या खंडातील) पत्रावरून सिद्ध होते. ही गोष्ट अनपेक्षितपणे घडत नव्हती. त्याला कोणत्या गोष्टी देण्याचे मान्य केले होते हे माहीत नाही. तसे पत्र राखून ठेवल्याचे दिसत नाही. परंतु मार्किस ऑफ ल्युरिकल याने २ डिसें.ला[७२] लिहिलेल्या उत्तरात त्याच्या वडिलांचा गौरव करताना तो म्हणतो, आपल्या शब्दाशी पक्का असलेला 'थोर कान्होजी आंग्रे.' संभाजीला पोर्तुगीजांनी आपल्या समान शत्रूविरुद्ध तह करण्यासाठी आमंत्रण दिले ते कदाचित त्यास मिळाले नाही. त्यानंतर १० दिवसांनीच १२ डिसें. १७४१ रोजी त्याचे निधन झाले.

आंग्र्यांच्या आरमारी शक्तीसंबंधीची आकडेवारी, त्यांच्याकडील नोकरीच्या अटी आणि त्या काळातील नाविक धोरण याबद्दल पूर्ण माहिती आम्हास मिळत नाही. कॅप्टन अनसेलम हा संभाजीच्या कैदेत होता, त्यावेळी १७३८ मध्ये त्याच्या मित्राने एक अस्पष्ट अशी पुस्तिका प्रसिद्ध केली. डर्बीचा कॅप्टन अनसेलम याच्या स्वभावातून संभाजीच्या युद्धकौशल्यावर प्रकाश पडतो हे त्या पुस्तिकेतून समजते. संभाजी अत्यंत कष्टाळू असा माणूस होता, प्रत्येक गोष्टीवर त्याची बारीक नजर असे. त्याच्या तोफखान्यात युरोपीय माणसे होती. त्यांना अतिशय कमी आणि अवक्तशीर असा पगार दिला जात असे आणि लुटीच्या मालातील हिस्साही त्यांना दिला जात नसे. फारच अल्पसा भाग त्यांच्या पगारातून रोख दिला जाई. अगदी मोठ्या दर्जाच्या अधिकाऱ्यांना एक महिन्याचा पगार पूर्ण दिला जाई व अकरा महिन्यांचा पगार अर्धा दिला जाई. ज्यावेळी डर्बी हे जहाज पकडले गेले तेव्हा लोकांचा १८ महिन्यांचा पगार थकला होता. त्यांना अन्न आणि कपडालत्ता त्यांच्या मालकाकडून पुरवला जाई. जे मोहिमेची आखणी करत ते मोहिमेवरून परत आल्यावर लोकांची बारकाईने झडती घेत. कोणालाही सुवर्णदुर्गवरून संभाजीच्या परवानगीशिवाय जाता येत नसे. प्रत्येकाला सकाळी आपल्या मुख्यास मुजरा करावा लागे. यामुळे कोण गैरहजर आहे हे शोधून काढता येत असे.[७३]

संभाजीची सात गुराबे समुद्रात होती; त्यात फक्त दोनांवर माणसेच नव्हती. त्याच्याकडे एकूण ३० लढाऊ गलबते असून त्याला ३० वल्ही आहेत. त्यांपैकी १४ फारच मोठी असून त्यांवर ६ तोफा आहेत, [७४] असे कॅप्टन अनसेलम म्हणतो. त्यानंतर २० वर्षांनी म्हणजे १७५४ मध्ये एडवर्ड इव्हिसला दिसले की, आंग्र्यांच्या आरमारातील बॅन्डमध्ये पितळी, १० फूट लांबीचे नळीसारखे एक निमुळते असे वाद्य होते. तसेच कातड्याने मढवलेले पितळ्याचे असे काड्यांनी वाजवायचे वाद्य होते त्याला 'ताशा' असे म्हणतात. [७५]

संभाजी आपली माणसे अतिशय योग्यप्रकारे योजीत असे हे लिहिताना कॅप्टन अनसेलम म्हणतो, "तो आपली गुराबे अतिशय सुस्थितीत ठेवतो. किनाऱ्यावर आल्यावर ती व्यवस्थित साफ केली जात आणि त्यांच्या तळाला तेलपाणी केले जाते."[७६] त्याच्यावर

१६ बंदुका असत आणि त्या बंदुकांच्या पुढच्या भागाचा उपयोग मारा करण्यासाठी चांगला होत असे. एखाद्या जहाजाला काही दिसले की ते काय आहे हे पाहण्यासाठी ते आपले गलबत पाठवतात. ते शांत असल्याशिवाय त्यांच्या सुकाणूची हालचाल होत नाही. अशावेळी आपल्या आठ सुकाणू असलेल्या पडावानिशी आणि गलबतांच्या मदतीने २ नॉट या वेगाने जातात. जहाजाच्या मागच्या बाजूकडून ते अचूकपणे बंदुकीचा मारा करतात.[७७] कोणाचे नातलग प्रवासात सापडले तर त्यांना किल्ल्यात रवाना केले जाई. यासंबंधीच्या लेखी सूचना संभाजी आंग्रेंनी दिल्या नव्हत्या; पण जाहीरपणे सांगितल्या होत्या. आंग्र्यांचे आरमार समुद्र किनाऱ्यालगत ठेवले जाईल असे नाही, असे कॅप्टन अनसेलम म्हणतो.

डर्बीवरील हिशोबनीस बेंजामिन हॉल आंग्र्यांच्या आरमारी युद्धासंबंधी खालील माहिती देतो. त्यांची गुराबे आणि गलबते संख्येने फार नसत. आमच्या जहाजांच्या मागे ती असत. ती नंतर इतक्या जवळ येत आणि ६ पौंडाच्या बंदुकींचा मारा ते करीत. नागमोडी मार्ग करून ते बाजूला येत आणि सर्व संपल्यावर परत बंदुका भरत. मधल्या वेळात दुसरे गुराब येई आणि तशा पद्धतीनेच बंदुकांचा मारा केला जाई. या पद्धतीने चौफेर ते मारा करीत आणि मग पहिले परत येई. गुराबांच्यामधून गलबते पुढे पळत आणि एकसारखा मारा करीत. त्यांची गुराबे ही अतिशय जुन्या पद्धतीने बांधलेली असत. त्यांचा पुढचा भाग पाण्याच्या पातळीपर्यंत निमुळता असे. त्यात १६ बंदुका व १५० सशस्त्र माणसे जहाजावर असत. लढाईच्यावेळी डेकखाली जे बंदूकची शिवाय जे लोक असत त्यांना आमच्याकडून मारले जाण्याची भीती कमी असे. ही जहाजे मुद्दामच लढण्यासाठी बांधलेली असत. ती बांधण्यातील हातोटी इतकी चांगली असे की, समोरच्या दर्याभागातून असे जहाज शीघ्रगतीने पाणी तोडीत चालू व्हावे. त्यामुळे पुढचा भाग मोकळा असे. मुख्य डेकवर लढाऊ तोफा असत. प्रत्येक गलबतावर ६ तोफा असून ६० सैनिक इतर गलबतांना धोक्याच्या वेळी दारूगोळा आणि माणसे पुरविण्याचे काम करीत.[७८]

वरील माहितीवरून हे लक्षात येते की, मराठ्यांचे आरमार हे पुरातन पद्धतीच अनुसरत होते. दर्यावर्दी हे आपले प्रावीण्य दाखविण्यात तत्पर होते. इंग्रज आणि पोर्तुगीज हे समुद्र शांत असल्यावरच समुद्रात संचार करणे योग्य मानीत. त्यांची पद्धत शिडापेक्षा (कॅनव्हासच्या) वल्ह्यावर अधिक अवलंबून होती. त्यांचे बंदूकची किंवा तोफची हे परदेशी असत. मुस्लिम नाविक अधिकाऱ्यांचे आंग्र्यांच्या नोकरीत स्वागत केले जाई. समकालीन युरोपच्या मानाने त्यांची लढाऊ जहाजे ही कमी दर्जाची होती, असे असले तरी संभाजी आंग्र्यांच्या आरमाराचा नावलौकिक मलबारच्या किनाऱ्यावर मोठा होता आणि ते एक नौदलप्रशिक्षणाची प्रशाळाच होती. इस्माइलखान आणि गायकवाडांच्या

आरमारातील सेनापती आप्पाजी गोपाल यांना पोर्तुगीज लेखक अत्यंत शूर (Valorouso) किंवा पराक्रमी म्हणून गौरव करताना दिसतात. त्यांची अतिशयोक्तीने पोर्तुगीज शत्रू स्तुती करताना म्हणतात, "त्यांचा निर्भयपणा आणि कसब हे संभाजींच्या आरमारी नोकरीत उदयास आले."[७९] परंतु मराठी आरमार हे वाढ खुंटलेल्या लहान मुलासारखे होते. त्याची प्रगती काही मर्यादेपर्यंत समाधानकारक झाली. पण पुढील वाढ मात्र थांबली.

संभाजीच्या मृत्यूमुळे आंग्र्यांच्या कुटुंबामध्ये एकोपा झाला नाही. सुवर्णदुर्गाचे अधिकार त्याच्यानंतर त्याचा भाऊ तुळाजी यांच्याकडे आले. मानाजीचे प्रशासन कुलाब्यात तसेच राहिले आणि दोन भावांमधली यादवी संभाजीच्या काळाप्रमाणेच राहिली. मानाजीला पेशव्यांकडून अतिशय अनुचित अशी वागणूक मिळाली. सदाशिवरावने त्याचे काही किल्ले घेतले. त्यामुळे कटुतेने आपणास अतिशय संतापजनक अशी त्याने शाहूराजांकडे तक्रार केली. पेशव्यांचे हे दोघे भाऊ समान शत्रू होते. तरीसुद्धा या दोघांनी कुटुंबकलह विसरून हातमिळवणी केली नाही आणि एक होऊन पुण्याच्या विरोधाला टक्कर दिली नाही. मानाजी हा आपल्या मोठ्या भावाचा अतिशय हेवा करीत होता आणि त्याचे म्हणणे असे होते की, मी मोठा असल्यामुळे मला वडिलांचा 'सरखेल' हा किताब मिळावयास हवा. शाहूराजांची सूचना अशी होती की ज्याने विशेष पराक्रम दाखविला आहे, त्यास हा मान मिळावा. त्यानुसार अंजनवेल जिंकून तुळाजीने आपला मोठेपणा सिद्ध केला. मानाजी याने एखादी दखल घेण्यासारखी मोठी कामगिरी केली नाही. त्यामुळे त्यास 'सवाई सरखेल' असेही पद मिळाले नाही. ८ नोव्हें १७४४ रोजी आपली ९ पाले आणि ८ गलबते यांच्यासह पोर्तुगीजांवर त्याने हल्ला केला.[८०] हा झगडा ६ दिवस आणि ५ रात्रीपर्यंत चालला. यासंबंधीची सारांशाने माहिती देताना जोसे फ्रेरी एम मास्कारण्डेन्हास लिहितो, "पोर्तुगीजांना फक्त संध्याकाळी २ तासच विश्रांती मिळाली आणि आंग्र्यांकडील हिंदू लोकांनी शस्त्रे खाली केली व त्यांनी नित्याची प्रार्थना केली. पोर्तुगीजांच्या तांड्यात दोन लढाऊ जहाजे होती. (नोसा सेनहोरा दा ऑलीव्हेरा व पेन्हा दा फ्रान्फा) मानाजीने प्रबळ तुकडीशी शौर्याने सामना दिला. शेवटी त्यास माघार घ्यावी लागली. त्यानंतर त्याने पोर्तुगीजांशी मैत्री सुधारण्याचा प्रयत्न केला." मार्किस ऑफ आलोर्ना लिहितो की, "मानाजी हा आमच्याशी मैत्री ठेवण्यासाठी नेहमीच विनंती करीत असे. मी या देशात आल्यापासून वरचेवर तो सहकार्याचा हात बाळाजी बाजीरावच्या विरुद्ध देत होता."[८१]

पेशवे त्याच्याबद्दल काहीतरी कारस्थान करीत असल्याबद्दल तुळाजीला वाटत होते परंतु त्याचा भाऊ संभाजी याच्याप्रमाणे तो मुत्सद्दी नव्हता. तो काही जुजबी प्रस्ताव शांततेसाठी वेळोवेळी देत असला; तरी त्याने पद्धतशीरपणे किंवा गांभीर्याने १७५५ पर्यंत सर्वनाशाच्या टोकावर पोचल्यावर पोर्तुगीजांशी मतभेद संपविण्याचा प्रयत्न केला नाही.

१७४८ आणि १७४९ मध्ये गोव्याच्या विजरईबरोबर तो शांत होता. आधीच्या वर्षी त्याने रुद्राजी धुळप[८२] यास मैत्रीची बोलणी करण्यास गोव्यास धाडले होते. परंतु विजरईच्या अत्यंत अपुऱ्या अशा युक्त्या-प्रयुक्त्यांमुळे त्याला अनुत्तरित होऊन परतणे भाग पडले. १७४९ मध्ये तुळाजीचे आरमार आणि पोर्तुगीजांची युद्धनौका यांच्यात नाविक चकमक झाली. तेव्हा कॅप्टन ॲन्टानिओ दा ब्रिटो सॅनहो यास कोणत्या देशाचे लढाऊ जहाज आहे, हे लक्षात न आल्यामुळे हा हल्ला झाला. परंतु पोर्तुगीजांशी मराठ्यांचे मित्रत्वाचे संबंध आहेत आणि ते यापुढे प्रवासात कोणताही अडथळा आणणार नाहीत. हे मराठा आरमारप्रमुखाकडून समजले.[८३] १७५१ मध्ये तुळाजीने पोर्तुगीजांच्या दोन बोटी पकडल्या आणि नंतरच्या वर्षात कुडाळच्या सरदेसाईंच्याविरुद्ध पोर्तुगीजांशी केलेला मैत्रीचा प्रस्ताव पुनर्जीवित केला. परंतु त्याचवेळी पोर्तुगीजांच्या मिझेरीकोर्डिया ऑफ कालिकत यावर डिसेंबरमध्ये हल्ला करण्यास मागेपुढे पाहिले नाही. ५ तासांतच पोर्तुगीजांच्याकडून होणाऱ्या ज्वालाग्राही हल्ल्यामुळे आंग्र्यांच्या आरमाराचे फारच नुकसान झाले[८४] आणि त्यांना थांबावे लागले. या कधीकधी होणाऱ्या पराभवामुळे त्याच्या सामर्थ्यावर थोडासा परिणाम झाला. त्यासंबंधी पोर्तुगीज लेखक त्याची तुलना hydra[८५] (बहुमुखी सर्प त्याच्या एका तोंडास मार लागला की त्याठिकाणी दुसरे तोंड तयार होते अशा ग्रीक गोष्टीतील सर्प) बरोबर करतो. मार्चीनेस ऑफ टाओरा यथार्थपणे लिहितो की, ''तुळाजीचे धोरण हे अनिश्चित स्वरूपाचे असून गरजेनुसार त्याच्या हालचाली होत असत.''[८६]

पोर्तुगीज हेच केवळ तुळाजीकडून नुकसान सोसणारे राष्ट्र नव्हते. फ्रेंच आणि डच यांचेसुद्धा असेच नुकसान झाले होते. इंग्रजांचे मात्र फारच नुकसान झाले, कारण इतर राष्ट्रांपेक्षा व्यापार करणे हे त्यांचे उद्दिष्ट होते.

१७४२ मध्ये ब्रॉण्डोनीस याने गोव्याला रसदेसाठी पाठविलेले युरोपमधील सर्वात चांगले जूपिटर हे जहाज तुळाजीने ताब्यात घेतले. दुसऱ्याच वर्षी त्याने कालिकतजवळ फ्रेंचांचे नेपच्यून हे जहाज घेतले. त्यानंतर तुळाजीने आपला दृष्टिकोन पूर्णपणे बदलला आणि फ्रेंचांबरोबर मैत्री वाढविण्याचा प्रयत्न केला. १७४७ मध्ये फ्रेंचांचा आणि त्यांचा मुंबईकर इंग्रज हा समान शत्रू याच्या विरुद्ध चढाईसाठी मैत्रीचा प्रस्ताव घेऊन आपले दोन दूत माहे येथे पाठविले. परंतु त्यांचा हा प्रस्ताव डुप्लेक्स याने सोज्ज्वळपणे नाकारला. अनेक वेगवेगळ्या प्रसंगी ईस्ट इंडिया कंपनी व त्यांच्या संबंधितांची खालील जहाजे आंग्र्यांनी पळविली. 'मद्रासचे चार्लोट,' मुंबईचे 'विल्यम', 'द सेव्हन' हे बंगालचे लढाऊ जहाज, 'डर्बी', 'रेस्टोरेशन' हे गुराब, 'स्लुप पायलोट' व 'ऑगस्ट,' सुरतचे 'दादाबॉय', 'मेंगलोरचे 'रोझ', 'गोम्ब्रूनचे 'अने' मलबार किनाऱ्यावरील 'बेन्जी मोली', मस्कतचे 'फत्तेदौलत,' हे सांगण्याची आवश्यकता नाही की, आंग्रे बंधूंनी इंग्रजांचे प्रचंड आर्थिक नुकसान केले आणि त्यांना संतापाने भडकाविले. आंग्र्यांचे आरमार

आणि त्यांचे किल्ले अजून अजिंक्य होते, ते जिंकण्यासाठी अर्धे शतक निष्फळ गेले. आपसातील स्पर्धा आणि दुही जर नसती तर समुद्रकिनारी त्यांची एकमेव सत्ता राहिली असती. दुर्दैवाने तुळाजी यास समुद्रातील प्रबळ शक्तींशी आणि भूमीवरील प्रबळ शक्तीशी एकाचवेळी सामना द्यावा लागला. १७२१ मध्ये इंग्रज आणि पोर्तुगीजांच्या संयुक्त सेनेने कुलाब्यावर हल्ला केला, तेव्हा त्याच्या वडिलांना बाजीराव पेशवे यांनी स्वत: येऊन सैन्यबळ दिले; परंतु १७५५ मध्ये सुवर्णदुर्गावर इंग्रजांनी बॉम्बहल्ला केला. पेशव्यांच्या सैन्याने हल्ला करणाऱ्यास सहकार्य केले आणि तुळाजी व पेशवेंची मैत्री दुभंगली.

तुळाजीसंबंधीच्या पेशव्यांच्या दृष्टिकोनाच्या कारणाबद्दल वेगवेगळी अनुमाने केली जातात. असे सुचविले जाते की, तुळाजीने पेशव्यांकडे वार्षिक खंडणी पाठविली नाही व निरोप घेऊन येणाऱ्या लोकांचे हातपाय तोडले. तसेच तुळाजी हा चित्पावन ब्राह्मणांचा छळ करीत होता, म्हणून बाळाजी बाजीराव याच्यामनात त्याच्याविरुद्ध सुडबुद्धी निर्माण झाली. परंतु बाळाजी बाजीराव याचे कैवारी हे सोयीस्करपणे विसरतात की, १५ वर्षापूर्वी इंग्रज मराठ्यांच्या सुवर्णदुर्गावर झालेल्या हल्ल्याच्यावेळी पेशव्यांनी १७४० मध्ये पुणे येथे पोर्तुगीजांशी आंग्रेविरूद्ध तह केला होता. हेसुद्धा लक्षात घेतले पाहिजे की, मानाजी आंग्रे याचे आज्ञाधारक वर्तन हे त्याच्यावर केलेल्या अन्यायास वाचवू शकले नाही. आपल्या आरमारी शक्तीमुळे आंग्र्यांना आलेले एक वेगळे महत्त्व पाहून पेशव्यांना ते आपले प्रतिस्पर्धी असल्याचे वाटत होते. ते दाभाडे, गायकवाड व भोसले यांच्यावर आपली इच्छा लादू शकत होते, पण आंग्रे हे त्यांच्या पलीकडचे होते. इंग्रजांशी मैत्री करण्याचे महत्त्वाचे कारण हेच होते. समुद्रावर प्रस्थापित झालेल्या आंग्र्यांच्या एकमेव प्रबळ सत्तेस आव्हान करून ती नष्ट करण्याच्या संधीचे अर्थातच इंग्रजांनी स्वागत केले. पेशव्यांना यातून काहीच प्राप्त झाले नाही, पण सातारच्या राजांच्या नावावर मराठा सरदारांनी परकीय राष्ट्राशी हातमिळवणी करण्याचे एक वाईट उदाहरण घालून दिले. तुळाजीच्या पतनाची कथा फार लांबवता येत नाही. मुंबईचा गव्हर्नर आणि पेशवे यांच्यात शांततेच्या वाटाघाटी झाल्या व २९ मार्च १७५५ रोजी तह करण्याचे ठरले; परंतु दोन्ही मित्र आपल्या लष्करी तयारीत गुंतले होते आणि कराराची पूर्तता होण्याच्या तीन दिवसांतच कमांडर जेम्स् याने आरमारासह मुंबई बंदर सोडले. त्याचे पहिले उद्दिष्ट सुवर्णदुर्ग हे होते आणि त्यांनी त्यावर संयुक्त हल्ला केला. थोड्याशा प्रतिकारानंतर ३ एप्रिलला किल्ला ताब्यात आला. परंतु आंग्र्यांचे आरमार त्यांच्या तावडीतून सुटले. पेशवे हे त्यावर्षीच युद्ध संपवण्यास उत्सुक होते. संख्याबळाने त्यांचे आरमार जरी मोठे असले, तरी त्याची तुळाजीच्या आरमाराशी बरोबरी होऊ शकत नव्हती आणि म्हणून आंग्र्यांचे सागरी वर्चस्व व किल्ले कमी करण्यासाठी त्यांना इंग्रजांच्या तुकडीची गरज होती. इंग्रजांचा कमांडर आणि मुंबईचे वरिष्ठ अधिकारी हे मान्सूनमधील वादळी हवामानात तुळाजीच्या

'घेरिया' या मुख्यालयाकडे नेण्यास तयार नव्हते. त्यामुळे त्यावर्षीच ती मोहीम आटोपती घ्यावी लागली.

मैत्री करण्यासाठी तुळाजीस थोडीशी फुरसत दिली गेली. त्याने पोर्तुगीजांना मदतीसाठी विनंती केली. त्यासाठी पोर्तुगीजांनी फार मोठी पैशाची मागणी केली. तुळाजीने पैशाची कोणतीही घासाघीस न करता ते दिले. ५ नोव्हें. १७५५ मध्ये त्यांच्यात तह झाला आणि व्हाइसरायने ५०० माणसांची घेरियाकडे कुमक पाठविली.[८७] पोर्तुगीजांचे ठरल्याप्रमाणे सैन्य आंग्र्यांच्या मुख्यालयाकडे पाठविले गेले, त्याचवेळी पेशव्यांनी गोव्याकडे आपली संतापजनक हरकत कळविली.[८८] पोर्तुगीजांचे या देशातील विजयाचे दिवस संपले होते. त्यामुळे व्हाइसराय हा मराठ्यांच्या नेत्यांचे मन दुखवू शकत नव्हता. 'आम्ही कोणालाही फसवू शकत नाही आम्हाला माफ करावे' असे पोकळ कारण देऊन त्याने आपल्या सैन्याची कुमक परत मागविली आणि त्यामुळे तुळाजीला आपला विनाश समोर दिसू लागला. तो आपल्या नोकरांच्यावरसुद्धा अवलंबून राहू शकत नव्हता. मात्र मराठ्यांच्या बखरीतून रामाजी महादेव याने अनेकांना लाच दिल्याचे समजते. या विधानास सुवर्णदुर्गवरील शिबंदीस विरोध दाखविल्यावरून पुष्टी येते. त्यामुळे क्लाइव्ह आणि वॅटसन यांना सहजपणे घेरिया किल्ला घेता आला आणि जेम्स याला सुवर्णदुर्ग कमकुवत करता आला. अत्यंत निराशाजनक परिस्थितीत तुळाजीने किल्ला सोडला. आपल्या मालकाच्या गैरहजेरीत सैन्याने शत्रूला कोणताही प्रतिकार केला नाही. प्रत्यक्ष पाहिलेल्या घटनेचा साक्षीदार एडवर्ड इव्हेस म्हणतो, ''किल्ल्याची बांधणी अत्यंत बळकट होती आणि नैसर्गिकरीत्याही अतिशय चांगला होता. ज्यावेळी आम्ही त्याच्यावर हल्ला केला त्यावेळी आम्हास तो सर्व प्रयत्नानीशी सामना द्यावा लागेल असे वाटले आणि त्याचा प्रतिकारही अत्यंत कुशलपणे आणि सुव्यवस्थित होईल असे वाटले.[८९] विजेत्याला किल्ल्यात २५० तोफा, ६ बॉम्बगोळे फेकण्याच्या तोफा, दारूगोळ्याचा प्रचंड साठा, शंभर हजार पौंड स्टर्लिंग (ब्रिटिश चलन) चांदीचे रुपये आणि ३० हजारापेक्षा अधिक किंमतीच्या वस्तू इत्यादी मिळाले. अरबी समुद्रात ६० वर्षे धास्ती निर्माण करणाऱ्या व्यापाऱ्यांच्या जहाजांची वॅटसनच्या आरमाराकडून राख झाली असल्याचे एका इंग्रजी अहवालातून समजते; तर शिबंदीने माघार घेतल्यावर ते जाळून टाकले, असे पोर्तुगीज अहवालातून समजते. तुळाजीचे शेवटचे दिवस पेशव्यांच्या कैदेत गेले. त्याच्या मृत्यूनंतर त्याच्या मुलाने मुंबईकरांकडे जाण्याचे योजले. परंतु काही दिवस त्यांचा पत्ताच नव्हता. रघुनाथ आंग्रे हा हैदरअलीच्या आरमारात कप्तान असल्याचे पोर्तुगीज कागदपत्रातून समजते. ३ ऑगस्ट १८०० ला तुळाजी आंग्रेचा मुलगा रघुनाथ याने मुंबईकरांना आम्ही पेशव्यांविरुद्ध तुमच्या नोकरीत यावयास तयार आहोत असे कळविले. हैदरअलीच्या आरमारावर तो असल्याने त्याला ओळखण्याचा काही प्रश्नच नव्हता.[९०]

आंग्र्यांच्या घेरिया येथील पतनानंतर त्यांच्या कुलाबा येथील घराण्याच्या एका शाखेने दुर्बळपणे आपली प्रथा चालू ठेवली. १७५८ मध्ये मानाजीने जंजिऱ्यावर मोहीम केली होती त्याच्या मृत्यूनंतर त्याच्या मुलाकडे त्याची सूत्रे आली. १७६० मध्ये रघुजीने उंदेरीच्या मोहिमेत भाग घेतला आणि १७७८ मध्ये दीव येथील पोर्तुगीजांचे Sloop of War हे पकडले आणि त्यानंतर गोव्याच्या पोर्तुगीजांशी समान अटींवर तह केला.[११] काही अटींमध्ये बदल करण्याचे लिस्बनमधून सुचविले गेले आणि तह फिसकटला. यावरून असे लक्षात येते की, आपले वडील आणि आजोबा यांच्याप्रमाणे पेशव्यांना वगळून परकीय शक्तींशी तह व मैत्री करण्याची त्याच्यात क्षमता होती. जॉन मॅक्ल्यूअर हा १७८७-८८ मध्ये मलबार किनाऱ्याचा मोजणीदार असताना त्याने रघुजीची त्याच्या राजधानीत भेट घेतली. तो म्हणतो, रघुजी हा त्याच्या खांदेरी बेटाजवळ येणाऱ्या कोणत्याही इंग्रज जहाजाबरोबर अतिशय सभ्यतेने वागतो.[१२]

रघुजी हा आंग्र्यांच्या वंशातील शेवटचा म्हणून गौरविला जातो. यावेळी मॅक्ल्यूअर याची कुलाबा येथे त्याची जी भेट झाली त्या संदर्भात तो लिहितो. 'आम्ही जेव्हा तेथे उतरलो तेव्हा आमच्या स्वागतासाठी अनेक चांगले इंग्रजी बोलणारे लोक होते आणि ते त्यांच्या मुंबईकडच्या मित्रांशी पत्रव्यवहारही करत असत. किल्ल्याच्या दरवाज्याजवळ एका उघड्या जागेवरील मांडवात आम्हास सतरंजीवर श्रेष्ठी येईपर्यंत बसविण्यात आले. त्यांनी प्रवेश करण्यापूर्वी ते आल्याची त्यांच्या नावाची ललकारी देण्यात आली व नगारे वाजविण्यात आले. भोवती ६० शस्त्रधारी सैनिक ज्यांची शस्त्रे तांबड्या वस्त्रांनी झाकली आहेत, अशा थाटात त्यांनी प्रवेश केला. मी त्यांच्या हातातील निशाणे पाहिली. त्यांनी आमचे सुस्वागत केले. आमच्या मित्रांना पाहून आम्हास आनंद झाला, असे ते आम्हाला म्हणाले. त्यांनी मला अनेक प्रश्न विचारले, पण त्यांना मुंबईकडील सर्व व्यवहारांची माहिती अगोदरच समजली असल्यामुळे मी काही उत्तरे दिली नाहीत. निरनिराळ्या विषयांवर अर्धा तास चर्चा केल्यावर आम्ही एकमेकांचा निरोप घेतला. त्यानंतर आमच्यावर अत्तराचा आणि गुलाबपाण्याचा वर्षाव झाला आणि आम्ही गुदमरलो. त्यांचा पाहुणचार व अगत्य यावरच थांबले नाही तर त्यांनी एका बोटीची मागणी केली आणि आम्हास नेऊन एखाद्या उत्सवाप्रमाणे गोड गोड खाद्ये आमच्यापुढे आणली. मला आनंदाने त्यातून बाहेर पडायचे होते परंतु समुद्रकिनारा आणि जहाज यांच्यातील आवाज याच्यामुळे मला थांबावे लागले.[१३]

रघुजी आंग्रे हे आपल्या घरात राहून डामडौल, वैभव आणि विलासतेत रमले असते तर तुळाजीप्रमाणेच त्यांच्या सत्तेचाही विनाश झाला असता. रघुजी अजून समुद्रात संचार करीत होता आणि पोर्तुगीजांशिवाय इतर युरोपियन व्यापारी जहाजांना त्रस्त करीत होता. रघुजीच्या मृत्यूनंतर त्याच्या लहानशा राज्यात तत्त्वहीन महत्त्वाकांक्षेमुळे त्याचा मुलगा व नातलग यांच्यात अखेरपर्यंत झगडे होत राहिले. कुलाब्याचे एकेकाळचे

सामर्थ्यशाली आरमाराचे अवशेष बंदरामध्ये जळून भस्म झाले. क्षणात त्याचे नाहीसे होणे, हे इंग्रजांच्या सामर्थ्याचा उदय झाल्याचे द्योतक होते. पेशवाईचा अस्त झाल्यावर आंग्रे हे इंग्रजांचे सरंजामदार झाले आणि १८४० साली त्यांचा शेवटचा प्रतिनिधी वारल्यानंतर ब्रिटिशांच्या सत्तेत त्यांच्या लहान संस्थानाचे विलीनीकरण झाले.[१४]

टिपा :

(१) मल्हार रामराव चिटणीस, संभाजीमहाराज आणि थोरले राजाराम यांची चरित्रे, संपादक के. एन. साने पृ. १४-१५

(२) मावजी आणि पारसनीस, कैफियती याद्या, पृ.१

(३) मल्हार रामराव चिटणीस, थोरले शाहू महाराज ह्यांचे चरित्र, संपादक साने, पृ. ३८

(४) सेन, A Preliminary Report on the Historical Records. at Goa, p.59

(५) Press list of Ancient Dutch Records form 1657 to 1825 (Madras Records Department), pp-7-8

(६) Relacom dos progressos das armas portuguezas no Estalo da India no anno 1713, pt.I, p.19

(७) Instruccam que deixou O Conde de Ericeira (Bibliotheca Publica of Evora, cod. cv/I-1) fol. 201.

(८) बिकर-हस्तलिखित, पृ. १५०

(९) कित्ता

(१०) Instruccam que deixou O Conde de Ericeira, Fol. 161, Biker, Tratados da India, vol. v. pp. 292-3

(११) बिकर, Tratados da India, vol. v, p.293

(१२) कित्ता, पृ. ३०४-५

(१३) जे. ए. इसमाईल ग्रेसियास, Uma dona portugueza na corte do Grao mogol, p. 139

(१४) Relacao do successo que houre no Estado da India no anno de 1714 sendo viceroy e capitao geral do mesmo estado vasco fernandes ceaser de menezes (a contemporary letter in Archivo Ultramarino of lisbon fundo, geral 465), pp. 91-2

(१५) बॉम्बे पब्लिक कन्स्ल्टेशनस, Range, CCCXLI, No. 4, (consultation 12 February 1712-13)

(१६) कित्ता, (Consultation, 14 February 1712-13)

(१७) मल्हार रामराव चिटणीस, थोरले शाहू महाराजांचे चरित्र, pp. 39-40, मावजी आणि पारसनीस, Treaties, Agreements and sanads, pp.197-9.

(१८) बिकर, Tratados da India, vol. VI, pp.2-4

(१९) फॉस्टर, Downing's History of the Indian wars, p. XIII

(२०) बॉम्बे पब्लिक कन्सल्टेशनस, Range CCCXI, No. 4, p.2

(२१) कित्ता, पृ. ११

(२२) कित्ता (कन्सल्टेशन ६ फेब्रु. १७१७-१८) पृ. ३१-३

(२३) कित्ता.

(२४) बॉम्बे पब्लिक कन्सल्टेशन्स, Range CCCXLI, No.4, pp.58-61 (consultation 13 April 1718) and pp. 77-83 (Consultation 7 may 1718)

(२५) कित्ता पृ. ९६

(२६) कित्ता (कन्सल्टेशन ५ फेब्रु. १७१७-१८) पृ. ३१-३२

(२७) Instruccam que deixou O conde de Ericeira (Bibliotheca Publica of Evora, Cod. cv/I-I), fol. 201

(२८) बॉम्बे पब्लिक कन्सल्टेशन्स, Range CCCXLI, No.4, pp. 87-90

(२९) कित्ता पृ. ९८

(३०) Instruccam que deixou O Conde de Ericeira (Bibliotheca publica of Evoro cod. (v/I-I) pp. 202-3

(३१) Vijaydurg.

(३२) फॉस्टर, Downing's History of the Indian Wars, p.Xvi.

(३३) बॉम्बे पब्लिक कन्सल्टेशन्स, Range CCCXLI, No.4, (consultation 30 January 1719)

(३४) रॉबर्ट कोवन आपल्या पत्रात बाजीराव यास म्हणतो, (३ जाने. १७२१-२२) दोन वर्षांपूर्वी शाहूमहाराज यांनी आपले राजदूत शिवाजी विश्वनाथ यांना दामाजी पिलाजी यांचेबरोबर आंग्र्यांच्या वतीने पाठविले होते. त्यांनी शांततानिदर्शक अशा गोष्टी केल्या आणि त्यावर सह्याही केल्या. परंतु आंग्रे यांनी त्या गोष्टींची पूर्तता केली नाही. कित्ता क्र. ५

(३५) Instruccom que deixou O Conde de Ericeira, pp.201-3

(३६) बिकर, Tratados da India, vol.III, pp.242-4, सेन, A Preliminary Report on the Historical Reeords at Goa, pp-63-6

(३७) उत्तरेकडच्या प्रदेशाच्या कॅप्टनला आंग्रे यांचे पत्र; लिस्बन येथील पुराभिलेखागार (Ultramarino) येथील बखरीचे हस्तलिखित (Noticias da India desde o fim do governo do vice Rey vasco fernandes ceaser (de menezes) athe o fim do anno 1738 em que governava o viceroy conde de sandomit, fundo geral 475), हे पत्र इंग्रज आणि पोर्तुगीज यांच्या सह्या होण्याच्या पंधरा दिवसापूर्वीचे होते.

(३८) बिकर हस्तलिखित पृ. २७७

(३९) varias cartas da Asia ao conde de Unhao (Bibliotheca Publica of Evora, cod. CXX-2-1)

(४०) बिकर, Tratados da India, vol.VI, pp.10-12

(४१) बॉम्बे पब्लिक कन्सल्टेशन्स, Range CCCXLI, No. 5, पोर्तुगीज व्हाइसरायचे १५ जाने. १७७२ चे रॉबर्ट कोवनला लिहिलेले पत्र.

(४२) Noticias da India desde o fim do governo do vice Rey vasco Fernandes, Ceaser (de menezes) athe o fim do anno 1738 (Archivo Ultramarino of Lisbon fundo geral 465) Fol. III the battle was fought on 27 february, पाहा, बॉम्बे पब्लिक कन्सल्टेशन्स, No.4, consultation 22 March 1721-22

(४३) Noticias da India desde o fim do governo do vice Rey vasco Fernandes ceaser (de menezes) athe o fim do anno 1738; fols 118-19

(४४) पोर्तुगीज सरकारने हे मतभेदाचे मुद्दे युरोपमधील आपल्या राजास कळविले.

(४५) फॉरेस्ट, Selections from the Letters, Despatches and other state papers, Home series, vol.II, pp.37-8

(४६) Noticias da India desde o fim do governo de vice Rey vasco Fernandes ceaser (de menezes) athe o fim do anno 1738, fols.122-3, the exchange of prisoners was effected in the portuguese island of karanja on 26 july 1725 see Bombay Public Consultatios Range CCXLI No.6.

(४७) हॅमिल्टन, A New Account of the East Indies, vol.I, p.245

(४८) सातारा येथे झालेल्या कारस्थानाला काहीतरी निश्चित आधार होता. पाहा बॉम्बे पब्लिक कन्सल्टेशन्स, Range CCCXLI, No.4, 23 gan. 1722

(४९) Noticias da India desde o fim do gorerno do vice Rey vasco fernandes ceaser (de menezes) athe o fim do anno 1738, fol. 123. डचांची १७२४ मध्ये अयशस्वी झालेल्या मोहिमेने कान्होजी आंग्रे जागरूक झाले आणि त्यांनी खबरदारी घेतली.

(५०) ही तारीख. Noticias da India desde o fim do governo do vice Rey vasco Fernandes ceaser (de menezes) arthe o fim do anno 1738, fol. 142. यामध्ये दिली आहे. ग्रॅण्ड डफ आणि नरीन म्हणतो, 'कान्होजी आंग्रे १७२८ मध्ये वारले. (बॉम्बे गॅझेटियर, खंड १, भाग २, पृ.८७); ग्रोस आणि लो १७३१ मध्ये कान्होजी वारल्याच्या मताचे आहेत. कुलाबा गॅझेटियरचा लेखक आपल्या तळटिपेत म्हणतो, (बॉम्बे गॅझेटियर, खंड ६, पृ. १४९) कान्होजी आंग्रे आणि वाडीचे सावंत यांच्याशी १७३० मध्ये जो तह झाला, त्यात कान्होजी आंग्रेचे नावच असल्याने ग्रोसने दिलेली तारीख तो ग्राह्य धरतो. तह १२ जाने. १७२९-३० मध्ये झाला. आणि त्याचा पाठ बॉम्बे पब्लिक कन्सल्टेशन्स CCCXLI, No.7, पृ. ४९-५० मध्ये मिळतो. कलम ५ मध्ये कान्होजी आंग्रे यांची मुले असे म्हटले असल्यामुळे तह झाला त्यावेळी कान्होजी आंग्रे जिवंत नव्हते.

(५१) Noticias da India desde o fim do governo do vice Rey vasco Fernandes Ceaser (de menezes) athe o fim do anno 1738, fols. 118-19.

(५२) कित्ता, fol. 117

(५३) कित्ता, fols. 118-19

(५४) जे. एफ. एम. मसकारेनहास (J.F.M. Mascarenhas) Epanaphora Indica, pr.v.pp.28-33 या त्याच्या पुस्तकात तो कान्होजी आंग्रे आणि त्यांच्या मुलांची मनोरंजक हकीकत देतो. तो आप्पाजी नावाचा एक मुलगा असल्याचेही म्हणतो; सेन, Early career of Kanhoji Angria and other papers, pp.205

(५५) Noticia da India desde o fim do governo do vice Rey vasco Fernandes ceaser (de menezes) athe o fim do anno 1738, fols.151-2

(५६) कित्ता 152

(५७) सेखोजीचा नेमस्तपणा हा विशेष उल्लेखनीय होता. त्याने नोव्हें. १७३० मध्ये इंग्रजांच्या आरमारावर एक महत्त्वाचा विजय मिळविला. पाहा. बॉम्बे पब्लिक कन्सल्टेशन्स CCCXLI, No. 7, पृ. १८४-५

(५८) कित्ता, 7B,पृ. ४०६-७

(५९) Relacao dos suecessos acontesidos no Estado da India (Archivo Ultramarino of Lisbon, fundo geral, No. 929) fol.4

(६०) कित्ता, fol. 15

(६१) A pinnace.

(६२) (वरीआस कार्तास दा अशिया ओ कानडे द उन्हो) Varias cartas da Asia ao conde de Unhao) (Bibliotheca Publica of Evora, Cod. CCX, 2-1), चे ३० डिसें. १७३८ चे पत्र. पाहा. Relacas da guerra que o Inimigo maratha fes, no Estado da India (Archivo Ultramarins, fundo geral, No. 1605), fol.25

(६३) Relacao da guerra que o Inimigo marata fes no Estado da India (Archivo Ultramarino, fundo geral, No. 1605), fols. 28-9

(६४) Relacao dos successos acontesidas no Estado da India (Archivo Ultramarino, fundo geral, No.929), fol. 25, press List of Ancient Dutch Records, from 1657 to 1825 (madras Records Department), p.26. Sen, Early Career of kanbaji Angria and other papers, pp.26-53

(६५) Relacao dos successos acontesidos no Estado da India (Archivo Ultramarino, Fundo geral, No. 929), fol. 29; Relacao da batalha naval que a nau Nossa senhora da victoria teve na costa do sal (Archivo Utramarino; caixa 26, X, 5, 15, No. 2); Diogo da Costa, Relacam das guerras da India desde o anno de 1736 ate o de 1740, p-149.

(६६) Relacao dos successos acontesidos no Estado da India (Archivo Ultramarino, fundo geral, No.929), fols. 36 and 41.

(६७) Diario das viagens de pilato fransisco pessoa de magalhaes (Bibliotheca publica of Erora cod. CXVI, 2-10)

(६८) Relacao dos successos acontesidos no Estado da India (Archivo Ultramarino, fundo geral, No. 292), fol. 49.

(६९) Relacao dos successos acontesidos no Estado da India (Archivo Ultramarino, Fundo geral, No. 292) Fol. 50

(७०) पेशवे दोन भावांच्या यादवीचा गैरफायदा घेत आहेत हे लक्षात आल्यावर मानाजीने आपला भाऊ जात आहे याकडे दुर्लक्ष केले. नाहीतर संभाजीचे आरमार पूर्णपणे नष्ट केले गेले असते. कारण तो पेशव्यांच्या भूदलाच्या आणि इंग्रजांचे आरमार यांच्या कात्रीत सापडला होता.

(७१) संभाजीने इंग्रजांबरोबर अनेकवेळा जुळवून घेण्याचा प्रयत्न केला. परंतु इंग्रज त्यास कुलाबा परत देण्यास तयार नव्हते. कुलाबा आपणाकडे असावा, हे त्याचे इंग्रजांशी मैत्री करण्यामागे एकमेव उद्दिष्ट होते. परंतु इंग्रज मात्र त्याला तो परत मिळवून देण्यास तयार नव्हते.

(७२) Livros dos Reis visinhas (Goa), vol.IX, fol.148

(७३) A Faithful Narrative of the capture of the ship Derby, pp.110-11. Also see pp.107 8

(७४) कित्ता p.101

(७५) Ives, A voyage, from England to India in the year MDCCLIV, p.43

(७६) स्टॅव्होनिरस म्हणतो, ''या तेलामुळे फळ्या जास्त टिकत असत.'' पाहा. Voyage to the East Indies, vol.III, Footnote p.22.

(७७) A Faithful Narrative of the capture of the ship Derby, pp.52-3

(७८) कित्ता

(७९) F.R. de moraes pereira, Annal Indico Lusitano, p.79.

(८०) varias cartas da Asia ao conde de Unhao (Bibliotheca Publica of Evora, cod 2-1 CXX) Letter of pedro vicenti vidal, dated Bombay, 24 November, 1744.

(८१) Instruccao do Ex mo Vice-Rei marquez de Alorna, p-25.

(८२) Epanaphora Indica, pt. VI, pp.61-2

(८३) कित्ता, पृ. १८

(८४) Balthazar manoel de chaves, Annal Indico Historico do governo do illustrissimoe excellentissimo senhor marquez de tavora, pt. III, pp.80-84

(८५) Rellacam Verdadeira dos felices successos da India, e victorias que alcansaram as armas portuguezas naquelle Estado, em o anno de 1752, pt.I, p.1.

(८६) Carta da marqueza de Tavora que de goa escreveoascus filhos, (Bibliotheca Publica of Evora) No.25 of 2-11 CXVI. या पत्रावर तारीख नाही परंतु तिच्या नवऱ्याकडून कळल्यानंतर हे पत्र लिहिले आहे.

(८७) बिकर, Tratados da India, vol. VII, pp.36-8

(८८) कित्ता, pp.42-7

(८९) ईव्हज्, A voyage from England to India, p.88.

(९०) सेन, Early career of kanhoji Angria, pp.54-6

(९१) बिकर, Tratados da India, vol.VIII, pp.47-9

(९२) Mccluer, Description of the coast of India, p.II and p.12

(९३) कित्ता, पृ. १४. आणखी एका फोर्बस् नावाच्या इंग्रज माणसाची रघुजी आंग्रेबरोबर ओळख झाली. पाहा. His oriental memoris, vol. I, pp.138

(९४) Bombay Gazetteer, vol. XI, p.157

प्रकरण १२

पेशव्यांच्या आधिपत्याखालील मराठ्यांचे आरमार

पेशव्यांनी आपली नजर समुद्राकडे केव्हा वळविली आणि तेथे आपली सत्ता वाढविण्याच्या दृष्टीने केव्हा योजले हे निश्चित सांगता येणार नाही. १७१३ मध्ये झालेल्या तहामुळे कान्होजी आंग्रेंच्याकडे चांगल्या बंदरांचा ताबा आला. १७२२ मध्ये बाजीराव व फ्रान्सिस्को जोसे दी संपाय इ कॅस्ट्रो यांच्यात झालेला तह किंवा १७३२ मध्ये (१७३१-३२, २० जानेवारी १० फेब्रुवारी) कल्याणचा सुभेदार कृष्णाराव महादेव व मार्टिनहो दी सिल्वेरा दी मेंझेस (उत्तरेकडील सेनापती) यांच्यात झालेल्या तहामध्ये पेशव्यांच्या आरमाराचा उल्लेख आढळत नाही. परंतु, या दरम्यानच्या काळामध्ये बाजीरावकडे आरमार असल्याचे आढळते. कारण १७३९[१] मध्ये त्याच्या इंग्रजांशी झालेल्या तहात तसेच १७४०-४१ मध्ये पुणे आणि गोवे यात झालेल्या तहात आरमाराचा संदर्भ येतो.[२] १७५० मध्ये आंग्र्यांच्या आरमाराप्रमाणे पेशव्यांचे आरमार समुद्रात सत्ता गाजवू लागले. उदा.१४ जाने. १७५१ रोजी पाड्रे ॲन्गेलो डोस सराफिन्स गोव्याहून पोर्तुगालमधील आपल्या मित्रास लिहितो की, ''दोन राज्यांमध्ये सलोखा झाला आहे, तरीसुद्धा पोर्तुगीजांच्या व्यापारी जहाजांना त्रास देण्याचे मराठ्यांनी थांबविले नाही.''[३] १७५५ मध्ये एडवर्ड इव्हेस याने मुंबई बंदराजवळ पेशव्यांचे आरमार पाहिले.[४] तो लिहितो, ''मी मुंबईस असताना या देशातील दोन आरमारे समुद्रात पाहिली. त्यापैकी एक मराठ्यांचा राजपुत्र नाना (नानासाहेब पेशवे) याचे व दुसरे आंग्रे चाच्याचा भाऊ मानाजी याचे होते. ही जहाजे टार्टान्स ऑफ दी मेडिटेरानियन यापेक्षा वेगळी नव्हती. त्यावर दोन तोफा व भरपूर माणसे; प्रत्येक जहाजावर ३० प्रवासी होते, परंतु १८ व्या शतकाच्या मध्यास पेशव्यांच्या आरमाराची एकूण संख्या अशी नव्हती. त्यात ५० हून अधिक जहाजे होती. हे कमांडर जेम्स याला त्याचवर्षी त्याने जे सहकार्य केले त्यावरून लक्षात येते. कमांडर जेम्स पेशव्यांच्या आरमाराच्या भेकडपणाबद्दल तक्रार करताना म्हणतो, त्याने आम्हांला मदत करण्यापेक्षा त्याने आपला विनाकारण वेळ घालविला. त्यांच्या आरमारात त्यांनी

अनुभवी माणसांची भरती केलेली नसल्याचे दिसते. कॅप्टन लो याच्या म्हणण्यानुसार लष्करात चांगली कामगिरी केलेला नारोपंत हा त्यांचा आरमारप्रमुख आहे. तो लष्करात अनुभवी आहे. पण त्यास समुद्रावरील लढाईचा काहीही अनुभव नाही.[५]

घेरियावर मार खाल्ल्यानंतर बाळाजी बाजीराव याने जंजिरा जिंकण्याचा प्रयत्न केला, त्यावेळी नारोपंत हाच आरमारप्रमुख होता. घेरियावर मार खावा लागला, त्याचे कारण वॅस्टन याचा पराक्रम व रामजी महादेव याचे कारस्थान हे होते. नारोपंत हा बॉम्बचा वर्षाव होत असताना दडून बसत होता. जंजिऱ्यावर चाल करण्यास पेशव्यांनी इंग्रजांचे सहकार्य मागितले. परंतु त्यांचे सहकार्याचे बोलणे वरकरणी होते. त्यांनी सिद्दीशी लढण्यास नकार दिला. उंदेरी बेट ही कुलाब्याचे आरमार आणि पेशव्यांचे आरमार संयुक्त प्रयत्नाने मिळाले. यातील पेशव्यांचा सहभाग कितपत होता याची नोंद आढळत नाही. यावरून हे सिद्ध करता येते की, पेशव्यांची सागरी शक्ती ही अपुरी होती आणि म्हणून सिद्दीचे बेट जिंकण्यासाठी त्याने पोर्तुगीजांची मदत मागितली.[६] पोर्तुगीजांनी पेशव्यांची मागणी मान्य केली आणि विजयाची त्यांना आशा वाटू लागली. पण ते बेटाजवळ गेले तेव्हा त्यांना तेथे इंग्रजांचे निशाण फडकताना दिसले. हे पाहून पोर्तुगीज क्षुब्ध झाले आणि ते इंग्रजांशी लढण्यास तयार झाले नाहीत. उंदेरी पेशव्यांच्या तुकडीने ताब्यात घेतले व तेथे थोडेसे सैन्य ठेवण्यात आले. परंतु दुसरे बेट मात्र रघुजी आंग्रेंच्या ताब्यात राहिले. मॅक्ल्युअर म्हणतो की, या दोन शेजार-शेजारच्या बेटांवर लुटीच्या मालाबद्दल वरचेवर एकमेकांत कुरबूर चालू होती.

जंजिऱ्यावरील स्वारीचा प्रयत्न फसल्यानंतर पेशव्यांचे आरमार पुढील १५ वर्षेपर्यंत जहाजांचे परवाने देणे व बिनपरवान्याच्या जहाजांना लुटणे एवढ्याच कामात लागले होते. परंतु हे करताना लढाई करावी लागत नव्हती असे नाही. उदा. पेशव्यांनी अंजदीव येथे डचांचे एक जहाज पकडले.[७] ते नंतर पोर्तुगीजांच्या सैनिकांनी परत मिळवून दिले.[८] १७६४ मध्ये कोण्डे दि एगा आपल्या मायदेशीच्या अधिकाऱ्यांना कळवितो की, पोर्तुगीजांच्या अनेक बोटी गमविल्या गेल्या आहेत.[९] मराठ्यांच्या आरमाराने समुद्र व्यापला आहे आणि ते इंग्रजांशिवाय इतर देशांना मानीत नाहीत. मागच्यावर्षी त्याने पोर्तुगीजांचे मकाओचे जहाज व मोझाम्बिकचे एक पाल व काही पोर्तुगीजांची भारतात व्यापार करणारी लहान जहाजे पकडली. त्यांचे प्रचंड नुकसान झाले असावे. मराठ्यांचा आरमारप्रमुख हा आरमारी कलेत निपुण असावा असे दिसते. कारण पोर्तुगीजांच्या उत्तर आणि दक्षिणेकडील व्यापारी जहाजांवर अनेकवेळा मराठ्यांच्या सैन्याने हल्ले केले.[१०] १७६७ मध्ये मराठ्यांची ६ पाले आणि ५४ गलबतांनी युक्त असलेल्या आरमाराने पोर्तुगीजांच्या एक पाल आणि चार मचवे यांच्या संरक्षणाखालील एका मोठ्या व्यापारी तांड्यावर विजयदुर्गजवळ हल्ला केला पण दोन तास चाललेल्या चकमकीनंतर पेशव्यांनी माघार घेतली.[११] संभाजी आणि

तुळाजी आंग्र्यांच्यानंतर घेरियाचे महत्त्व कमी झाले होते, तरी ते व्यापारी जहाजांना धोक्याचे ठिकाण म्हणून नेहमीप्रमाणेच राहिले होते. व्यापारी जहाजे ही येथे फुटली जाऊ शकतात म्हणून.

पहिल्या मराठ्यांच्या युद्धामुळे पेशव्यांच्या आरमाराबद्दलचे औत्सुक्य मुंबईकरांना वाटले होते. ते गव्हर्नर जनरल व कौन्सिलला लिहितात, "बसरा आणि पर्शियन आखात येथे आपण मोठे नाविक दल ठेवले आहे, परंतु आमच्यावर केव्हाही धाड घालू शकेल अशा मराठ्यांच्या आरमारापासून मलबारच्या किनाऱ्यावर व्यापाराच्या संरक्षणासाठी आमच्याकडे पुरेसे नौदल नाही.[१२] परंतु नुकसान थोडेसेच झाले. मात्र इंग्रज शत्रूच्या आरमारापेक्षा मराठ्यांचे आरमार अतिशय निकृष्ट प्रतीचे असल्याचे सिद्ध झाले. या युद्धामध्ये फक्त दोन आरमारी हल्ले झाले. पहिला हल्ला १७५५ मध्ये विजयदुर्गजवळ झाला. 'रिव्हेंज' हे आरमारी जहाज व 'बॉम्बे' हे गुराब यांची मराठ्यांच्या आरमाराशी बंदराजवळ गाठ पडली. मराठ्यांच्या आरमाराने पोबारा केला, परंतु त्यांच्या सर्वात मोठे 'समशेर जंग' या जहाजाला मागे टाकून इंग्रजांचे जहाज पुढे निघून गेले. तीन तासांच्या लढाईनंतर युद्धसंमुख मराठा उसळला आणि सेनाधिकारी व त्याची बरीच माणसे नाश पावली.[१३] शांततेच्या करारानंतर दुसरा हल्ला झाला आणि त्यात इंग्रजांचा पराभव झाला. दोन डोलकाठ्या व चौकोनी शिडे असलेल्या, १२ बंदुका असलेल्या 'रेंजर' नावाच्या जहाजात बरेच उच्च लष्करी अधिकारी मुंबई ते कालिकत प्रवास करीत होते. पेशव्यांचा अतिशय नावाजलेल्या आनंदराव धुळप या आरमारी अधिकाऱ्याच्या आरमाराची व त्यांची समोरासमोर गाठ पडली. मराठ्यांच्या आरमारप्रमुखास युद्ध संपल्याचे माहीत नव्हते. इंग्रजांच्या कप्तानाने त्याला त्याची जाणीव करून दिली नाही. अतिशय हातघाईच्या झालेल्या लढाईनंतर रेंजर जहाज पकडून विजयदुर्गकडे नेण्यात आले. परंतु जहाजावरील अनेक माणसे मारली गेली आणि जखमीही झाली. शांततेचा करार झाला आहे हे समजताच त्यांनी रेंजर हे जहाज इंग्रजांना परत देऊन टाकले.[१४]

१७८७ मध्ये मराठ्यांनी पोर्तुगीजांशी मैत्री करण्याचा प्रस्ताव मांडला. त्यातून टिपूच्या आरमाराशी लढण्यासाठी सहकार्य मागितले. मराठा आरमाराने पुणे दरबारचा पूर्णपणे विश्वास संपादन केल्याचे दिसत नसल्याचे स्पष्ट केले.[१५] त्यानंतर सहा वर्षांनी जंजिरा जिंकण्याची त्याने मोहीम हाती घेतली त्यावेळी आपले शेजारी पोर्तुगीज यांच्या सहकार्यासाठी त्यांना किंमत मोजावी लागली.[१६]

पेशव्यांच्या आरमाराची शेवटची कामगिरी म्हणजे १७९१ मध्ये त्यांनी घेतलेले (झिंपी Ximpi) हे बेट.[१७] पोर्तुगीजांनी मराठ्यांचा बेत उधळून लावून 'पिरो'चा किल्ला स्वत:कडे त्यांचे मांडलिक सौंध्याचे राजे बाबूराव साळुंखे यांच्या नावे घेतला.[१८] मराठ्यांच्या आरमारप्रमुखाने 'झिंपी' बेटाचा ताबा तीन डोलकाठ्यांची दोन पाले, दोन गुराबे, चार

गलबते यांच्यासह घेतला. झिंपी हा किल्ला निसर्गसौंदर्य आणि कलात्मक बांधणीचा आणि अजिंक्य असा असल्याने तो मराठ्यांनी लगेच काबीज केला, याचे पोर्तुगीजांना आश्चर्य वाटले. मराठ्यांचे आरमार ओणोच्याकडे सरकले. तेथे त्यांचे दोन विभाग करण्यात आले. एक उत्तरेकडे सरकले तर दुसरे त्यांचा शत्रू टिपू सुलतान याचे जहाज पकडण्यासाठी वाट पाहात राहिले.[१९] एकंदरीत असे निश्चितपणे नमूद करता येईल की, पेशव्यांचे आरमार हे श्रेष्ठ किंवा वैभवशाली असे नव्हते. मराठ्यांचा घोडेस्वार याची महती मोठी असल्याचे दिसून आले आणि त्यामुळे मराठ्यांच्या खलाशांबद्दल भारताच्या इतिहासाचा विद्यार्थी आजही साशंक राहील.

पेशव्यांच्या नाविक दलाच्या अंतर्गत प्रशासनासंबंधीची तंतोतंत माहिती आम्हास पूर्वीपेक्षा अधिक मिळते. नौदलाचा प्रमुख हा 'सुभेदार' किंवा 'आरमारप्रमुख' असे. पहिला आरमारप्रमुख हा 'बाजीराव बक्षी' या नावाचा होता. नावापलीकडे त्याची इतर माहिती मिळत नाही. १७४९-५० मध्ये त्याच्या नंतर त्याचा मुलगा त्रिंबकराव याच्याकडे कारभार आला. नंतर आरमारप्रमुखास १००० रुपये पगार व रोख भत्ता आणि वस्तुरूपाने १८६ रुपये रोख व १६ मण धान्य असे मिळत असे.[२०] १३ वर्षांनंतर काही महालांचा सारा आनंदराव धुळप यांना आरमाराच्या खर्चापोटी मिळत होता यातूनच त्यांचा पगार व भत्ताही दिला जात असे.[२१]

आरमाराच्या मुलकी प्रशासनात वंशपरंपरागत पद्धतीने अधिकारी असत त्यांना 'दरखदार' असे म्हणत. ते कारकून असत. त्यांना हजेरी घेणे आणि हिशोब ठेवणे ही कामे असत. त्यांना थोडेफार तांत्रिक ज्ञान घ्यावे लागे. नौदलास लागणाऱ्या गोष्टींची खरेदी जुन्या आणि मोडकळीस आलेल्या जहाजांची दुरूस्ती इत्यादी गोष्टी ज्यांना तांत्रिक ज्ञान नाही अशा नोकरांकडून समाधानकारक होत नसत. १७६५-६६ मध्ये आरमाराच्या मुलकी प्रशासनावर देखरेख करण्यासाठी कारभारी आणि अमिन यांची नेमणूक केली गेली आणि त्यांच्याशी आरमारप्रमुखाने सहकार्याने काम करण्याचे ठरले.[२२] अमिन हा हजेरी, हिशोब व लागणाऱ्या सामानाची खरेदी इत्यादीस जबाबदार असे. ही योजना पूर्णपणे समाधानकारक ठरली नाही आणि १७८१-८२ मध्ये दरखदारांना परत नेमण्यात आले व आनंदराव धुळप हे पेशव्यांच्या आरमाराचे मुलकी आणि लष्करी प्रमुख बनले. ३ पाले, ३ गुलाबे आणि १३ गलबते यांचे आरमार बनविण्याचे त्यास सांगण्यात आले. महालामधून मिळणारा सारा आणि समुद्रावरून मिळणारी लूट यांतून आरमाराचा खर्च निभवावा असे त्यास सांगण्यात आले. त्यास दिलेल्या सुभ्यांमधील सुतार, लोहार, चांभार यांच्या सेवेचा लाभ घेण्याचा अधिकार त्यांस देण्यात आला.[२३]

बाळाजी बाजीराव यांच्या कारकिर्दीतील नौदलातील खलाशी आणि तांडेल यांच्या पगाराचे आकडे पुढीलप्रमाणे आढळतात.[२४]

सर तांडेल	रुपये १० प्रति महिना
तांडेल	रुपये ७ ते ७.५० प्रति महिना
खलाशी	रुपये ४-८-५ प्रति महिना

याशिवाय त्यांना शिधा ज्या त्या व्यक्तीच्या पदाप्रमाणे दिला जात असे. १७८२-८३ मध्ये नौदलातील सैनिकास पगार व भत्ता मिळून ६५ रुपये प्रतिवर्ष मिळत असत. त्यातील खलाशास ६१.५ तर बंदूकची यास थोडा अधिक म्हणजे ६७.५ रुपये एवढा पगार मिळे.[२५]

अधिकारी आणि खलाशी यांना लढाईत चांगली कामगिरी केल्याबद्दल पेशव्यांकडून बक्षिस मिळत असे. पहिल्या माधवराव पेशव्यांनी अधिकारी आणि खलाशी यांना हैदरअलीच्या विरुद्ध केलेल्या नाविक कामगिरीबद्दल, ४,२५० रुपये वाटले होते. ३ अधिकाऱ्यांपैकी दामाजी सेककू कुवेसकर, शिवाजीराव सुर्वे आणि विठोजी नाईक बामकर यांना ३०० रु., २५० रु. आणि २०० रु. असे दिले. बाळाजी हरी फडणीस यास ५०० रु. मिळाले व सारंग आणि खलाशी यांना ३००० रु. देण्यात आले.[२६]

मराठ्यांच्या आरमाराच्या इतिहासाच्या थोडक्यात आढावा घेतला तर चटकन लक्षात येते की, १०५ वर्षांमध्ये मराठ्यांच्या आरमारातील युद्धपद्धती किंवा नाविकता यांत फारशी प्रगती झालेली दिसत नाही. मॅक्ल्युअर याने १७८७-८८ मध्ये किनारपट्टीवरील महत्त्वाच्या बंदरांना भेटी दिल्या व त्याने मराठ्यांची जहाजे आणि त्यांची लढण्याची पद्धत याचा सारांशाने अहवाल दिला आहे. दोन काठ्या असलेली लहान गलबते त्याच्याबरोबर शत्रूची जहाजे शोधून काढण्यासाठी अनेक गलबते त्यात सुरे, बंदुका आणि दगड घेतलेले सशस्त्र ८०-९० सैनिक भरून त्यांनी पाठविले. एक मोठी तोफ गलबताच्या पुढील भागावर वरच्या तुळईस दोरखंडाने घट्ट बांधलेली दिसते. कारण जेव्हा तोफ उडविली जाते तेव्हा जहाज हेलकावते,'' असे तो म्हणतो.[२७] आंग्र्यांची जहाजे आणि त्यांची हल्ला करण्याची पद्धत याचे ५३ वर्षांपूर्वी कॅप्टन अनसेलम आणि बेन्झामिन हॉल यांनी दिलेल्या माहितीशी तुलना केली तर तेथे प्रत्येक गोष्ट पडताळून पहावी लागेल. जहाजावर माणसे, सैन्य, शस्त्रे आणि डावपेच हे दीड शतकभर तसेच असल्याचे दिसते. मात्र पाश्चिमात्य देशात नौदलातील अभियांत्रिकी आणि युद्धपद्धती यांत कमालीची प्रगती झाली होती. मराठ्यांना समुद्रावर युरोपीय हे आपणापेक्षा वरच्या दर्जाचे आहेत याची जाणीव होती. पाश्चिमात्य देशांच्या नाविक प्रबलतेचा विचार केला तर ती एक धोक्याची बाब आहे; हे माहीत असूनसुद्धा त्यांनी काही शिकण्याचा, प्रगती करण्याचा किंवा शोध करण्याचा काहीच प्रयत्न केला नाही. १६७९ मध्ये ६० खलाशी

असलेले दौलतखानाचे आरमार एका इंग्रज आरमाराकडून पराभूत झाले, १७३९ मध्ये पोर्तुगीजांच्या एका आरमाराने संभाजी आंग्र्यांच्या १७ जहाजांच्या तुकडीला पराभूत केले, परत पोर्तुगीजांच्या एका जहाजाने आंग्र्यांच्या २१ जहाजांना मार दिला तर १७६७ मध्ये मराठ्यांच्या ६० जहाजांना ५ पोर्तुगीज जहाजांनी पराभूत केले. युरोपियन खलाशांनी जगातली आखाते आणि समुद्र यांना गवसणी घातली तर मराठे किनाऱ्यावरच राहिले. युरोपियन कप्तान उत्तम प्रकारची आधुनिक शस्त्रास्त्रे वापरू लागले. त्यावेळी मात्र मराठ्यांच्या जवळ खंजीर, चाकू, धनुष्यबाण आणि इतिहासपूर्व काळातील ओबडधोबड दगड हीच शस्त्रे राहिली. लढाईत किंवा संस्कृतीत प्रगती किंवा अधोगती होत असते. मराठा खलाशी काहीच करू शकला नाही, पुढे जाऊ शकला नाही. तो हळूहळू खालच्या दर्जालाच खेचला गेला. हे दुर्दैव अपरिहार्य होते. निसर्गाचा नियमच असा आहे की, जो बलिष्ठ आहे तोच वाचतो, आणि युद्धात जो बलिष्ठ आहे तोच बलिष्ठ ठरतो आणि जो बलिष्ठ आहे तोच जगू शकतो. प्राचीन काळी लढाईसाठी शारिरीक ताकदच वापरली जात असे परंतु १८ व्या शतकात युद्ध हे शास्त्रीय पद्धतीचे झाले आणि लष्कर आणि नौदल चालविण्यासाठी शास्त्रीय आणि बौद्धिक प्रयत्नांचीच गरज असल्याचे स्पष्ट झाले. मराठा सैनिक आणि मराठा नाविक दोघेही जुनाट विचारांचे होते. ते आपल्या वाडवडिलांच्या मार्गावर घट्ट चिकटून राहिले आणि परिणामत: त्यांना निराशाजनक जीर्णावस्था प्राप्त झाली.

टिपा :

(१) फॉरेस्ट, Selection from state papers, Appendix A, pp.699-704
(२) बिकर, Tratados da India, vol.VI, p.207
(३) Fr. Angelo dos serafins, Relacao da viagem que o illustrissimo Marquez de Tavora Vice-Rey do Estado da Indai fez do porto desta cidade de Lisboa ate o da cidade de Goa, p.8
(४) ईव्हज, A voyage from England to India, p.43.
(५) लो, History of the Indian Navy, vol.1, p.131
(६) बिकर, Tratados da India, vol. VII, pp.175-9
(७) officios dos Governadores, (Archivo Ultramarino, of Lisbon) maco 2, Letter No.4, 20 January 1764.
(८) officios dos Governadores, (Archivo Ultramarino, of Lisbon) maco 2, Letter No.4, 20 Jan. 1764.
(९) officios dos Governadores, (Archivo Ultramarino of Lisbon) Maco 2, Letter No.5, dated 20 Jan. 1764
(१०) कित्ता.
(११) officios dos Governadores, maco 12, No.21
(१२) फॉरेस्ट, Selections from state papers, maratha series, p.208.

(१३) लो, History of the Indian Navy, vol.I, pp.156-7

(१४) कित्ता, pp.157-159

(१५) officios dos Governadores, maco 20, Letter No. 95, 12 march, 1787; बिकर, Tratados da India, vol. VII, pp.121-2

(१६) officios dos Governadores, maco 29, Letter No. 37, 12 march, 1793.

(१७) कित्ता, maco 26, Letter No.33, 18 April, 1791.

(१८) हा पोर्तुगीज उच्चार आहे बाबूराव सोलख. योग्य भाषांतर साळोखे असे आहे.

(१९) officios dos Governadores maco 27, Letter No. 30, 19 April 1791.

(२०) पेशवे रोजनिशी, खंड ३, पृ. १८५

(२१) कित्ता, खंड ९, पृ. ३३९.

(२२) कित्ता, पृ. ३४०-३

(२३) कित्ता खंड ६, पृ. १९५-६

(२४) कित्ता खंड ३, पृ. १८६-७

(२५) कित्ता खंड ६, पृ. १९६-८

(२६) कित्ता खंड ९, पृ. ३४४

(२७) मॅक्लुअर Description of the coast of India, p.25.

प्रकरण १३

चाचेगिरी किंवा सागरसत्ता

मराठ्यांच्या आरमाराचे अध:पतन हे त्यांच्या अकार्यक्षमतेमुळे झाले. पूर्वग्रहदूषितवृत्तीमुळे मराठ्यांच्या नौदलप्रमुखांना 'चाचे' म्हणून संबोधले गेले. कान्होजी आंग्रे आणि आनंदराव धुळप यांच्या वेळेपासून आशिया आणि युरोपमध्ये आरमाराच्या बाबतीत क्रांतिकारक बदल झाले. समुद्रसंचाराचे स्वातंत्र्य हे युद्धजन्य परिस्थिती नसताना किंवा शांततेच्या वेळी राहावे, हे आंतरराष्ट्रीय संबंधातील स्वयंसिद्ध तत्त्व आहे. मुक्त समुद्रसंचार करणाऱ्या शत्रूच्या जहाजांचा नाश करणाऱ्या मराठ्यांचा धिक्कार करून त्यांना चाचे म्हणून दोषी ठरविणे; हे आजच्या पिढीच्या नजरेतून योग्य असले, तरी दोनशे वर्षांपूर्वी मलबारच्या किनाऱ्यावर हे चालले होते. जगात कोठे कोठे हे चालले होते किंवा नाही हे समजत नाही. मराठे हेच फक्त राष्ट्रीय अपराधी होते हे सामान्यपणे माहीत नव्हते. ते आपल्या युरोपीयन शेजाऱ्यांचेच अनुकरण करीत होते.

आधुनिक काळात हिंदी महासागरात प्रवेश करणारे पोर्तुगीज हे पहिले युरोपीय होत. त्यांच्या बलिष्ठ नौदलाने भारतीय राजांवर प्रभाव पाडला आणि त्यांना खूष करून घेऊन त्याचा अधिकाधिक फायदा उपटण्याचे ठरविले. त्यांनी समुद्रावर सत्ता प्रस्थापित केली व इतर सत्तांना मित्रत्वाने किंवा अन्यमार्गे आपल्या सत्तेस मान्यता द्यावयास लावली. अरबी समुद्रात व हिंदी महासागरात त्यांच्या परवानगीशिवाय संचार करता येत नसे. प्रत्येक व्यापारी जहाजाला परवाना विकत घ्यावा लागे. भारतीय सत्ताधीशांनासुद्धा या गोष्टीपासून सुटका नसे. १५३४ मध्ये गुजरातच्या बहादूरशहाने नूनो दा कुन्हा याच्याबरोबर तह केला. त्या तहातील एक कलम असे होते की, बहादूरशहाच्या बंदरातून प्रवास करणाऱ्या सर्व जहाजांस पोर्तुगालच्या राजाच्या वसई येथील अधिकाऱ्याकडून कार्ताज (परवाना) घ्यावा लागे. फक्त मक्केला जाणाऱ्या जहाजांना ही सूट होती.[१] १५४७ मध्ये जोओ दी कॅस्ट्रो याने निजामशहाबरोबर करार केला की, त्याच्या पाच जहाजांना मोफत कार्ताज दिले जातील; पण ते तुर्कांना देता येणार नाहीत अशी अट घातली.[२] १५४८

मध्ये विजापूरच्या सुलतानाबरोबर तह करून अशाच प्रकारे परवानगी देण्यात आली.[३] त्याच तहाच्या शेवटच्या कलमात १५७४ मध्ये अशी अट घालण्यात आली की, आदिलशहाच्या बंदरात पोर्तुगीज कार्ताज न घेतलेले एखादे जहाज आढळले तर त्यातील निम्मा माल आदिलशहास व निम्मा पोर्तुगीजास द्यावा लागेल. इतकेच काय, पण ते जहाज त्याचे जरी असले तरी ही अट राहील.[४] ह्या अपमानकारक अटी फक्त मुस्लिम राजांनाच लागू होत्या असे नाही. १६३१ मध्ये कर्नाटकचा राजा वीरप्पा नाईक आणि कालिकतचा झामोरीन याने पोर्तुगीज परवाना[५] न घेतलेल्या जहाजांना आपल्या बंदरातून जाण्यास परवानगी दिली नाही. फक्त लहान जहाजांना आत-बाहेर करण्यास परवानगी होती. समुद्रमार्गाने युरोपातील इतर राष्ट्रांची जहाजे भारतात आली, त्यावेळी पोर्तुगीजांनी आपण समुद्राचे सत्ताधीश आहोत, असे मानून त्यांचा भारतातील व्यापार बंद करण्याचा प्रयत्न केला. आपली सत्ता भारतीय शेजाऱ्यांना मान्य करावयास लावली. १६०८ मध्ये विल्यम हॉकिन्स आणि त्याचे अधिकारी हे आपली जहाजे घेऊन चालले असता पोर्तुगीजांचा कप्तान मोर याने त्यांच्यावर हल्ला केला. त्यावेळी हॉकिन्स याने पोर्तुगीज अधिकाऱ्यांची कानउघाडणी केली. पोर्तुगीज अधिकारी त्यास शांतपणाने म्हणाला की, ''हे समुद्र पोर्तुगालच्या राजाच्या मालकीचे आहेत आणि येथे त्याच्या परवान्याशिवाय येता येणार नाही.'' रागावलेल्या कप्तानाने त्याच्या बोलण्यावर गदारोळ केला. पण त्याचा काहीच उपयोग झाला नाही.[६] त्यानंतर तीन वर्षांनी सर हेन्री मिडल्टन यांना याच पोर्तुगीजांच्या विरोधाला सामोरे जावे लागले. तो लिहितो, ''१९-२० तारखेस पोर्तुगीज आरमाराच्या एका लहान लढाऊ गलबतातील एकाजवळ माझ्या पत्राचे उत्तर कॅप्टन मेजर याने काल दिले. त्यास त्याने मला धन्यवाद दिले; तसेच मी राजाचा मित्र आहे, तेव्हा मला शक्य तेवढी मदत करण्याचे त्याने त्यातून नमूद केले. परंतु स्पेनचा राजा किंवा व्हाईसराय याच्याकडून मी जर पत्र आणले असेल तर तो मला मदत करील. जर पत्र आणले नसेल तर आपल्या फॅक्टरीचा मालक जो राजा आहे, त्याच्या बंदराचा प्रमुख म्हणून बंदराचे संरक्षण करणे माझे काम आहे असेही त्यात त्याने नमूद केले.''[७]

पोर्तुगीजांची पूर्वेकडील सत्ता हळूहळू नाश पावली; परंतु त्याने आपला हक्क सोडला नाही. १७ व्या शतकाच्या अखेरीस इटालियन प्रवासी जेमिली कॅरेरी यास पोर्तुगीजांच्या सत्तेचा अधिकार तसाच जाणवला. तो लिहितो, ''अशियातील राजांना भयभीत करून त्यांच्याकडून खंडणी वसूल करणे हे विशाल समुद्रावरील सत्ता व श्रेष्ठ आरमार यांच्या जीवावर त्यांना शक्य होत होते. त्यांच्या परवान्याशिवाय कोणत्याही देशाचे जहाज प्रवास करू शकत नव्हते. त्यांच्या संरक्षणाशिवाय प्रवास करणाऱ्या जहाजांवर हल्ला करून त्यातील लोकांना तुरुंगवास दिला जाई. पोर्तुगीजांची सत्ता कमी झाली होती तरी मुसलमान आणि ज्यू नसलेल्या लोकांच्या जहाजांवर त्यांची बंधने होतीच.[८]

पुढच्या शतकातसुद्धा पोर्तुगीजांचा अधिकार मुस्लिम आणि ज्यूशिवाय इतर सत्तांच्या जहाजावर चालूच होता.[९] १२ सप्टें १७३५ मध्ये विजरई कोण्डे द सॅण्डोमिल याने काही सूचना दिल्या होत्या. त्यांपैकी खालील सूचना अशा होत्या की, "जेव्हा कॅप्टनला एखादे जहाज दिसेल किंवा तो ते घेईल तेव्हा ताबडतोब तो ते कार्ताज (परवाना) साठी पाठवीत असे. त्याच्याकडे परवाना नाही किंवा त्याच्याकडे जुना परवाना आहे आणि त्यांच्या जहाजांनी बंदरात मनाई केली असतानासुद्धा, व्यापारी मालाची वाहतूक केली असेल तर त्यांना ताब्यात घेऊन त्याची तारीख व अक्षांश, त्यांना पकडले त्यावेळी झालेला झगडा याची नोंद अहवाललेखकाने करून घ्यावी."[१०] १७३६ मध्ये ॲन्टानिओ दी ब्रिटो फ्रेरी यास तातडीचा हुकूम देण्यात आला की, "कोणत्याही प्रकारचा पूर्वग्रह न बाळगता आपल्या प्रवासात भेटलेल्या जहाजांच्या काफिल्यांना सुरक्षित पोचविण्यासाठी त्यांच्या पाठीमागे जावे."[११] या सूचना १३ सप्टें. १७३७ व ५ सप्टें. १७३८ मध्ये पुन्हा देण्यात आल्या आणि त्याच अधिकाऱ्यावर पोर्तुगीजांच्या व्यापारी जहाजांना सुरक्षितपणे पोचविण्याची जबाबदारी त्याच्यावर विश्वासाने टाकली.[१२]

१८ व्या शतकाच्या मध्यंतरीस पोर्तुगीजांच्या नाविक अधिकाऱ्यांना वरील प्रकारच्या सूचना जेव्हा देण्यात आल्या, तेव्हा पोर्तुगीजांची नाविक सत्ता कमकुवत झाली होती. त्यावेळी त्यांनी लुटीकरता आपले आरमार पाठविले. डच गव्हर्नर जनरल व कौन्सिल ऑफ इंडिया १६६८ मध्ये डच ईस्ट इंडिया कंपनीच्या डायरेक्टर्सना लिहितात, "पोर्तुगीजांची जहाजे सध्या चाचेगिरी करण्यात गुंतली आहेत. विशेषत: कर्नाटकातील जहाजांवर त्यांनी हल्ला केला आणि ती गोव्याच्या बंदरात आणली आहेत."[१३] मागच्याच वर्षी डचांना पोर्तुगीज सरकारने सुचविले की, "त्यांनी आपल्या नौदलासह आम्हास मिळावे व भारतीय समुद्रात येणाऱ्या मुस्लिम जहाजांना पकडावे व त्यांची लूट करावी ही गोष्ट आपणास अतिशय फायदेशीर ठरणार आहे."[१४] (Returne) येथील कॅप्टन १६८२ मध्ये प्रवास करीत असताना त्यास काही सूचना मिळाल्या त्यांपैकी एक अशी होती की, "पोर्तुगीज ईगल जहाजावर हल्ला करण्याइतपत उन्मत्त झाले असतील तर त्यांचे अधिकारी भेटल्यावर त्यांचा कोणताही अपमान किंवा हिंसक कृत्य करू नका. त्यांनी मात्र जर हल्ला केला तर त्यांच्यावर जोरदार प्रतिहल्ला करून आपले संरक्षण करा."[१५]

परंतु पोर्तुगीज हे एकमेवच राष्ट्र नव्हते की ज्यांनी आपल्यापेक्षा कमकुवत असलेल्या देशावर नाविक सत्ता गाजविली आणि आपला हक्क प्रस्थापित केला. ११ फेब्रु. १६६४ ला डच ईस्ट इंडिया कंपनीने किंग कालात्री राजाच्या प्रदेशातील मांडलिक मुस्लिमांचा प्रमुख व राज्यकर्ता आदर्शिया याच्याबरोबर तह केला. त्यांना मसाल्याचा व्यापार करण्याचीच मक्तेदारी फक्त प्राप्त झाली असे नव्हे तर आदर्शियाच्या प्रजेलासुद्धा समुद्रात मुक्त संचार करण्यास मनाई केली. त्याची खालील कलमे पाहा.

(१८) येणाऱ्या व जाणाऱ्या जहाजांची तपासणी करण्याचा अधिकार कंपनीला आहे.

(१९) आदर्शिया सरकारच्या ताब्यातील कोणत्याही जहाजास (Cannanore) कण्णूरच्या कंपनीच्या डायरेक्टरचा परवाना घ्यावाच लागेल.

(२०) आदर्शियाच्या सरकारकडून त्यांना आढळलेल्या चाच्यांचा ते बंदोबस्त करणार असल्याची शिफारस केल्यावरच त्यांना परवाने दिले जातील.[१६]

१७ व्या शतकात डच आपला अधिकार इतर देशांवर कसा लादत होते. हे आपणास तंतोतंत माहीत नाही पण बॉम्बे पब्लिक कन्सल्टेशन्समध्ये पुढच्याच वर्षीच्या दुसऱ्या शतकात अशी नोंद आढळते की, ''त्यांनी जहाजे पकडणे आणि जप्त करणे हा फायद्याचा धंदा चालू ठेवला होता. त्यांनी अकारण काही इंग्रज जहाजे पकडल्याचे स्पष्टपणे दिसते आणि याबद्दल मुंबई कौन्सिलने कोचीन कौन्सिलला ठासून सांगितले होते.''[१७]

इंग्लिश ईस्ट इंडिया कंपनीच्या अधिकाऱ्यांनीसुद्धा आपली परवानापत्रे काढली होती आणि आपल्याच देशातील जहाजांना ती विकत घेण्याची सक्ती केली जात होती. खाफीखान म्हणतो, ''समुद्रावर पोर्तुगीजांपेक्षा इंग्रजांची वागणूक चांगली नव्हती.''[१८] १७ व्या शतकाच्या सुरुवातीस सर थॉमस हार्बर्ट याने पूर्वेकडे भेट दिली. तो वरील गोष्टीस मुस्लिम इतिहासकारास दुजोरा देतो. (१६३४ मध्ये त्याचे पुस्तक प्रकाशित झाले.)[१९] परंतु त्या शतकाच्या दुसऱ्या भागाच्या अर्ध्यात त्यांच्यात बरीच सुधारणा झाली. १६७२ मध्ये रिव्हेन्ज या जहाजाच्या कॅप्टन पिटर जॉनसन याने कालिकतचे व्यापारी जहाज हे लूट म्हणून सुरतला नेले. त्यास इंग्रजांचा परवाना नव्हता.[२०] १६७५ मध्ये भडोच येथील इंग्रजांच्या बखारीकडून मलबारच्या जहाजांच्या नाखव्यांना त्यांनी इंग्रज परवाने घेतले नाहीत आणि ते समुद्रात इंग्रज जहाजांना जर भेटले तर त्यांची चांगलीच लूट केली जाईल अशी ताकीद दिली.[२१] परंतु त्याचवर्षी कारवारकरांनी सुरतच्या आपल्या वरिष्ठांना कडक विरोध दर्शविला की, अपराध्यांना पास घेण्यापासून परावृत्त करून त्यांना दया दाखविली आहे. बॅटिकोला येथील जहाजांचे मालक व इतर बंदरावरील लोक त्यांची जहाजे तुम्ही क्वचित अडविता, त्यांच्याकडे परवाने नसतात तरीसुद्धा त्यांना थोडेसे अडवून मुंबईकडे नेऊन परत लगेच सोडून दिले जाते, असे ते बढाया मारतात. परंतु महोदय, आपण त्यांना फारच सभ्यपणाची वागणूक देत आहात आणि परवाना मिळवण्याची गोष्ट ते किरकोळ मानतात. आपण जर त्यांच्याकडे सावधगिरीने पाहिले नाही तर ते बत्तीकोला व इतर ठिकाणची जहाजे विनापरवाना फिरवतील मग आपल्या धन्याची प्रतिष्ठा आपणास कशी सांभाळता येईल? त्यामुळे आपणास आपण दुर्बळ आहोत असे होईल, याबाबतीत हुजूरांनीच गंभीरपणे विचार करावा व निर्णय घ्यावा.[२२]

या तक्रारीवरून हे लक्षात येते की, परवान्याशिवाय जहाजे पकडणे ही समुद्रावरील कायदेशीर सत्ता असल्याचे इंग्रजांचे मत होते. त्यानंतर ३ वर्षांनी २७ फेब्रु. १६६८-६९

मध्ये कॅप्टन विल्यम नॉग्रेव यास खालील सूचना देण्यात आल्या. मि. जॉर्ज बाऊचर यांना कालिकतला नेण्यासाठी हंटर जहाजावर आम्ही तुझी नेमणूक केली आहे. इंग्रजांच्या परवान्याची सर्व तपासणी करण्याबद्दल त्यांना सूचना दिल्या आहेत. खाली जाताना मलबार किनाऱ्यावर कोणी भेटले तर त्यांचे संरक्षण करून त्यांना विशेषत: मुंबईस आणावे. ते आली राजा (Alli Rajah) किंवा 'बरगोटा'चे नबाब, कोटा, धरमपूर, विजयापट्टण, पोरकाट येथील रहिवासी यांची कोणतीही तक्रार न येता त्यांना चांगली वागणूक देण्यात यावी. अत्यंत विश्वासूपणाने, धैर्याने, समंजसपणाने त्यांच्याशी वागून त्यांच्या मालास कोणताही धक्का लावू नये. त्यांचा सर्व माल त्यांना व्यवस्थित पोचल्याची दखल घ्यावी आणि कोणतीही वाईट गोष्ट न घेतल्याचे समाधान मिळवावे.[२३] इंग्रजांचा त्यात काही उद्देश होता असे नव्हे पण ते सूडाच्या भावनेने पाहात होते. सर जॉन गेयर यांच्या सूचना ह्या जरी आपुलकीच्या असल्या तरी पोर्तुगीज आणि डच हे त्यांच्या वागणुकीच्या पद्धतीला मानत नव्हते. २८ मे १६९५ मध्ये त्याने कॅप्टन लिओनार्ड एजकोम यास सांगितले की, ''तुमच्या कक्षेत किंवा कक्षेच्या बाहेर देशाची जहाजे आढळल्यास त्यांच्या परवान्यांची मागणी करा आणि पाहा. त्यांच्याजवळ काही नसेल तर त्यांना धमकवा. जे तुम्ही कराल ते करताना ती जहाजे परत जरी भेटली तरी त्यांना अपशब्द करू नका आणि जहाजात एखादा इंग्रज असेल तर त्याच्या बाबतीत काही वेगळ्या सूचना नाहीत. त्यांना फक्त बाजूला करा.''[२४] परंतु गव्हर्नर बून याने कान्होजी आंग्रे यांचे 'खंडेराव' हे शिबार थांबविले आणि नेहमीचीच प्रथा पाळली. त्याला प्रतिकार झाला त्यावेळी त्याने आंग्र्यांना लिहिले, ''त्र्यंबकजी मेघे यांच्या मालकीचे खंडेराव या शिबारातील माल आणि सुरतच्या व्यापाऱ्यांचा माल थांबविला आहे. कारण त्र्यंबकजी हा येथील रहिवासी असून त्याची गुदामे येथे आहेत. तो नेहमी माझा परवाना घेतो. यावर्षी मात्र बतावणी करून तो समुद्रातून तसाच चालला आहे, त्याला परवानगी कशी देता येईल? याच पद्धतीने सुरतचे व्यापारी त्यांच्या मालवाहतुकीसाठी नेहमी माझा परवाना घेतात. या शिबारात सुरतच्या व्यापाऱ्यांच्या मालाची विनापरवाना वाहतूक होत आहे. तुम्ही व पोर्तुगीज दोघेही त्याची लूट करता. ही जहाजे जर परवान्याशिवाय जात असतील तर त्यांना त्याच प्रकारे दंड आकारण्यात येईल; पण मी अजून ठामपणे तसे ठरविले नाही.''[२५] अरबी समुद्रातील नौकानयन हे पश्चिमेकडील नाविक सत्ताधीशांच्या नियंत्रणाखाली होते आणि असा एक सर्वसाधारण समज होता की, ''ही गोष्ट जणू कायदेशीरच आहे. त्यातून मिळणाऱ्या कराच्या प्राप्तीचा गैरवापर ही नाविक अधिकाऱ्यांची एक प्रकारची मिराशी होती, त्यामुळे ते कायमच वखवखलेले असत. वस्तुत: सागरी वाहतुकीवर नियंत्रण असणे गरजेचेच होते. ते व्यापारी नेहमी बंदरात आल्यावर साळसूदपणाने वागत आणि एकदा दूरवर समुद्रात पोचले की योग्य संधी मिळताच आपले मूळचे स्वरूप दाखवीत असत.[२६] काही

प्रमाणात त्यांनी ही वहिवाट काही व्यापाऱ्यांच्या बाबतीत योग्य ते परवाने देऊन थांबवली आणि ते परवाने देताना वाजवी शुल्क घेऊनच दिले. मराठी व्यापाऱ्यांना गोवा शासन परवान्यासाठी १०० खंडी मालाला २० झेराफिन्स[२७] या दराने शुल्क आकारून परवाने देत असे. इंग्रजांच्या परवान्याची किंमत ही गंतव्य स्थानाच्या अंतरानुसार ठरविली जात असे. उदा. भडोच ते सुरत रुपये ४, गोव्याहून २ रुपये, तर खंबायतहून ३ ते ४ रुपये प्रत्येकी ५०० खंडीस आकारणी केली जात असे.[२८] त्यांना दिल्या जाणाऱ्या संरक्षणापोटी वरील शुल्क आकारले जाई व त्याचा भरणा कोणतीही घासाघीस न करता व्यापारी करीत असत. हेन्री ग्रोस म्हणतो, "हा खर्च सोसण्यासाठी कंपनीला इतर युरोपीय जहाजांवर अवलंबून न राहता आपली जहाजे फिरती ठेवावी लागत असत. त्यासाठी अगदी अल्प मोबदला त्यांना द्यावा लागे, जो ते न कुरकुरता भरत असत.[२९] आंग्रे आणि पेशवे त्यांच्या परवान्यासाठी काय आकारणी करीत असत हे आम्हास माहीत नाही.[३०] त्यासंबंधी कोणतीही तक्रार नसल्याने त्यांची किंमत फारशी नसावी. पोर्तुगीज आणि इंग्रज लेखक मराठा आरमाराकडून व्यापाऱ्यांना त्यांच्या बंदरात संरक्षण मिळत असल्याबद्दल लिहीत नाहीत."

मराठा कप्तान समुद्रावरील आपले भाऊबंद पोर्तुगीज, इंग्रज आणि डच यांच्या नौदलापेक्षा वेगळे काही करत नव्हते. परवाना न घेतलेल्या जहाजांनाच ते पकडत असत. ज्यांना त्यातून सूट दिली जाई, त्यांना यासंबंधीचे कारवारचे पत्र आम्ही पूर्वीच दिले आहे. त्यात विरोध करणाऱ्याबाबत स्पष्ट सूचना केल्या आहेत. बहुतेक व्यापारी बंदूकधारी असत. काही प्रवाशांजवळ साध्या बंदुका व रूंद तोंडाच्या बंदुका असत. शरणागतीपूर्वी ते क्वचित त्यांचा वापर करीत. अशी पकडलेली जहाजे भेकड समजली जात. पाण्यात तीर मारल्यासारखा तो प्रकार असे. हल्ली पाणबुडी ते काम करते. कोणत्याही परिस्थितीत धोका न पत्करता व्यापारी जहाज प्रवास करीत असे. याबद्दल कोणतेही वेगळेपण वाटत नाही. मराठा आणि पोर्तुगीज हे त्यांच्यावरील चाचेगिरीच्या आक्षेपाचा विशिष्ट शब्दामध्ये धिक्कार करतात. १७०० मध्ये जंजिऱ्याच्या सिद्दीचे एक जहाज पोर्तुगिजांनी अडकवून ठेवले. सिद्दीने गोव्याच्या सरकारकडे तक्रार केली असता त्याने उत्तर दिले की, "आम्ही हे जहाज कायद्याच्या आधारानेच पकडले आहे; कारण तुम्ही परवानापत्र खरेदी केले नाही. जहाजाच्या मालकास ते जहाज परत दिले कारण पोर्तुगीजांची आणि मोगलांची त्यावेळेस मैत्री होती. त्या पत्राच्या शेवटी एक वैशिष्ट्यपूर्ण वाक्य होते. त्यात त्यांनी सिद्दीस आठवण करून दिली आहे की, पोर्तुगीज हे समुद्राचे सत्ताधीश आहेत, चाचे नाहीत.[३१] आंग्र्यांनी त्यांच्यावर चाचे म्हणून आक्षेप घेणाऱ्या इंग्रजांना सणसणीत उत्तर दिले होते की, आम्ही चाचे नसून मराठ्यांच्या राज्याचे 'सरखेल' आहोत. मुंबई सरकारने कानउघाडणी केल्यानंतर हेनी ग्रोस कळवितो की, 'आंग्रे काही समाधानकारक उत्तर देत

नाहीत; उलट ते 'चाचे' या शब्दाचा इन्कार करून सांगतात की, आम्ही आमच्या महाराजांच्या आरमाराचे सरखेल असून आणि समुद्रावर त्यांची सत्ता आहे आणि ती तशीच आम्ही चालू ठेवू आणि आमच्या परवान्याशिवाय येथे काही चालणार नाही हे लक्षात घ्यावे.'[३२] सक्सेस, रॉबर्ट, ऑटर यासाठी कान्होजींचे परवाने नव्हते. तेव्हा त्याने त्यांचे मालक इंग्रज नसल्याचे त्यांना समजले, म्हणून १७१३ च्या तहाप्रमाणे त्यांचे संरक्षण करता आले नाही. १७९१ मध्ये पोर्तुगीज सेक्रेटरी भैरोपंत मेहेंदळे यांना लिहितो की, ''पुणे सरकारच्या जहाजांनी अंजदीव येथे काही व्यापाऱ्यांच्या जहाजांचा तांडा तसेच चोपडा येथील मच्छिमाऱ्यांचे काही मचवे आणि लहान होड्यासुद्धा ताब्यात घेतल्या. आणखी काही प्रसंग व उपद्रव भोसले आणि कुलाब्याच्या आंग्र्यांनी केले ते मी लिहीत नाही.'' याच्या उत्तरादखल घेरियाचा सुभेदार गंगाधरपंत गोवेकरांना लिहितो की, वरील जहाजाकडे कार्ताज किंवा कोणताही परवाना नव्हता व त्यावर तुमचे निशाणही नव्हते.[३३] ते त्यामुळे पकडले गेले. गव्हर्नर बूनने कान्होजी आंग्र्यांकडे केलेली तक्रार, जंजिऱ्याच्या सिद्दीकडे गोवेकरांनी केलेला पत्रव्यवहार, कान्होजी आंग्रे यांनी कॉर्नवॉल याला लिहिलेले पत्र, गंगाधरपंत यांनी वेळोवेळी पोर्तुगीज विजरईला त्यांच्या कृत्याबद्दल लिहिलेले पत्र ही सर्व एकाच प्रकारची असल्याचे विशेषत: दिसून येते. मराठा-राज्यकर्ते सहसा नोकराने घेतलेल्या कृतीला उचलून धरत नसत. १७६३ मध्ये पहिले माधवराव पेशवे यांनी त्यांच्या आरमाराने काही पोर्तुगीज जहाजे पकडली होती. त्याची चौकशी करून त्यांना परत करावी, असा आदेश दिला होता.[३४]

७ जून १७८१ रोजी पोर्तुगीजांचा वकील नारायण शेणवी याने आनंदराव धुळप यांच्याकडे तक्रार केली की, ''मराठा आरमारातील गलबतांनी पोर्तुगीजांच्या काही लहान बोटी लुटल्या व ११,७८०,०००रु. इतके नुकसान दोन महिन्यांमध्ये केले. एक शिबार पकडले व ते त्याच्या मालकास भरपाई देऊन परत केले.[३५] काही वेळा मराठ्यांच्या समुद्रात त्यांच्या आरमाराचे संरक्षण करण्यासाठी पोर्तुगीज सहकार्य करीत असत व ते सहसा नाकारले जात नसे.''

अशाप्रकारे समुद्रसंचारास काही चालत आलेल्या रूढीमुळे अडथळे निर्माण होत आणि सर्वच देशांच्या व्यापाऱ्यांना त्रास सोसावा लागत असे. शिवाजीमहाराज आपल्या जहाजांच्या परवान्यांसाठी वेळोवेळी इंग्रज आणि पोर्तुगीज यांना विनंती करीत असत.[३६] १६७० मध्ये पोर्तुगीजांकडून आपली जहाजे वाचविण्यासाठी त्यांनी तह केला होता. पोर्तुगीजांनी राजकीय डावपेचातून शिवाजीमहाराजांच्या जहाजांना परवानगी दिली नाही फक्त लहानसहान पडाव व होड्या यांना परवानापत्रे माफ केली. १७८२ मध्ये कुलाब्याचे रघुजी आंग्रे यांनी पोर्तुगीजांना सुचविले की, ''तुमच्या गोवा, दमण आणि दीव येथील व्यापाऱ्यांनी माझे परवाने घ्यावेत तसेच माझ्या व्यापाऱ्यांनी तुमचेपण परवाने घ्यावेत.''

गोवेकरांनी त्यास उत्तर दिले की, हे कलम अव्यवहार्य असल्यामुळे आम्हास ते मान्य नाही कारण, पोर्तुगालचे राजे हे एशियन समुद्राचे सत्ताधीश असून ते पहिले तेथील विजेते आहेत. चालत आलेल्या रूढीप्रमाणे आमच्या राजाला कोणत्याही सत्ताधीशाकडून परवाने घेण्याची गरज नाही. परंतु पोर्तुगिजांना समुद्रावरील आपले वर्चस्व कायम ठेवता आले नाही. पुढे तो म्हणतो, मला सुस्नेह आणि सामंजस्य टिकवावयाचे आहे पण त्यासाठी दोन्ही पक्षांनी एकमेकांस त्रासदायक अशा अटी घालू नयेत. विनापरवाना असलेल्या तुमच्या व्यापाऱ्यांना मी काही करणार नाही. त्याचप्रकारे आमच्या सरकारच्या राज्यातील व्यापाऱ्यांना विनापरवाना वावरता यावे.[३७] तीन वर्षांपूर्वीच एका तहातून पेशव्यांच्या जहाजांसाठी पोर्तुगीज कार्ताज घ्यावेच लागतील असे ठरले होते. एकंदरीत शांततापूर्ण बोलणी करून गुंतागुंतीची करआकारणी कमी झाली आणि मलबार किनाऱ्यावर नौकानयनास हळूहळू स्वातंत्र्य मिळाले. इंग्रजांनी हळूहळू आपल्या व आपल्या नोकरांच्या जहाजांना नौकानयनास स्वातंत्र्य दिले. १७१३ मध्ये कान्होजी आंग्रे यांनी इंग्रजांच्या जहाजांच्या बाबतीत कोणतीही जबरदस्ती न करण्याचे ठरविले; परंतु परक्यांच्या जहाजातून इंग्रजांच्या मालाची वाहतूक केली जाते, या गोष्टीवरून दोन सत्तांमध्ये तंटा निर्माण झाला. १७३९ मध्ये याच गोष्टीवर पहिले बाजीराव पेशवे व मुंबईकर इंग्रज यांच्यात झालेल्या तहातून स्पष्ट खुलासा झाल्याचे दिसते. कंपनीच्या जहाजांना, व्यापाऱ्यांना, नोकरांना, त्यांच्यावर अवलंबून असणाऱ्यांना, मुंबई बेटातील लोकांना तसेच ज्या ठिकाणी इंग्रजांचे बस्तान आहे अशा लोकांना इंग्रजांनी परवाने द्यावेत. इंग्रजांनी बाजीरावच्या आरमाराच्या बाबतीत कोणतीही ढवळाढवळ करू नये, तसेच परकीय जहाजांना संरक्षण देऊ नये, दोन-तीन जहाजे अचानक इंग्रजांच्याकडे आली तर अशा जहाजांना बाजीरावच्या आरमाराने कोणतीही जबरदस्ती करू नये. दुसऱ्या कलमामध्ये अशी तरतूद करण्यात आली की, ''इंग्रज किंवा त्यांच्या संबंधितांच्यासाठी बाजीरावकडून कोणताही परवाना घेतला नसला तरी त्यांना भाडे आकारू नये. पण एखाद्या अपरिहार्य परिस्थितीत बाजीराव कडून एखादे जहाज पकडले गेले ते त्यास परत देण्यात यावे, परंतु त्यातील मालमत्ता मात्र त्यांची असल्याचे त्यांनी सिद्ध करावे.'' परंतु सालबाईच्या तहानंतर (१७ मे १७८२) सर्व अटी काढण्यात आल्या. सालबाई तहातील दुसऱ्या कलमामध्ये असे ठरले की, ''ईस्ट इंडिया कंपनी आणि पेशवे यांनी एकमेकांच्या जहाजांना एकमेकांच्या बंदरात ये-जा करण्यास पूर्ण मोकळीक द्यावी. कोणताही त्रास देऊ नये, आणि पूर्ण संरक्षण द्यावे या गोष्टी परस्परपूरक अशा आहेत.''

आंग्र्यांना युरोपियन शत्रूंनी नेहमीच 'चाचे' म्हणून संबोधले होते. परंतु नवलाची गोष्ट ही की, पेशव्यांच्या आरमारप्रमुखाला मात्र हे गुणवाचक विशेषण जाहीररीत्या इंग्रजांनी कधीच वापरले नाही. यास फारसे दूरचे कारण नाही. मराठ्यांच्या राज्यात सरंजामशाही

सुरू होऊन 'राज्यात राज्ये' निर्माण झाली आणि आंग्र्यांचा राजकीय दर्जा घसरला, पेशव्यांशी त्यांचे संबंध मित्रत्वाचे राहिले नाहीत. प्रत्येक सरंजामदारांचा वारसदार हा वंशपरंपरागत पद्धतीने पुढे आला, त्यामुळे गोंधळ निर्माण झाला. अशा तऱ्हेची पद्धती त्यांच्या देशामध्ये नसल्यामुळे त्यांची मती गुंग झाली. कारण आंग्र्यांनी पेशव्यांच्या परवान्याला किंमत दिली नाही आणि आंग्र्यांकडून कोणत्याही संरक्षणाची पेशव्यांच्या अधिकाऱ्यांनी दिक्कत बाळगली नाही. त्यामुळे आंग्रे हे आपल्या राजाशी एकनिष्ठ नसून बंड करीत आहेत आणि समुद्रावर त्यांच्याकडून जी लूटमार होत आहे त्यामुळे यास 'चाचेगिरी' असे नाव देण्यात आले. विजयदुर्गच्या पाडावानंतर पेशव्यांच्याकडून परवाना प्राप्त केलेल्या जहाजांवरसुद्धा हल्ला करण्याचा आपला अधिकार आहे, असा दावा रघुजी आंग्र्यांनी केला.[३८]

परंतु मराठ्यांची ही गोष्ट अत्यंत क्रूर आणि विलक्षण वाटते. आपण मागे पाहिले की, विधियुक्त तहाद्वारे चांगल्या प्रकारे जकात घ्यावयाचे मंजूर असतानाही असे घडत होते त्यामुळे कायदेशीर बाबींबाबत प्रश्नच उद्‌भवत नाही. एक इंग्रज लेखक अलेक्झांडर हॅमिल्टन याबद्दल लिहिताना मुक्तपणे कबूल करता की, बगदादच्या नायकाने समुद्रावर सत्ता असल्याचा दावा केला. त्यासंबंधीचे आपले निरीक्षण असे होते की, आमच्या स्वत:च्या राजालासुद्धा स्वत:च्या समुद्रकिनाऱ्यावरच नाही तर फ्रान्स, हॉलंड, डेन्मार्क यांना आपल्यापेक्षा जास्त अधिकार नाहीत व त्यांनी आपल्या अधिकारांची मर्यादा न ओलांडता आपल्यापुढे नम्र असावे व उपकृत राहावे असे वाटते.[३९] १८ व्या शतकाच्या मध्यात जगामध्ये आंतरराष्ट्रीय स्वरूपाचे अधिकार प्रस्थापित झाले होते.

मराठ्यांच्या नौदलात एक तर सामंजस्य किंवा विध्वंस अशा परस्परविरोधी गोष्टी आढळतात. एक जुना प्रघात असा होता की, एखाद्या राजाच्या समुद्राच्या किनाऱ्यावर एखादे जहाज आले आणि त्याचा नाश झाला तर तो म्हणत असे, ते परमेश्वरानेच माझ्या दारात पाठविले होते. शिवाजीमहाराजांच्या किनाऱ्यावर इंग्रजांचे जे जहाज नष्ट झाले त्याबद्दल बोलणी करण्यासाठी इंग्रजांचा पहिला वकील हेन्री ऑक्झिंडन त्यांच्याकडे गेला. ते याबाबतीत सवलती देण्यास प्रथम नाखूश होते. ऑक्झिंडनने आपल्या मुंबईच्या वरिष्ठ अधिकाऱ्यांकडे कळविले की, आपली नाश केलेली जहाजे परत देण्याच्या विनंतीस शिवाजीमहाराजांच्या अधिकाऱ्यांनी विरोध केला. ते म्हणाले, "आम्ही जर तुमची नाश केलेली जहाजे परत दिली तर फ्रेंच, डच आणि इतर व्यापारीसुद्धा तशीच मागणी करतील. त्यामुळे आम्ही त्यास मंजुरी देत नाही. कारण आमच्या घटनेनुसार आणि कायद्यानुसार ही गोष्ट आम्हास करता येणार नाही. हा कायदा आणि घटना यापूर्वीही निजामशाही राज्यात होती आणि त्याप्रमाणे आज तेही अमलात आणतात.[४०] शिवाजी सवलतीच्या बाबतीत मन वळविले होते. परंतु त्यांच्या मृत्यूनंतर आलेल्या संक्रमणकाळात जुनी

पद्धतच पुन्हा सुरू झाली आणि जहाजांचा नाश करणे ही गोष्ट १७३९ सालच्या तहात एक विषय म्हणून पुढे आली. त्या तहातील नववे कलम असे होते की, इंग्रजांचे किंवा बाजीरावांचे एखादे जहाज वादळी हवामानामुळे किंवा एखाद्या अपघातामुळे एकमेकांच्या किनारपट्टीवर आले तर त्यांना त्यांच्या दुरुस्तीसाठी शक्य होईल तेवढी मदत करावी परंतु एखादे जहाज एकमेकांच्या किनाऱ्यावर वाळूत रूतून बसले किंवा त्याची नासधूस झाली तर ते जहाज आणि त्यातील अर्धा माल सरकारी मालकीचा होईल आणि अर्धा मालकास परत दिला जाईल.''[४१]

अत्यंत साधी आणि स्पष्ट अशी ही योजना असताना होणाऱ्या त्रासापासूनची सुटका मात्र त्वरित झाली नाही. आर्थिक लाभाचा विचार करून एखादी किरकोळ बाब पुढे येऊ लागली. जहाजाला जरा जरी इजा झाली तरी त्याची नासधूस झाली असेच दाखविले जाई. त्यामुळे जहाजांची नासधूस म्हणजे काय याची व्याख्या करणे गरजेचे होते आणि ती व्याख्या १४ सप्टेंबर १७६१ रोजी मुंबईकर आणि पहिले माधवराव पेशवे यांच्यात झालेल्या तहाच्या दुसऱ्या कलमातून करण्यात आली. यात अशी तरतूद केली होती की, एखादे जहाज किंवा जहाजे एखाद्या विपत्तीत सापडली असतील, त्यांच्याजवळ इंग्रजांचे परवाने आणि निशाणे असतील तर त्यांना यापुढे सर्व प्रकारची मदत करावी. एखाद्या जहाजाचा मालक त्या जहाजाचे डोलकाठी किंवा वासे जर मोडून टाकून ते नासधूस झाले आहे असा बहाणा करीत असेल तर ते जहाज नासधूस झाले नाही असे समजावे. त्याचे झालेले तुकडे गोळा करून मराठ्यांच्या अधिकाऱ्यांनी त्याची जोडणी करावी आणि ते दुरुस्त करण्याची जास्तीत जास्त खटपट करावी व ते गुदामामध्ये ठेवून द्यावे. त्याचा जो अर्धा भाग चांगला असेल त्याचे मालक माधवराव असतील व उरलेला माल त्या जहाजाच्या मालकास परत द्यावा.[४२]

राघोबादादाने आपल्या मंत्र्यांच्याविरुद्ध व राज्याच्याविरुद्ध इंग्रजांशी हातमिळवणी केली तेव्हा पुरंदरच्या तहातील १४ व्या कलमानुसार मराठा सरकारने जहाजे नाश करण्याचा अधिकार सोडून दिला आणि त्यामुळे मुंबईकरांना जहाजांच्या मालकांसाठी सोयीस्कर सवलती देता आल्या. त्यांनी जहाजमालकांचे सर्व नुकसान भरून देण्यात व त्यासाठी लागणारा खर्च सोसण्याचे ठरविले.

जहाजांची नासधूस गिळंकृत करणे ही गोष्ट गरीब मालकांसाठी अतिशय त्रासदायक ठरली. परंतु ही चालरीत इंग्रज व पोर्तुगीज यांनी मराठ्यांसह स्वीकारली. त्याच्यामागे दुष्ट जहाजमालकांच्या अफरातफरीस पायबंद घालणे हा सुज्ञ विचार होता. १६७८ मध्ये मुंबई बंदरात एका जहाजाची नासधूस करण्यात आली. त्यातील काही माल वाचविण्यात आला. मुंबईच्या अधिकाऱ्यांना त्या गरीब व्यापाऱ्यांची दया आली आणि त्याने आपल्या

सुरतेच्या वरीष्ठांना या व्यापाऱ्यांची जी काही थोडी मालमत्ता राहिली आहे ती त्याला परत देण्याबाबत विनंती अर्ज केला. आपल्या उत्तरात सुरत कौन्सिलने चालत आलेल्या पद्धतीचे समर्थन केले आणि कार्यक्षेत्रातील ठिकाणेही दाखवून दिली. नासधुशीतून वाचविण्यासाठी कंपनीला जो खर्च आला तो वजा जाता उरलेली नुकसानभरपाई देण्याची परवानगी सुरतच्या अधिकाऱ्यांनी दिली. परंतु त्यांनी असे पाहिले की, अशा तऱ्हेची संपत्ती हा एक प्रकारचा कर असून अनेक देशांमध्ये ही पद्धत न वापरल्यामुळे अतिशय अमानुष अशा गोष्टी घडल्या म्हणून अत्यंत सूज्ञपणाने हा कायदा निर्माण करण्यात आला की ज्यायोगे कमी जहाजावर नेमलेल्या कमकुवत नोकरांकडून स्वत:च्या स्वार्थासाठी कोणतेही गैरकृत्य घडू नये.[४३]

लष्कर, नाविक दल आणि प्रशासन यांचे सर्व रीतीरिवाज हे पूर्वानुभवावर आधारलेले असत. नंतर या पद्धती जुनाट झाल्या आणि मग त्या त्याज्य ठरल्या. या जुनाट बुरसटलेल्या गोष्टीचा शोध लागण्यापूर्वी आणि ती कायमची रद्द करण्यापूर्वी अतिशय गैरसोय आणि त्रास हा मधल्या संक्रमणकाळात सहन करावा लागला. संक्रमणावस्थेत ही अमानुष व कालबाह्य पद्धत लागू करणे याबद्दल नापसंती दाखविणेच फक्त योग्य नव्हे. सामान्य माणूस सहसा आपल्या वाडवडिलांपासून चालत आलेल्या गोष्टी तशाच स्वीकारत असतो. मराठ्यांच्या आरमारातील लोकांच्या बाबतीत असेच होते. आधुनिक काळातील दर्जेदारपणाचा विचार करता मराठ्यांच्या नाविक हालचाली अत्यंत उच्च दर्जाच्या होत्या. परंतु त्यांच्या रोजच्या कामकाजाचे स्वरूप हे त्यांचे समकालीन पश्चिम भारतातील युरोपीय लोकांप्रमाणेच होते. समुद्राच्या स्वातंत्र्याची कल्पना अजून ज्ञात नव्हती. भूमी आणि समुद्र यांची राज्यघटना ही अतिशय चांगली होती. आपण हे विसरता कामा नये की, तो कालखंड म्हणजे लेटर्स ऑफ मार्क्यु (Letters of Marque) असा होता. राजाच्या अधिकारपत्रातून चाचेगिरी आणि खाजगी जहाजांची लढाई यातील फरक स्पष्ट केलेला होता. चाचेगिरीचा धिक्कार केला होता, पण जहाजातील लढाईला मानले जात होते. एकमेकांनी आपल्या देशबांधवांच्या अधिकाराचा मान राखावा अशी अपेक्षा होती. परंतु मोठ्या समुद्रात परकीयांच्या अधिकारांचा फारसा विचार केला जात नव्हता आणि दुर्गम अशा ठिकाणी नौदलप्रमुख गेल्यावर रूढीनुसार तो अडचणीत सापडत असे. भारतीय समुद्रात पोर्तुगीजांनी समुद्रकिनाऱ्यावरील प्रचलित असलेल्या पूर्वीच्या पद्धतीनुसार आपले बस्तान बसविले होते. हेच मागील उदाहरण इतर राष्ट्रांनी म्हणजे युरोपीय आणि भारतीय राष्ट्रांनी अनुसरले. समुद्रावरील सत्तेसाठी त्यांनी पोर्तुगीजांना आव्हान दिले, परंतु समुद्र सत्तेचे तत्त्व हे मात्र तसेच राहिले. यामुळे नाविक इतिहासामध्ये अनेक विसंगती आणि विषमता निर्माण झाल्या. परंतु यास मराठा हेच केवळ जबाबदार नव्हते.[४४] त्यांची नाविक शक्ती जर वाचली असती तर त्यांनी आपले अधिकार तेच ठेवले

असते किंवा अवाजवी गोष्टी वगळून टाकल्या असत्या. परंतु चाचे म्हणून क्वचितच त्यांची गणना केली गेली नाही. पोर्तुगीजांचे नौदलसेनापती, शिवाजीमहाराज, कान्होजी आंग्रे आणि आनंदराव धुळप यांना समुद्रसत्ताधीश म्हणता येईल. परंतु आनुवंशिक पद्धतीने नौदलसत्ता हातात गेली. काळाची पावले ओळखून त्यांनी प्रगती केली नाही आणि त्यामुळे त्यांच्या इंग्रज शत्रूंशी ते स्पर्धा करू शकले नाहीत. त्यांची धडपड अपरिणामकारक आणि क्षणभंगुर अशी ठरली. ते फक्त पश्चिमेकडील समुद्रातील जबरदस्त चाच्यांचे नायक म्हणून अल्प अशा कालखंडात प्रस्थापित झाले. आंग्रे यांच्यानंतर मराठ्यांच्या नाविकदलाचे प्रमुख म्हणून आनंदराव धुळप यांची नियुक्ती झाली.

टिपा :

(१) बिकर, Tratados da India, vol.I, p.66

(२) कित्ता pp.120-2

(३) कित्ता pp.122-7

(४) कित्ता pp.160-7

(५) कित्ता pp.270-5 & 281-93

(६) पर्चास, His pilgrimes, vol.III, pp.4-5

(७) कित्ता vol.II, pp.172-3

(८) चर्चिल व्हॉयेजेस, खंड ४, पृ.२२०

(९) कित्ता

(१०) Toma que hao de guardar as Capitaens de mare guerra ou quaesquera outtors das embarcacones de Estado no tomar das prezas (Bibliotheca publica of Evora. cod. CXV/1.5) fol. 3

(११) Regimento com que sahy commandando a Armada da costa do Norteem 11 de dezembro 1736 (Bibliotheca publica of Evora, cod. CXV; 1-35, fol.3

(१२) Bibliotheca publica of Evora cod. CXV/1-35. fol.34

(१३) डच रेकॉर्ड्स, India office transcripts, English translation, vol. 29, p.13, No.DCCXL.

(१४) कित्ता, Letter No. DCCXXXVII, dated 20 march, 1667.

(१५) फॅक्टरी रेकॉर्ड्स, सुरत, खंड ४, फाइल १२२-२३

(१६) डच रेकॉर्ड्स, India office transcripts, English translation, vol.27, No.DCCXII. Adersia is probably a corruption of Aliraja ar Ariraja, the naval chief of cannanore.

(१७) बॉम्बे पब्लिक कन्सल्टेशन्स, Range CCCXLI, No.4 p-13, consultation 23 January 1717-18

(१८) एलियट आणि डाऊसन, History of India, vol. VII, pp.344-5

(१९) Relation of some yeares Travaile, Begunne Anno 1626 into Afrique and the greater Asia especially the territories of the persia monarch and some parts of the oriental Indies, pp.184-5

(२०) फॅक्टरी रेकॉर्ड्स, सुरत, खंड ३, फाइल २२, कन्सल्टेशन सुरत, १९ जुलै १६७२.

(२१) कित्ता, खंड १०७, फाइल १२० (ब्रोच टू सुरत, २० ऑगस्ट १६७५)

(२२) फॅक्टरी रेकॉर्ड्स, सुरत, खंड ८८ फाइल २१६, (कारवार-सुरत, ३ फेब्रु. १६७४-७५)

(२३) कित्ता, खंड ४, भाग-२, फाइल २१

(२४) फॅक्टरी रेकॉर्ड्स, मुंबई, खंड १०, Instruction dated 28 may 1695.

(२५) बॉम्बे पब्लिक कन्सल्टेशन्स, Range CCCXLI, No.4, pp.58-59

(२६) फॅक्टरी रेकॉर्ड्स, सुरत, खंड १०६, फाइल ७४, (मुंबई, २६ मार्च १६७२)

(२७) एक खंडी=२० मण. हा जकातीचा दर काही कार्ताजमध्ये दिला आहे. (बिकर यांनी प्रकाशित केलेले सेन यांनी दिलेले)
    A Preliminary Report on the Historical Records at Goa, pp.49-51.

(२८) फॅक्टरी रेकॉर्ड्स, सुरत, खंड १०७, फाइल १२०.

(२९) ग्रोस, Voyage to the East Indies, pp.68-9

(३०) आंग्र्यांनी दिलेल्या एका परवान्याशिवाय इतर परवाने मला सापडले नाहीत. संभाजी आंग्रे एका खंडीस एक रुपया याप्रमाणे परवान्याची किंमत आकारीत असे.

(३१) लिवरोस ट्रास रेइस व्हिसीनहोस (गोवा), खंड ४, फाईल २८.

(३२) ग्रोस, Voyage to the East Indies, pp.150-1

(३३) बिकर, Tratados da India, vol. IX, pp.185-187

(३४) Officios dos Governadores (Archivo Ultramarino of Lisbon) maco 2, No-15, 20 January, 1764.

(३५) लिवरोस डॉस रेईस व्हिसीनहोस, खंड २.

(३६) पिसुर्लेकर, पोर्तुगीज आणि मराठे, पृ. २६; फॉस्टर, The English Factories in India, p.275.

(३७) लिव्हरोस डॉस रेईस व्हिसीनहोस, खंड २; सेन, A Preliminary Report of the Historical Records at Goa, p.54.

(३८) इतिहाससंग्रह, पेशवे दप्तरातील सनदापत्रांतील माहिती, पृ. १५४-५

(३९) हॅमिल्टन, A New Account of the East Indies, vol.I, P.300

(४०) फॅक्टरी रेकॉर्ड्स, सुरत, खंड ८८, फाइल १४५-७, ऑक्झिंडनचे रायरीचे पत्र, ३० मे १६७४.

(४१) फॉरेस्ट, Selections from state papers, maH$ratha series, Appendix A, p.703.

(४२) Aitchison, Treaties, Engagements and sanads (1909 edition), vol.VI, p.18)

(४३) फॅक्टरी रेकॉर्ड्स, सुरत, खंड ८९, फाईल १३४.

(४४) पंधराव्या शतकापासून परकीय जहाजावर "Sound dues' हा कर आकारला जात होता. हान्से (Hanse) व्यापारी आणि तसेच इतर व्यापाऱ्यांना तो माफ असे. १७ व्या शतकात यावरून डेन्मार्क यांचे नेदरलँण्ड व स्वीडन यांच्याशी भांडण झाले. आधुनिक काळात "Irksome dues' नावाचा कर आकारला जातो. १८४३ व १८५३ मध्ये संयुक्त अमेरिकेने आपल्या प्रतिनिधीमार्फत हरकत घेतली होती. डेन्मार्कची ही चालरीत अविस्मरणीय अशी होती आणि त्यास ते घट्ट चिकटून होते. १ एप्रिल १८५७ पासून डेन्मार्कने अमेरिकेकडून ३०, ४७६, ३२५ रिक्स डॉलर सुमारे ४,०००,००० घेतले Encyclopaedia Britanica (13th edition), vol.25, p.460.

प्रकरण १४

उपसंहार

मराठ्यांचे राज्य अनेक रोगांनी ग्रासले गेले. मुख्य सरदार मंडळी 'आम्ही एकाच राज्याचे आणि धन्याचे चाकर आहोत' असे उघड सांगत. परंतु व्यक्तिगत मत्सरामुळे एकमेकांपासून दूर जात. ते क्वचित दृढनिश्चयाने एकमेकांशी मसलत करून एखादे संलग्न धोरण आखीत. बहुतेक करून सामुदायिक कार्यातून अखेरीस त्यांच्या स्वत:च्या फायद्याचाच विचार केला जाई. त्यांचे नेहमीचे घोडदळ हालचालीत अतिशय मंद होते आणि एखाद्या महत्त्वाच्या चालीच्यावेळी किंवा दीर्घकाळच्या व वेगवेगळ्या ठिकाणच्या कामासाठी सहसा उपलब्ध होत नसे आणि लष्करातील माणसे बदलली जात. मराठेतर लोकांची घोडदळात केलेली भरती ही भाडोत्री स्वरूपाची व अत्यंत निकृष्ट प्रकारची असून त्यांचा लुटीवर डोळा असे, ते आपल्या धन्याशी वंश किंवा जातीने बांधलेले नसत किंवा त्यांच्यात कोणताही प्रकारची आपुलकीची भावना नसे. बऱ्यावाईटाचा विचार न करता केवळ पैशासाठी चढाई करायच्या धोरणाची सुरुवात बाळाजी बाजीराव तथा नानासाहेब यांनी केली आणि अखंडपणे अर्धवट व निष्फळ मोहिमा आखल्या. त्याच्या छोट्या-छोट्या राज्यांमध्ये कटू आठवणी मात्र शिल्लक राहिल्या, त्यामुळे मराठ्यांना अनेक शत्रू निर्माण झाले. त्या शत्रूंच्याकडे सूड घेण्यासाठी साधनांचा अभाव नव्हता. ते फक्त योग्य वातावरणाची वाट पाहात होते. अशा वेळी गंभीर आणीबाणीच्या काळात मराठ्यांच्याकडे फारच थोडे विश्वासू मित्र होते. युरोपीय अधिकाऱ्यांच्या आधिपत्याखालील कवायती प्रशिक्षित शिपायांनी आपले श्रेष्ठत्व सिद्ध केले होते. युरोपीय अधिकाऱ्यांनी लष्करीतील धाडसी कामे करण्यासाठी वेगळ्या राष्ट्रीयत्वाच्या ज्यांचा पूर्वेइतिहास माहीत नाही आणि ज्यांचे चारित्र्य संशयातीत आहे, अशा परकीय लोकांची लष्करात मोठ्या प्रमाणावर भरती केली. या अधिकाऱ्यांत एकतर इंग्रज किंवा फ्रेंच लोक असत आणि स्वाभाविकपणेच ते आपल्या स्वत:च्या मालकासाठी व स्वत:च्या देशासाठीच बलिदान करीत. मराठ्यांच्या लष्करी सामर्थ्यामध्ये अत्यंत श्रेष्ठ म्हणून गणल्या

जाणाऱ्या घोडदळाचे प्रशिक्षित कवायती सैन्याच्या आकर्षणामुळे अवमूल्यन झाले. त्यामुळे घोडदळाकडे दुर्लक्ष होऊन ते कुचकामी ठरले. मराठ्यांचा तोफखाना आणि त्यावरील लोक यासंबंधी पूर्वीपासून प्रसिद्धी होती; परंतु त्यांनी शस्त्रास्त्रांचे विज्ञान व तंत्रज्ञान शिकून घेतले नाही. अखेरपर्यंत ते मुंबई आणि गोवा यांच्यावर यासाठी विसंबून राहिले. एवढेच नाही तर १८ व्या शतकाच्या शेवटच्या दशकात मराठ्यांच्याकडे समर्थ लष्करी नेतृत्व राहिले नाही. कमी दर्जाचे संघटन, उपकरणे, शिस्त, विस्कळीत, भटकी व विसंगत युद्धपद्धती यामुळे विलिंग्टन आणि लेक यांच्याकडून ते सहजगत्या पूर्णपणे दाणादाण होऊन फसले गेले.

सरंजामशाहीचा उदय हे पहिले चुकीचे पाऊल होते. शिवाजीमहाराज आपल्या पूर्वजांचे आणि पुढच्या पिढीचे गुण ओळखून होते आणि त्यांनी हळूवारपणे मार्ग काढून या छोट्या छोट्या तुकडे होण्याच्या पद्धतीतून स्वत:स उभे केले. आपल्या राज्यातील लोक आपआपसातील द्वेष, पिढीजात वैर यांमुळे एकमेकापासून दुरावले आहेत, हे त्यांनी ओळखले आणि त्यांना बऱ्यापैकी संघटित करून स्वत:च्या वंशाच्या राजाच्या आधिपत्याखाली व राष्ट्रीय झेंड्याखाली सर्वांचे एक असे उद्दिष्ट समोर ठेवून त्यासाठी झगडण्यास भाग पाडले. परंतु त्यांचे यश पूर्णत्वास गेले नाही. मोरोपंत पिंगळे आणि आण्णाजी दत्तो यांच्यातील वैमनस्याचे भाव त्यांचे धनी जिवंत असेपर्यंत प्रकर्षाने प्रकट होत नसत. कमी प्रमाणात का होईना, पण त्यांच्या मनातील भावनांचे रंग सार्वजनिक काम करताना आल्यावाचून राहात नसत. चौलच्या सुभेदाराचे मुंबईकरांशी भांडण झाले. त्यांच्या जहाजांवर हल्ला केला आणि त्यांच्या इंधनाचा पुरवठा बंद करून टाकला, तेव्हा त्यांचा सहकारी कल्याणच्या सुभेदाराने आपल्या अधिकारात अधिकाऱ्यांना उत्तेजन देऊन त्यांच्याशी मैत्री करण्याचे व त्यांना आधार देण्याचे आश्वासन दिले.[२] शिवाजीमहाराजांनी अत्यंत दूरदर्शीपणाने निर्माण केलेले सरंजामशाहीविरोधी धोरण त्यांच्यानंतर त्यांच्या वारसाने पुढे नेणे गरजेचे होते; परंतु दुर्दैवाने त्यांनी पूर्णपणे सोडून दिले. सरंजामशाहीचे एका विवक्षित परिस्थितीत पुनरुज्जीवन करण्यात आले. पहिल्यांदा संरक्षणासाठी आणि नंतर मराठा राज्याच्या विस्तारासाठी स्वीकारलेल्या या धोरणाने त्याचा हेतू साध्य झाला. मुघलांची महाराष्ट्रातून कायमची हकालपट्टी झाली होती आणि मराठे गुजरात व माळवा येथे धुमाकूळ घालीत होते. परंतु मराठ्यांच्या भरभराट झालेल्या राज्यात अवकळा, अवनती व विनाश याची बीजे निर्माण झाली. परकीय शत्रूशी लढण्याची वेळ आली असता, मराठा सरदारांनी आपआपसातील भांडणे किंवा वाद विसरायला पाहिजे होता. परंतु हे मतभेद त्यांनी अविवेकाने बेधडकपणे कोणत्याही प्रकारे पुढे चालू ठेवले. मोगलांच्या भटकणाऱ्या सेनेला मराठे हे दृढनिश्चयाने एकत्र आल्याचे दिसले. मराठ्यांच्या हे विजयानंदाचे कारण होय. पुढे संताजी, धनाजी यांच्यामधील अतिशय

वक्र नजरेमुळेच त्यांचे आपआपसात युद्ध होऊन त्यात त्यांचा नाश झाला. पानिपतच्या मोहिमेत पेशव्यांच्या निशाणाखाली मराठा सरदार एकत्र आले. परंतु त्यांच्या सैन्यातील एकोपा फारसा टिकला नाही आणि भोसले व गोपाळराव पटवर्धन हे मराठ्यांचा पिढीजात शत्रू निजाम यास जाऊन मिळाले. अशाप्रकारे पानिपतच्या संग्रामातील मराठ्यांचे मतभेद कळसास जाऊन पोहोचले. पेशवे आणि नाना फडणीस यांचे अक्षम्य अपमानामुळे खर्ड्याच्या लढाईत सर्व सरदार एकत्र आणले गेले. पण थोड्याच दिवसात घरातच यादवी माजली आणि इंग्रजांना या देशामध्ये स्वत:ची सत्ता स्थापन करण्याची नामी संधी प्राप्त झाली.

मराठा सरदारांमध्ये नेहमीच फूट असावी यासाठी त्यांचे शत्रू नेहमीच प्रयत्नशील असत हे सांगण्याची गरज नाही. अत्यंत धूर्त आणि कावेबाज निजाम-उल-मुल्क याने कोल्हापूर आणि सातारा यांच्यातील यादवीचा फायदा घेतला व पुढे त्र्यंबकराव दाभाडे यास बाजीराव पेशव्यांस विरोध करण्यास उत्तेजन दिले. माधवराव आणि रघुनाथराव यांच्यातील मतभेदाचा निजामअली यास फायदा झाला. हैदरअली याने राघोबाला मदत करण्याचे ढोंग केले, ते राघोबास विजय मिळाला म्हणून नव्हे; तर स्वत:चा फायदा करून घेण्यासाठी होय. मागील गोष्टींचा अनुभव लक्षात घेऊनसुद्धा मराठा सरदारांनी आपल्या वागणुकीत बदल केला नाही या गोष्टीचे आश्चर्य वाटते. सरंजामशाही ही ऐक्यासाठी उपयुक्त ठरत नाही. त्यामुळेच तर स्वत:च्या वैयक्तिक स्वार्थास ती कारणीभूत ठरली, आणि शिवाजीमहाराजांनी या गोष्टीला दूर सारले होते त्याचे कारण हे की, ही गोष्ट राजकीय क्षुद्रपणास कारणीभूत ठरणार होती. वस्तुस्थिती अशी होती की, दुफळीच्या स्वार्थकार्यासाठी ते नेहमी जागृत राहिले, आणि स्वत:च्या भरभराटीच्या धोरणाचाच त्यांनी पाठपुरावा केला. राष्ट्राभिमान आणि राज्याचे हित ही गोष्ट त्यांना अतिशय कमी महत्त्वाची वाटली. असे म्हटले जाते की, मराठ्यांचा उत्तरेकडील पक्का शत्रू नजीबखान यास मल्हारराव होळकर याने प्रचंड विनाशापासून वाचविले. कारण उत्तरेतील आपला प्रभाव कमी होऊ नये. राघोबादादा यांच्यापुढे मुहम्मदअलीचे ज्वलंत उदाहरण असल्यामुळे त्यांच्या संरक्षणाखाली पुण्याला गेल्यावर इंग्रज आपल्याला त्यांच्या हातातले बाहुले बनवतील अशी भीती वाटली.[३] तरीसुद्धा त्यांनी इंग्रजांच्या संरक्षणाखाली राहण्याचे पसंत केले. ते किंवा त्यांचे समकालीन यांना राष्ट्राभिमान किंवा स्वातंत्र्य यापेक्षा स्वार्थामधे अधिक रस होता; कारण राष्ट्रीयत्वाची कल्पना अजून ज्ञात नव्हती. राज्यातील मोठे मानकरी लोक परकीय सत्तेचे प्रतिनिधी म्हणून काम करण्यास मागेपुढे पाहात नव्हते आणि त्याबद्दल ते बक्षिसेपण स्वीकारीत असत. भैरोपंत मेहंदळे[४] हे पुण्यातील पोर्तुगीजांचे प्रतिनिधी म्हणून नोकरीस होते. नारो राम मंत्री[५] आणि त्याचा दत्तक पुत्र घनश्याम नारायण हे आपण पोर्तुगीजांचे मित्र आहोत हे उघडपणे सांगत; तर नाना फडणिसाने निजामाकडून

जहागिरी मिळविली होती. शांततेच्या बोलण्यानंतर महादजी शिंदे यांनी ॲण्डरसन यास १,५०,००० रुपयांची जहागीर द्यावी अशी पुणे येथील मंत्रिमंडळाकडे शिफारस केली.[६] ही तर त्यांची नेहमीची बाब झाली होती.

राष्ट्राच्या हिताच्या विचारापेक्षा स्वार्थाचा विचार बळावल्यावर मराठा सरदारांनी आपल्या शत्रूंशी प्रसंगी सूज्ञपणाने आणि मुत्सद्देगिरीने तोंड देण्यासाठी आपापसातील मतभेद दूर ठेवावयास हवे होते. शिंद्यांच्या सैन्याचा अब्दालीकडून नाश होत होता. त्यावेळी राजपुतान्यामध्ये होळकर अवाजवी लढायांमध्ये गुंतले होते. मराठ्यांच्या प्रदेशातील पहिल्या युद्धात इंग्रजांची कोणताही त्रास न होता सुटका झाली. बंगालच्या मोहिमेबद्दल नेहमी बोलले गेले, परंतु ती कधीच घेतली गेली नाही; कारण त्याबाबतीत जोरदार हालचाली केल्या तर स्वत:चा काही फायदा होणार नाही व ही गोष्ट शहाणपणाला सोडून होईल. इंग्रजांचे हैदरअलीबरोबर युद्ध चालू असताना काही सन्मान्य अटींवर शांतता निर्माण होण्यासाठी ते उत्सुक होते. त्यांच्या अडचणींचा फायदा घेऊन आपण आपला काही फायदा करून घ्यावा ही गोष्ट मराठ्यांनी केली नाही कारण त्यांच्या आपापसातील मतभेदांमुळे. महादजी शिंदे यांना शांतता निर्माण करावयाची होती. मराठ्यांच्या दुसऱ्या युद्धात अनेक सरदारात फाटाफूट निर्माण झाली. इंग्रजांनी पेशव्यांच्या प्रतिष्ठेचा आधार घेतला आणि शिंदे व भोसलेंना मार खावा लागला. पराभव होणार असल्याचे स्पष्ट दिसत असूनसुद्धा होळकरांनी वाट बघून थांबण्याचे पसंत केले.

शिवाजीमहाराजांनी धर्म आणि वंश यांच्या पायावर संघटना उभी केली. सरंजामशाही दूर करून वेगवेगळे राहण्याच्या पद्धतीस आळा घातला. परंतु नवीन कल्पना रुजवण्यासाठी व ती लोकप्रिय होण्यासाठी कायमचा पाठपुरावा व प्रचार करावा लागतो. तो प्रचार शिवाजीमहाराजांच्या वेळी रामदासांनी केला. शिवाजीमहाराज हे आपल्या देशवासीयांत अद्वितीय असे झाले म्हणून रामदास तो प्रचार करू शकले. त्यांचे कार्य आणि महाराष्ट्रात मूळ धरलेली एकसंघ राष्ट्रीय कल्पना पुढे नेण्यास त्यांच्या पुढील पिढीत कोणीही सबल ठरले नाही व एक दिवस ही राष्ट्रीयत्वाची कल्पना अहितकारक अशा सरंजामशाहीच्या वातावरणात मृत झाली. मराठ्यांचा राज्यविस्तार नर्मदेच्या पलीकडे जेव्हा झाला तेव्हा अधिकच वाईट घडले. पहिल्यांदा जे मध्यहिंदुस्थानात स्थापित झाले, त्यांचा अजून आपले बालपणाचे घर म्हणून दक्षिणेशी भावनिक अनुबंध होता. आपण जन्माने मराठा असतानासुद्धा दौलतराव शिंदे आणि यशवंतराव होळकर या सरदारांना पुणे आणि सातारा याबद्दल भावनिक अभिमान महादजी शिंदे आणि मल्हारराव होळकर यांच्याप्रमाणे नव्हता. एकमेकांना जवळ आणणे केवळ अशक्य होईपर्यंत वेगवेगळ्या ठिकाणच्या राजांची फाटाफूट अधिकाधिक वाढली.

जेव्हा सरंजामशाहीचा परिणाम लहानलहान राज्यांमध्ये तंटे वाढण्यामध्ये झाला

तेव्हा त्या-त्या लहान राज्यांतसुद्धा त्यांना तोच परिणाम दिसून आला. राजकुटुंबातील मुख्य हा, आपले लहान भाऊ आणि नातलग यांनी आपल्यापेक्षा कनिष्ठ दर्जाने आपल्याशी वागावे व वरचढपणा करू नये यासाठी आपल्या कायदेशीर हक्काचा बळी देण्याची निष्फळ अपेक्षा करीत असे. पहिल्या मराठ्यांच्या युद्धात नागपूर आणि बडोदा यांच्यात भ्रातृहत्येचा कुटुंबकलह चालू होता. त्यावेळी पेशव्यांच्या कुटुंबातील कनिष्ठाच्या अमर्याद आणि स्वार्थी महत्त्वाकांक्षेतून मुख्य युद्ध निर्माण झाले होते. मराठ्यांच्या दुसऱ्या युद्धाच्यावेळी दौलतराव शिंदे याच्याविरुद्ध महादजीच्या विधवा स्त्रिया उघडपणे सामना देण्यास उभ्या होत्या. त्यावेळी होळकर घराण्याचा पुढील वंशज म्हणून बाल खंडेराव याच्यासाठी यशवंतराव आणि काशिराव होळकर झगडत होते. त्याचवेळी दक्षिणेमध्ये मराठ्यांच्या राज्यात दुर्दैवाने दोन्ही बाजूंचा प्रचंड नाश होणारी विनाशाच्या युद्धांची मालिका सुरू होती. ऑर्थर वेल्सली आपल्या एका पत्रात म्हणतो, ''सेनापतीने काय केले आहे याचा अंदाज घेऊन जरूर ते कळवायला हवे. मी सन १८०० साली या देशात होतो. त्यापूर्वी येथे निरनिराळ्या सत्तांमध्ये सतत झगडे होते. एकमेकांची लूटालूट करत. त्यांच्याकडे काही सैन्यदळही असे. पटवर्धन घराणा (परशुराम भाऊ) आणि गोखले घराणा तुंगभद्रा वर्धा आणि मलप्रभा यांच्या सरहद्दीवर असलेले, घटप्रभा आणि कृष्णा नदीच्या सरहद्दीवर असलेले पटवर्धन आणि कोल्हापूरचे राजे तसेच गोखले आणि कित्तूरचे राजे, गोखले आणि बापूजी शिंदे आणि इतर त्यांचे मांडलिक यांच्यात झगडे होत.''[७] यामुळे राज्य असंघटित होऊन दुफळी निर्माण झाली व विनाश ओढवला. हे वाचविण्यासाठी पेशव्यांनी कोणतीही गंभीर दखल घेतली नाही. तुळाजी आंग्रेविरुद्ध इंग्रजांशी हातमिळवणी केल्याचा अतिशय दुष्परिणाम त्यांना भोगावा लागला, हे त्यांचे स्वत:चेच उदाहरण होय.

मराठ्यांच्या सरंजामशाहीवर असलेल्या प्रेमामुळे निर्माण झालेले तंटे आणि फूट याच फक्त वाईट गोष्टी नव्हत्या. मराठ्यांच्या इतिहासातील अत्यंत आणीबाणीच्या काळात त्यांना सक्षम असा नेता मिळाला नाही की, ज्याच्याकडून नि:संदेहपणे काही नवीन साधने निर्माण केली जावीत व त्यांचा योग्य वापर केला जावा. थॉमस मन्रो हा गव्हर्नर जनरलकडे या संबंधी स्पष्टीकरण करतो, ''त्यांना साधनांची आवश्यकता भासत होती असे नाही. त्यांच्याकडे मनुष्यबळ आणि घोडे नव्हते असेही नाही; परंतु अत्यंत हुशार व्यक्ती जी त्यांना योग्य मार्गदर्शन करून त्यांच्या हिताचा मार्ग दाखवील, अशी त्यांच्यात असामी नव्हती.[८] ही गोष्ट दुर्मिळ असल्याच्या शोकांतिकेचा संबंध राज्यातील सरंजामशाही पद्धतीशी निश्चितपणे जोडता येईल. या पद्धतीमुळे मुख्य मुलकी व लष्करी प्रशासनास काही मर्यादा पडल्या. फक्त काही थोड्याच घराण्यांकडून त्यांचा वारसा हक्क त्यांना चालविता आला. काही घराण्यांत चांगली माणसे जन्मली नाहीत आणि काही काळातच मराठा राज्य दुर्बल होत जाऊन अकर्तृत्ववान माणसांच्या हातात गेले. मराठा राज्याच्या

राजघराण्यातील शेवटचा वारस शाहू हासुद्धा सर्वसामान्य कुवतीचा होता. पेशवे घराणा हा जास्त भाग्यवान ठरला. पेशव्यांच्या ज्येष्ठ कुळातील चार पिढ्यांमध्ये सक्षम माणसे निर्माण झाली. शिंद्यांच्या कुळात तीन पिढ्यांपर्यंत वरिष्ठ असे योद्धे निर्माण झाले. मल्हारराव होळकर हे एकटेच कमनशिबी ठरले असे नव्हे, तर पुढे तीच स्थिती राहिली. पेशव्यांच्या गादीच्या वारसाहक्काचे जे कारस्थान झाले त्याचे वर्णन असे केले जाते की, (रघुनाथरावचे नि:संतानपण व आनंदीबाईची सैतानवृत्ती.'') (Offspring of the weakness of Raghunath Rao and the wickedness of Anandibai). शिंदे घराण्यात दौलतराव हा तितक्याच लष्करी कर्तृत्वाचा व राजकीय दूरदृष्टी असल्याचे अनेक ऐतिहासिक साधनांतून दिसून येते. नागपूरचा रघुजी भोसले हे नाव त्याच्या आजोबांचे होते; परंतु त्याच्याजवळ शारीरिक धैर्य, जे मराठ्यांमध्ये विशेषत: दिसून येते ते मात्र नव्हते. यशवंतराव होळकर याला आनुवंशिक युद्धसंमुख वृत्तीची देणगी जन्मत:च प्राप्त झाली होती. त्याचा उपयोग फक्त युद्धात साहस दाखवण्यापुरताच योग्य होता. मात्र तो तत्त्वहीन, क्रूर आणि व्यभिचारी वृत्तीचा होता. मराठा राज्यांच्या भवितव्याची धुरा अशा माणसांच्या हातात गेली. आनुवंशिक पद्धतीने मुलकी आणि लष्करी प्रशासन चालविण्याच्या विरुद्ध असलेले शिवाजीमहाराजांचे तत्त्व पाळले गेले नाही.

अन्य राष्ट्रीयत्व असलेली माणसे कोणतेही तारतम्य न बाळगता मराठ्यांच्या लष्करात भरती केली गेली; याचे कारण सहज लक्षात येते, ते म्हणजे राष्ट्रीय ऐक्य आणि राष्ट्रभक्ती यांचा अभाव होय. मराठा सैनिकांना वेगवेगळ्या भागांत आणि दीर्घकाळ नोकरी करण्याचा तिटकारा होता. सरंजामी सैन्य हे मंदगतीचे होते. प्रत्येक सरदार आपले सैन्य जागेवर कसे राहील याचा विचार करीत असे. त्यामुळे शीख, अरब, रोहिले आणि रजपूत वर्षभर सैन्यात नोकरी करणे पसंत करीत. ही माणसे राज्याने थेट भरती केली असती, त्यांना वेळेवर पगार दिला असता आणि त्यांना कडक शिस्त लावली असती तर भारतातील अन्य भागातून आणलेले भाडोत्री सैन्य ही लष्करी ताकद नसून, हा राज्याला एकप्रकारचा धोकाच होता. आपल्या वंशाच्या भरती करणाऱ्या अधिकाऱ्यांशी संबंधित हे लोक होते व त्यांची शिस्त लक्षात येण्याइतपत योग्य नव्हती हे आपण मागे पाहिले आहेच. पोर्तुगीज विजरई मार्किस ऑफ अलोर्ना म्हणतो की, ''त्यांच्या सैन्यास योग्य शिस्त लावली असती तर त्यांचे सैन्य अजिंक्य ठरले असते. त्यांच्याकडे धैर्य आणि कष्ट उपसण्याची वृत्ती होती. त्यांना आपल्या धन्याच्या हिताचे सोयरसुतक नव्हते. त्यांना अनियमित पगार दिला जात असे आणि त्यामुळे ते लाचलुचपत याकडे वळले व बऱ्यावाईटाचा विचार न करता आपल्या सोयीनुसार त्यांनी आपले मालक बदलले.''

लष्करात बिगर मराठा लोकांच्या प्राबल्यामुळे मराठ्यांची युद्धसंमुख वृत्ती आणि सैनिकी व्यवसाय करणाऱ्या मराठ्या सैनिकांस उतरती कळा आली. १८१८ मध्ये एकंदर

लोकसंख्येच्या प्रमाणात मराठा सैनिकांची संख्या कमी आढळल्याचे थॉमस मन्रो हा स्वत:च्या पाहणीतून माउंट स्टुअर्ट एल्फिन्स्टन यास कळवितो की, ''लष्करी नोकरीवर केवळ गुजराण करणाऱ्या घोडेस्वारांची संख्या दक्षिणेतील जहागीरदारांकडे असणाऱ्या एकूण घोडेस्वारांच्या संख्येच्या एकदशांशापेक्षा अधिक नाही.[१] यावरून मराठ्यांचा लष्करी बाणा इतक्या लवकर कसा संपला हे स्पष्ट होते. त्याकरिता फील्ड मार्शल अर्ल रॉबर्ट्स युद्धास साजेसे नसलेल्या मद्रास आणि बंगालमधील लोकांत त्यांची गणना करतो.

मागचा पुढचा विचार न करता नेमलेले इंग्रज आणि फ्रेंच यांची लष्करी धाडसी कृत्येसुद्धा भारतीय चालीरीतीनुसारच होती. मराठ्यांचा युरोपीयांशी फार काळापासून परिचय होता आणि राजकारणात त्यांचे अत्यंत कार्यक्षम असे लोक होते. तरी त्यांना युरोपच्या बुद्धिमत्तेविषयी औत्सुक्य वाटले नाही. अमेरिकेचा स्वातंत्र्यलढा आणि फ्रान्समधील राज्यक्रांती यांच्या बातम्या त्यांना युरोपियनांकडूनच समजल्या. फ्रेंच आणि इंग्रज यांच्यातील पारंपरिक शत्रुत्व हे त्यांना माहीत नव्हते असे नाही; परंतु त्या राज्यातील राज्यघटनांविषयीसुद्धा त्यांना काहीच माहीत नव्हते. तसेच तेथील सामाजिक, राजकीय आणि शैक्षणिक संस्था शिवाय तेथील भौगोलिक परिस्थिती व नैतिक आणि भौतिक प्रगती यांविषयी काहीच माहिती नव्हते. युरोपियन लोकांना टोपीकर असे म्हणत. ते उत्तम दर्यावर्दी व उत्तम सैनिक म्हणून प्रसिद्ध होते. पण ते हटवादी वृत्तीचे असल्याने त्यांच्या हटवादात त्यांची राष्ट्रभक्ती दिसत असे. ती मराठ्यांना (इतर भारतीयांप्रमाणेच) त्यावेळी समजली नाही. मराठा सत्तेचा उदय होण्यापूर्वी मुस्लिम राजांनी युरोप आणि आशिया यांमधून आलेल्या परकीय लोकांना आपल्या राज्यात नोकऱ्या दिल्या होत्या. पर्शिया आणि मध्य आशियामध्ये केलेल्या धाडसी कृत्यांमुळे तेथील नोकर हे भारतातील मोगल सत्तेचे मुख्य आधारस्तंभ झाले. भारतातील राज्यात नोकरी करणारे पोर्तुगीज हे पहिले युरोपियन सैनिक होत. ते आपल्या देशाच्या विरुद्ध लढाई करण्यास क्वचित का कू करीत. हाकलून दिलेले काही फ्रेंच इंग्रजांच्या पदरी नोकरी करीत. तर काही इंग्रज फ्रेंचांच्या पदरी नोकरी करीत. हे क्वचित घडत असेल हे माहीत नाही. निझामाच्या पदरी असलेले मराठा सरदार आपल्या धन्याकरता मराठ्यांशी युद्ध करण्यात महत्त्वाचा वाटा उचलीत. शिंदे आणि होळकर हे मराठा सरदार फ्रेंच आणि इंग्रज सैनिकाकडून तशाच स्वामिनिष्ठेची आणि त्यागाची अपेक्षा त्यांच्याकडील शीख, रजपूत, अरब आणि सिंधी, गोसावी सैनिकांप्रमाणे करीत. युरोपीय अधिकारी आपले नशीब काढण्यासाठी आले असता त्यांना मराठ्यांच्याकडून चांगला पगार आणि चांगल्या जहागिऱ्या मिळाल्या. काहींनी येथील स्त्रियांशी लग्ने केली. (डी बॉइन व जॉर्ज थॉमस यांच्या बायका भारतीय होत्या.) कायमची वस्ती करण्याच्या हेतूने आलेल्या पर्शियन, तार्तर आणि त्यावेळच्या मोगलांप्रमाणे या परकीय लोकांनी या देशात कायमची वस्ती करावी, आपले उर्वरित आयुष्य येथे

नोकरी करण्यात घालवावे म्हणून त्यांना अतिशय उदात्त वागणूक देण्यात आली. तरीसुद्धा काही वेळा ते नाराज होत असत. शिंद्यांच्या सैन्यात फक्त इंग्रजच नव्हते तर बऱ्याच मोठ्या प्रमाणात फ्रेंच अधिकारीही होते. त्यांना त्यांच्या गव्हर्नर जनरलने बोलावले. तेव्हा त्यांनी दौलतराव शिंदे यांना त्यांच्या नोकरीची गरज असताना देखील शिंद्यांशी बेइमानी करून त्यांना सोडले. त्यावेळी एक जर्मन पोहलमन (pohlmn) हा असई येथे उपस्थित होता. तो अत्यंत नीचपणाने वागला. ते पाहून सर जॉन फोर्टस्क्यू यांना त्याच्या स्वामीनिष्ठेची शंका आली. मराठ्यांनी परकीयांवर संरक्षणासाठी विश्वास ठेवला ही त्यांची घोडचूक झाली आणि त्याकरिता त्यांना फार मोठी किंमत मोजावी लागली.

युरोपियन अधिकाऱ्यांच्या भरतीमुळे मराठ्यांच्या लष्करात महत्त्वपूर्ण बदल झाला. मराठ्यांच्या चालत आलेल्या लष्करी पद्धतीच्या अगदी विरुद्ध अशी त्यांची लढण्याची पद्धत होती. परस्परविरुद्ध अशा दोन पद्धती एकत्र येणे हे शंकास्पद होते. परंतु एकमताने मान्य करावे लागेल की, मराठ्यांनी यावर समाधानकारक तोडगा काढला नाही. आपली जुनी युद्धपद्धती आणि आपण स्वीकारलेली नवी युद्धपद्धती यांचा मेळ पानिपत आणि असई येथील लढायांमध्ये जमला नाही आणि त्यांची तेथे प्रचंड दाणादाण उडाली. मधल्या काळात त्यांनी कवायती प्रशिक्षित सैन्यदळावर विश्वास ठेवला आणि आपल्या घोडदळाकडे दुर्लक्ष केले. असई येथील लढाईत घोडदळाच्या अवनतीमुळे त्यांचा पराभव झाल्याचे थॉमस मन्रो आणि सर जॉन फोर्टेस्क्यू यांसारखे लष्करी टीकाकार मान्य करतात. १२ फेब्रु. १८०४ रोजी थॉमस मन्रो आपल्या भावास लिहितो,[१०] मोहिमेच्या प्रारंभीच मला खात्री झाली होती की, दोन वर्षांत शिंदे आणि वऱ्हाडकर (Berarman) यांचा सर्व प्रदेश काबीज केला जाईल. मला असे वाटले की, त्यांचे घोडदळ काही बऱ्यापैकी पराक्रम करून दाखवील. परंतु त्यांच्या राउतांना त्यांनी घोडदळावर अवलंबून न राहता त्यांनी पायदळावर अवलंबून राहावे, असे सांगण्यात आल्यामुळे त्यांचा जोम नष्ट झाला व नाश ओढवला. त्यांचे पायदळ पुढे सरकू लागले आणि आम्हांला अपेक्षित फायदा मिळविता आला. त्यांनी आमच्या माणसांना विरोध केला. युरोपियन पलटणींच्या आधारावर आणि त्यांच्याशी झालेल्या साहचर्यामुळे आपल्याला यश मिळेल या विश्वासाने; तसेच राष्ट्रीयत्वाच्या भावनेचा अभाव यामुळे त्यांनी आम्हांस विरोध केला, पण ती आमचीच माणसे असून ते आमचे फारसे काही चांगले करू शकले नाहीत. पायदळाच्या खंबीरपणावर वाजवीपेक्षा अधिक विश्वास त्यांनी टाकला. आमचे सैन्य थोडी तयारी करत असताना थोडावेळपर्यंत त्यांनी थोडासा विरोध केला. मात्र बंदुकीपेक्षा ते तोफखान्यावर जास्त अवलंबून राहिले. आमच्या घोड्यांचे थोडेफार नुकसान झाले. सर जॉन फॉर्टेस्क्यूची समीक्षा ही फार सखोल नाही. पण मराठ्यांच्या चुकांबद्दल त्याचे मत तो ठळकपणे नोंदवतो. 'पोहलमन' ने आपले काम केले; त्याने वेलस्लीला अडचणीत

टाकले असते, असा शेरा मारताना तो म्हणतो, मराठा घोडदळाने चैतन्याचा निदान देखावा जरी केला असता तरी निश्चितपणे काहीतरी विपरीत घडले असते आणि ब्रिटिश सैन्याचा कदाचित नाश झाला असता.[११]

छ. शिवाजीमहाराजांच्या पद्धतीपासून दूर गेल्यामुळे मराठ्यांच्या घोडदळाचा ऱ्हास झाला. सरकारातून घोडे, पगार आणि शस्त्रास्त्रे शिलेदारांना दिली असती व त्यांची नेमणूक केली असती तर घोडदळाची कार्यक्षमता निश्चितपणे कायम राहिली असती. आपले घोडे म्हणजे आपले भांडवल आहे अशा समजुतीने कोणतीही जबाबदारी न स्वीकारणाऱ्या शिलेदारांच्या नेमणुका करण्यास सरंजामशाहीचा उदय कारणीभूत झाला. जहागीरदारसुद्धा स्वत:च्या व्यक्तिगत घोडदळासाठी घोडे भाड्याने घेऊ लागले. थॉमस मन्रो म्हणतो, "मराठ्यांच्या घोडदळातील घोड्यांची मोठी संख्या बिगर लष्करी लोकांचीच संपत्ती होती. तेथील अनेक धनिक बरेचसे देशपांडे, देसाई आणि इतर मुलकी वंशपरंपरागत चालत आलेले पाटील आणि कुलकर्ण्यांसारखे खेड्यातील अधिकारी आणि प्रजेतील काही लोक लष्करासाठी घोड्यांची पैदास करीत. ते आपले घरगडी आणि मजूर यांना घोड्यावरून पाठवत असत व सरकार आणि जहागीरदार यांना ते भाड्याने देत. ते सैनिकांपेक्षा 'घोडेवाले' म्हणून समजले जात.[१२] भाडोत्री घोड्यावर लढाईचे शिक्षण नसलेला घोडेस्वार असेल, तर त्याचा लढण्याच्या कामासाठी अतिशय कमी उपयोग होई.

सरंजामशाहीमुळे त्यांच्या लष्करी पद्धतीमध्ये काही दोष होते. इतर मात्र मराठ्यांच्या बौद्धिक मर्यादेशी निगडित असे होते. त्यांनी लगेच नवीन शस्त्रांचा स्वीकार केला, पण जुन्या शस्त्रांचा त्याग केला नाही. युरोपमध्ये दस्त्याच्या धनुष्याऐवजी (Crossbow) मोठे धनुष्य (Longbow) त्याच्या ऐवजी हॅन्डगन, हॅण्डगनच्या ऐवजी मॅचलॉक, मॅचलॉकनंतर फायरलॉक्स हे आले. मराठ्यांच्या लष्करात मात्र जुन्या पद्धतीच्या चापाच्या बंदुका (Fleet musket) धनुष्य आणि दगड ही शस्त्रे एकाचवेळी वापरात आणली जात. १५० वर्षांच्या कालखंडाचा आढावा घेतला, तर या कालखंडात मराठ्यांनी आपल्या युरोपीय शेजाऱ्यांकडून मुक्तपणे शस्त्रे खरेदी केली. परंतु ती तयार करण्याचे शास्त्र किंवा लष्करी कौशल्य आत्मसात केले नाही. जरी ते बुद्धिमत्तेने कमी नव्हते, परंतु शिक्षणाच्या अभावामुळे ते अपयशी ठरले.

जनतेमध्ये मराठा राजकर्त्यांना लौकिक मिळवता आला नाही. प्रसिद्धीस पावलेला विद्वान ब्राह्मण तसेच सर्व जाती आणि पंथांतील वैद्य यांना इनाम जमिनी तसेच निवृत्तिवेतन दिले जात असे. परंतु खाजगी व्यक्तीस आपल्या व्यवसायाकरिता उपकरणाने जास्तीत जास्त सुसज्ज राहावे लागे. वरिष्ठ वर्गातील बहुतेक लोक लष्करात जात. ते युद्धकला शिकत. परंतु युद्धशास्त्र शिकविण्याच्या दृष्टीने कोणतीही पद्धतशीर सोय केली गेली नव्हती.

लढणे हा कमी अधिक प्रमाणात सराव आणि अनुभवाचा भाग असे. शिक्षण म्हटले तर साहित्यातील संस्कृतीचे ज्ञान, व्याकरण, राज्यशास्त्र, तर्कशास्त्र आणि तत्त्वज्ञान हे असे. युद्धशास्त्रासंबंधी कोणतीही पोथी किंवा ग्रंथ नव्हता. पानिपतच्या लढाईसंबंधीची एक बखर सोडली तर मराठा सरदारांच्या लष्करी अनुभवाची कोठेही नोंद नाही. अधिकाऱ्यांना कधीच सेवानिवृत्ती नसे. त्यामुळे लढाईची मीमांसा किंवा प्रात्यक्षिकांसंदर्भात लिहिण्यास त्यांना वेळ मिळत नसे. त्यांच्या अनुभवांस त्यांच्या पुढील पिढ्या मुकल्या. फक्त त्यांच्या जवळच्या नातलगांना सेवा करण्याचे सुभाग्य लाभले. त्यांच्या शिकवणीतून एखादा चतुर विद्यार्थी निर्माण व्हावा अशी अपेक्षा नव्हती. त्या युगातील १८ व्या शतकात युरोपमध्ये विज्ञानाची होत असलेली प्रगती भारतातील लोकांना माहीत नव्हती. पाश्चिमात्य, वरच्या दर्जाच्या लष्करी आणि नाविक शास्त्रांमध्ये प्रावीण्य पीटर द ग्रेट याने जसे मिळविले, तसे मराठा सरदारांनी मिळविण्याचा प्रयत्न केला नाही. मराठा अधिकाऱ्यांचे लष्करी जीवन फार लवकर सुरू होत असे, आपली पुरातन युद्धपद्धत पूजनीय म्हणून ते त्यास घट्ट चिकटून राहात. त्यामुळे नवीन काही शिकण्याची वेळ येईपर्यंत ते कालवश होत. काही लोकांना नशिबाने दीर्घायुष्य लाभले तर त्यांच्या वार्षिक युद्धमोहिमांमधून मोहिमांचे इतिवृत्त लिहिण्यास सवड मिळत नसे किंवा शैक्षणिक कमतरतेमुळे ते काम त्यांच्याकडून केले जात नसे.

छत्रपती शिवाजीमहाराजांच्यावेळचा साधेपणा मराठे सरदार विसरले. मराठा राज्याच्या संस्थापकांनी ज्या गोष्टीचा धिक्कार करण्यासाठी आवाज उठविला होता, तेथे त्यांचे वारसदार आपल्या चरितार्थाचे मराठा राज्य हे साधन आहे असे अठराव्या शतकात मानू लागले. पेशव्यांच्या प्रतिनिधीने युद्धाच्या छावणीमध्ये दारूची विक्री करण्यास मनाई करण्याबद्दल तुकोजी होळकर यांना बजावले. दारू ही जगण्यासाठी जरुरीची वस्तू असून सैनिकांना ती देणे गरजेची आहे, असे होळकरांनी ठासून सांगितले.[१३] छत्रपती शिवाजीमहाराजांनी लष्करात वेश्या आणि नाचणाऱ्या मुलींना बंदी घातली होती. गोविंदपंत बुंदेले यांनी उत्तरेतून बाळाजी बाजीराव यांना अत्यंत सुंदर नाचणाऱ्या मुली पाठविल्या.[१४] अशा तऱ्हेने उतरती कळा चहूकडून होऊ लागली. राज्य हे राष्ट्रीय राजेशाहीकडून सरंजामशाहीकडे अवनत झाले. सुसज्ज शिस्तीची राष्ट्रीय सेना गैरशिस्त भाडोत्री सेना बनली. लष्करी नायक साधा काटक सैनिकी बाणा सोडून स्वप्रेमी, विलासी असे झाले. अशा तऱ्हेने सर्व बाजूंनी विचार केला तरी वस्तुनिष्ठ आणि नैतिक अध:पतन झाले.

लष्करावर उभे असलेले राज्य आपली लष्करी कार्यक्षमता कायम टिकवू शकत नाही. दुर्दैवाने मराठ्यांच्या शत्रूंना या गुणांची देणगी मिळाली होती. आणि त्यांची मात्र मराठ्यांच्याकडे कमतरता होती. राष्ट्रभक्तीच्या प्रखर जाणिवेने इंग्रज उत्स्फूर्त झाले होते. त्यांनी आपले बलिदान राष्ट्रीय महत्त्वाकांक्षेत गुंफले. त्यांचे लष्कर अत्यंत शिस्तीचे

आणि शास्त्रीयदृष्ट्या प्रशिक्षित असे होते, त्यांच्या सैन्याधिकाऱ्यांचे युद्धशास्त्रात प्रावीण्य होते. तर चांगल्या नेतृत्वाचा अभाव, चांगल्या शस्त्रांचा अभाव, मराठ्यांचे असलेले अव्यवस्थित सरंजामी सैन्य यामुळे थोडासाच लढा देऊन मराठ्यांना असमान स्पर्धेपासून दूर व्हावे लागले. दोन युद्धांनंतर मराठ्यांना आपला पराभव स्वीकारावाच लागला. पेशव्यांना सेवानिवृतिवेतन दिले गेले. बारगिरांनी आपल्या तलवारी म्यान केल्या. उभ्या आडव्या हिंदुस्थानात शांतता निर्माण झाली. मराठा राज्य हे दूरची आठवण ठरली.

टिपा :

(१) सेन The English Pprocurator at Shivaji's Court. Culcutta Review, may 1926

(२) फॅक्टरी रेकॉर्ड्स, सुरत, खंड १०७, फाइल १७१-४

(३) Officios dos Governadores (Archivo Ultramarino of Lisbon), maco 5, No.62.

(४) सेन, A Preliminary Report on the Historical Records at Goa, p.85

(५) Instruccao do Ezmo Vice-Rei marquez de Alorna, p-48

(६) साने, पत्रे यादी वगैरे, पृ.२३२

(७) गरवुड, Dispatches of Wellington, vol.1, p.124.

(८) जी. आर. ग्लेइग, Life of Sir Thomas Munro, vol.I, p.461

(९) कित्ता vol.II, p.270

(१०) कित्ता vol.I, p.354-5

(११) फोर्टेस्क्यू, History of British Army, Vol.V, p.32.

(१२) जी. आर. ग्लेइग, Life of Sir Thomas Munro, vol.II, pp.269-70

(१३) इतिहाससंग्रह, होळकर दरबारातली हिंगण्याची वकिली, पृ.१९

(१४) राजवाडे, मराठ्यांच्या इतिहासाची साधने, खंड१, पृ.३१९, खंड ३, पृ.१५०.
Archive Nationale of Paris आहे.

संदर्भग्रंथसूची

India office, London. Factory Records of Bombay and Surat, 1667-1682. Original Correspondence, 1667-1680.

Dutch Records (transcripts & Translation) 1660-1680

Bombay Public Consultations, 1700-1756.

Goa Archives, Pangim. Livras dos Reis Visinhos, vols. 1-15

Archivo Ultramarino, Lisbon, Officios dos Governadores, 1735-1800. stray documents consisting mainly of petitions. Disposicoes da guerra do Angria, (Biker manuscripts fundo geral, 8548.

Guerra dos maratas, fundo geral, 465, 660, 1605, 417. Relacao dos Successos acontesidos no Estado da India 1733-1740 Fundo geral, 929 and 934.

Relacao da batalha naval que a nau Nossa Senhore da Victoria teve na costa do sul contra o pirate Sambagi Angria, caixa, 26, X-5-15; No.2. Conta que o general Marata chimagi Apa deu ao searei do conquista da pracca de Bacaim do Norte'n anno 1746, Fundo geral, 8106, Y-5-51

Bibliotheca publica of Evora. Cartas de D. Manoel Mascarenhas. Instruccam que deixou O conde de Ericeira a Fransisco Jose de Sampayo Castro. Carta do Padre Belchoir de S.Payo. Diario das viagens de piloto Francisco Pessoa de Megalhaes.

Carta escrita de Goa contendo novas da India dos annas de 1755 e 1756.

Carta da Marquesa de Tavora que de Goa escreveo a seus filhas.

Varias cartas da Asia ao conde de Unhao.

Biblioth eque Nationale of Paris. Memoires sur la compagnie des Indes Orientales, 1642-1720, Fr.6231,

Diverses relations sur les affaires des Indes, Fr.12087.

Archive Coloniale of Paris. Inde, C²-62. correspondance generale, Inde, 2ᵉ serie.

Archiere Marine of Paris. memoires surl' etablissement des colonies Francaises aux Indes. Orientales, 1664-1694, T 1169.

Archive Nationale of Paris. Journaux des voyages de France a Suratte a la cote de Malabar, a celle de Coromandel Malaca Syam, etc., par le navire le Vautour de la Compagnie des Indes, b. 4.

मराठी

अॅकवर्थ आणि शाळिग्राम - ऐतिहासिक पोवाडे.

अमात्य, रामचंद्र पंडित – मराठशाहीतील राजनीति

आपटे – इतिहास मंजिरी. चंद्रचूड दफ्तर.

अत्रे – मल्हारराव होळकर

बापट – बाजीराव पहिला

भानू – नाना आणि महादजी

भारत इतिहास संशोधक मंडळ – वार्षिक इतिवृत्त, संमेलन वृत्त अहवाल, १३. भारत इतिहास संशोधक मंडळ त्रैमासिक, शिवचरित्र प्रदीप.

भाटे – सज्जनगड व स्वामी समर्थ(रामदास)

भारतवर्ष वृत्तपत्र भावे – मराठी दफ्तर (रुमाल १व २)

दांडेकर आणि नंदूरबारकर, संपा. शिवदिग्विजय श्री शिवाजी प्रताप

इनाम कमिशनच्या कैफियती

इतिहास आणि ऐतिहासिक

कायस्थ प्रभूंची बखर

केळकर – मराठा आणि इंग्रज

खरे – ऐतिहासिक लेखसंग्रह, खंड १२ वा. इचलकरंजीचा इतिहास. अधिकार योग. हरिवंशाची बखर नाना फडणवीस

कीर्तने, संपा. चिटणीस बखर

लोकहितवादी – ऐतिहासिक गोष्टी

नातू – महादजी शिंदे

पारसनीस – इतिहाससंग्रह, खंड ७

पारसनीस – ब्रह्मेन्द्रस्वामी. मराठा आरमार

केळकर – मराठा आणि इंग्रज

प्रभात वृत्तपत्र

राजाध्यक्ष – जिवबादादा बक्षी

राजवाडे – मराठ्यांच्या इतिहासाची साधने, खंड २२. तंजावर येथील शिलालेख. संकीर्ण लेखसंग्रह. राजव्यवहार कोश.

रामदास आणि रामदासी.

साने – पत्रे यादी वगैरे. सभासद बखर. श्रीमंत संभाजीमहाराज व राजाराममहाराज यांची चरित्रे. थोरले शाहूमहाराज यांचे चरित्र. पेशव्यांची बखर. भाऊसाहेबांची बखर. पानिपतची बखर. चिटणीस बखर.

सरदेसाई – मराठी रियासत, खंड ५ सरस्वतीमंदिर शहाण्णव कलमी बखर

वाड – निवडक कागदपत्रे. सातारा छत्रपती आणि पेशवे यांच्या रोजनिशा खंड ९, संपा. पारसनीस, साने, मराठे आणि जोशी. पुण्याच्या एलिनेशन ऑफिसमधील सरकारी दफ्तर.

१) कैफियती यादी, संपा. मावजी आणि पारसनीस.

२) सनदा आणि पत्रे, संपा. मावजी आणि पारसनीस

३) वतनपत्रे, निवाडापत्रे, संपा. कित्ता

४) तह व करारमदार, संपा. कित्ता

५) विविध ज्ञान विस्तार

पोर्तुगीज

बिकर, जे. एफ. ज्यु JUDICE}Colleccao de tratados e concertos de pozes que o Estado da India portugueza Fez com os reis e senhores com quem teve relacoes nas partes da Asia e Africa Oriental, 14 vols.

Breve (बर्वे) Noticia que se da ao publico para consolacao dos portuguezes dos successos que acontecerao no Estado da nassa India o Mez janeiro de 1759 ate o de 1760.

डॉ. बालथाझर मॅनोइल दी- Annal Indico historico do governo do illustrissimo e excellentissimo senhor Marquez de Tavora.

कोस्टा, डायगो डा– Relacam das guerras da India.

कुन्हा, रिवारा– O chronista de Tissuary.

दालगादो, एस. आर.–Glossario Luso-Asiatico, 2 vols.

फोनसेका, एफ. एफ. डा–Relacao de hum grande combate e victoria que contra O gentio e o qrabio conseguio a armada que do porto de Goa sahio de guarda costa em julho de 1753 commandada pelo valeroso Ismal Can.

ग्रेसिआस, जे. ए. इस्माइल– Uma dona portugueza no corte de Grao Mogol. Catalogo dos livros do assentamento da gente doe guerra.

गार्दा, कॉस्मो द– Vida e accoens do Famoso e felicissimo Sevagy. Instruccao do Marquez de Alorna ao seu successor.

मकॅडो, जोझ दा सिल्वा– Relacao dos successos da India.

मॅसकारेनहास, जोस फ्रीयर– Epanaphora Indica (in 6 parts)

पेरीरा, फ्रान्सिस्को रायमुन्दो दी मोराइस– Annal Indico Lusitano dos successas Mais Memorareis e das accoens Mais partieulares do premeiro anno do felicissimo governo do illustrissimo e excellentissimo senhor Francisco de Assis de Tavora.

पिसुर्लेकर, पांडुरंग एस. एस. Xivaji Maharaj com Sangue Portugues? Portugueses e Maratas.

Relacam dos progressos das armas Portuguezas no Estado da India no anno de 1713.

Relacam Verdadeira dos Felices successos da India e victorias que alcansaram as armas Portuguezas Naqulle Estado da India, 1752

Relacam ou Noticia certa do Estado da India, 1756. Relacao e Verdedeiras noticias das ultimas accoens Militares ordenadas pelo illustrissimo e excellentissimo Marquez do Lourical.

Relacam das Victorias alcancadas na India Contra O inimigo Marata.

रॉजर जे.– Relacao das successos prosperos e infelices do illustrissima e excellentissimo Conde de Alva.

सेराफिन्स, फ्र. ॲन्जेलो डॉस- Relacao da viagem que O illustrissimo e excellentissimo Marquez de Tavora fez de porto de Lisboa ate o de Mocambique e depois ao da cidade da Goa.

फ्रेंच

बार्बे, इमायले Le Nabab Rene Madec.

कॅररे- Voyage des Indes Orientales Mele de plusieurs histoires curieuses.

डे ला हाये- Journal du voyage des grands Indes.

केयप्पेलीन, पॉल- La Compagnie des Indes Orientales et Francois Martin. Letters et conventions des gouverneurs de Pondichery avec differentes princes Hindous, 1666 a 1793.

एल.एल. एम.- Historie de la derniere revolution des Indes oriental.

मार्टिनेउ, अल्फ्रेड – Correspondance du conseil superieur de Pondichery et de la Compagnie, 4 vols. Dupleix et l'Inde Francaise, 1742-49.

Menoire sur la carriere de m.le general comte de Boigne.

सेंट जेनिस, व्हिक्टर डी – Une page inedite de l'histoire des Indes. Voiage de Gautier Schouten aux Indes Orientales commence l'an 1658. et fini l'an 1665.

हिंदी

भूषण – काव्य

लालकवी – छात्र प्रकाश

इंग्रजी

ॲक्वर्थ – Ballads of the Marathas.

A Faithful Narrative of the Capture of the Ship Derby. Treaties, Engagements and Sanads.

ॲन्डरसन – The English in western India (2nd edition). Arabian pirate, The, or Authentic History and Fighting Adventures of Tulagee Angria.

Asiatic Researches.

बिद्दूल्फ – Malabar Pirates.

ब्लॅकर – The British Army in India, 1817-19.

ब्राऊटन – Letters written in a Mahratta Camp.

ब्रूस – Annals of the East India company, 3 vols.

बर्वे – Ahilya Bai. Ranoji Rao Sindhia. Mahadji Sindhia.

कॅम्पबेल – Bombay presidency Gazetteer.

चर्चिल – Voyages.

कोलब्रुक – Life of Mountstuart Elphinstone, 2 vols.

क्रॉम्पटन – A Particular Account of European Military Adventures in India.

दा कूनहा – The Origins of Bombay.

Notes on the History and Antiquities of Chaul & Bassein

डॅनवर्स – The Portuguese In India, 2 vols.

दील्लोन – A Voyage of the East Indies.

डीरॉम – A campaign In India in 1792.

डाउनिंग – A Compendious History of the Indian Wars.

डफ, जे. सी. ग्रान्ट – A History of the Mahrattas, 3 vols.

Indian and oriental Armour.

इलियट ॲन्ड डाऊसन – History of India, 8 vols.

एल्फिन्स्टन – 1) History of India.

2) A Report on the territories conquered from the paishwa.

Encyciopedia Britannica.

एन्थोवेन – 1) The folklore of Bombay.

2) Castes and Tribes of Bombay.

फीट्झक्लॅरेन्स – A Journey Through India.

फोर्बज – Oriental Memoirs.

फॉरेस्ट – Official Writiongs of Mountstuart Elphinstone. Selections from the Letters, Despatches and other state Papers preserved in the Bombay Secretariat, Home series, 2 vols; and maratha series.

फॉस्टर – The English Factories in India.

फोर्टेस्क्यू – A History of the British Army.

फ्रॅन्कलिन – Shah Allum.

Military Memoirs of George Thomas.

फ्रेजर, बेल्ली – Military Memoirs of col. Skinner.

फ्रायर – A New Account of the East India and Persia.

ग्लेइग – Life of Major General Sir Thomas Munro, 2 vols.

ग्रोस – A Voyage to the East Indies.

गरकड – Dispatches of the Field Marshal the Duke of Wellington, 13 vols.

हेडगेज, सर डब्ल्यू – Diary during his Agency in Bengal, 3 vols.

हर्बर्ट – Relation of some Yeares Travaile.

हॅमिल्टन – A New Account of the East Indies, 2 vols.

हीप – House of Scindea.

आयर्विन – 1) Later moghuls, 2 vols.

2) The Army of the Indian Moghuls.

आइव्हज – A voyage from England to India in the year MDCCLI

जंकिन्स – A Report on the Territories of the Rajah of Nagpor.

जर्विस – Statistical Survey of the Konkun.

कारकारिया – Pratapgad.

काये – The Life and Correspondence of Sir John Malcolm, 2 vols.

कीन – Hindustan under Free lances.

Fall of the Moghul Empire.

Sindhia.

किंकेड आणि पारसनीस – History of the Maratha people. 3 vols.

लो – History of the Indian Navy, 2 vols.

मॅक्क्ल्यूअर, जे. – Description of the Coast of India.

मॅक्डोनाल्ड – Nana Furnuwees.

मॅकिन्तोश – An Account of the Origin and Present Condition of the Tribe of Ramoossies.

माल्कल्म – Central India, 2 vols.

Political History of India, 2 vols.

मालेसन – Final French Struggles In India.

Decisive Battles of India.

मनूची – Storia do Mogor, ed. and tr. W. Irvine, 4 vols.

मार्टिन – The Despatches, Minutes and Correspondence of the Marquis Wellesley during his Administration in India, 5 vols.

मिल आणि विल्सन – History of India, 9 vols.

मोल्स्वर्थ – Marathi-English Dictionary.

मूर – A Narrative of the operations of Captain Little's Detachment. Notes Relative to the late Transactions in the Maharatta Empire.
Origin of the pindarries preceded by Historical Notices on the Rise of the different Mahratta States.

ऑर्म – 1) Historical Fragments of the Moghul Empire.

2) War in Indostan, 2 vols.

ओविंगटन – A Voyage to Surat in 1689.

ओवेन – Fall of the Moghul Empire.
India on the Eve of the British conquest.
Selections from Wellington's Despatches. Selections from Wellesley's Despatches.

पारसनीस – Mahableshwar.
Poona in Bygone Days.
Panhala.
Satara.
Sangli State.

पॉगसन – A History of the Boondelas. Press list of the Ancient Dutch Records in the Madras Records Department.

प्रिन्सेप एच. टी. – 1) History of the Political and Military Transactions. 2 vols.

2) Memoirs of the Pathan Soldier of Fortune.

Proceedings of the Indian Historical Records Commission.

Purchase, His pilgrimes, 20 vols.

रेड्डी – Shivaji.

रानडे – Rise of the Maratha Power. Miscellaneous Writings.

सरकार जदुनाथ – Shivaji and his Times.

History of Aurangzib, 5 vols.

स्कॉट. जे. – History of the Deccan, 2 vols.

स्कॉट वेअरिंग – History of the Marathas.

सेन, एस.एन. – Siva Chhatrapati.

Administrative System of Marathas.

A Preliminary Report on the Historical Records at Goa.

Early Career of Kanhoji Angria and other Papers.

Foreign Biographies of Shivaji.

Studies in Indian History.

सीवेल – A Forgotten Empire.

स्लीमन – Rambles and Recollections, 2 vols.

स्मिथ एल. एफ. – A Sketch of the Rise,

Progress and Termination of the Regular corps formed and commanded by Europeans in the Service of the Native Princes of India.

स्मिथ, व्ही. ए. – Oxford History of India.

स्टॅवोरीनस, जे. एस. – Voyages to the East Indies, 3 vols.

साइक्स – Special Report on the four Collectorates of Dukhan under the British Government.

Life of Shivaji Maharaj.

थॉर्न – Memoirs of the War in India.

टोन – Illustrations of some Institutions of the Mahratta people.

वॅलेन्टीया – Voyages and Travels, 4 vols.

वॉटर्स थॉमस – On Yuan Chwung, 2 vols. Yuan chwang's Travells to India. 2 Vols.

वेस्ट – A Memoir of the States of the Southern Maratha Country

व्हाइटवे – Rise of the Portuguese Power in India.

विल्कस – Historical Sketches of the South of India, 3 vols.

विल्सन – Glossary of Indian Judicial and Revenue Terms. Hobson Jobson.

मासिके व वृत्तपत्रे

Calcutta Review

Epigraphia Indica.

Indian Antiquary.

Journal of the Bombay Branch of Royal Asiatic Society.

Journal of the Royal Asiatic Society.

Journal of the Asiatic Society of Bengal.

Journal of the Department of Letters, Calcutta University.

विशिष्ट शब्दांचे स्पष्टीकरण
(Glossary)

अफदागीर (अफदागिरी, अफदागिर)- उन्हापासून संरक्षण व्हावे म्हणून पामच्या झाडाच्या पानाप्रमाणे आकार असलेले साधन. (आफताब-सूर्य, गिर-घेणे) त्यास सूरजमुक्ती असेही म्हणत. (हिंदीमध्ये सूर्यबिंब). मोगल राजवटीत सन्मान्य राजा किंवा राजपुत्रास दिली जात असे. (मिरत-उल-इस्तिलाह, भाग३). १८ व्या शतकामध्ये मराठ्यांनी हे एक चिन्ह म्हणून स्वीकारले. अगदी लहानशा घोडदळातसुद्धा अफदागिरी वापरली जात असे.

आयर्विन – The Army of the Indian moghuls, p.34.

अल्वारा – राजमुद्रा. लार्सर्डा, A New Dictionary of the Portuguese and English Languages, p.65.

अमिन – हा अरबी शब्द असून त्याचा अर्थ अत्यंत विश्वासू व्यक्ती असा आहे. नंतर 'तपासनीस' असा व्यर्थ वापरला गेला. हॉब्सन जॉब्सन, पृ.१७.

आरक – हा अरबी शब्द असून त्याचा अर्थ 'अर्क' असा आहे. एखाद्या झाडाच्या पानापासून काढलेला अर्क किंवा कडक पेय, गाळलेले स्पिरिट इत्यादी. भारतात निरनिराळ्या प्रकारे त्याचा अर्थ केला जातो. गुळाच्या मळीचा अर्क किंवा तांदळाचा अर्क इ. क्रुक, हॉब्सन जॉब्सन, पृ.३६.

बालपरवेशी – (बाल म्हणजे लहानमूल आणि परवेशी म्हणजे त्याचे संगोपन) लढाईमध्ये मेलेल्या सैनिकाच्या कुटुंबाला दिले जाणारे निवृत्तिवेतन. मोलूस्वर्थ शब्दकोश मराठी व इंग्रजी पृ. ५७९

बनिया – व्यापारी किंवा वाणी.

बझार – बाजार.

बेलदार लुटारू – खाणीत काम करणारी भटकी जमात. या जातीचे लोक सशक्त, काळे मिशाळ आणि डोक्याला केसाचा बुचडा असलेले. ते दगड कापणारे व विटा

रचणारे, विहिरी खणणारे, खडक फोडणारे, दगड फोडणारे असे असत. त्यांची घरे मराठा शेतकऱ्यांच्या घरासारखीच होती. पुरुष कुडता, बंडी आणि चोळणा तसेच जाकीट आणि मुंडासे वापरीत, तर स्त्रिया मराठ्यांप्रमाणे साडीचोळी घालीत असत आणि साडीचा पदर मागे पायापर्यंत लोंबत असे. त्यांच्या आहारात मटण व मासे असत, ते दारू पीत. अत्यंत कष्टाळू, शिस्तप्रिय, मित्रत्वास योग्य, आतिथ्यशील परंतु दारू पिणारे असे होते. त्यांची गोतसभा असे. ते आपल्या मुलांना शाळेत पाठवीत नसत. ते खाऊनपिऊन सुखी असे लोक होते. गॅझेटियर ऑफ बॉम्बे प्रेसिडेन्सी, भाग-२०, पृ. ९१-९२. लुगाडू म्हणजे लुटारू किंवा चोर. बेलदार लुटारे म्हणजे बेलदार जमातीतील लुटारू.

बिलदार – बेलदार प्रमाणेच. परंतु लष्करात या शब्दाचा वापर खणण्याचे काम करणारे लोक असा केला जात असे. पाहा. हॉब्सन जॉब्सन, पृ.९४. आयर्विन – The Army of the Indian Moghuls. pp.173-74.

भालदार (Bhaldar) – राजदंड हातात घेऊन मोठ्या आसामीची वाट पाहात उभा असलेला शिपाई. मोलूस्वर्थ शब्दकोश मराठी व इंग्रजी, पृ. ६११.

बंगा (Bunga) – लष्कराचे सामान. कित्ता पृ. ५७२

काफिला (Cafilla) - मूळ अरेबिक शब्द असून काफिला म्हणजे प्रवाशांचा समूह किंवा तांडा. समुद्रातील प्रवासाबाबतीतही तो शब्द वापरला जातो. हॉबसन जॉबसन, पृ.१४२. Dalgado, Glossario duso-Asiatico, vol. I, pp.169-70

कार्ताज (cartaz) - परवाना.

चारूआ (Charrua) - माल घेऊन जाणारे जहाज.

चिटणीस (Chitnis) - (चिठ्ठी-पत्र व navishtan म्हणजे लिहिणे.) सचिव किंवा लेखनिक.

कोझी (Cozzy) - अरेबिक काझी शब्द म्हणजे न्यायाधीश.

दफ्तरदार (Daftardar) - पुरातन जनतेचा अधिकारी. फडणिसाने लिहिलेल्या रोजकिर्दीतील हिशोब पाहाणे व त्याचा मासिक हवाल हुजुराकडे पाठविणे हे काम करणारा अधिकारी, मोलूस्वर्थ- मराठी व इंग्रजी शब्दकोश, पृ. ४०२.

दक्षिणी (Dakshini)

दरखदार (Darakhdar) - वंशपरंपरागत चालत आलेले अधिकारी- दिवाण, मुजूमदार, फडणीस, सबनीस, कारखानीस, चिटणीस, जमादार आणि पोतनीस सेन- Administrative System of Maratha's, p.665.

देसाई (Desy) - वंशपरंपरागत चालत आलेला परगण्याचा मुख्य अधिकारी, देशमुखाप्रमाणेच. मोलूस्वर्थ-मराठी व इंग्रजी शब्दकोश, पृ.४२६.

ढाल (Dhal) - लोखंडी किंवा कातड्याची ढाल. ब्राह्मण ही रेशमी कापडाचे ४०-५०

पदर असलेली अशी वापरत. आयर्विन बोटी - The Army of Indian moghuls, pp.77-88 इगर्टन ऑफ टॅटॉन, Indian and Oriental Armour, p.111-18, 134, 139.

दिवाण (Duan) - पेशवा किंवा प्रधान. मोल्स्वर्थ-मराठी व इंग्रजी शब्दकोश, पृ.४१३. राज्याचा किंवा प्रदेशाचा प्रमुख अर्थमंत्री. नंतर त्यात बदल असा झाला की, सारा वसूल करून तो राजाच्या खजिन्यात भरणारा आणि काही दिवाणी अधिकार असलेला विधी अधिकारी. हॉब्सन जॉब्सन पृ.३०९

दरबार (Durbar) - राजदरबार.

फडणीस (Fadnis) - सर्व रजिस्टरे सांभाळणारा मुख्य अधिकारी. अनुदानमंजुरी आणि सर्व हिशोब सांभाळणारा महत्त्वाचा अधिकारी. मोल्स्वर्थ-मराठी व इंग्रजी शब्दकोश, पृ. ५४

फर्मान (Farman) - सरकारी जाहीरनामा किंवा आज्ञापत्र

फौजदारी (Faujadari) - लहान प्रांताचा लष्करी अधिकारी.

गारीवान (Gariwan) - गाडीवान

घाट (Ghat) - डोंगरातील वळणावळणाचा रस्ता किंवा पठाराची जागा.

गोलंदाज (Golandaz) - (गोळा म्हणजे चेंडू आणि अंदकतान म्हणजे फेकणे, बंदूकची)

गुमास्ता (Gumashta) - दूत.

होन (Hon) - होन. सोन्याचे नाणे (कन्नडी होनू म्हणजे सोने.) हॉब्सन जॉब्सनच्या ४२५ पृष्ठावर विल्सन याने दिले आहे की, या नाण्याची किंमत निरनिराळ्या ठिकाणी व निरनिराळ्या वेळी वेगवेगळी आढळते. बोधलेयिन लायब्ररीतील हस्तलिखितात. (Rawlinson Manuscript 841, Fol.1) कावेरीपाक पॅगोडा (होन) हे २ ड्राम, ५ ग्रेन, ८ मिनीम व अर्धा आटस या वजनाचे असून मद्रासच्या चलनात १६७९-८० मध्ये त्याची किंमत १८ फनाम अशी होती. १८१८ मध्ये मद्रास येथे हिशोब पॅगोडा, फनाम आणि कास या परिमाणात ठेवल्याचे दिसते. (कास = १ फनाम, ४२ फनाम=१ पॅगोडा, त्यानंतर रुपया हे अधिकृत नाणे झाले. पॅगोडा म्हणजे साडेतीन रुपये असे परिणाम झाले. हॉब्सन जॉब्सन पृ. ६५३.

हौदा (Houdah OR Howda) हत्तीवरील हौदा. (हत्तीवर बसण्याकरिता असलेली उघडी कठडेदार अंबारी)

इनाम (Inam) - अरबी 'इन'आम म्हणजे देणगी किंवा बक्षिसी, कृपा. भारतात विशेषत: साराराहित जमीन किंवा देणगी असे मानले जाते. हॉब्सन जॉब्सन पृ. ४३३.

जहागीर (Jahagir) - जहागीर.आयर्विन The Army of Indian Moghuls, p.14.

जमादार (Jamadar) - जमादार (सैन्यातील तुकडीचा नायक)

जामदार (Jamadar) - कोषाध्यक्ष किंवा खजिनदार.

जरीपटका (Jaripataka) - निशाण. राघोबादादांच्या सैन्याच्यापुढे हे निशाण घेऊन चालत असे. या निशाणाच्या कडा या सोनेरी असत. मराठ्यांचे एक निशाण. भगवा ध्वज हा मराठी राज्याचा राष्ट्रीय ध्वज होता; पण अष्टप्रधानांपैकी सेनादलाशी संबंधित अशा प्रधानांना जरीपटका देत. (पेशवे, प्रतिनिधी नि सेनापतीने छत्रपती स्वत:चा असा खास त्याच्यावर सोनेरी नक्षीकाम केलेले असे.)

जासूद (Jasud) - हेर.

जेजाला (Jejala) - (जैजाल किंवा जिंगांल) एक प्रकारची बंदूक किंवा भिंतीवरील शोभेचे चित्र. आयर्विन The Army of Indian Moghuls pp. 109-11 ते जिंगाल नावाची भिंतीवरील मोठमोठी चित्रे वापरीत. जैजाल या बंदुकीतून दोन औंस वजनाच्या गोळ्या ठराविक अंतरावर उडविता येत असत.

जिंसा (Jiansa) - राजाच्या लोकांसाठी असलेला तोफखाना. आयर्विन The Army of the Indian Moughls, p.133.

कारभारी Karbhari) - व्यवस्थापक, मोलूस्वर्थ-मराठी व इंग्रजी शब्दकोश, पृ. १५९. एजंट किंवा मॅनेजर, हॉबूसन जॉबूसन पृ.४७५.

कारखानीस (Karkonnas) - कारखाने म्हणजे फॅक्टरी किंवा कार्यशाळा. शासनामध्ये याचा अर्थ चांगले व्यवस्थापन असा मानला जातो. पाहा. सेन Administrative System of the Marathas, p.668.

कौल (Kaul) - कौल किंवा खात्री.

खलासी Khalasi) - खलाशी किंवा दर्यावर्दी

खंडी (Khandi) - २० मण=१ खंडी

खासनीस (Khasnis) - राजाचा खाजगी माणूस.

खिजमतगार (Khijmatgar) - खिजमत म्हणजे सेवा, चाकरी या अर्थाचा अरबी शब्द.

कुरण (Kuran) - गवताचे राखीव शेत.

लष्कर (Laskar) - सैन्य किंवा सेना.

महमूदी (Mahmudi) - गुजरात आणि भारताच्या पश्चिम किनाऱ्यावर चालत असलेले चांदीचे गाणे. हार्बर्ट म्हणतो, महामुदी म्हणजे इंग्रजी ८ पेन्स. फ्रायर म्हणतो, सुरत आणि परिसरात 'महामुदी' हे नाणे चालत होते. इंग्रजी शिलिंगपेक्षा त्याची किंमत कमी होती. महामुदी चलनापेक्षा महामुदी छपरी यातून जास्त व्यवहार होत असे. पाहा-Dalgado Glossario Luso- Asiatico, vol.II, pp.18-9

मनसब (Mansab) - अधिकारपद. शब्दश: त्याचा अर्थ ठिकाण जेथे काही स्थापित केले आहे असा होतो. दुसऱ्या अर्थाने एखाद्या ठिकाणचे पद, अधिकार किंवा कार्यालय.

आयर्विन. The Army of the Indian moghuls p.3.

मुकादम (Mukadam) - खेड्याचा मुख्य

मुलूखगिरी (Mulukgiri) - (मुलूख म्हणजे देश आणि गिरिफ्तान म्हणजे घेणे.) मोहीम किंवा लुटीसाठी आघाडी.

मुसंद (Musand) - सिंहासनावरील मऊ बैठक. हॉबूसन जॉबूसन पृ. ६००

नाखवा (Nakhoda) - नाखवा. (पारशी नो खुडे म्हणजे जहाजाचा मुख्य)

नालबंदी (Naibandi) - शब्दश: घोड्याच्या नालाची किंमत असा अर्थ होतो. सैनिकांची घोडी वापरण्यासाठी त्यांना थोडीशी आगाऊ रक्कम द्यावी लागे ती म्हणजे नालबंदी. मोलूस्वर्थ-मराठी व इंग्रजी शब्दकोश, पृ. ४६०.

निशाणी (Nishan) - राजाची मोहोर.

नजीब (N×ajibs) - (अरबी नजीब म्हणजे राजमान्य, उमदा) थोड्याशा शिस्तीचे सरकारी पायदळ. हॉबूसन जॉबूसन पृ. ६३१., आयर्विन- The Army of Indian moghuls, pp. 164-5.

ओल (Ol) - ओलीस ठेवलेला माणूस

पाल (Pal) - पाल, लढाऊ लहान जहाज किंवा राहुटी. मोलूस्वर्थ मराठी व इंग्रजी शब्दकोश, पृ. ५१२.

पडाव (Parangue) - (तमिळमध्ये पडागू) सामानवाहतुकीची मलबारकिनाऱ्यावरील लहान बोट. पाहा- Dalgado Glossario Luso Asiatico, vol.II, p.169.

पारसनीस (Parasnis) - सेक्रेटरी

पॅटेक्सो (Pataxo) - जहाजातील लहान पडाव. ज्यातून सैनिक आणले जात. Lacerdes, A New Dictionary of the portuguese and English Languages, p. 681.

पेशकश (Peshkash) - हा पारशी शब्द असून त्याचा अर्थ नजराणा असा होतो.

पोतदार (Potdar) - कोशागारात पैसे भरणारा अधिकारी.

प्रधान (Pradhan) - मंत्री

पूर्विया (Purvia) - पूर्वेकडील प्रदेश. मराठे औंधकडून म्हणजे अवध प्रांतातून भरती केलेल्यांना हा शब्द वापरीत.

रहदारी (Rahdari) - दळणवळण करताना संरक्षणासाठी दिलेल्या लोकांच्या खर्चापोटी दिली जाणारी रक्कम. पाहा. मूरलॅण्ड. Akbar to Aurangzib, p.286.

रोजमुरा (Rojmura) - मजुरी

रामोशी (Ramoshi) - राम दक्षिणेतून श्रीलंकेला गेला तेव्हा ज्यांना निर्माण केले ते रामोशी. त्यांचे राहणीमान, त्यांचे सणउत्सव व त्यांचे घर पाहिले तर ते तेलुगू असावेत. त्यांची विभागणी चव्हाण आणि जाधव या दोन नावांत होते. ते मासे,

कोंबड्या, बकऱ्याचे मांस, हरणे खातात. त्यांना चोर, लुटारू व डाकू तसेच रस्त्यावर पिके आणि गुराढोरांची लुबाडणूक करणारे म्हणून उपेक्षिले जाते. त्यांची पोरे चोर आणि लुटारू आहेत. ते गावच्या रक्षणाचे काम करतात आणि त्याबद्दल त्यांना जमीन आणि धान्य दिले जाते. काही मोलमजुरी करतात आणि इतर घरीच असतात. त्यांचे आवडते दैवत हे खंडोबा असून ते इतर वैदिक (हिंदू) देवदेवतांचीही पूजा करतात. त्यांचे धार्मिक गुरू हे खेड्यातील सामान्य ब्राह्मण असतात. त्यांना एकाचवेळी दोन बायका असल्या तर त्यांना त्या बायकांना पैसे द्यावे लागतात. ते मृतांचे दफन करतात. गॅझेटियर ऑफ द बॉम्बे प्रेसिडेन्सी, भाग २४, पृ.१६०.

सरंजाम (Saranjam) - लष्करी सेवेपोटी दिली जाणारी जमीन. या मूळ फारशी शब्दाचा अर्थ फर्निचर किंवा उपकरणे असा आहे. सरंजाम म्हणजे लष्करी जहागीर. Sykes, Special Report on the Statistics of the four Collectorates of Dukhan under the British Government, p.286.

सरतांडेल (Sartandel) - तांडेलाच्या वरील अधिकारी.

सारंग (Serang) - गलबताचा अधिकारी.

शिखदारी (Shikkdari) - लहान सुभ्याचा मुलकी अधिकारी.

शूतरनाल (Shutarnal) - उंटावरून नेली जाणारी तोफ. त्यास झांबुर्क किंवा झंबूर असे म्हणतात.

तांडेल (Tandel) - मलयाळम तांडल आणि तेलुगू-तांडेलू. जहाजावरील एक अधिकारी किंवा एका शस्त्रास्त्रांच्या खात्यावरील अधिकारी किंवा मजुरांच्या टोळीचा प्रमुख. हॉबूसन जॉबूसन पृ. ९२३.

वरात (Varat) - हुंडी किंवा धनादेश.

झियाफत (Ziyafat) - आमंत्रण किंवा जेवण हा लाक्षणिक अर्थ असून भोजनाच्या किंवा करमणुकीच्या कार्यक्रमासाठी भरावयाचा कर असा अर्थ आहे.

सूची

www.ingramcontent.com/pod-product-compliance
Lightning Source LLC
Chambersburg PA
CBHW070109030726
47506CB00002B/655
* 9 7 8 8 1 8 4 8 3 3 8 2 9 *